ಡಾ. ಶ್ರೀಪಾದ ಭಟ್

ಉತ್ತರ ಕನ್ನಡ ಜಿಲ್ಲೆಯ ಧಾರೇಶ್ವರದವರು. ಇತ್ತೀಚೆಗೆ ಪ್ರೌಢಶಾಲಾ ಮುಖ್ಯ ಶಿಕ್ಷಕ ಹುದ್ದೆಯಿಂದ ಸ್ವಯಂ ನಿವೃತ್ತಿ ಹೊಂದಿ ಪೂರ್ಣಾವಧಿ ರಂಗಭೂಮಿಯ ಕೆಲಸದಲ್ಲಿ ತೊಡಗಿಸಿಕೊಂಡಿದ್ದಾರೆ.

ಉತ್ತರ ಕನ್ನಡದ ರಂಗಭೂಮಿಯ ಕುರಿತು ಮೌಲಿಕವಾದ ಸಂಶೋಧನೆ ಮಾಡಿದ್ದಾರೆ. ಸಾಹಿತ್ಯ, ಶಿಕ್ಷಣ, ರಂಗಭೂಮಿ, ಜನಪದ ಅಧ್ಯಯನ, ಸಂಗೀತ, ಸಂಘಟನೆ – ಹೀಗೆ ಹಲವು ರಂಗಗಳ ಅರಿವು ಇವರಿಗಿದೆ.

ಇವರ ವ್ಯಕ್ತಿತ್ವ ಬಹುಮುಖಿಯಾದದ್ದು. ರಂಗಭೂಮಿಯ ಸೈದ್ಧಾಂತಿಕ ಮತ್ತು ಪ್ರಾಯೋಗಿಕ ಎರಡೂ ರಂಗಗಳಲ್ಲಿ ಸಿದ್ಧಹಸ್ತರು. ಬಾಲ್ಯದಲ್ಲಿ ತಂದೆಯ ಸಂಸ್ಕಾರದಿಂದ ಒದಗಿದ ಯಕ್ಷಗಾನ ರಂಗಭೂಮಿಯ ಪ್ರಜ್ಞೆ, ಸಾಹಿತ್ಯ ಅಧ್ಯಯನ ದಿಂದೊದಗಿದ ಭೂಮಿ ಪ್ರಜ್ಞೆ, ಕಾವ್ಯ, ಸಂಗೀತ, ನೃತ್ಯಗಳ ಸಾಹಚರ್ಯಗಳಿಂದ ಒದಗಿದ ಸೌಂದರ್ಯ ಪ್ರಜ್ಞೆ, ಹಲವು ಸಾಮಾಜಿಕ ಚಳುವಳಿಗಳ ಸಂಪರ್ಕ ದಿಂದೊದಗಿದೆ ಸಾಮಾಜಿಕ ಬದ್ಧತೆ, ಇವೆಲ್ಲ ಹುರಿಗೊಂಡು ಶ್ರೀಪಾದ ಭಟ್ಟರ ರಂಗಭೂಮಿ ಮೈದಾಳುತ್ತದೆ.

ಹೀಗಾಗಿ ಇವರು ಶಿಕ್ಷಣವನ್ನು ರಂಗಭೂಮಿಯ ಜತೆಗೆ ಸುಲಭವಾಗಿ ಸಮಾಸಗೊಳಿಸಿದ್ದಾರೆ. ಮಕ್ಕಳ ರಂಗಭೂಮಿಯಲ್ಲಿಯೂ ಅಪರೂಪದ ಪ್ರಯೋಗ ಮಾಡಿದ್ದಾರೆ. ಜನಪದ ಮತ್ತು ಆಧುನಿಕ ರಂಗಭೂಮಿಯ ಅನ್ವಯದಲ್ಲಿ ರಸಗಂಧಿಯಾದ ರಂಗರೂಪ ಕಟ್ಟಿದ್ದಾರೆ. ಪ್ರಖರವಾದ ರಾಜಕೀಯ ಪ್ರಜ್ಞೆಯ ಕಲಾತ್ಮಕ ಬೀದಿ ನಾಟಕ ನಿರ್ದೇಶಿಸಿದ್ದಾರೆ. ನಾಡಿನ ಹಲವು ಸಾಮೂಹಿಕ ಸಂಘಟನೆಗಳಲ್ಲಿ ತೊಡಗಿಸಿಕೊಂಡೇ ಇವರು ಸುಮಾರು 150ಕ್ಕೂ ಹೆಚ್ಚು ನಾಟಕಗಳನ್ನು ನಿರ್ದೇಶಿಸಿದ್ದಾರೆ.

ಶಿಕ್ಷಣ ಹಾಗೂ ರಂಗಭೂಮಿಯ ಹಲವು ಪ್ರಶಸ್ತಿಗಳು ಇವರನ್ನು ಪುರಸ್ಕರಿಸಿವೆ. ಇವರ ರಂಗಬರಹಗಳ ಸಂಕಲನ ಬಹುಭೂಮಿಕೆ, ನಟನೆಯ ಕೈಪಿಡಿ, ಉತ್ತರ ಕನ್ನಡದ ಜನಪದ ರಂಗಭೂಮಿ, ಯಕ್ಷಗಾನ, ನಾಟಕಪ್ರಜ್ಞೆ ಪುಸ್ತಕಗಳು ಪ್ರಕಟಗೊಂಡಿವೆ.

ಇವರು ನಿರ್ದೇಶಿಸಿದ ನಾಟಕಗಳು ಕರ್ನಾಟಕದೆಲ್ಲೆಡೆ ಮಾತ್ರವಲ್ಲ ಮುಂಬೈ, ಹೈದರಾಬಾದ್, ದೆಹಲಿಗಳಲ್ಲಿ ಪ್ರದರ್ಶನ ಕಂಡಿವೆ. ಕರ್ನಾಟಕದ ಬಹುತೇಕ ಕಡೆ ಶಿಕ್ಷಕರಿಗಾಗಿ, ವಿದ್ಯಾರ್ಥಿಗಳಿಗಾಗಿ, ಕಾರ್ಮಿಕರಿಗಾಗಿ, ಕೃಷಿಕರಿಗಾಗಿ ನೂರಾರು ರಂಗ ಕಾರ್ಯಾಗಾರಗಳನ್ನು ನಡೆಸಿದ್ದಾರೆ.

ಗಾಂಧಿ 150 ರ ಸಂದರ್ಭದಲ್ಲಿ ಇವರು ನಿರ್ದೇಶಿಸಿದ ಪಾಪು–ಬಾಪು ನಾಟಕವು 2000 ಪ್ರಯೋಗ ಕಂಡಿದೆ. ಸಮುದಾಯ ರಂಗತಂಡಗಳಿಗಾಗಿ ನಿರ್ದೇಶಿಸಿದ ಕಾವ್ಯ ರಂಗ ನಾಟಕಗಳು ರಾಜ್ಯದ ಬಹುತೇಕ ಕಾಲೇಜುಗಳಲ್ಲಿ ಪ್ರಯೋಗ ನಡೆಸಿವೆ. ಮಹಿಳಾ ಅಸ್ಮಿತೆಯ 7 ಏಕ ವ್ಯಕ್ತಿ ನಾಟಕಗಳನ್ನು ನಿರ್ದೇಶಿಸಿದ್ದಾರೆ.

ಹಂಪಿ, ಕುವೆಂಪು ವಿಶ್ವವಿದ್ಯಾಲಯಗಳಲ್ಲಿ ರಂಗಭೂಮಿ ಡಿಪ್ಲೊಮಾ ತರಗತಿ ನಡೆಸಿದ್ದಾರೆ.

ದಡವ ನೆಕ್ಕಿದ ಹೊಳೆ

ರಂಗ
ಪಯಣದ
ಕಥನ

ಡಾ. ಶ್ರೀಪಾದ ಭಟ್

ಬಹುರೂಪಿ
ಎಂಬೆಸಿ ಸೆಂಟರ್, 111, ಮೊದಲನೇ ಮಹಡಿ, ಕ್ರೆಸೆಂಟ್ ರಸ್ತೆ,
ಕುಮಾರಪಾರ್ಕ್ ಈಸ್ಟ್, ಬೆಂಗಳೂರು 560 001.
ದೂರವಾಣಿ: 70191 82729

62

DADAVA NEKKIDA HOLE
A reminiscence of the Theatre Journey
by renowned Theatre Personality
Dr. SHRIPAD BHAT
ushaharana@gmail.com | 94481 82042

Published By
Bahuroopi
Embassy Centre, 111, First Floor, Crescent Road,
Kumarapark East, Bangalore 560001

editor@bahuroopi.in | Mobile: 70191 82729

online book store: **bahuroopi.in**

Whats App Bookstore: **70191 82729**

ISBN: 978-81-960718-4-4
First Edition: March 2023
Pages: 168
Price: Rs. 200

Cover and Inside Design: **Sagar M S**

ನೆಲಮೂಲದ ದನಿಗಳಿಗೆ

ಸಂಭ್ರಮದ ಘನತೆಯೊದಗಿಸಿದ

ದಕ್ಷಿಣ ಆಫ್ರಿಕದ ರಂಗ ಬಂಧು

ಗೂಗಿ ಯಾ ಥಿಯಾಂಗೋ

ಅವರಿಗೆ

ಮತ್ತು

ನನ್ನೆಲ್ಲ ರಂಗ ಸಂಗಾತಿಗಳಿಗೆ

ಈ

ಕೃತಿ

“

‘ದಡವ ನೆಕ್ಕಿದ ಹೊಳೆ’ ಓದಿ ಪಟ್ಟ
ಸಂತೋಷಕ್ಕಾಗಿ ಒಂದೆರಡು ಮಾತು:

ಜಾತ್ರೆಯಲ್ಲಿ ಮುದ್ದು ಮಗು ಬಲೂನು
ಕೊಡಿಸುವ ತನಕ ಹಠ ಹಿಡಿದಂತೆ ಓದಿ
ಮುಗಿಯುವವರೆಗೆ ಪುಸ್ತಕ ನನ್ನ ಬಿಡಲಿಲ್ಲ!
ಕಣ್ತೆರೆದು ರಂಗಸ್ವಪ್ನ ಕಂಡೆ.
ಯೋಗ ನಿದ್ರೆ ನಂದು; ಕನಸು ಲೇಖಕನದು;
ನೋಡಿದವರು ಸಮುದಾಯದವರು.
ಕೃತಿ ಬಹಳಷ್ಟು ಉದ್ದೀಪಿಸಿದೆ.
ಆಡಬೇಕಾದ ಮಾತು ಸಾಕಷ್ಟಿದೆ....

- ಶ್ರೀಧರ ಬಳಗಾರ

ಶರಣೆಂಬೆವು ನಾವು..

ಕ್ಯೂಬಾದಿಂದ ಆಗತಾನೆ ಮೋಹನ್ ಬಂದಿದ್ರು. ಶಿರಸಿಯಲ್ಲಿ 'ಚಿಂತನ' ಸಂಘಟನೆ ನಡೆಸುತ್ತಿದ್ದ ನಾವೆಲ್ಲ ಅವರ ಪ್ರವಾಸದ ಅನುಭವ ಕೇಳಲು ಕಾತರರಾಗಿದ್ದೆವು. ಅಂದು ಅದೆಷ್ಟು ಚಂದನೆಯ ನುಡಿಚಿತ್ರಗಳನ್ನು ಅವರು ಕಟ್ಟಿಕೊಟ್ಟರೆಂದರೆ ನಾವೆಲ್ಲ ಅವರ ಅಭಿಮಾನಿಗಳಾಗಿ ಹೋಗಿದ್ದೆವು. ಅವರನ್ನು ಮಾತನಾಡಿಸುವುದೆಂದರೆ 'ಚೆ'ಯನ್ನು ಮಾತನಾಡಿಸಿದಷ್ಟು ಸಂತಸ ನಮಗೆ!

ಆನಂತರ ಹಲವು ವರ್ಷಗಳೇ ಗತಿಸಿದ್ದವು. ಅವರನ್ನು ನೇರವಾಗಿ ಭೇಟಿ ಮಾಡಿರಲೇ ಇಲ್ಲ ನಾನು. 'ಅವಧಿ'ಯ(avadhimag.in) ದಶಮಾನೋತ್ಸವಕ್ಕೆ ನನ್ನ ನಾಟಕೋತ್ಸವ ಮಾಡುವೆ ಎಂದವರು ಅಂದಾಗ ನನಗೆ ಆ ಅಚ್ಚರಿಯನ್ನು ಅರಗಿಸಿಕೊಳ್ಳಲೇ ಆಗಲಿಲ್ಲ. ಸುಖಾ ಸುಮ್ಮನೆ ಹಳ್ಳಿಯ ಕಡೆ ಕೆಲಸ ಮಾಡಿಕೊಂಡಿರುವವನನ್ನು 'ರಂಗಶಂಕರ'ದಲ್ಲಿ ಮೂರು ದಿನ ನಿಲ್ಲಿಸುವುದೆಂದರೆ!. ನನ್ನ ನಾಟಕಗಳ ವಿಮರ್ಶೆಯ ಪುಸ್ತಕ, ಹಾಡುಗಳ ಸಿ.ಡಿ. ಬಿಡುಗಡೆಯ ಜತೆ 3 ನಾಟಕಗಳ ಪ್ರಯೋಗ ಹೀಗೆ ಕನಸಿನಂತೆ ಸಾಗಿಹೋಗಿದ್ದವು ಅವು! ಅವರಿಗೆ ಸರಿಯಾಗಿ ಧನ್ಯವಾದ ಹೇಳಲೂ ನನಗೆ ಬಂದಿರಲಿಲ್ಲ. ಸುಮ್ಮನೆ ಮರಳಿ ಮತ್ತೆ ಹಳ್ಳಿಯೆಡೆಗೆ ನಡೆದಿದ್ದೆ. ಆದರೆ ಅವರು 'ಅವಧಿ'ಗಾಗಿ ಅಂಕಣ ಬರೆ ಅಂದರು! ಬಹುಶಃ ಎಕ್ಕುಂಡಿಯವರ ಕರ್ಮಭೂಮಿಯ ಕೂಸುಗಳಾಗಿ (ಆಕಸ್ಮಿಕವಾಗಿಯಾದರೂ) ಹುಟ್ಟಿದ ನಮ್ಮಗಳ ಮೇಲೆ ಅವರಿಗೊಂಥರಾ ಪ್ರೀತಿ ಅಷ್ಟೆ.

ಮೌಖಿಕ ಪರಂಪರೆಯನ್ನು ಗಾಢವಾಗಿ ಪ್ರೀತಿಸುವ ನನಗೆ ಬರವಣಿಗೆ ಎಂದರೆ ಗೌರವ ಮಿಶ್ರಿತ ಭಯವಿದೆ. ನಾನಂದು ಕೊಂಡಿದ್ದನ್ನು ನನಗೆ ಬರಹದಲ್ಲಿ ದಾಟಿಸಲಾಗದು ಎಂದೇ ಯಾವತ್ತೂ ಅನಿಸಿದೆ. ಎ.ಕೆ.ರಾಮಾನುಜನ್ ಅವರ 'ಪದ್ಯದ ಮಾತು ಬೇರೆ' ಎಂಬ ಕವನದಲ್ಲಿರುವಂತೆ ನನಗೆ ಯಾವತ್ತೂ ಅನಿಸುವುದು. ಪದ್ಯದಂತೆ, ಕಲೆಯಲ್ಲಿಯಾದರೆ 'ಅಪಾರ್ಥವಾದರೂ ಅದೂ ಒಂದು ಅರ್ಥವೇ' ಎಂದು ಸಮಾಧಾನವನ್ನಾದರೂ ಹೊಂದಬಹುದು. ಲೇಖನದಲ್ಲಿ ಹಾಗಲ್ಲ. ಇನ್ನು ನಮ್ಮ ರಂಗಭೂಮಿಯ ಹಲವು ಸ್ನೇಹಿತರಿಗೆ ಅಕ್ಷರಗಳ ಅಲರ್ಜಿ ಇದೆ; ಅವರು ಓದುವುದಿಲ್ಲ. 'ಓದಲು ಸಾಧ್ಯವಿಲ್ಲ ಎಂದೇ ನಾಟಕಕ್ಕೆ ಬಂದಿದ್ದು ಮಾರಾಯಾ' ಎನ್ನುತ್ತಾರೆ. ಉಳಿದ ಓದುಗರಿಗೆ ರಂಗಭೂಮಿಯ ವ್ಯಾಕರಣದ ಚರ್ಚೆ ನಿಜಕ್ಕೂ ಬೋರು. ಲಲಿತ ಪ್ರಬಂಧದ ಮಾದರಿಯಲ್ಲೇ ನಿರಂತರವಾಗಿ ಬರೆಯಲು ನನಗೆ ಕಷ್ಟ. ಆದರೆ ಮೋಹನರು ಅಷ್ಟು ಸುಲಭಕ್ಕೆ ಕೈಚೆಲ್ಲುವವರಲ್ಲ; ಒಪ್ಪಿಸಿದರು. ಅಕ್ಷರ ಬರೆ ಎಂದರೆ ಚಿತ್ರ ಕೆತ್ತುವ ಕಿರಣನಿಂದಲೇ ಬರೆಸಿದವರು ಬಿಟ್ಟಾರೆಯೇ! ನಿಮ್ಮ ನಾಟಕಗಳ ಪಾತ್ರಗಳೊಡನೆಯ ಮುಖಾಮುಖಿ ಮಾಡಿ ಅಂತ ಸೂಚಿಸಿದರು. ನಾನು ನಾಟಕಗಳ ಜತೆಯೇ ಮುಖಾಮುಖಿಯಾಗಲು ಯತ್ನಿಸಿದೆ.

ಇದು, ಕಳೆದ 40 ವರ್ಷಗಳ ನನ್ನ ರಂಗಪಯಣದ ಇತಿಹಾಸವಲ್ಲ ಅಥವಾ ಕೆಲವು ಮಹತ್ವದ ರಂಗ ಘಟನೆಗಳ ದಾಖಲೆಯೂ ಅಲ್ಲ. ಬದಲಾಗಿ ನನ್ನನ್ನು ಅಥವಾ ನನ್ನಂತಹ ಹಲವರನ್ನು ರೂಪಿಸಿದ ರಂಗ ಚಿಂತನೆಗಳು ಯಾವುದಿರಬಹುದು? ಈ ಮಣ್ಣಿನೊಳಗಡಗಿದ ಯಾವ ನೆಲಮೂಲ ಸಂಗತಿಗಳು ನನ್ನ ರಂಗ ಚಿಂತನೆಗಳನ್ನು ರೂಪಿಸಿರಬಹುದು ಎಂಬ ಒರತೆಗಳ ಹುಡುಕಾಟದ ಯತ್ನ. ಯಾವ ಘಟನೆಗಳು ರಂಗಭೂಮಿಯ ಆಸಕ್ತರಿಗೆ ನೆರವು ನೀಡಬಹುದು ಅಂತ ನನಗನ್ನಿಸಿದೆಯೋ ಅಂತವನ್ನು ಮಾತ್ರ ದಾಖಲಿಸಲು ಯತ್ನಿಸಿದ್ದೇನೆ. ಒಟ್ಟೂ ರಂಗಕ್ರಿಯೆಯ ಪರಿಸರ, ಸಂದರ್ಭವನ್ನು ಕುರಿತು, ಬಣ್ಣದ ಹೆಜ್ಜೆಗಳು ಮೂಡಿದ ಒದ್ದೆಮಣ್ಣಿನ ನೆಲದ ಹಾದಿಯ ಕುರಿತು ಬರೆದಿರುವೆ. ನನ್ನ ರಂಗಬದುಕಿನಲ್ಲಿ 'ಕಲೆಯ ಜಗತ್ತಿನ ಕುರಿತ ಕಥನವಿದೆಯೇ' ಎಂದು ಹುಡುಕಿ ಕೆಲವನ್ನು ಬರೆದಿರುವೆ. ಇಲ್ಲಿ ಅಂಕಣದ ನೆವದಿಂದ ಇಷ್ಟು ದಿನ ನಾನು ಆಡಿದ ಮಾತುಗಳನ್ನು ನಾನೂ ಕೇಳಿಸಿಕೊಂಡಿರುವೆ. ರಂಗ ತಾತ್ವಿಕತೆಗೆ ಸಂಬಂಧಪಟ್ಟ

ಮಾತುಗಳು ಅವು ಉಪದೇಶಕ್ಕೆ ಹೇಳಿದುವಲ್ಲ. ನನಗೆ ನಾನೇ ಖಾತ್ರಿಪಡಿಸಿಕೊಂಡ ನುಡಿಗಳವು.

ರಂಗ ವಿದ್ಯಾರ್ಥಿಗಳ ಹೊರತಾಗಿ ಉಳಿದವರಿಗೆ ಇದರಿಂದ ಪ್ರಯೋಜನವೇನು? ಅನ್ನುವ ಪ್ರಶ್ನೆ ನನ್ನನ್ನು ಯಾವತ್ತೂ ಕಾಡುತ್ತಲೇ ಇರುತ್ತದೆ. ರಾಜೇಂದ್ರ ಚೆನ್ನಿಯವರು ಈ ಬರಹಕ್ಕೆ ಮುನ್ನುಡಿ ಬರೆದಾಗ ತುಸು ಸಮಾಧಾನವಾಯಿತು; ಇಂತಹ ಬರಹಗಳಿಗೆ ಬೇರೆ ಬಗೆಯ ಮಹತ್ವವೂ ಇರಬಲ್ಲುದು ಅನಿಸಿ.

ರಂಗಭೂಮಿ ಎಂಬುದು ಸಮೂಹ ಸೃಷ್ಟಿಯ ಫಲ. ಇಲ್ಲಿ 'ನಾನು' ಎನ್ನುವುದಕ್ಕೆ ಅಸ್ತಿತ್ವವೇ ಇಲ್ಲ. ಬಹುತ್ವ ಮಾತ್ರ ಇಲ್ಲಿ ಜೀವಿಸಬಲ್ಲುದು. ಹೀಗಾಗಿ ಈ ಪುಸ್ತಕದಲ್ಲಿ ವಿವರಿಸಲಾದ ರಂಗ ಘಟನೆಗಳು, ಸಮೂಹ ಸೃಷ್ಟಿಯ ಫಲಗಳು. ನಾನಿಲ್ಲಿ ನಿಮಿತ್ತ ಮಾತ್ರ. ಅಂತಲ್ಲಿಯೂ ಈ ಅರಿವು ಮೀರಿ ಎಲ್ಲಿಯಾದರೂ ನನ್ನ ಅಹಂ ಕಾಣಿಸಿಕೊಂಡರೆ ಕ್ಷಮಿಸಿ, ಅದು ನನ್ನ ಬರಹದ ಮಿತಿ ಅಷ್ಟೇ. ಅದಕ್ಕೆ ಯಾವ ಬೆಲೆಯೂ ಇಲ್ಲ.

ಇಷ್ಟಾದರೂ ಬರೆಯಲು ಸಾಧ್ಯವಾದದ್ದು ಮೋಹನರಿಂದ, ಅವರ 'ಅವಧಿ'ಯ ಬಳಗದಿಂದ. ಒಂದು ದಿನವೂ ಬರವಣಿಗೆಯ ಕ್ರಮದ ಬಗ್ಗೆ, ಅದರ ಉದ್ದ ಅಗಲದ ಬಗ್ಗೆ ಅವರೆಂದೂ ನನ್ನ ಕೇಳಿದ್ದಿಲ್ಲ, ಮೂಗು ತೂರಿಸಿದ್ದಿಲ್ಲ. ಅವರಿಗೆ, ನನ್ನನ್ನು ರಂಗ ಬದುಕಿಗೆ ಪರಿಚಯಿಸಿದ ನನ್ನ ತಂದೆ ಧಾರೇಶ್ವರ ಮಾಸ್ತರಿಗೆ, ಉತ್ತರ ಕನ್ನಡದ ರಂಗ ಸಾಂಗತ್ಯಕ್ಕೆ ಗುರುವಾಗಿ, ಗೆಳೆಯನಾಗಿ ಒದಗಿದ ಕಿರಣಣ್ಣನಿಗೆ, ಆಧುನಿಕ ರಂಗಭೂಮಿಯ ಪಾಠಗಳನ್ನು ಕಲಿಸಿದ ಸುರೇಶ ಅನಗಳ್ಳಿಯವರಿಗೆ, ಪ್ರಸನ್ನರಿಗೆ, ನನ್ನ ಸಾಮಾಜಿಕ ಮಾರ್ಗದರ್ಶಕರಾಗಿದ್ದ ದಿ.ಆರ್.ವಿ.ಭಂಡಾರಿ ಹಾಗೂ ಅವಧಾನಿಯವರಿಗೆ, ಅಕಾಲದಲ್ಲಿ ಅಗಲಿದ ವಿಠ್ಠಲನಿಗೆ ಮತ್ತವನ 'ಸಹಯಾನ'ಕ್ಕೆ, ನನ್ನ ಮೊದಲ ಓದುಗಳಾಗಿ ಅಗತ್ಯ ಸಲಹೆ ಹಾಗೂ ಪ್ರೋತ್ಸಾಹದ ನುಡಿಗಳನ್ನು ನೀಡುವ ಸುಧಾ ಆಡುಕಳರಿಗೆ ನಾನು ಋಣಿ. ನನ್ನನ್ನು ರಂಗ ಬದುಕಿಗೆ ದಾನವಾಗಿ ಬಿಟ್ಟುಕೊಟ್ಟ ಸಂಗಾತಿ ಶಾಂತಲಳಿಗೂ, ಆರಂಭದ ದಿನಗಳಲ್ಲಿ ನನ್ನ ರಂಗ ಪ್ರಯೋಗಕ್ಕೆ ತನ್ನನ್ನು ಒಡ್ಡಿಕೊಂಡ ಮಗಳು ಶೀತಲಳಿಗೂ ಏನು ಹೇಳಲೆಂದು ತೋಚುತ್ತಿಲ್ಲ.

ಇಂತದೊಂದು ಅನುಭವಗಳ ರೂಪಣೆಗೆ ನೆರವಾದ ರಂಗ ಸಂಗಾತಿಗಳಿಗೆ, ರಂಗ ಪರಿಸರಕ್ಕೆ ಶರಣೆನ್ನುವೆ. ನಿಜ. ರಂಗ ಪರಿಸರವನ್ನು ಸಿದ್ಧಗೊಳಿಸಿದ ನಮ್ಮ ಹಿರಿಯರು, ರಂಗ ವ್ಯಾಕರಣವನ್ನು ರೂಪುಗೊಳಿಸಿದ ಪರಂಪರೆ ಇವೆಲ್ಲವೂ ನನ್ನಂತವನಿಗೂ ಚೂರುಪಾರು ಕೆಲಸ ಮಾಡುವ ಧೈರ್ಯವನ್ನು ತಂದುಕೊಟ್ಟಿತು. ರಘುವಂಶ ಕಾವ್ಯದಲ್ಲಿ ಕಾಳಿದಾಸನು ಹೇಳಿದ ಮಾತೊಂದನ್ನು ವಿನಮ್ರವಾಗಿ ನೆನೆದು ಮಾತು ಮುಗಿಸುವೆ.

"ಹಿಂದೆ ಶ್ರೇಷ್ಠ ಕವಿಗಳು ಈ ವಂಶದ ಬಗ್ಗೆ ಬರೆದರು. ಅವರು ಹಾಗೆ ನಿರ್ಮಿಸಿದ ಮಾತಿನ ಬಾಗಿಲ ಮೂಲಕ ನಾನು ಈ ವಂಶದ ಒಳಕ್ಕೆ ಹೋಗುತ್ತಿದ್ದೇನೆ. ನನ್ನ ಈ ಪ್ರಯತ್ನ, ವಜ್ರದಿಂದ ಕೊರೆದು ಮಾಡಿದ ರತ್ನಗಳ ರಂಧ್ರದಲ್ಲಿ ಸಾಮಾನ್ಯ ದಾರವೊಂದು ಹಾದು ಬಂದಂತೆ ಇದೆ."

ಕಾಲದ ಕಂಬಳಿ ಹೊದೆಸಿದ ಆ ಕುರುಬಗೆ
ತಿಳಿವಿನ ತೆರೆಗಳ ಕರುಣೆಸೋ ಕಡಲಿಗೆ
ಶರಣೆಂಬೆವು ನಾವು ಶರಣೆಂಬೆವು

– ಸು.ರಂ.ಎಕ್ಕುಂಡಿ

▪ ಡಾ.ಶ್ರೀಪಾದ ಭಟ್

ಈ ಕೃತಿ ವಿಭಿನ್ನವಾಗಿದೆ, ವಿಶಿಷ್ಟವಾಗಿದೆ..

ಶ್ರೀಪಾದ ಭಟ್ಟರ 'ದಡವ ನೆಕ್ಕಿದ ಹೊಳೆ' ವಿಶಿಷ್ಟವಾದ ಅಪರೂಪದ ಕೃತಿ. ಒಂದು ಕಡೆಗೆ ಅದು 35 ವರ್ಷಗಳ ಕಾಲ ನಾಟಕವೆನ್ನುವ ಮುಗಿಯದ ಹುಡುಕಾಟಕ್ಕೆ ತನ್ನನ್ನು ಅರ್ಪಿಸಿಕೊಂಡ, ಹೀಗಾದದ್ದು ಆಯ್ಕೆಯೋ, ಆಕಸ್ಮಿಕವೋ ಊಹೆಯನ್ನು ಮೀರಿ ಬದುಕಲ್ಲಿ ನಡೆಯುವ ರಹಸ್ಯಮಯ ಘಟನೆಯೋ ಗೊತ್ತಾಗದ ವ್ಯಕ್ತಿಯೊಬ್ಬನ ನೆನಪುಗಳು.

ಹುಡುಗನಾಗಿದ್ದಾಗ ಹಾಲಕ್ಕಿ ಗೌಡರ ಕುಣಿತ ದಿಂದ ಆಕರ್ಷಿತನಾಗಿ ತನಗೆ ಗೊತ್ತಿಲ್ಲದೆಯೇ ದೇಹವೆನ್ನುವ ಲಯ, ನೃತ್ಯ, ಭಾವಾಭಿವ್ಯಕ್ತಿಯ ಸ್ಥಲವನ್ನು ಕಂಡುಕೊಂಡ ಮೇಲೆ ಈ ವ್ಯಕ್ತಿ ನಾಟಕ ವೆನ್ನುವ ಪಾಠಶಾಲೆಯ ಶಾಶ್ವತ ವಿದ್ಯಾರ್ಥಿಯಾಗಿ ಕಲಿಯುತ್ತಾ ಹೋಗುತ್ತಾರೆ. ಏಕೆಂದರೆ ನಾಟಕವೆನ್ನು ವುದು ಇಲ್ಲವೇ ಇಲ್ಲ. ಅಂದರೆ ಅದು ಆಗುವಾಗಲೇ ಘಟಿಸುವಂಥದು. ಈ ಘಟಿಸುವ ವಿದ್ಯಮಾನದಲ್ಲಿ ಪೂರ್ವನಿಶ್ಚಿತ ಉದ್ದೇಶವು ಓದು ಶುರುವಾತು ಅಷ್ಟೆ. ಕಾದಂಬರಿಕಾರನ ಅಂಕೆಯನ್ನು ಮೀರಿ ಬೆಳೆಯುವ ಪಾತ್ರದಂತೆ ನಾಟಕವು ನಿರ್ದೇಶಕನ ಅಂಕೆಯನ್ನು ಮೀರಿ ತನ್ನ ಆಕೃತಿಯನ್ನು ತಾನೇ ಪಡೆದುಕೊಳ್ಳುವ, ಸ್ವಾಯತ್ತತೆಯನ್ನು ಬಿಟ್ಟುಕೊಡದ ಅರಾಜಕ ಚೇತನ ವಾಗಿದೆ. ಹೀಗಾಗಿ ನಾಟಕವು ಶಾಶ್ವತವೂ ಹೌದು. ಸಾಂದರ್ಭಿಕವೂ ಹೌದು. ಬೇಂದ್ರೆ ಮಾತಿನಲ್ಲಿ ಅದು 'ಬಂಧವಿದ್ದರೂ ಬಂಧುರ', ಬಂಧವಿದೆ, ಏಕೆಂದರೆ 'ನಾಲ್ಕು ಗೋಡೆಗಳ' ಪ್ರೊಸೀನಿಯಮ್ ರಂಗಮಂದಿರವಿರಬಹುದು, ಸಂತೆಯ ನಡುವಿನ

ಬೀದಿಯ ಅಂಚಿರಬಹುದು. ಬಯಲಿನಲ್ಲಿ ಬೆಳೆದ ಮರದ ಕೆಳಗಿರಬಹುದು. ಅದಕ್ಕೆ ರಂಗವೆನ್ನುವ ಬಂಧವಿದೆ. ಅದು ಸಾಂದರ್ಭಿಕ ಏಕೆಂದರೆ ಅದು ಪ್ರೇಕ್ಷಕ ಸಮುದಾಯದ ಮನಸ್ಸುಗಳೊಳಗೆ ಆಡುವಾಗಲೇ ಹುಟ್ಟುವಂಥದು.

ನಾಟಕವೆನ್ನುವ ಪ್ರಕಾರಕ್ಕೆ ಇತಿಹಾಸವಿದೆ. ನಿಯಮಗಳು, ಕಟ್ಟಳೆಗಳು, ಸೂತ್ರಗಳು ಇವೆಲ್ಲಾ ಇವೆ. ಆದರೆ ಶ್ರೀಪಾದರ 35 ವರ್ಷದ ಅನುಭವದಲ್ಲಿ ಇವೆಲ್ಲಾ ಇವೆ ಅಷ್ಟೆ. ಆದರೆ ನಾಟಕವಾಗಿ ಘಟಿಸುವುದು ಅನಿರೀಕ್ಷಿತವಾದ, ಸಾಮಾಜಿಕವಾದ, ತೀರಾ ಸೆಕ್ಯೂಲರ್ ಆದ ಒಂದು ಪವಾಡ. ಹೀಗಾಗಿ ಈ ಕೃತಿ ನಿತ್ಯನೂತನವಾದ ನಾಟಕವೆನ್ನುವ ಕೈಗೆ ಸಿಕ್ಕದ ಆದರೂ ಮೂರ್ತವಾದ ಅಚ್ಚರಿಯೊಂದರ ಹುಡುಕಾಟದ ಕಥನವಾಗುತ್ತದೆ. ನೃತ್ಯವೇ ಮುಖ್ಯವಾದ ಇವರ ಒಂದು ನಾಟಕದಲ್ಲಿ ಕೊನೆಗೆ ನಟಿ, ನೃತ್ಯಗಾರ್ತಿ ಏನನ್ನೋ ಕೈಯಲ್ಲಿ ಹಿಡಿಯುವಂತೆ ರಂಗದಿಂದ ನಿರ್ಗಮಿಸುತ್ತಾಳೆ. ಶ್ರೀಪಾದರು ಹೇಳುವ ಹಾಗೆ ರಂಗದಾಚೆಗೂ ಅವಳು ಹುಡುಕುತ್ತಲೇ ಇರಬಹುದು. ಆದರೆ ಈ ಹುಡುಕಾಟವನ್ನು ಭಾಷೆ, ಅಭಿವ್ಯಕ್ತಿ ಮೀರಿದ ಅನುಭವ ಮಾತ್ರವೆಂದು ಹೇಳಲಾಗದು. ನಾಟಕದಲ್ಲಿ ಮೀರುವುದು ಕೂಡ ಭೌತಿಕವಾಗಿ ಮೂರ್ತವಾಗಿ ಭಾಷೆ, ಕಾವ್ಯ, ನಟನೆ, ನೃತ್ಯ ಇವೆಲ್ಲವುಗಳ ಮೂಲಕ ರಂಗದ ಮೇಲೆ ಅವತಾರ ತಾಳಲೇ ಬೇಕು. ಹೀಗಾಗಿ ಶ್ರೀಪಾದರ ಈ ಕಥನವು ಕೇವಲ ಒಬ್ಬ ಪ್ರತಿಭಾವಂತ ನಿರ್ದೇಶಕನು ತಾನು ಯಶಸ್ವಿಯಾಗಿ ರಂಗಕ್ಕೆ ನಾಟಕಗಳನ್ನು ತಂದ ನೆನಪುಗಳ ಕಥನವಲ್ಲ. ಬದಲಾಗಿ ನಾಟಕವೆನ್ನುವ ಅಚ್ಚರಿಯೊಂದರ ಹುಡುಕಾಟದ ಖುಷಿ, ತನ್ಮಯತೆ, ಅದರಿಂದಾಗಿ ಸಮುದಾಯವೊಂದರ ಭಾಗವಾಗುವುದರ ಸಾರ್ಥಕತೆ ಇವುಗಳ ಕಥನವಾಗಿದೆ. ಇಡೀ ಕಥನದಲ್ಲಿ ನಾಟಕದ ಪ್ರದರ್ಶನಕ್ಕಿಂತ ತಾಲೀಮು ಮುಖ್ಯವಾಗಿದೆ. ಈ ಕಥನದಲ್ಲಿ ಮೋಹನ ಸೋನಾರವರ ಅದ್ಭುತ ವ್ಯಕ್ತಿಚಿತ್ರವಿದೆ. ಅವರು ಶ್ರೀಪಾದರ ನಾಟಕದ ತಾಲೀಮುಗಳಲ್ಲಿ ಮೈಮರೆತು ಕೂತು ನೋಡುತ್ತಿದ್ದರಂತೆ. ಆದರೆ ಪ್ರದರ್ಶನದ ಮೊದಲು ಹೊರಟುಹೋಗುತ್ತಿದ್ದರು. ಅವರ ತಿಳುವಳಿಕೆಯೆಂದರೆ ನಿಜವಾಗಿ ಆಗುವುದೆಲ್ಲವೂ ತಾಲೀಮಿನಲ್ಲಿ. ಪ್ರದರ್ಶನವು ಒಂದು end product ಅಷ್ಟೆ. ಶ್ರೀಪಾದರ ಕಥನವು ಈ ಕಾಣ್ಕೆಯನ್ನು ಅನೇಕ ಘಟನೆಗಳ ಮೂಲಕ ಹೇಳುವ ಪ್ರಯತ್ನವಾಗಿದೆ.

ಇದಕ್ಕೆ ಕಾರಣವಿದೆ. ಅದು ಈ ಕೃತಿಯ ಅತ್ಯಂತ ಅರ್ಥಪೂರ್ಣವಾದ ಅಂಶವೂ ಆಗಿದೆ. ಈ ಕಥನದಲ್ಲಿ ನಾಟಕವನ್ನು

ಮಾಡಿಸುವುದೆಂದರೆ ಒಂದು ಸಮುದಾಯದ ಭಾಗವಾಗುವುದು. ಇದ್ದ ಸಮುದಾಯವನ್ನು ನಾಟಕದ ತಾಲೀಮಿನ ಮೂಲಕ ಮತ್ತೆ ಭಿನ್ನವಾಗಿ ಕಟ್ಟುವುದು. ಅಥವಾ ಹೊಸದಾಗಿ ಒಂದು ಸಮುದಾಯ ವನ್ನು ಹುಟ್ಟುಹಾಕುವುದು. ಶ್ರೀಪಾದರು ಐನೋರ ಹಳ್ಳಿ, ಶೇಷಗಿರಿ ಗಳಲ್ಲಿ ಕಂಡುಕೊಂಡಿದ್ದು ಇದನ್ನೆ. ನಾಟಕ ಆಡುವುದು ಒಂದು ಸಾಮುದಾಯಿಕ ಕ್ರಿಯೆಯಾಗಿ ಒಂದು ಹಳ್ಳಿಯೇ ಒಂದು ವಿಸ್ತೃತ ಕುಟುಂಬವಾಗಿ ಬಿಡುತ್ತದೆ. ಇದೆಂಥ ಕ್ರಿಯೆಯೆಂದರೆ ಭೌತಿಕ ವಸ್ತುಗಳೂ ಹೊಸ ಜನ್ಮ ಪಡೆಯುತ್ತವೆ. ಭತ್ತ, ಕಾಳು ಒಟ್ಟುವ ಗೋದಾಮು ಗ್ರೀನ್ ರೂಮ್ ಆಗುತ್ತದೆ. ನಟರ ವಸತಿಯ ಕೋಣೆಯಾಗುತ್ತದೆ. ಹಳೆಯ ಸ್ಕೂಲ್‌ನ ಅಂಗಳವು ಮುಕ್ತ ರಂಗಮಂದಿರ ವಾಗುತ್ತದೆ. ಹಳ್ಳಿಯ ಟೀ ಅಂಗಡಿ 24x7 ಕೆಫೆಟೇರಿಯ ಆಗುತ್ತದೆ! ಇನ್ನು ಮನುಷ್ಯರ ಅವಸ್ಥಾಂತರಗಳೋ, ಶ್ರೀಪಾದ ಹೇಳುವಂತೆ ವ್ಯಕ್ತಿಯು ತನ್ನೊಳಗಿನ ಇನ್ನೊಬ್ಬನನ್ನು, ನಟನನ್ನು ಆವಿಷ್ಕಾರ ಮಾಡಿಕೊಳ್ಳುತ್ತಾನೆ. ಅಕ್ಷರವೇ ಬರದಿದ್ದರಿಂದ ಫೇಲಾಗಿ ಉಂಡಾಡಿಯಾದ ಹುಡುಗ ನಾಟಕದ ಸಂಭಾಷಣೆಗಳನ್ನು ಥೇಟು ವಾಚಸ್ಪತಿಯಂತೆ ಹೇಳಿಬಿಡುತ್ತಾನೆ. ಹಳ್ಳಿಯಿಂದ ಆಚೆಗೆ ಹೋಗಿಯೇ ಇರದಂಥ ಮಕ್ಕಳು ದೆಹಲಿಯಲ್ಲಿ ತಮ್ಮಂತೆಯೆ ನಾಟಕ ಉತ್ಸವಕ್ಕಾಗಿ ಬಂದಿಳಿದ ಅಸ್ಸಾಂನ, ಮಣಿಪುರದ ಹುಡುಗರ ಜೊತೆಗೆ ಗಂಟೆಗಟ್ಟಲೇ ಮಾತನಾಡುತ್ತಾರೆ. ಅದಾವ ಭಾಷೆಯಲ್ಲಿ ಎನ್ನುವುದು ಚಿದಂಬರ ರಹಸ್ಯ.

ಈ ಕೃತಿಯನ್ನು ಓದಿದಾಗ ತುಂಬಾ ವರ್ಷಗಳ ನಂತರ ಐನೋರ ಹಳ್ಳಿ, ಶೇಷಗಿರಿ ಇಂಥ ಸಮುದಾಯಗಳು ಕನ್ನಡ ಕಥನವನ್ನು ಮರುಪ್ರವೇಶ ಮಾಡಿದ್ದಾವೆ ಎನ್ನಿಸಿತು. ಗೊರೂರು ರಾಮಸ್ವಾಮಿ ಅಯ್ಯಂಗಾರರು, ಶಿವರಾಮ ಕಾರಂತರು, 'ರಂಗಣ್ಣನ ಕನಸಿನ ದಿನಗಳು' ಕೃತಿಯ ಎಂ.ಆರ್.ಶ್ರೀನಿವಾಸ ಮೂರ್ತಿ ಇವರು ಚಂದಾಗಿ ಕಟ್ಟಿಕೊಡುವ ಸಮುದಾಯದ ವರ್ಣನೆಗಳು ನಮ್ಮ ತಲೆಮಾರಿನವರಿಗೆ ಕೂಡ ಕಳೆದುಹೋದ ಕಾಲವೊಂದರ nostalgic ಆದ, ಮರು ಹಂಬಲದ ಚಿತ್ರಣಗಳೆಂದು ಅನ್ನಿಸುತ್ತಿತ್ತು. ಆದರೆ ಶ್ರೀಪಾದರು ನಾಟಕ ಕಟ್ಟಿದ ಈ ಊರುಗಳು ಈಗಿನವು. ಒಂದೆರಡು ದಶಕಗಳ ಹಿಂದಿನವು ಅಷ್ಟೆ. ತೀವ್ರ ಹತಾಶೆಯ ಈ ಕಾಲದಲ್ಲಿ ಸಮುದಾಯಗಳು ಅಂತ್ಯ ಗೊಂಡಿವೆ ಎಂದುಕೊಂಡಿದ್ದ ನನಗಂತೂ ಶ್ರೀಪಾದರ ಕಥನದುದ್ದಕ್ಕೂ ಪ್ರತ್ಯಕ್ಷವಾಗುವ ಈ ಜೀವಂತ ಸಮುದಾಯಗಳು ಕಂಡಿರದ

ಲೋಕಗಳ ಭರವಸೆಯಂತೆ ಕಂಡಿವೆ. ಏಕೆಂದರೆ ನಾಟಕದ ತಾಲೀಮಿನಿಂದ, ರಂಗಸಮುದಾಯಗಳ ಕಟ್ಟುವಿಕೆಯಿಂದ ಗೊತ್ತೇ ಆಗದಂತೆ ಅನೇಕ ಸಾಮಾಜಿಕವಾಗಿ ಅರ್ಥಪೂರ್ಣವಾಗಿರುವ ಬದಲಾವಣೆಗಳು ಆಗುತ್ತವೆ. ಮಕ್ಕಳು ವಿಜ್ಞಾನ ಕಲಿಯುತ್ತಾರೆ. ಬೀದಿ ನಾಟಕಗಳು ಸಮುದಾಯದ ಪ್ರಜ್ಞೆಯನ್ನು ಜಾಗೃತಗೊಳಿಸುತ್ತವೆ. ಸ್ಕೂಲ್ ಮೇಷ್ಟ್ರುಗಳು ತಮ್ಮ ಪೂರ್ವಾಗ್ರಹಗಳನ್ನು ಮಕ್ಕಳ ಮೇಲೆ ಹೇರದಂತೆ ಬದಲಾಗುತ್ತಾರೆ.

ಭರತನ ನಾಟ್ಯಶಾಸ್ತ್ರದಲ್ಲಿ ಆರಂಭದ ಪುರಾಣದಲ್ಲಿ ನಾಟಕವೆಂದರೆ ವರ್ಣ ಸಂಕರವೆನ್ನುವ ವಿವರಣೆ ಇದೆ. ಶ್ರೀಪಾದರ ಕಥನದಲ್ಲಿ ನಾಟಕದಿಂದ ಅಂದರೆ ತಾಲೀಮಿನಿಂದ ಪುನರುಜ್ಜೀವನ ಪಡೆಯುವ ಸಮುದಾಯಗಳು ನಿಜವಾದ ಅರ್ಥದಲ್ಲಿ ನಮ್ಮ ಸಮಾಜದ Democratic, Secular Spaceಗಳಾಗಿವೆ. ಅಂಬೇಡ್ಕರ್‌ರು ಹೇಳಿದಂತೆ ಪ್ರಜಾಪ್ರಭುತ್ವವೆಂದರೆ ಒಂದು ಸಾಂಸ್ಕೃತಿಕ ಕಲಿಕೆ. ಸಮಾನತೆ ಮತ್ತು ಬಂಧುತ್ವದ ಕಲಿಕೆ ಇದು. ಶ್ರೀಪಾದರ ಈ ಕಥನದಲ್ಲಿ ಅದು ಅತ್ಯಂತ ಮೌಲಿಕವಾಗಿ ಬಂದಿದೆ. ಕಸ ಗುಡಿಸುವುದು ಅನ್ನ ಬೇಯಿಸುವುದು 'ಸಹನೋಭುಕ್ತಿ' ಎನ್ನುವ ಹಾಗೆ ಕುಂತು ಒಟ್ಟಿಗೆ ಉಣ್ಣುವುದು ಇವುಗಳ ಜೊತೆಗೆ ನಾಟಕದ ತಾಲೀಮು ಒಂದು ಬಂಧುತ್ವವನ್ನು ಕಲಿಸಿಕೊಡುತ್ತದೆ. ಐನೋರಹಳ್ಳಿ, ಶೇಷಗಿರಿ, ಮಣಿಪಾಲ, ಹೊನ್ನಾವರ ಇವೆಲ್ಲವು ಈ ಕಥನದ ನಾಟಕ ಪಾತ್ರಗಳಾಗಿವೆ. ಈ ಸಮುದಾಯಗಳ ಜೀವಶಕ್ತಿಯೇ ದೇಹ ಪಡೆದಂಥ ಅದ್ಭುತ ವ್ಯಕ್ತಿಗಳಿದ್ದಾರೆ. ಮಕ್ಕಳು ನಾಟಕ ಪ್ರಯೋಗಕ್ಕಾಗಿ ಹೊರಡುವ ಹೊತ್ತಿಗೆ stroke ಆಗಿದ್ದರೂ ಅವರ ಜೊತೆಗೆ ರೈಲಿನಲ್ಲಿಯೇ ದೆಹಲಿಯವರೆಗೆ ಪ್ರಯಾಣ ಮಾಡುವ ಕೂರಾಡಿ ಸೀತಾರಾಮ ಶೆಟ್ಟರು; ನಟರು ಸರಿಯಾಗಿ ಊಟ ಮಾಡಿರದಿದ್ದರೆ ಗದರಿಸಿ ಇನ್ನಷ್ಟು ಬಡಿಸುವ ರಟ್ಟೀಹಳ್ಳಿ ಸ್ವಾಮಿ ಮತ್ತು ಅವರ ಶ್ರೀಮತಿ. ಬೀದಿನಾಟಕದ ಪ್ರದರ್ಶನದಿಂದ ಬಂದ ಚಿಲ್ಲರೆ ಕಾಸುಗಳನ್ನು ಹಂಚಿಕೊಂಡು ತೃಪ್ತಿಯಿಂದಿರುವ ನಟರು. ಹೀಗೆ ನೂರಾರು ಅಸಾಮಾನ್ಯ ಸಾಮಾನ್ಯರು ಈ ಕಥನದಲ್ಲಿದ್ದಾರೆ. ಓದುತ್ತಾ ಹೋದಂತೆ Cosmopolitan India ದ ನಾಟಕ ರಂಗದ ಆಚೆಗೆ ನಾಟಕವು ಈಗಲೂ ಒಂದು ಸಾಮಾಜಿಕ ವಿಧಿ, ಆಚರಣೆಯಾಗಿರುವ ಗ್ರಾಮೀಣ ಭಾರತದ ನಾಟಕ ಲೋಕವೇ ವಿಭಿನ್ನವಾಗಿದೆ ಎನ್ನುವುದು ಅರ್ಥವಾಗುತ್ತದೆ.

ಈ ಕಥನದ ಬಹುದೊಡ್ಡ ಭಾಗವು ಮಕ್ಕಳು ಮತ್ತು ನಾಟಕದ ಬಗ್ಗೆ ಇದೆ. 'ಮಕ್ಕಳ ನಾಟಕ' ಎನ್ನುವ ಪ್ರತ್ಯೇಕ ghettoವಿನ ಬಗ್ಗೆ ಅಲ್ಲ. ಈ ಭಾಗಗಳು ಮನುಷ್ಯ ವ್ಯಕ್ತಿತ್ವದ ಬಗ್ಗೆ, ಮಕ್ಕಳಲ್ಲಿ ಇರುವ ಅಪಾರವಾದ ಕುತೂಹಲ, ಪರಕಾಯ ಪ್ರವೇಶದ ಸಾಮರ್ಥ್ಯ, ನಿರಂತರ ಸೃಜನಶೀಲತೆ ಇವುಗಳನ್ನು ನಿಷ್ಕ್ರಿಯಗೊಳಿಸುವ ಮನೆ, ಕುಟುಂಬ, ಸ್ಕೂಲು, ಸಮಾಜಗಳ ಬಗ್ಗೆ ಇವೆ. ಶ್ರೀಪಾದರು ಮಕ್ಕಳೊಂದಿಗೆ ನಾಟಕ ಕಟ್ಟುವ ಅನುಭವಗಳಿಂದ ಕಲಿತಿದ್ದರ ಬಗ್ಗೆ ಗಾಢವಾಗಿ ಚಿಂತಿಸಿ ಬರೆದ ಭಾಗಗಳು ಇವು. ಇವುಗಳನ್ನು ಓದುವಾಗ 'Man is born free everywhere he is in chains' ಎನ್ನುವ ರೂಸೋನ ಮಾತು ಮತ್ತು ವಿಲಿಯಮ್ ಬ್ಲೇಕ್‌ನ ಕಾವ್ಯದ ಸಾಲುಗಳು ನೆನಪಾಗುತ್ತವೆ ಅಂಕೆಯೇ ಇಲ್ಲದ ಮಕ್ಕಳ ಸೃಜನಶೀಲ imagination ನಾಟಕವೆನ್ನುವ ವಿದ್ಯಮಾನದ ಮೂಲ ಸತ್ವವಾಗಿದೆ ಅಥವಾ ಆಗಿರಬೇಕು. ಏಕೆಂದರೆ ನಾಟಕವೆನ್ನುವುದು ತಾನು ತಾನಲ್ಲದ ಇನ್ನೊಂದು ಆಗುವ ಕ್ರಿಯೆಯಲ್ಲವೆ? ಇದು ಮಕ್ಕಳಿಗೆ ಸಹಜವಾಗಿ, ಕಲಿಕೆ ಇಲ್ಲದೆ ಸಾಧ್ಯವಾಗಿರುವ ಸಾಮರ್ಥ್ಯ. ಶ್ರೀಪಾದರಿಗೆ ಇದೊಂದು ನಿರಂತರವಾದ ಅಚ್ಚರಿ. ಅವರು ನೋಡಿದಂತೆ ಮಕ್ಕಳಿಗೆ ನಾಟಕವೆಂದರೆ ಒಂದು ಇನ್ನೊಂದಾಗಲು ಮುಕ್ತವಾಗಿ ತೆರೆದಿರುವ ಅವಕಾಶ. ಶ್ರೀಪಾದರ ಅನುಭವದಲ್ಲಿ ಇದನ್ನು ಅರ್ಥಮಾಡಿಕೊಂಡು ಕೊನೆಯವರೆಗೂ ತಮ್ಮೊಳಗಿನ ಮಗುವನ್ನು ಜೀವಂತವಾಗಿರಿಸಿಕೊಂಡಿದ್ದು ರವೀಂದ್ರನಾಥ್ ಟಾಗೋರರೇ. ಕನ್ನಡ ಬಿಟ್ಟು ಇನ್ನಾವ ಭಾಷೆಯೂ ಬರುವುದಿಲ್ಲವೆಂದು ಹೇಳಿಕೊಳ್ಳುವ ಶ್ರೀಪಾದರು ರವೀಂದ್ರರ ನಾಟಕಗಳು ಕತೆಗಳಿಂದ ಹೊಸ ಲೋಕವನ್ನೇ ಕಂಡುಕೊಳ್ಳುತ್ತಾರೆ. ರವೀಂದ್ರರ ನಾಟಕದಲ್ಲಿ 'ಸತ್ಯಲೋಕದ' ಕಲ್ಪನೆಯಿದೆ. ಈ ಸತ್ಯ ಲೋಕದಲ್ಲಿ ಯಾರು ಏನಾದರೂ ಆಗಬಹುದು. ಒಂದು ವಸ್ತು ಇನ್ನೊಂದು ಆಗಬಹುದು. ಮಕ್ಕಳಿಗೆ ನಾಟಕವೆಂದರೆ ಈ ಸತ್ಯಲೋಕವಾಗಿದೆ. ವಾಸ್ತವ ಸಮಾಜವು ಅಸತ್ಯ ಲೋಕವಾಗಿದೆ. ಏಕೆಂದರೆ ಈ ಅಸತ್ಯ ಲೋಕದಲ್ಲಿ ಅವರು ಇನ್ನೇನೂ ಆಗಲಾರರು. ಒಂದೊಂದು ತಾಲೀಮಿನಲ್ಲಿಯೂ ಮಕ್ಕಳು ನಾವು ಬುದ್ಧಿಪೂರ್ವಕವಾಗಿ ಗ್ರಹಿಸಲಾಗದ್ದನ್ನು ಸದ್ದಿಲ್ಲದೆ ಗ್ರಹಿಸುವುದನ್ನು ಶ್ರೀಪಾದರು ದಾಖಲಿಸಿದ್ದಾರೆ. ಇದನ್ನು ಸಂಗ್ರಹಿಸಿ ಹೇಳಲಾಗದು. ನೀವು ಓದುಗರು ತಾದ್ಯಾತ್ಮದಿಂದ ಓದಿ ಅನುಭವಿಸಬೇಕು. ಮಕ್ಕಳಿಗೆ ನಾವು ಕೊಡುವ ಔಪಚಾರಿಕ

ಶಿಕ್ಷಣವನ್ನು ಕ್ರೂರ ಶಿಕ್ಷೆಯೆಂದು ಕಂಡಿದ್ದ ರವೀಂದ್ರರು, ಶಿವರಾಮ ಕಾರಂತರು ನಾಟಕವನ್ನೇ ಶಿಕ್ಷಣವೆಂದು ವ್ಯಾಖ್ಯಾನಿಸಿಕೊಂಡಿದ್ದರು. ನನ್ನ ಗುರುಗಳಾದ ಶಂಕರ ಮೊಕಾಶಿ ಪುಣೇಕರ್ ಅವರು ಎಂ.ಎ ತರಗತಿಯಲ್ಲಿ ನಮಗೆ ರವೀಂದ್ರರ Post Office ನಾಟಕವನ್ನು ಪಾಠ ಮಾಡಿದ್ದರು. ಅದು ನನ್ನ ತಿಳುವಳಿಕೆಯನ್ನೇ ಬದಲಾಯಿಸಿಬಿಟ್ಟಿತು. ಶ್ರೀಪಾದರು ಕಲಿಕೆ, ಶಿಕ್ಷಣ, ಇವುಗಳ ಬಗ್ಗೆ ಈ ಕೃತಿಯಲ್ಲಿ ತುಂಬಾ ಗಂಭೀರವಾದ ಪ್ರಶ್ನೆಗಳನ್ನು ಎತ್ತಿದ್ದಾರೆ. ತಾತ್ವಿಕವಾಗಿ ಅಲ್ಲ, ಮಕ್ಕಳ ಜೊತೆಗಿನ ತಮ್ಮ ಅನುಭವಗಳ ಕಥನಗಳ ಮೂಲಕ.

ಕೃತಿಯ ಎರಡನೇ ಅಥವಾ ಕೊನೆಯ ಭಾಗದಲ್ಲಿ ಕಾವ್ಯ, ಸಂಗೀತ, ನೃತ್ಯ ಇವುಗಳ ಬಗ್ಗೆ ತಾತ್ವಿಕ ಚಿಂತನೆಯಿದೆ. ಈ ಭಾಗಗಳಲ್ಲಿ ಮೊದಲ ಭಾಗಗಳ intensity ಇಲ್ಲ. ಭಾಷೆ ಭಾರವಾಗಿ ಬಿಡುತ್ತದೆ. ಈ ಭಾಗ ನಾಟಕದ ಮಂದಿಗೆ ಉಪಯುಕ್ತವಾಗಿದೆ. (ಆದರೆ ಶ್ರೀಪಾದರ ಪ್ರಕಾರ ನಾಟಕದ ಮಂದಿ ಓದುವುದು ಬೇಡವೆಂದೇ ನಾಟಕಗಳಿಗೆ ಸೇರಿಕೊಳ್ಳುತ್ತಾರಂತೆ!)

ಇರಲಿ, ಈ ಕೃತಿ ವಿಭಿನ್ನವಾಗಿದೆ. ವಿಶಿಷ್ಟವಾಗಿದೆ. ಅದು ಒಂದು ತಲೆಮಾರಿನ ಸಾಮಾಜಿಕ ಚರಿತ್ರೆಯೂ ಆಗಿದೆ. ಅದನ್ನೆಲ್ಲ ಇಲ್ಲಿ ಬರೆಯುವುದಿಲ್ಲ. ಮೊದಲ ನುಡಿಯೇ ಭರತವಾಕ್ಯವಾಗಿಬಿಟ್ಟರೇ?!

▪ **ರಾಜೇಂದ್ರ ಚೆನ್ನಿ**

ಹೊಳೆಯಾಗಿ ಹರಿದು...

ದಡವ ನೆಕ್ಕಿದ ಹೊಳೆ

ಹೆಜ್ಜೆ 1

ದಡವ ನೆಕ್ಕಿದ ಹೊಳೆಯ ಹಾಡು

ಎಲ್ಲಿಯೋ ಓದಿದ ಸಾಲು ಇದು. 'ದಡವ ನಾಲಗೆ ನೀಡಿ ನೆಕ್ಕುವ ಹೊಳೆ'. ಹೊಳೆಯ ನಾಲಿಗೆ ದಡವನ್ನು ನೆಕ್ಕುತ್ತ ಅದನ್ನೂ ಹೊಳೆಯ ಭಾಗವಾಗಿಸಿಕೊಳ್ಳುವ ಈ ಚಿತ್ರ ಮತ್ತೆ ಮತ್ತೆ ನನಗೆ ಕಾಣುತ್ತಲೇ ಇರುತ್ತದೆ; ಬಣ್ಣದ ಹೊಳೆಯಾಗಿ. ನನ್ನೊಳಗಿನ ಈ ಬಣ್ಣದ ಹೊಳೆಯ ನಾಲಿಗೆ ನನ್ನ ದೈನಂದಿನ ಬದುಕಿನ ದಡವನ್ನೆಷ್ಟೋ ನೆಕ್ಕಿ ಬಿಟ್ಟಿದೆ.. ಕೆಲವೊಮ್ಮೆ ದಡಕ್ಕೇ ದಡದ ಗುರುತಿಲ್ಲದಂತೆಯೂ.. ಮಾಡಿದೆ.

ಈ ಬಣ್ಣದ ಹೊಳೆಯೇ ಹಾಗೆ! ಅದರಲ್ಲಿ ಮುಳುಗಿದವರಿಗೆ ಬಣ್ಣದ್ದೇ ಚಹರೆ ಬಂದು ಬಿಡುತ್ತದೆ. ಹೊಸ ವಿಳಾಸ ದೊರೆಯುತ್ತದೆ. ಅದರಲ್ಲಿ ಮುಳುಗಿದವರು ಪೂರ್ವವಾಸನೆ ಮರೆಯುತ್ತಾರೆ. ಹೊಸ ಕುರುಹು, ಹೊಸ ಸಂಬಂಧಗಳ ನರಸುತ್ತಾರೆ. ಗತಿರೂಪಿ ಸಂಬಂಧವದು. ನಾನು ನಾನಲ್ಲದ ಇನ್ನೊಂದಾಗುವ ಅವಕಾಶದಲ್ಲಿದೆ ಅದು. ಅದರದ್ದೇ ಒಂದು ಪ್ರಪಂಚ!

ಬಣ್ಣಕ್ಕೇ ಒಂದು ಪ್ರಪಂಚವಿದೆ, ಅದು ರಂಗಿನ ಪ್ರಪಂಚ; ರಂಗ ಪ್ರಪಂಚ. ದೇಹವನ್ನು ದೇಗುಲವಾಗಿಸಿಕೊಳ್ಳಲು ಬಯಸುವವರೆಲ್ಲ ಅದರೊಳಗೆ ಪ್ರವೇಶ ಪಡೆಯುತ್ತಾರೆ. ಅಲ್ಲಿ ಎಲ್ಲರೂ ಕಾಯಕ ಜೀವಿಗಳೇ. ವಾಸ್ತವ ಪ್ರಪಂಚದ ಹಲವು ನಿಯಮಗಳು ಅಲ್ಲಿ ಮುರಿಯಲ್ಪಡುತ್ತದೆ. ಕಾಲ ದೇಶಗಳ ಹಲವು ಸಂಗತಿಗಳು ಅಲ್ಲಿ ಕರಗಿ ಹೋಗುತ್ತವೆ... ಅಲ್ಲಿ ಲೋಕಾಂತವೇ ಏಕಾಂತ!. ಮನುಷ್ಯರ ಜತೆ ಮಾತ್ರವಲ್ಲ, ಅಕ್ಷರಗಳ ಜತೆ, ಚಿತ್ರಗಳ ಜತೆ, ಹಾಡು ಕುಣಿತಗಳ ಜತೆಯೂ ಮಾತುಕತೆ ನಡೆಯುತ್ತದೆ.. ಯಾರೊಡನೆ ಬೇಕಿದ್ದರೂ ಅಲ್ಲಿ ಮಾತುಕತೆ ನಡೆಸಬಹುದು.. ಚಿಗಿತ ಎಲೆ, ಮುರಿದ ಕಾಂಡ, ಬಿರಿದ ನೆಲ, ಹಸಿದ ಕಣ್ಣು, ನಗುವ ಹೂವು ಹೀಗೆ.. ಒಂಟಿ ದೀಪದ ಕಂಬದ ಜತೆಗೂ. ಒಮ್ಮೆ ಆ ಪ್ರಪಂಚದೊಳಗೆ ಸರಿಯಾದ ಪ್ರವೇಶ ದೊರೆತರೆ ಅದರ ಬಣ್ಣ ನಮ್ಮ ತೊಗಲ ಹೊರಗಷ್ಟೇ ಉಳಿಯುವದಿಲ್ಲ; ತೊಗಲೇ ಆಗಿಬಿಡುತ್ತದೆ. ಬಟ್ಟೆ ಕಳಚಿದಂತೆ ಕಳಚಿಕೊಳ್ಳಲಾಗದು ಅದರಿಂದ.. ಅದು ಚರ್ಮದಂತೆ ನಿಮ್ಮನ್ನು ಹೊದ್ದುಕೊಂಡಿರುತ್ತದೆ. ಅದರ ಬೆಚ್ಚನೆಯ ಹೊದಿಕೆಗೆ ಆತ್ಮ ಹಸಿಯತೊಡಗುತ್ತದೆ. ವಿಸ್ಮಯ ಏನೆಂದರೆ ಅಲ್ಲಿ ನೀವು ಉಸಿರಾಡುತ್ತಿರುವುದು ಇನ್ಯಾರದೋ ಉಸಿರನ್ನ. ನೀವು ಬದುಕುತ್ತಿರುವುದು ಹಲವರ ಬದುಕನ್ನ.. ಒಂಥರಾ ಆಟ ಅದು.. ಆ ಆಟ ಮುಗಿಯುವುದೇ ಇಲ್ಲ.. ಹೀಗಾಗಿ ನನ್ನನ್ನು ನಾನು ಹೊರಗೆ ನಿಂತು ನೋಡಿಕೊಂಡಾಗಲೆಲ್ಲ ಅನಿಸುತ್ತದೆ; 'ನಾಟಕ ಮುಗಿದರೂ ಬಣ್ಣ ಒರೆಸಲು ಬಯಸದ ನಟ ನಾನು' ಅಂತ.

ಅಲ್ಲಿಂದೆದ್ದು ನೀವು ಎಲ್ಲಿಯೇ ಹೆಜ್ಜೆ ಇಡಿ, ಅದು ಬಣ್ಣದ ಹೆಜ್ಜೆಯೇ ಆಗಿರುತ್ತದೆ. ಹೊಸ ಮನುಷ್ಯನ ಹೆಜ್ಜೆ, ಹೊಸ ಸಂಬಂಧದ ಹೆಜ್ಜೆ, ಕಾಲ ದೇಶಗಳ ಗಡಿ ಮೀರಲು ಕಲಿಸುವ ಹೊಸ ಹೆಜ್ಜೆ! ನನ್ನೆದೆಯ ಮೇಲೆ ಊರಿದ ಈ ಹೆಜ್ಜೆಗಳ ಗುರುತನ್ನು ಹುಡುಕುತ್ತ ನಡೆದ ಪುಟ್ಟ ಪಯಣವಿದು. ಪಯಣದಲ್ಲಿ ಜತೆಯಾಗುವ ನಿಮಗೂ ಇದರ ರಂಗು ತುಸು ಮೆತ್ತಿಕೊಂಡಿತೆಂದರೆ ನೀವೂ ನನ್ನ ಸಂಗಾತಿಯಾಗಿ ಬಿಡುತ್ತೀರಿ. ಬನ್ನಿ ನಡೆಯೋಣ, ಹಾಗೆ ಕುಣಿಯೋಣ.

ಕುಣಿಯೋಣು ಬಾರಾ

ಢಣ್ ಢಣ್ ಢಣ್ ಢಣಾ ಢಣ್ ಢಣ್ ಢಣ್.. ಭಂ ಭಂ ಭಂ ಬಭಂ ಭಂ ಭಂ ಭಂ.. ಹಾಲಕ್ಕಿ ಜನಾಂಗದ ಸುಗ್ಗಿ ಮೇಳದವರು ಜಾಗಟೆ ಮತ್ತು ಗುಮಟೆಯ ಲಯಬದ್ಧ ನುಡಿತಕ್ಕೆ ತಕ್ಕಂತೆ ಕುಣಿಯುತ್ತ ಓ ಹೋ ಚೋ, ಎನ್ನುತ್ತ ನಮ್ಮ ಮನೆಯ ತುಳಸಿ ಕಟ್ಟೆಯ ಮುಂದೆ ಸುಗ್ಗಿ ಕುಣಿಯುತ್ತಿದ್ದರು. ಬಿಳಿ ಪಾಯಿಜಾಮ, ಕೆಂಪು, ಹಳದಿ ನಿಲುವಂಗಿ, ತಲೆಯ ರುಮಾಲಿನ ಮೇಲೆ ಸುಗ್ಗಿ ತುರಾಯಿ. ಬೆಂಡಿನ ಕಡ್ಡಿಗಳ ಮೇಲೆ ಚೆಂಡು, ಹಕ್ಕಿ, ಹಣ್ಣು, ಚಿಗುರು ಹೀಗೆ ಪ್ರಕೃತಿಯೇ ಅಲ್ಲಿ ಕೂತಿತ್ತು. ಕುಣಿಯುತ್ತಿದ್ದಾಗ ಬೆಂಡಿನ ಕಡ್ಡಿ ಓಲಾಡಿ ಅವೆಲ್ಲ ಮೇಲೆ-ಕೆಳಗೆ ಆಚೆ-ಈಚೆ ತೊಯ್ದಾಡುತ್ತಿದ್ದವು.. ಅಲ್ಲಿ ತುರಾಯಿಯ ಕೆಳಗೆ ಹಣೆಯ ಮೇಲ್ಭಾಗದಲ್ಲಿ ಬಣ್ಣದ ಬೇಗಡೆಯ ಮಣಿಗಳು, ಕನ್ನಡಿ ಚೂರು, ಪತಂಗದ ರೆಕ್ಕೆಗಳನ್ನು ಅಂಟಿಸಿದ ಕಮಾನಿನಾಕಾರದ ಹಣೆಕಟ್ಟು, ಕುಣಿಯುವಾಗ ತಿರುಗಿದರೆ ಬೆನ್ನ ಮೇಲೆಲ್ಲ ಓಡಾಡುವ ಕಾಗದಗಳ, ಬೆಂಡಿನ ಹೂಗಳ ಮಾಲೆ ಮಾಲೆ.. ಕೈಯಲ್ಲಿ ನವಿಲು ಗರಿಯ ಕುಂಚದ ಕಟ್ಟು ಮತ್ತು ಕೋಲು. ಕಾಲಿಗೆ ಗಿಲಿಗಿಲಿಗುಡುವ ಗ್ಯಾಗ್ರ ಅನ್ನುವ ಕಡಗ. ಜಾಗಟೆ ಮತ್ತು ಗುಮಟೆಯವರು ಲಯಬದ್ಧವಾಗಿ ನುಡಿಸುತ್ತಿದ್ದರು.. ಢಣ್

ಢಣ್.. ಭಂ.. ಭಂ.. 8 ಮಾತ್ರಾ ಕಾಲದಲ್ಲಿ ವಿನ್ಯಾಸಗೊಂಡ ತಾಳ ಕ್ರಮ ಅದು. 1-2-3-4/ 5-6-7-8.. 4 ಮತ್ತು 5ನೇ ಮಾತ್ರೆಗಳನ್ನು ಕಾಲ ವಿಳಂಬವಿಲ್ಲದೇ ಒಟ್ಟಿಗೆ ನುಡಿಸುವರು. ಕುಣಿತವೆಂದರೆ ನೆಲದ ಮೇಲೆ ಕಾಲಿನಿಂದ ಬರೆಯುವ ಭಾಷೆ ಅಂತಾರೆ. ಅವರ ಕುಣಿತದಲ್ಲಿ ರಂಗೋಲಿಯ ತಾಂತ್ರಿಕ ವಿನ್ಯಾಸದ ವಿವಿಧ ಜ್ಯಾಮಿತಿ ರೇಖೆಗಳಂತಹ ಚಲನೆಯಿತ್ತು. ಕುಣಿತದ ಹೆಜ್ಜೆ ಮತ್ತು ವಿನ್ಯಾಸ ಬದಲಾದಾಗ ಸೂಚನೆ ಕೊಡುವಂತೆ ಹೊಯ್ಲು ಹೊಡೆವ, ಹೋ ಹೋ ಚೋ ಅನ್ನುವ ಅವರ ದನಿ, ಕುಂಚದ ಬುಡಕ್ಕೆ ಕೋಲಿನ ಘಾತ ಮಾಡುವ ರೀತಿ, ಎದುರು ಬದುರು ಸಾಲು ಮಾಡಿ, ಸಾಲು ಸೀಳಿ, ವೃತ್ತ ಸುತ್ತಿ, ಹಾಸು ಹೊಕ್ಕು... ಆಹ್ ಮಾಂತ್ರಿಕ ಕುಣಿತವದು.! ಕುಣಿತ ಮುಗಿಯಿತು. ನನ್ನ ಅಜ್ಜಿ ತಂಡದ ಮುಖಂಡನಿಗೆ ಕಾಯಿ ಅಕ್ಕಿ ಕೊಟ್ಟು ಜತೆಗಿದ್ದವರಿಗೆ ಚಿಲ್ಲರೆ ಹಂಚಿದಳು. ನನ್ನ ಕೈಗೂ 2 ಪೈಸೆ ಅವಳಿಟ್ಟಾಗ

ಮುಖ ನೋಡಿದೆ.. "ಥೋ! ಸುಗ್ಗಿಪೋರಾ ಅಂದ್ಕಬುಟ್ನಲೋ" ಅನ್ನುತ್ತಾ ಒಳ ನಡೆದರು. ಅಲ್ಲಿಯೇ ಇದ್ದ ಅಜ್ಜ "ಅವ ಒಂದಿನ ಅವ್ಕಳ ಸಂಗ್ಡ ಹೋಪವ್ನೇಯಾ (ಅವನೂ ಒಂದು ದಿನ ಅವರೊಡನೆ ಹೋಗುವವನೇ)" ಎಂದರು. ಮುಂದೆ ಅಜ್ಜ ಹೇಳಿದಂತೆಯೇ ಆಯ್ತು! ನಾನು ಸುಗ್ಗಿಯನ್ನು ಹಿಂಬಾಲಿಸಿದ್ದೆ!!

ನಾನಾಗ ಭಟ್ಕಳ ಸಮೀಪದ ಚಿತ್ರಾಪುರ ಶಾಲೆಯಲ್ಲಿ 7ನೇ ತರಗತಿ ಪರೀಕ್ಷೆ ಬರೆದು ಧಾರೇಶ್ವರಕ್ಕೆ, ನಮ್ಮ ಹುಟ್ಟೂರಿಗೆ, ಅಜ್ಜ ಅಜ್ಜಿ ಇರುವ ಮನೆಗೆ ಬಂದಿದ್ದೆ. ವಸಂತದ ಹುಣ್ಣಿಮೆಯ ಆಸುಪಾಸು ಅದು. ಹಾಲಕ್ಕಿ ಗೌಡರು ಎಂದು ಕರೆಸಿಕೊಳ್ಳಲ್ಪಡುವ ಬುಡಕಟ್ಟು ಸಮೂಹದ ಒಕ್ಕಲಿಗರು ಈ ಸಂದರ್ಭದಲ್ಲಿ ಫಲವಂತಿಕೆಯ ಆಚರಣೆಯ ಕೃಷಿ ಕುಣಿತವನ್ನು ಮನೆಮನೆಗೆ ಹೋಗಿ ಪ್ರದರ್ಶಿಸುತ್ತಾರೆ. ನನಗೆ ಅವರ ಕುಣಿತದ ಸೊಬಗು, ಅದರ ಹಿಮ್ಮೇಳದ ನಾದ ಇವೆಲ್ಲ ಎಷ್ಟು ಹಿಡಿಸಿಬಿಟ್ಟಿತ್ತು ಎಂದರೆ, ನಾನು ಆ ತಂಡದ ಜತೆ ಅವರು ಕುಣಿಯುವ ಮನೆಗಳಿಗೆಲ್ಲ ಹೋಗಿದ್ದೆ. ಹೀಗೆ ಮನೆ ಮನೆ ಸುತ್ತಿ, ತಂಡ ನಮ್ಮ ಮನೆಗೂ ಬಂದಾಗ ನಾನೂ ಗುಂಪಿನಲ್ಲೇ ಇದ್ದೆ. ಬೇಸಿಗೆಯ ಕರಾವಳಿ ಬಿಸಿಲು! ಮೊದಲೇ ತೆಳ್ಳಗೆ, ಕುಳ್ಳಗೆ ಹಾಣೆಗೆಂಡೆಯ ಹಾಗೆ ಇದ್ದ ನಾನು ಸುಗ್ಗಿ ತಂಡದೊಂದಿಗೆ ಊರೆಲ್ಲ ಅಲೆದು ಮನೆ ಮುಂದೆ ನಿಂತಾಗ ನಮ್ಮಜ್ಜಿಗೆ ನನ್ನ ಗುರುತು ತಿಳಿಯಲಿಲ್ಲ. ನಾನೂ ಸುಗ್ಗಿ ಕುಣಿಯುವ ತಂಡದ ಹುಡುಗ ಅಂತ ನನ್ನ ಕೈಗೂ ಕಾಸಿಟ್ಟಿದ್ದರು! ನನ್ನ ಕಾಲು ಬಣ್ಣವಾಗಿತ್ತು!

ನಿಜ, ನಾನು ಸುಗ್ಗಿ ಹುಡುಗನೇ ಆದೆ. ಆ ಸುಗ್ಗಿ, ನನ್ನ ಒಡಲಾಳದಲ್ಲಿ ಸದಾ ವಸಂತವನ್ನು ಸೃಷ್ಟಿಸಿತ್ತು. ಕುಣಿತ, ಸಂಗೀತ, ಕೀರ್ತನೆ, ಭಜನೆ, ಚಿತ್ರ, ಯಕ್ಷಗಾನ, ಸಾಹಿತ್ಯ, ನಾಟಕ ಹೀಗೆ ಎಲ್ಲೆಲ್ಲಿ ಸಾಧ್ಯವೋ ಅಲ್ಲೆಲ್ಲ ಬಣ್ಣಗಳನ್ನು ಗುರುತಿಸುವುದನ್ನು ಕಲಿಸಿತು! ಹುಟ್ಟಿನ ಜಾತಿಯ ಮೀರುವುದ ಕಲಿಸಿತ್ತು! ಹೊಸ ಸಂಬಂಧವನ್ನು ಅರಸುವುದನ್ನು ಕಲಿಸಿತು!

ಪ್ರಜ್ಞಾಪೂರ್ವಕವಾಗಿ ಅಲ್ಲದಿದ್ದರೂ ನಿಮ್ಮನ್ನು ಹೀಗೆ ರೂಪಾಂತರಿಸುವುದು ಬಣ್ಣದ ತಾಕತ್ತು!! ಅಂದು ಅದರ ರಂಗು ನನ್ನ ಹೊಕ್ಕುಳಾಳದಲ್ಲಿ ಯಾವ ಪುಳಕ ಎಬ್ಬಿಸಿತ್ತೋ ಇಂದಿಗೂ ಅಷ್ಟೇ ತೀವ್ರವಾಗಿ... ಅಥವಾ ತುಸು ಹೆಚ್ಚೇ ಕಲಕುತ್ತಿದೆ ಅದು ನನ್ನ.

⌘

ಮನೆಯ ಮುಂದೆ ಸದಾರಮೆ!

ನನ್ನ ತಂದೆ ಯಕ್ಷಗಾನ ಕಲಾವಿದರು. ಶಿಕ್ಷಕ ವೃತ್ತಿಯ ಜತೆಗೇ ಅದನ್ನೂ ಸಂಬಾಳಿಸುತ್ತಿದ್ದರು. ಅವರ ಹೆಸರು ಗಜಾನನ. ಆದರೆ ಹೊರಗೆಲ್ಲ ಧಾರೇಶ್ವರ ಮಾಸ್ತರರೆಂದೇ ಪ್ರಸಿದ್ಧರು. ಯಕ್ಷಗಾನದ ಹ್ಯಾಂಡ್ ಬಿಲ್‌ಗಳಲ್ಲಿ ಅವರ ಹೆಸರನ್ನು ಧಾರೇಶ್ವರ ಮಾಸ್ತರರೆಂದೇ ಪ್ರಕಟಿಸುತ್ತಿದ್ದರು. ಅವರೊಡನೆ ಆಟಕ್ಕೆಂದು ಹೋದಾಗ ಚಿಕ್ಕ ಪುಟ್ಟ ಪಾತ್ರಗಳೂ ನನಗೆ ಲಭಿಸಿದ್ದಿದೆ. ಏನಿಲ್ಲವೆಂದರೂ ಭಾಗವತರ ಪಕ್ಕದಲ್ಲಿ ಕುಳಿತು ಹಾರ್ಮೋನಿಯಂ ಒತ್ತುವ ಕೆಲಸವಂತೂ ಸಿಕ್ಕೇ ಸಿಗುತ್ತಿತ್ತು.

ನನಗೆ ಯಕ್ಷಗಾನವೆಂಬುದು ಬದುಕಿನ ನಾದವೇ ಆಗಿಹೋಗಿದ್ದ ಕಾಲವದು. ಯಕ್ಷಗಾನ ಮೃದಂಗದ ಬಿಡ್ತಿಕೆಗಳು ಎದೆಯ ಬಡಿತದ ಹೊರಳಿಕೆಗೆ ಕಾರಣವಾಗ್ತಿದ್ದ ಸಂದರ್ಭದಲ್ಲಿಯೇ ಕಂಪನಿ ನಾಟಕಗಳ ಮೋಹಕ್ಕೆ ಆಪಾಟಿ ಒಳಗಾಗಿದ್ದು ಹೇಗೆ ಅಂತ ನನಗೀಗಲೂ ಪೂರ್ಣವಾಗಿ ಅರ್ಥವಾಗಿಲ್ಲ. ಚಿತ್ರ ಚೌಕಟ್ಟಿನ ವಾಸ್ತವ ಬಿಂಬದ ಮುಂದೆಯೇ ಅದನ್ನು ದಾಟುವ, ಹಾಡು ಕುಣಿತಗಳ, ಭಾವುಕ ಅಭಿನಯದ ಮೂಲಕ ಆ ವಾಸ್ತವವನ್ನು ಮೀರಿದ ಆಟ ಕಟ್ಟುವ ಅದರ ಗುಣದಿಂದಿರಬೇಕು ಎಂದು ಈಗ ಅನಿಸುತ್ತಿದೆ. ಅಲ್ಲಿ ಸಂಗೀತವಿತ್ತು, ಕುಣಿತ ಇತ್ತು. ಅತ್ತ ಯಕ್ಷಗಾನವೂ ಅಲ್ಲದ, ಪೂರ್ತಿ ಸಿನೆಮಾವೂ ಅಲ್ಲದ ಆದರೆ ಅವುಗಳ ಗುಣಗಳನ್ನು ಒಳಗೊಂಡ, ಬೇರೆಯೇ ಆದ ಹೊಸ ಪಾಕವಿತ್ತು ಅಲ್ಲಿ. ಅಲ್ಲಿ ರಸ್ತೆಯ ದೃಶ್ಯದಲ್ಲಿ ಕಾಣುತ್ತಿದ್ದ ಪರದೆಯ ಮೇಲೆ ಬಿಡಿಸಿರುವ ಎರಡು ಆಯಾಮದ ಚಿತ್ರಗಳೂ ಸಹ ಅದರ ಮುಂದೆ ಅಭಿನಯಿಸುತ್ತಿದ್ದ ನಟರ ವಾಸ್ತವವನ್ನು ಮೀರಿದ ಅಭಿನಯದ ಕಾರಣದಿಂದಾಗಿಯೋ ಏನೋ ನೋಡುವ ನಮಗೆ ಮೂರು ಆಯಾಮವನ್ನು ಹೊಂದಿರುವಂತೆ ಭಾಸವಾಗುತಿತ್ತು. ನಟರ ಹಿಂದೆ ನೇತುಹಾಕಿದ್ದ ಪರದೆಯ ಮೇಲಿನ ತಂತಿಯ ಮೇಲೆ ಕುಳಿತ ಹಕ್ಕಿಗಳು ಹಾರುತ್ತಿಲ್ಲ ಎಂದು, ಎಂದೂ ಅನಿಸಿದ್ದೇ ಇಲ್ಲ ಅಂದು.!

ನಮ್ಮೂರಿಗೆ ಹಬ್ಬದ ಅಥವಾ ಜಾತ್ರೆಯ ಸಂದರ್ಭದಲ್ಲಿ ಯಕ್ಷಗಾನ ಮೇಳದ ಆಟ ಬರುತ್ತಿತ್ತು. 'ಯಕ್ಷಗಾನ ಕಂಪನಿ' ಎನ್ನಬಹುದು ಅವನ್ನ. ಮೇಳದ ಲಾರಿಯು ತನ್ನ ಮೈತುಂಬ ಟೆಂಟು ಹಾಕುವ ಕಂಬಗಳನ್ನೂ, ಜನರು ಕೂಡ್ರುವ ಖುರ್ಚಿಗಳನ್ನೂ, ಪಾತ್ರಗಳು ವಿರಾಜಮಾನರಾಗುವ ಸಿಂಹಾಸನವನ್ನೂ ಭಿನ್ನಭೇದವ ಮಾಡದೇ ಒಂದೇ ರಾಶಿಯಲ್ಲಿ ತುಂಬಿಕೊಂಡು ಊರ ಮಧ್ಯದ ಗದ್ದೆ ಬಯಲಿನಲ್ಲಿ ಮುಂಜಾನೆ ನಿಂತಿತೆಂದರೆ ನಮ್ಮ 'ಡ್ಯೂಟಿ'ಯೂ ಆರಂಭ. ಡ್ಯೂಟಿ ಅಂದರೆ ಮತ್ತೇನಲ್ಲ, ಲಾರಿಯಿಂದ ಸಾಮಗ್ರಿ ಕೆಳಗಿಳಿಯುವುದನ್ನು, ಕೆಲಸಗಾರರು ಟೆಂಟ್ ನಿರ್ಮಾಣಕ್ಕಾಗಿ ಗುಂಡಿ ತೋಡಿ ಕಂಬ ಹೂಳುವುದನ್ನೂ, ಆಮೇಲೆ ಅವರು ಟೆಂಟಿನ ಬಟ್ಟೆಯಿಂದ ಕಂಬಗಳನ್ನು ಸುತ್ತುತ್ತಾ ಸುತ್ತುತ್ತಾ, ಹೊರ ಜಗತ್ತಿನೊಂದಿಗೆ ಆಟ ಕಟ್ಟುವ ಒಳ ಜಗತ್ತನ್ನು ಬೇರ್ಪಡಿಸುತ್ತಾ ಹೋಗುವ, ರಂಗಸ್ಥಳವೆಂಬ ಭವ್ಯ ತಾಣವನ್ನು ನಿರ್ಮಿಸುವ ದಿವ್ಯ ಗಳಿಗೆಗಳನ್ನು ನೋಡುವುದು ಅಷ್ಟೆ. ಹಸಿವಾದಾಗ, ಊಟದ ಸಮಯವಾದಾಗ ಮನೆಗೆ ಓಡಿಹೋಗಿ ಉಂಡು ಮತ್ತೆ ಆ ಜಾಗಕ್ಕೆ ಬಂದು ಅದನ್ನು ಕಣ್ತುಂಬಿಕೊಳ್ಳುವುದು. ನಮ್ಮ ಮುಂದೆಯೇ ತಯಾರಾದ ಆ ಪವಿತ್ರ ತಾಣದಲ್ಲಿ ನಾವೇ ಆ ರಾತ್ರಿ ಬಂದು ಕುಳಿತುಕೊಳ್ಳುವ ಸೌಭಾಗ್ಯವನ್ನು ನೆನಪಿಸಿಕೊಂಡೇ ಮೈ ನವಿರೇಳುತಿತ್ತು; ನಿಜಕ್ಕೂ ಬಾಯಲ್ಲಿ ನೀರೂರುತಿತ್ತು. ಟೆಂಟ್

ದಡವ ನೆಕ್ಕಿದ ಹೊಳೆ | ಶ್ರೀಪಾದ ಭಟ್

ರೆಡಿ ಆಗ್ತಿದ್ದ ಹಾಗೆ, ಪೆಟ್ಟಿಗೆಗಳನ್ನು, ಚೌಕಿಮನೆ ಅಂತ ಕರೆಯಲ್ಪಡುತ್ತಿದ್ದ ಬಣ್ಣ ಹಚ್ಚಿಕೊಳ್ಳುವ ಭಾಗಕ್ಕೆ ಸಾಗಿಸುವಾಗ ಅದನ್ನು ಎತ್ತುವ ಕೆಲಸಕ್ಕೆ ಕೈಜೋಡಿಸಲು ಓಡುತ್ತಿದ್ದೆವು; ಆ ನೆವದಲ್ಲಿ ಬಣ್ಣದ ಪೆಟ್ಟಿಗೆಯನ್ನು ಮುಟ್ಟಲು ಅವಕಾಶ ಸಿಗುತ್ತಲ್ಲ ಎಂಬ ಆಸೆಯಿಂದ.!

ಬಣ್ಣದ ಪೆಟ್ಟಿಗೆಯಲ್ಲಿಯೇ ಆ ಮ್ಯಾಜಿಕ್ ಇರೋದು! ರಾವಣ, ಕಂಸ, ಹನುಮಂತ, ದ್ರೌಪದಿ ಎಲ್ಲರೂ ಅಡಗಿರೋದು! ಪೆಟ್ಟಿಗೆಯನ್ನು ಮುಟ್ಟುವ ನೆವದಲ್ಲಿ ಆ ಪಾತ್ರಗಳನ್ನು ಮುಟ್ಟುವ ಭಾಗ್ಯಕ್ಕಾಗಿ ಕಾಯುತ್ತಿದ್ದೆವೇನೊ! ಭಾರವಾದ ಆ ಪೆಟ್ಟಿಗೆ ಹೊರುವಾಗ ಅದೆಂತದೋ ಪುಳಕ!

ಕನ್ನಡ ಶಾಲೆಯಲ್ಲಿ 'ನಲಿಕಲಿ' ಆಂದೋಲನ ಆರಂಭವಾದ ನಂತರ ಶಿಕ್ಷಕರು ಮಕ್ಕಳೊಂದಿಗೆ ಗೋಲಾಕಾರದಲ್ಲಿ ನೆಲದ ಮೇಲೆ ಕುಳಿತುಕೊಳ್ಳುವ ಪರಿಪಾಠ ಆರಂಭವಾಯಿತಲ್ಲ; ಆಗ ತನ್ನ ಜತೆಯೇ ಕುಳಿತ ಶಿಕ್ಷಕಿಯ ಸೀರೆ ಸೆರಗನ್ನ ಅವರಿಗೆ ಗೊತ್ತಾಗದಂತೆ ಮೆತ್ತಗೆ ಮುಟ್ಟಿ ಸಂಭ್ರಮಿಸುವ ಮಕ್ಕಳನ್ನು ಗಮನಿಸಿದಾಗಲೆಲ್ಲ ಬಣ್ಣದ ಪೆಟ್ಟಿಗೆಯನ್ನು ಮುಟ್ಟಿ ಸಂಭ್ರಮಿಸುತ್ತಿದ್ದ ಗಳಿಗೆಗಳು ನೆನಪಾಗುತ್ತವೆ ಈಗ.

ಆ ಒಂದು ದಿನ ಶಾಲೆ ಮುಗಿಸಿ ಗದ್ದೆ ಬಯಲಿನಲ್ಲಿ ಆಡಲು ಬಂದರೆ ಅರೆ! ಅಲ್ಲೊಂದು ಚಿಕ್ಕ ಟೆಂಟ್ ನಿರ್ಮಾಣ ಆಗುತ್ತಿತ್ತು! ಆಟದ ಟೆಂಟಿನಂತಲ್ಲ; ಚಿಕ್ಕದು. ಅದರ ಪಕ್ಕದಲ್ಲಿ ಹಲವು ಮಕ್ಕಳು ಆಟವನ್ನು ಕೈದು ಮಾಡಿ ಅದನ್ನೇ ನೋಡುತ್ತ ನಿಂತಿದ್ದರು. ಅದೊಂದು ಕಂಪನಿ ನಾಟಕದ ಟೆಂಟ್ ಆಗಿತ್ತು.! ತೆಳ್ಳನೆಯ ಎತ್ತರದ ವ್ಯಕ್ತಿಯೊಬ್ಬ ಆಗಾಗ ನಮ್ಮ ಕಡೆ ಕಿರುನಗೆ ಬೀರುತ್ತ ಒಳಹೊರ ಓಡಾಡುತ್ತಿದ್ದ. ಹೆಂಗಸರು ತಮ್ಮ ಮಕ್ಕಳನ್ನು ಎತ್ತಿಕೊಂಡೇ ಕೆಲಸ ಮಾಡುತ್ತಿದ್ದರು. ನಮಗೆ ಕುತೂಹಲವೋ ಕುತೂಹಲ! ಆತ ನಮ್ಮೆಲ್ಲರ ಕೈಗೆ ಚಿಕ್ಕ ಹ್ಯಾಂಡ್ ಬಿಲ್ ನೀಡಿ ನಾಳೆಯಿಂದ 'ಸದಾರಮೆ' ನಾಟಕ ಚಾಲೂ ಆಗ್ತದೆ, ನಿಮ್ಮ ಮನೆಯವರನೆಲ್ಲ ಕರೆದುಕೊಂಡು ಬನ್ನಿ" ಅಂತಂದ. ಆಗಾಗ ಕಿರು ನಗುವ ಆತ ನನಗೆ ತುಂಬ ಇಷ್ಟ ಆದ.

ಮಾರನೆಯ ದಿನ ಸಂಜೆ ಆಗುವವರೆಗೂ ತಡೆಯಲಾರದ ತವಕ. ನಿಧಾನಕ್ಕೆ ಚಲಿಸುತ್ತಿದ್ದ ಕಾಲ ಬೇಸರ ತರುತ್ತಿತ್ತು. ಅಂತೂ ಸಂಜೆ ಆಯ್ತು. ಮುಂಜಾನೆಯಿಂದಲೇ ಅಜ್ಜಿಯನ್ನು ಪುಸಲಾಯಿಸಿ ಸಂಜೆ ನಾಟಕಕ್ಕೆ ಹೋಗಲು ಅಧಿಕೃತ ಪರವಾನಗಿಯನ್ನು ಅವಳ ಮೂಲಕ ಅಜ್ಜನಿಂದ ಪಡೆದಾಗಿತ್ತು. ಸಂಜೆ ಆಗುತ್ತಿದ್ದಂತೆ ಟೆಂಟಿನ ಕಡೆ ಓಟ.

ನಾನು ನೋಡಿದ ಮೊದಲ ಕಂಪನಿ ನಾಟಕವದು! ಪರದೆಯ ಮೇಲೆ ಕಂಡ ಮೊದಲ ಸಿನೆಮಾಗಿಂತ ಗಾಢವಾದುದು.! ಈ ಮೊದಲು ಶಾಲಾ ಗ್ಯಾದರಿಂಗ್

ನಲ್ಲಿ ಯುವಕ ಸಂಘದವರು ವರ್ಷಕ್ಕೊಮ್ಮೆ ಮಾಡುತ್ತಿದ್ದ ಸಾಮಾಜಿಕ ನಾಟಕ ನೋಡಿದ್ದೆನಾದರೂ ಇದು ಬೇರೆಯೇ! ನೀವು ಸದಾರಮೆ ನಾಟಕ ನೋಡಿದ್ದೀರಲ್ಲಾ? ಅದು ಕಂಪನಿ ನಾಟಕದ ಎಲ್ಲ ತಾಕತ್ತನ್ನೂ ಒಳಗೊಂಡ ವಿಶಿಷ್ಟ ಪಾಕ. ಅಲ್ಲಿ ಪುರಾಣ, ಇತಿಹಾಸ ಕಾಲದಲ್ಲಿದ್ದಂತೆ ರಾಜ ರಾಣಿಯರಿದ್ದಾರೆ, ಆಧುನಿಕ ಸಮಾಜದ ಕಳ್ಳರಿದ್ದಾರೆ, ಪೋಲೀಸರಿದ್ದರೆ, ಸಿರಿವಂತ ಖಳನಾಯಕರಿದ್ದಾರೆ.. ಹೀಗೆ ಕಾಲ ದೇಶಗಳ ಬಂಧವನ್ನು ಮುರಿಯುವ, ಬೇರೆಯೇ ಲೋಕದ ಕಾಲದೇಶಗಳಲ್ಲಿ ನಿಮ್ಮನ್ನು ಅದ್ದುವ, ಮಾಯಕದ ನಾಟಕವದು. ನಾಟಕ ನೋಡುತ್ತಿದ್ದಂತೆ ಸದಾರಮೆ ಮತ್ತು ಕಳ್ಳ ಇಬ್ಬರೂ ನನ್ನ ಹೀರೋಗಳಾಗಿ ಬಿಟ್ಟರು! ಸದಾರಮೆ ಎಷ್ಟು ಚಂದ ಕಾಣ್ತಿದ್ದಳು ಎಂದರೆ ಅದುವರೆಗೂ ನೋಡಿದ ಸಿನೆಮಾಗಳ ನಾಯಕಿಯರಿಗಿಂತಲೂ ಇವಳೇ ಹೆಚ್ಚು ಚಂದ ಕಂಡಳು! ಹಿಂದಿನ ದಿನ ಟೆಂಟು ಹಾಕುವಲ್ಲಿ ಅಲ್ಲೆಲ್ಲೋ ಓಡಾಡುತ್ತಿದ್ದಳೇನೋ? ನೆನಪು ಮಾಡಿಕೊಂಡೆ. ಗುರುತು ಕಾಣಲಿಲ್ಲ. ಕಳ್ಳನಂತೂ ಹಗಲಿನಲ್ಲಿ ಕಿರುನಗೆ ಬೀರುತ್ತ ಓಡಾಡುತ್ತ ಕೆಲಸ ಮಾಡುತ್ತಿದ್ದವ. ಯಕ್ಷಗಾನದ ಹಾಗಲ್ಲ ಇಲ್ಲಿ, ಸರಿಯಾಗಿ ಗಮನಿಸಿದರೆ ಪಾತ್ರ ಮಾಡಿದವರ ಪರಿಚಯ

ದಡವ ನೆಕ್ಕಿದ ಹೊಳೆ

ಶ್ರೀಪಾದ ಭಟ್

ಸಿಕ್ತದೆ! ನಾಟಕ ಗುಂಗು ಹಿಡಿಸಿತ್ತು; ಮನೆಗೆ ಬರುವಷ್ಟರಲ್ಲಿ ದಿನವೂ ಈ ನಾಟಕ ನೋಡುವುದೆಂದು ಮನಸ್ಸು ತೀರ್ಮಾನಿಸಿ ಆಗಿತ್ತು.!!

ಬಹುದೊಡ್ಡ ಮನೆ ನಮ್ಮದು. 50 ಜನ ಆರಾಮವಾಗಿ ಉಳಿಯಬಹುದಾದಂತದ್ದು; ಹಿಂದೆ ಅದು ಮಠವಾಗಿತ್ತಂತೆ. ಮನೆಯಲ್ಲಿ ಈಗ ಅಜ್ಜ ಅಜ್ಜಿ ಇಬ್ಬರೇ. ಹೀಗಾಗಿ ನಾನು ಅವರ ಜತೆಗಿರಲೆಂದು ನಮ್ಮಪ್ಪ 8ನೇ ತರಗತಿಗೆ ಅಲ್ಲಿ ನನ್ನನ್ನು ತಂದಿಟ್ಟಿದ್ದ. ಅಜ್ಜನಿಗೆ ಮನೆಯವರು ಯಾರೇ ಇರಲಿ ಅವರು ಸಂಜೆಯಾಗುವುದರೊಳಗೆ ಮನೆಯಲ್ಲಿರಬೇಕು. ಮನೆಯೊಳಗೆ ನಾವು ಬರುವಾಗ 7 ಘಂಟೆ ದಾಟಿತೆಂದರೆ ಉಗ್ರನರಸಿಂಹನ ಪಾರ್ಟು ಮಾಡುತ್ತಿದ್ದ. 8 ಗಂಟೆಯೊಳಗೆ ಊಟ ಮುಗಿದು ದೀಪ ಆರಿಸಬೇಕು; ಬದುಕೇನಿದ್ದರೂ ಮುಂಜಾನೆ ಆರಂಭವಾಗುವುದು ಎಂಬುದು ಅವನ ನಿಯಮ. ಆದರೇನು ಮಾಡುವದು? ಬಣ್ಣದ ಬದುಕು ಈ ನಿಯಮಕ್ಕೆ ವಿರುದ್ಧ! ಅದು ಮೈ ಮುರಿದೇಳುವದೇ ಸಂಜೆ 7ರ ನಂತರ. ಇದು ಮನೆಯೆಂಬೋ ಮನೆಗೂ ರಂಗಮನೆಗೂ ಬಗೆಹರಿಯದ ಪಂಚಾಯ್ತಿ; ಒಂದು ಎರಡು ದಿನದ್ದಲ್ಲ, ನಿರಂತರದ್ದು.

ನಮ್ಮ ಮನೆಯ ಮುಂಬಾಗಿಲಿಗೆ ಒಂದು ವಿಶಿಷ್ಟ ಬಗೆಯ ಅಗಳಿ (ಚಿಲಕ) ಇತ್ತು. ಅದಕ್ಕೊಂದು ಚಿಕ್ಕ ಕೀಲು ಇತ್ತು. ಅಗಳಿ ಹಾಕಿದಾಗ ಅದು ಕೆಳಜಾರಿ ಲಾಕ್ ಆಗುತ್ತಿತ್ತು. ಮತ್ತೆ ಅಗಳಿ ತೆಗೆಯಲು ಸುಲಭಕ್ಕೆ ಆಗುತ್ತಿರಲಿಲ್ಲ. ಕಿರುಬೆರಳಲ್ಲಿ ಆ ಕೀಲನ್ನು ಅರ್ಧ ಮಾತ್ರ ಎತ್ತಿ ಹಿಡಿದರೆ ಆಗ ಅಗುಳಿ ತೆಗೆಯಬಹುದು. 'ಕಳ್ಳಮಿಡ' ಅಂತ ಅದನ್ನು ಕರೆಯುತ್ತಿದ್ದರು. ಒಮ್ಮೆ ಅಗಳಿ ಹಾಕಿದ ನಂತರ ಹೊರಗಿನಿಂದ ಅದನ್ನು ತೆಗೆಯಲಾಗುತ್ತಿರಲಿಲ್ಲ. (ಮುಂದೆ ನನ್ನ ಕಿರಿಯ ಚಿಕ್ಕಪ್ಪ ಅದನ್ನೂ ತೆಗೆಯುವುದು ಹೇಗೆಂದು ತೋರಿಸಿಕೊಟ್ಟ ಆ ಮಾತು ಬೇರೆ) ಅಜ್ಜ ಒಮ್ಮೆ ಮುಂಬಾಗಿಲ ಕದ ಜಡಿದ ಮೇಲೆ ಹೊರ ಹೋಗಲು ಯಾವ ಮಾರ್ಗವೂ ಇರಲಿಲ್ಲ. ಒಮ್ಮೆ ಹೀಗಾಗಿತ್ತು. ಅಜ್ಜ ಮನೆ ಬಾಗಿಲು ಹಾಕಿ ಮಲಗಿದ ಮೇಲೆ ನಾನು ರಾತ್ರಿ ಮೆಲ್ಲಗೆ ಬಾಗಿಲು ತೆರೆದು, ಹೊರಗಿನಿಂದ ಅದನ್ನು ಸುಮ್ಮನೆ ಮುಚ್ಚಿಟ್ಟು ಕುಮಟಾದಲ್ಲಿ ನಡೆಯುತ್ತಿದ್ದ ತಾಳಮದ್ದಲೆಗೆ ಹೋಗಿದ್ದೆ. ಮನೆಗೆ ಮರಳುವಾಗ ಮುಂಜಾನೆ 3 ದಾಟಿತ್ತು. ಬಾಗಿಲು ತೆರೆಯಲು ನೋಡಿದರೆ ಒಳಗಿನಿಂದ ಅಗುಳಿ ಹಾಕಿಕೊಂಡಿತ್ತು!. ರಾತ್ರಿ ಎಷ್ಟೋ ಹೊತ್ತಿಗೆ ಹೊರಬಂದ ಅಜ್ಜ, ತಾನು ಬಾಗಿಲು ಹಾಕಲು ಮರೆತಿದ್ದೇನೆಂದು ತಿಳಿದು ಅಗಳಿ ಜಡಿದಿದ್ದ. ಬೆಳಗಿನವರೆಗೆ ಚಳಿಯಲ್ಲಿ, ಹಿತ್ತಲಲ್ಲೇ ಕುಳಿತು, ಅಜ್ಜ ಬೆಳಿಗ್ಗೆ ಬಾಗಿಲು ತೆರೆದು ತೋಟಕ್ಕೆ ಹೋದ ನಂತರ ಮೆಲ್ಲಗೆ ಅವಿತು ಮನೆಯೊಳಗೆ ಹೋಗಿದ್ದೆ! ಭಯಾನಕ ನೆನಪದು. ಈಗ ದಿನವೂ ನಾಟಕ ನೋಡಲು ಹೋಗುವುದಾದರೂ ಹೇಗೆ? ಸಂಶೋಧನೆ ಆರಂಭವಾಯ್ತು. ಅವಶ್ಯಕತೆಯೇ ಅನ್ವೇಷಣೆಯ ತಾಯಿ ತಾನೆ!

ನಮ್ಮ ಮನೆಯ ಅಟ್ಟಕ್ಕೆ ಹೊಂದಿಕೊಂಡು ದನಕರುಗಳ 'ಕೊಟ್ಟಿಗೆಯ ಮಾಡು' ಇತ್ತು. ನಾನು ಅಟ್ಟದ ಮೇಲಿನ ಹಂಚು ತೆಗೆದು ಅಲ್ಲಿಂದ ಕೊಟ್ಟಿಗೆಯ ಮಾಡಿನ ಮೇಲೆ ಇಳಿದು, ಆಮೇಲೆ ಅಲ್ಲಿರುವ ಹುಲ್ಲಿನ ಮೆದೆಯ ಮೇಲೆ ಜಾರಿ ಕೊಟ್ಟಿಗೆಯಲ್ಲಿಳಿದು ಅಲ್ಲಿಂದ ಹೊರ ಜಗತ್ತಿಗೆ ಪ್ರವೇಶ ಪಡೆಯುತ್ತಿದ್ದೆ. ನಾಟಕ, ಸಿನೆಮಾ, ಹರಿಕಥೆ, ಯಕ್ಷಗಾನಕ್ಕೆಂದು ನಾನು ದೂರದೂರಿಗೆ ಪ್ರಯಾಣ ಮಾಡಬೇಕಾದಾಗಲೆಲ್ಲ ವಿಧೇಯ ವಿದ್ಯಾರ್ಥಿಯಂತೆ ಅಜ್ಜನ ನಿಯಮಾನುಸಾರ ಸಂಜೆ 7 ಗಂಟೆಗೇ ಹಸಿವಾಗುತ್ತದೆಂದು ಅಜ್ಜಿಗೆ ಹೇಳಿ ಬೇಗನೆ ಉಂಡು ಅಟ್ಟ ಸೇರುತ್ತಿದ್ದೆ. ಅಲ್ಲಿಂದ ನನ್ನ ನಿಜ ಬದುಕಿಗೆ ಪಯಣಿಸುತ್ತಿದ್ದೆ. ಇಂತಿಪ್ಪ ದಿನಮಾನಗಳಲ್ಲಿ ಒಂದು ದಿನ ನಾಟಕ ಮುಗಿಸಿ ಮನೆಗೆ ಕೊಟ್ಟಿಗೆಯ ಮೂಲಕ ಅಟ್ಟ ಹತ್ತಿ ಹಂಚಿನ ಮೇಲೆ ಬೆಕ್ಕಿನಂತೆ ಕಾಲಿರಿಸುತ್ತಿದ್ದ ವೇಳೆಯಲ್ಲಿ, ಎದುರಿನ ಮನೆಯ ಶೆಟ್ಟರು, ಮೂತ್ರ ವಿಸರ್ಜನೆಗೆಂದು ಹೊರ ಬಂದವರು ಹಂಚಿನ ಮೇಲೆ ಯಾರೋ ಓಡಾಡುತ್ತಿದ್ದದ್ದನ್ನು ನೋಡಿ ಅವರ ಮೂರು ಶೆಲ್ ಬ್ಯಾಟರಿಯನ್ನು ಬಿಟ್ಟಿದ್ದರು! ಆದರೆ ಅವರ ಮನೆಗೂ ನಮ್ಮ ಮನೆಗೂ ಇರುವ ಅಂತರವನ್ನು ಅವರ ಬ್ಯಾಟರಿಗೆ ದಾಟಲಾಗಲಿಲ್ಲ. ನಾನು ಹಂಚಿನ ಮೇಲೆ ಹಲ್ಲಿಯಂತೆ ಮಲಗಿಬಿಟ್ಟಿದ್ದೆ. ತುಸು ಹೊತ್ತಾದ ಮೇಲೆ ಅವರು, ಯಾರೂ ಕಾಣದಂತಾಗಿದ್ದಕ್ಕೋ ಏನೋ 'ರಂಡ್ಲೆಪುತ್ತ' ಅಂತ ಕೊಂಕಣಿಯಲ್ಲಿ ಬೈದುಕೊಂಡು ಒಳಹೋದರು. ನನಗೆ ಅವರು ನನ್ನನ್ನು ಗಮನಿಸಿಯೇ ಹಾಗೆ ಬೈದಿದ್ದೋ ಅಥವಾ ಅಭ್ಯಾಸ ಬಲದಿಂದ ಗೊಣಗಿದ್ದೋ ಎಂದು ಇಂದಿನವರೆಗೂ ತಿಳಿದಿಲ್ಲ!

ನಾನು ನನ್ನದೇ ಆದ ಒಳ ದಾರಿಗಳಿಂದ ದಿನವೂ ಸದಾರಮೆಯನ್ನು ನೋಡತೊಡಗಿದೆ. ಅಲ್ಲಿ ಕೊಡಬೇಕಿದ್ದ ಒಂದು ರೂಪಾಯಿಯೋ, ಎಂಟಾಣೆಯೋ ಕದ್ದೋ ಬೇಡಿಯೋ ಹೇಗೋ ಹೊಂದಿಕೆ ಆಗುತ್ತಿತ್ತು. ಗೇಟಿನಲ್ಲಿ ಇರುತ್ತಿದ್ದ ಆ ತೆಳ್ಳನೆಯ ಉದ್ದ ವ್ಯಕ್ತಿ, ಈ ನಾಟಕದಲ್ಲಿ ಕಳ್ಳನ ಪಾತ್ರ ವಹಿಸಿದವನು ತಂಡದ ಮಾಲೀಕನೂ ಆಗಿದ್ದ. ಆತ ನನ್ನ ಮೆಚ್ಚಿನವನಾಗಿದ್ದ. ಅವನ ಹತ್ತಿರ ನಿಂತು ಆರಾಧನಾ ಭಾವದಿಂದ ಅವನನ್ನು ನೋಡುತ್ತಿದ್ದುದರಿಂದಲೊ ಏನೋ ಕೆಲವೇ ದಿನದಲ್ಲಿ ನಾನು ಪುಕ್ಕಟೆಯಾಗಿ ನಾಟಕ ನೋಡುವ ಅತಿಥಿಯಾಗಿ ಅವನಿಂದ 'ಪರ್ಮಿಷನ್' ಎಂಬ ಆತಿಥ್ಯಗಳಿಸಿದ್ದೆ.

ಅದೊಂದು ಬಡ ಕಲಾವಿದರ ತಂಡವಾಗಿತ್ತು. ಆಗೆಲ್ಲ ಸ್ವಲ್ಪ ಸ್ಥಿತಿವಂತ ತಂಡಗಳು ತಾಲೂಕು, ಜಿಲ್ಲಾ ಕೇಂದ್ರಗಳಲ್ಲಿ ಟೆಂಟು ಹಾಕುತ್ತಿದ್ದವು. ಬಡ ಕಂಪನಿಗಳು ಮಾತ್ರ ಹೋಬಳಿ, ಗ್ರಾಮಗಳಿಗೆ ಬರುತ್ತಿತ್ತು. ಒಂದೋ ಎರಡೋ ಕುಟುಂಬದ ಸದಸ್ಯರೇ ಅದರ ಕಲಾವಿದರು ಅಥವಾ ಒಂದೋ ಎರಡೋ ಕಲಾವಿದರ ಕುಟುಂಬ ಸೇರಿ ಆಗುವ ರಂಗ ತಂಡವದು. ಅವರಲ್ಲಿ ತುಂಬ

ನಾಟಕಗಳ ಸಂಗ್ರಹ ಇರುತ್ತಿರಲಿಲ್ಲ. ಮೂರೋ ನಾಲ್ಕೋ ಅಷ್ಟೆ. ಕಡಿಮೆ ಜನ ಇರುವ ಹಾಗೂ ಒಂದು ರಸ್ತಾ ಹಾಗೂ ಒಂದು ಡೀಪ್ ಸೀನ್ ಇರುವ ಎರಡು ಪರದೆ, ಹತ್ತಾರು ಕಬ್ಬಿಣ ಖುರ್ಚಿ, ಸಿಮೆಂಟಿನ ಚೀಲಗಳನ್ನು ಸೇರಿಸಿ ನೇಯ್ದ ಚಾಪೆ, ಇವಿಷ್ಟೇ ಅವರ ಆಸ್ತಿ. ಅದೇ ಟೆಂಟಿನಲ್ಲಿ ವಾಸ. ಪ್ರದರ್ಶನದಿಂದ ದೊರಕುವ ಆದಾಯ ಅವರ ಬದುಕಿಗೆ ಸಾಲುತ್ತಿರಲಿಲ್ಲ. ಹೀಗಾಗಿ ಹಗಲು ಹೊತ್ತಿನಲ್ಲಿ ಅವರೆಲ್ಲ ಮನೆಮನೆಗಳಿಗೆ ಭಿಕ್ಷೆ ಎತ್ತಲು ಹೋಗುತ್ತಿದ್ದರು. ಊರಿನವರು ಕೊಡುವ ಅಕ್ಕಿ, ಕಾಯಿ, ಬಟ್ಟೆಯನ್ನು ಸಂಗ್ರಹಿಸುವುದು ಮತ್ತು ಸಂಜೆ ಅವರಿಗೆ ತಿಳಿದ ಐದಾರು ನಾಟಕಗಳನ್ನು ಆದಷ್ಟು ದಿನ ಆ ಊರಿನಲ್ಲಿ ಪ್ರದರ್ಶಿಸಿ ನಂತರ ಮುಂದಿನ ಊರಿಗೆ ಪ್ರಯಾಣ ಮಾಡುವದು ಅವರ ಅಭ್ಯಾಸ. ಅಂತದೊಂದು ತಂಡ ನಮ್ಮೂರಿಗೆ ಬಂದಿದ್ದು. ನನಗೆ ಈ ಕಂಪನಿಯೇ ಬಹು ದೊಡ್ಡ ಐಸಿರಿ ಆಗಿತ್ತು. ಅದು ಉಂಟು ಮಾಡಿದ ಗಾಢ ಅನುಭೂತಿ ಬಲುದೊಡ್ಡದು.

ಅದೊಂದು ದಿನ ಮುಂಜಾನೆ ನಮ್ಮ ಮನೆಯ ಬಾಗಿಲಲ್ಲಿ ತನ್ನ ಗೆಳತಿಯೊಂದಿಗೆ 'ಸದಾರಮೆ' ನಿಂತಿದ್ದಳು! ನನಗೆ ಹೃದಯ ಬಾಯಿಗೆ ಬಂದಂತಾಗಿತ್ತು. ಬಿಡುಗಣ್ಣಾಗಿ

ನಿಂತ ನನ್ನನ್ನು ನೋಡಿ "ಅಮ್ಮನವರ ಸೀರೆ ಇದ್ದರೆ ಕೊಡಲು ಹೇಳ್ತೀರಾ" ಎಂದು ಉಲಿದಳು. ಅಜ್ಜ ತೋಟಕ್ಕೆ ಹೋಗಿದ್ದ. ಅಜ್ಜಿ ಹಿತ್ತಲಲ್ಲಿದ್ದಳು. ಸರ್ರನೆ ಒಳಗೆ ಓಡಿದೆ. ಅಜ್ಜಿಯ ಕಪಾಟಿನ ಬಾಗಿಲು ತೆರೆದೆ. ಪೌರೋಹಿತ್ಯಕ್ಕೆ ಹೋಗುತ್ತಿದ್ದ ಅಜ್ಜನಿಗೆ ಪಂಚೆಗಳ ಜತೆ ಅಪರೂಪಕ್ಕೆ ಸೀರೆಗಳೂ ದಾನವಾಗಿ ಬರುತ್ತಿದ್ದವು. ಅವುಗಳಲ್ಲಿಯೇ ಚಂದ ಕಾಣುತ್ತಿದ್ದ ಎರಡು ಸೀರೆಗಳನ್ನು ಮೆತ್ತಗೆ ಕದ್ದು, ಅದರ ಜತೆ ಒಂದೆರಡು ಪಂಚೆಗಳನ್ನೂ ಇಟ್ಟು ಓಡಿ ಬಂದು ಅವಳಿಗೆ ನೀಡಿದೆ. ಅವಳ ಗೆಳತಿ, 'ತೆಂಗಿನ ಕಾಯಿ ಇದ್ದರೆ' ಎಂದಳು. ನನಗೆ ಭಯ! ಎಲ್ಲಿಯಾದರೂ ಅಜ್ಜಿ ಬಂದರೆ ಅಂತ. ಓಡಿ ಹೋಗಿ 4 ತೆಂಗಿನ ಕಾಯಿ ನೀಡಿದೆ. ಸದಾರಮೆ ನನ್ನ ನೋಡಿ ನಕ್ಕಳು..!

ಆ ರಾತ್ರಿ ನಡೆದ ನಾಟಕ ಪ್ರದರ್ಶನದಲ್ಲಿ ನನಗೊಂದು ವಿಸ್ಮಯ ಕಾದಿತ್ತು. ಸದಾರಮೆ ನನ್ನಜ್ಜಿಯ ಹಳದಿ ಸೀರೆಯನ್ನು ಉಟ್ಟಿದ್ದಳು! ಅದರ ಅಂಚು ಬೇರೆಯಾಗಿತ್ತು.! ಹೊಸ ಅಂಚಿನೊಂದಿಗೆ ಸೀರೆ ಬೇರೆಯೇ ಚಂದದಲ್ಲಿ ಕಾಣುತ್ತಿತ್ತು! ಸದಾರಮೆ ಮತ್ತೂ ಆಪ್ತಳೆನಿಸಿದಳು!

ಇಂದು ನನಗದು ಹಲವು ಸಂಗತಿಗಳನ್ನು ಒಡಲಲ್ಲಿರಿಸಿಕೊಂಡ ರೂಪಕದ ಹಾಗೆ ಕಾಣುತ್ತಿದೆ. ಕಂಪನಿ ನಾಟಕಗಳು ತಮ್ಮ ಹುಟ್ಟಿನ ಮೂಲದಿಂದ ಬಂದ ಹಲವು ಸಂಗತಿಗಳನ್ನು ಈ ನೆಲದ ವೈಶಿಷ್ಟ್ಯಗಳೊಂದಿಗೆ ಪಾಕವಾಗಿಸುತ್ತ, ಏನೆಲ್ಲವನ್ನೂ ತನ್ನಲ್ಲಿ ಕರಗಿಸಿಕೊಳ್ಳುತ್ತ, ಮಿಸಳಬಾಜಿಯಂತಹ ರುಚಿಕಟ್ಟಾದ ಸ್ವಾದನೀಯ ಆಹಾರವನ್ನು ಈ ನೆಲದ ಕಣ್ಣುಗಳಿಗೆ ನೀಡಿದೆ! ಹಾಗೆ ನೋಡಿದರೆ ಕನ್ನಡ ರಂಗಭೂಮಿಯ ಜಾಯಮಾನವೇ ಪಾಶ್ಚಾತ್ಯ ಪರಿಭಾಷೆಯ ವಾಸ್ತವ ಮಾರ್ಗದ್ದಲ್ಲ. ಇದನ್ನೇ ಗಮನಿಸಿ. ಕಂಪನಿ ನಾಟಕಗಳು ಬಳಸುವ ಸೀನರಿ ಅಥವಾ ಪರದೆಯು ವಿದೇಶಿ ವಾಸ್ತವ ಮಾರ್ಗದಿಂದ ರೂಪುಗೊಂಡಿದ್ದು. ಆದರೆ ಆ ವಾಸ್ತವ ಮಾರ್ಗದ ಸೀನರಿಯ ಮುಂದೆ ಸ್ಥಳೀಯವಾದ ಅಭಿವ್ಯಕ್ತಿ ಕ್ರಮಗಳ ನಿರೂಪಣೆಗಳಿಂದ ಆಯ್ದ ಹಾಡು, ಕುಣಿತಗಳ ಮೂಲಕ ನಟರು ಅದರ ವಾಸ್ತವಿಕತೆಯನ್ನು ಮುರಿದು ಅದನ್ನು ಸಾಂಕೇತಿಕವಾಗಿಸಿದರು! ಅದರ ಒಳಗೊಳ್ಳುವ ಗುಣ, ಸ್ಥಿತಿ ಸ್ಥಾಪಕತ್ವದ ಗುಣ ಏನೆಲ್ಲವನ್ನೂ ಜೀರ್ಣಿಸಿಕೊಳ್ಳಬಲ್ಲದು! ಸರಿಯಾಗಿ ನೋಡಿ. ಅಲ್ಲಿ ಗಾರ್ಡನ್ ಸೀನ್‌ನ ಪರದೆಯ ಮೇಲಿನ ಹಕ್ಕಿಗಳು ನಿಜಕ್ಕೂ ಹಾರುತ್ತವೆ... ಅಲ್ಲಿಯ ಸೂರ್ಯಾಸ್ತಕ್ಕೆ ದೀರ್ಘ ಸಮಯ ಸಿಗುತ್ತದೆ...

ಅವರು ಆಡಿದ ಮುಂದಿನ ನಾಟಕ 'ಮುದುಕನ ಮದುವೆ'. ತೆಳ್ಳನೆಯ, ಗುಂಗುರುಗೂದಲಿನ ಕಂಪನಿ ಯಜಮಾನ ಮುದುಕನ ಪಾತ್ರ ಅಭಿನಯಿಸಿದ್ದ. ಅವನ ಆ ಪಾತ್ರ ನಿರ್ವಹಣೆಯಂತೂ ಹುಚ್ಚು ಹಿಡಿಸುವಷ್ಟು ಚೆನ್ನಿತ್ತು. (ಮುಂದೆ

ನಾನು ಮಂಡ್ಯಕ್ಕೆ ಹೋದಮೇಲೆ ಮುದುಕನ ಮದುವೆ ನಾಟಕ ಆಡಿಸಿ ಅದರಲ್ಲಿ ಮುದುಕನ ಪಾತ್ರ ವಹಿಸಿ ಅವನಿಗೆ ಆ ಪಾತ್ರವನ್ನು ಮನದಲ್ಲಿಯೇ ಅರ್ಪಿಸಿದೆ.)

ಅವರು ಕಂಪನಿ ಎಂಬ ಅವರ ಟೆಂಟನ್ನು ಅಲ್ಲಿಂದ ಕೀಳುವುದರೊಳಗೆ ಆ ಯಜಮಾನ/ಕಲಾವಿದ ಸ್ನೇಹಿತನಾಗಿಬಿಟ್ಟಿದ್ದ. ಅವನೊಂದಿಗೇ ಮುಂದಿನೂರಿಗೆ ಮನೆಬಿಟ್ಟು ಓಡಿಹೋಗುವುದೆಂದು ನಾನು ನಿಶ್ಚಯಿಸಿಯೇ ಬಿಟ್ಟಿದ್ದೆ. ಅದೊಂದು ದಿನ ಮುಂಜಾನೆ ಅವನೊಂದಿಗೆ ಧಾರೇಶ್ವರ ಸಮುದ್ರ ದಂಡೆಗೆ ಹೋಗಿದ್ದೆ. 'ನಿಮ್ಮೊಡನೆ ನಾನೂ ಬರುತ್ತೇನೆ' ಎಂದೆ. ಆತ ನನ್ನ ಅಂಗೈಯನ್ನು ಮೆತ್ತಗೆ ಒತ್ತುತ್ತ 'ಈಗ ಬೇಡ. ನೀನು ಓದಿ ನಿನ್ನ ಊಟದ ಹಣ ಸಂಪಾದಿಸಿ ಆಮೇಲೆ ನಾಟಕ ಮಾಡು. ಇಲ್ಲದಿದ್ದರೆ ನಮ್ಮ ಹಾಗೆ ಬೇಡಬೇಕಾಗುತ್ತದೆ. ನಾವು ನಾಟಕ ಮಾಡೋಕಿಂತ ಬೇಡೋದೇ ಹೆಚ್ಚು' ಅಂದ. ನಾನು ಮಾತನಾಡಲಿಲ್ಲ; ಅಳು ಒತ್ತರಿಸುತ್ತಿತ್ತು.

ಇಂದಿಗೂ 'ನಮೋ ವೆಂಕಟೇಶಾ...' ಹಾಡು ಧ್ವನಿವರ್ಧಕದಿಂದ ಬರುತ್ತಿದ್ದಂತೆ, ಯಕ್ಷಗಾನದಲ್ಲಿ 'ಕೇಳಿ' ಹೊಡೆದಾಗ ಬರುವ ಆಟದ ಮೂಡಿನಂತೆ ಹೊಕ್ಕುಳಲ್ಲೊಂದು ಚಿಕ್ಕ ಕಂಪನ ನಾಟಕ ನೋಡಲು ನನ್ನನ್ನು ಸಜ್ಜುಗೊಳಿಸುತ್ತದೆ.

⌘

ದಡವ ನೆಕ್ಕಿದ ಹೊಳೆ

ಹೆಜ್ಜೆ 3

ಒಡಲ ನೂಲಿನಿಂದ ನೇಯ್ದ 'ಹೆಣದ ಬಟ್ಟೆ'

ಹೂವು ಅರಳಿದ್ದು ಕಾಣುತ್ತದೆ. ಅರಳಿದ ಹೂವಿಗೆ ಕಾರಣವಾದವು ನೀರು ಗೊಬ್ಬರದಂತವು. ಆ ಗೊಬ್ಬರದಲ್ಲಿ ಹಲವು ಅನಾಮಧೇಯ ಸಂಗತಿಗಳು ಸೇರಿರುತ್ತವೆ! ಹೆಸರೇ ತಿಳಿಯದ, 'ಲೇಬಲ್' ಸಿಗದ ವಿಷಯಗಳು ಅಥವಾ ಸೂಕ್ಷ್ಮವಾಗಿ ಗಮನಿಸಿದರೆ ಮಾತ್ರ ಚೂರೇ ಚೂರು ಹೊಳೆಯುವ ಆಕಾಶಗಳು ಅವು. 'ಒಡಲ ನೂಲಿನಿಂದ'. ಜೇಡ ಹೊರಗೆ ನೇಯುತ್ತವಂತೆ. ಆದರೆ ಒಡಲಲ್ಲಿ ನೂಲಾದ ಹಲವು ಸಂಗತಿಗಳ ಗುರುತು ಸಿಗೋದು ಕಷ್ಟ.

"ಯಾಕೆ ಅಂತ ಕೇಳಬೇಡ, ನಾನು ಬರಲಾಗುವುದಿಲ್ಲ" ಅಂತ ಆತ ಹೇಳಿದಾಗ ಒಮ್ಮೆ ಕುಸಿದು ಬಿದ್ದ ಹಾಗಾಗಿದ್ದು ನಿಜ. ಅವಮಾನವೂ ಆಗಿತ್ತು. "ಸರಿ ಬಿಡು" ಅಂತ ಅವನ ಮನೆಯಿಂದ ಗದ್ದೆಬಯಲು ದಾಟಿ ನಡೆದು ಬರುವಾಗ ಮನಸ್ಸು ತುಸು ಸಿಟ್ಟಿನಿಂದಲೂ ಆತ್ಮವಿಶ್ವಾಸದಿಂದಲೂ ಹೇಳಿತ್ತು. 'ಇವನ ಕೊಳಲು ಇಲ್ಲದಿದ್ದರೆ ನಾಟಕವೇ ಆಗೋದಿಲ್ಲ ಅಂತಾನಾ? ನಾಟಕಕ್ಕೆ ಕೊರಳು ಸಾಕು!' ಕೈಯಲ್ಲಿರುವ ನೋಟ್‌ಬುಕ್ ತೊಡೆಯನ್ನು ತಟ್ಟುತ್ತಿತ್ತು. ತಟ್ಟುವದು... ನುಡಿಸುವದು...

ಚಿಕ್ಕಂದಿನಿಂದಲೂ ನನಗೊಂದು ವಿಶಿಷ್ಟ ಚಟವಿತ್ತು. ಹಲವು ಸಾರಿ ನನ್ನ ಜತೆಗಿರುವವರಿಗೆ ಕಿರಿಕಿರಿ ಎನಿಸಿದ ಚಟವದು. ಅದೇನೆಂದರೆ, ನಾನು ಕುಳಿತಲ್ಲಿ ನಿಂತಲ್ಲಿ ಕೈಯಿಂದ ಅಥವಾ ಕಾಲಿನಿಂದ ಏನಾದರೂ ತಾಳ ಹಾಕುತ್ತಲೇ ಇರುತ್ತಿದ್ದೆ. ತಾಳ..? ಗೊತ್ತಿಲ್ಲ ಏನನ್ನಾದರೂ ಬಾರಿಸುತ್ತಲಿರುತ್ತಿದ್ದೆ. ಸಂಗೀತವನ್ನು ಶಾಸ್ತ್ರೀಯವಾಗಿ ಕಲಿತವನಲ್ಲ ನಾನು. ಆದರೆ ಅದು ಹೇಗೋ ಏನೋ ನನ್ನ

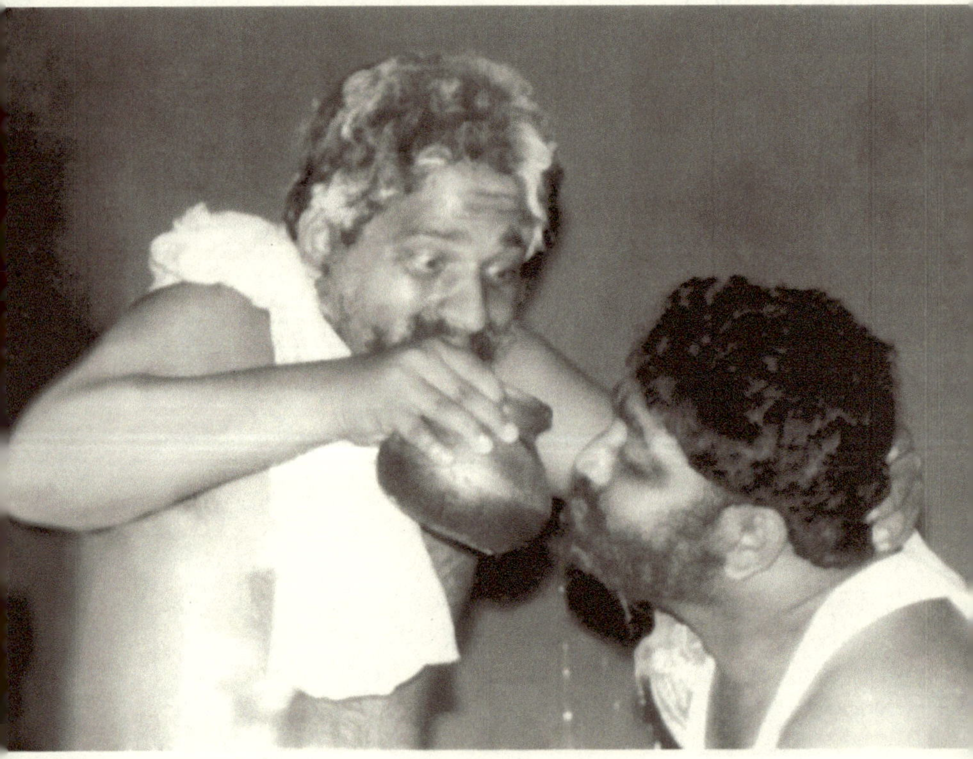

ಕೈಬೆರಳುಗಳು ಸಿಕ್ಕಿದ ಕಡೆಯೆಲ್ಲ ಯಾವುದಾದರೊಂದು ಲಯವ ಅನುಕರಿಸುತ್ತಲೇ ಇತ್ತು. ಖುರ್ಚಿಯ ಮೇಲೆ ಕುಳಿತರೆ ಅದರ ಕೈಗಳ ಮೇಲೆ, ಬಾಗಿಲ ಪಕ್ಕ ನಿಂತಿದ್ದರೆ ಬಾಗಿಲು ಚೌಕಟ್ಟಿನ ಮೇಲೆ, ಕೆಲವೊಮ್ಮೆ ಗೋಡೆಗಳ ಮೇಲೆಯೂ.. ಸಿಕ್ಕಿದಲ್ಲೆಲ್ಲ. ಅನೇಕ ಸಾರಿ ಬೆರಳೆಲ್ಲ ನೋವಿನಿಂದ ಮುಲುಗುಟ್ಟುತ್ತಿದ್ದವು. ಆದರೂ ಅದನ್ನು ತಪ್ಪಿಸಲಾಗುತ್ತಿರಲಿಲ್ಲ.. ಬಸ್ ಕಿಟಕಿ ಪಕ್ಕ ಕುಳಿತಿದ್ದರೆ ಬಸ್ಸಿನ ಚಲನೆಯ ಶಬ್ದದ ಜತೆ ಅದರ ಗಾಜಿನ ಮೇಲೆ ನನ್ನ ಉಗುರುಗಳು 'ಜುಗಲ್ ಬಂದಿ' ನಡೆಸುತ್ತಿದ್ದುದು ಇತ್ತು. ಒಮ್ಮೊಮ್ಮೆ ಮನೆಯವರೆಲ್ಲ ಕುಳಿತಾಗ ನನ್ನ ಲಹರಿಯಲ್ಲಿ ನಾನು ಅಲ್ಲೆಲ್ಲೋ ಕುಟ್ಟುತ್ತಿದ್ದರೆ ಕುಳಿತಿದ್ದವರಿಗೆಲ್ಲ ಕಿರಿಕಿರಿ ಆಗುತ್ತಿತ್ತು.. ಅಂತಹ ಒಂದೆರೆಡು ದಿನ ನಾನು ನನ್ನ ಹಿರಿಯರಿಂದ ಕೈಗಳ ಮೇಲೆ ಕುಟುಕಿಸಿಕೊಂಡಿದ್ದೂ ಉಂಟು. ಭಾವಕ್ಕೆ ಭಾಷೆಯನ್ನು ಹುಟ್ಟಿಸಿಕೊಳ್ಳುವ ಪ್ರಯತ್ನವಾಗಿತ್ತೋ ಏನೋ ಅದು. ಗೊತ್ತಿಲ್ಲ. ಕಾಲೇಜಿಗೆ ಹೋಗುವಾಗಲೂ ಕೈಯಲ್ಲಿ ಹಿಡಿದಿದ್ದ ನೋಟ್‌ಬುಕ್‌ನಿಂದ ತೊಡೆ ತಟ್ಟಿಕೊಂಡು ಗುನುಗುತ್ತ ನಡೀತಿದ್ನಂತೆ, ಅನೇಕರು ಹೇಳುತ್ತಿದ್ದರು. ಈಗನ್ನಿಸುತ್ತದೆ, ಬಹುಶಃ ತಾಳ, ಲಯವನ್ನು ದೇಹಸ್ಥಗೊಳಿಸುವ ಆಟವಾಗಿರಬೇಕದು. ಈ ಆಟ ಮುಂದೆ ದೈನಂದಿನ ಕೆಲಸ ಮಾಡುವಾಗಲೂ ದೇಹವನ್ನು ನಾದದ ಗುಂಗಿಗೆ ತೊನೆದಾಡಿಸುತ್ತ ಬದುಕಿನುದ್ದಕೂ ಬೆಳೆದು ಬಂತು. ಆ ದಿನಗಳಲ್ಲಂತೂ ಕೀರ್ತನೆ ಅಂತ ಕರೆಯುವ ಹರಿಕಥಾ ಪ್ರಸಂಗಗಳನ್ನು ನಾನು ಎಲ್ಲಿದ್ದರೂ ತಪ್ಪಿಸಿಕೊಳ್ಳುತ್ತಿರಲಿಲ್ಲ. ಅಲ್ಲಿ ಮಾತನ್ನು ಗೀತವಾಗಿಸುತ್ತ, ಗೀತವನ್ನು ಮಾತಾಗಿಸುತ್ತ ಕತೆ ಹೇಳಲಾಗುತ್ತಿತ್ತು. ಆ ಅಂತಹ ರೂಢಿಗಳೇ ಈ ಸಂದರ್ಭ ಎದುರಿಸಲು ಬಲ ತಂದಿತ್ತು ಅಂತ ಕಾಣುತ್ತದೆ. ಸಂದರ್ಭ ಹೀಗಿತ್ತು..

ಹೊನ್ನಾವರ ಕಾಲೇಜಿನಲ್ಲಿ ಓದುತ್ತಿದ್ದ ಸಮಯವದು. ಧಾರವಾಡ ವಿಶ್ವವಿದ್ಯಾಲಯದ ಯುವಜನೋತ್ಸವಕ್ಕೆ ನಮ್ಮ ನಾಟಕ ಆಯ್ಕೆಯಾಗಿತ್ತು. ಅಂತರ್ ಕಾಲೇಜು ಸ್ಪರ್ಧೆಯಲ್ಲಿ ನಮ್ಮ ತಂಡದ ಜತೆ ಸ್ನೇಹಿತನೊಬ್ಬ, ತಕ್ಕಮಟ್ಟಿಗೆ ಕೊಳಲು ನುಡಿಸಬಲ್ಲವ ಇದ್ದ. ಅವನಿಂದ ಮೂಡ್ ಮ್ಯೂಜಿಕ್ ಸೆಟ್ ಮಾಡಿಕೊಂಡು ನಾವು ಅಲ್ಲಿಯ ಸ್ಪರ್ಧೆಯಲ್ಲಿ ಗೆದ್ದು ವಿಶ್ವವಿದ್ಯಾಲಯದ ಸ್ಪರ್ಧೆಗೆ ಹೊರಟಿದ್ದ ವೇಳೆ ಅದು. ಅಂತಹ ಸಂದರ್ಭದಲ್ಲಿ ಆತ 'ತಾನು ಬರುವದಿಲ್ಲ' ಅಂತ ಖಡಾಖಂಡಿತವಾಗಿ ಹೇಳಿಬಿಟ್ಟ, ಅವನ ಮನೆಯವರೆಗೂ ಹೋಗಿ ಗೋಗರೆದರೂ ಆತ ಒಪ್ಪಲಿಲ್ಲ. ಇಂದಿಗೂ ಅದಕ್ಕೆ ಕಾರಣ ನನಗೆ ತಿಳಿದಿಲ್ಲ. ಕೆಲವೊಮ್ಮೆ ಹೀಗಾಗುತ್ತದೆ ನೋಡಿ. ನಮಗೆ ಕಾರಣವೇ ತಿಳಿಯದೇ ನಮ್ಮ ಮೇಲೆ ಕೆಲವರು ಮುನಿಸಿಕೊಂಡಿರುತ್ತಾರೆ. 'ಹೇಳಿ ಹೋಗು ಕಾರಣಾ..' ಅನ್ನುತ್ತೇವಷ್ಟೆ. ಇದುತನಕ ಹೇಳಿದವರು ಬಹಳಿಲ್ಲ! ತಪ್ಪಿದ್ದು ಎಲ್ಲಿ ಅಂತ ತಿಳಿಯದ, ಪಶ್ಚಾತ್ತಾಪಕ್ಕೂ ಎಡೆ ಇಲ್ಲದ ವಿಚಿತ್ರ ನೋವಿನ ಸಂದರ್ಭಗಳು ಅವು.. ಒಂದೆರಡು ದಿನಗಳಲ್ಲಿ ಮನುಷ್ಯರು ಶತಮಾನದ ಹಿಂದಿನ

ಸ್ನೇಹಿತರೇನೋ ಅನಿಸುವುದು, ಶತಮಾನದ ಸ್ನೇಹಿತರು ಒಂದೇ ದಿನದಲ್ಲಿ ವೈರಿಗಳಂತಾಡುವುದು ವಿಚಿತ್ರವಾಗಿ ಕಾಣುವ ಸತ್ಯ.. ಏನೇ ಇರಲಿ. ಇಂಥದೊಂದು ಸಮಯ ಸೃಷ್ಟಿಯಾಗಿ ಹೋಗಿತ್ತು. ಒಮ್ಮೊಮ್ಮೆ ನಮ್ಮ ರೂಢಿಗಳೇ ನಮ್ಮನ್ನು ಕಾಯುತ್ತವೆ ಅನ್ನೋದಕ್ಕಿದು ಸಾಕ್ಷಿ ಆಗೋಯ್ತು.

ಅವನಿಂದ ಇಂತದೊಂದು ನಿರಾಕರಣೆ ಬಂದ ಹೊತ್ತಾದರೂ ಎಂತದೆಂದರೆ ಸ್ಪರ್ಧೆಗೆ ಎರಡು ದಿನ ಮಾತ್ರವಿತ್ತು. ಯಾರನ್ನೂ ಸಿದ್ಧಪಡಿಸಲು ನಮ್ಮಲ್ಲಿ ಯಾವ ಬಗೆಯ ಬಂಡವಾಳವೂ ಸಹ ಇರಲಿಲ್ಲ. ಆದರೆ, ಸೋಲಬಹುದೇ ಹೀಗೆ? ಒಳಗಿನಿಂದ ಅನಿಸುತ್ತಿತ್ತು 'ನಾವು ಸಂಗೀತವನ್ನು ನಮ್ಮ ಮಾತಿನಿಂದಲೂ ದೇಹದ ಬಳಸುವಿಕೆಯಿಂದಲೂ ಹೊರಡಿಸಲು ಸಾಧ್ಯ'. ತಂಡದವರಿಗೆ ಧೈರ್ಯ ತುಂಬಿ ಒಂದು ದಿನ ಕಾಲೇಜಿನಲ್ಲಿ ತಾಲೀಮು ನಡೆಸಿ ಧಾರವಾಡಕ್ಕೆ ಹೋಗಿ ಅಲ್ಲಿಯ ವಿಶ್ವವಿದ್ಯಾಲಯ ಮಟ್ಟದ ಸ್ಪರ್ಧೆಯಲ್ಲಿ, ಪ್ರತ್ಯೇಕವಾದ ಹಿನ್ನೆಲೆ ಸಂಗೀತ ಇಲ್ಲದೇ ನಾಟಕ ಪ್ರಯೋಗಿಸಿದೆವು. ಮಾತಿನಲ್ಲಿ ಖಚಿತ ಲಯ ಕಾಣಿಸುತ್ತ, ದೇಹದ ಚಲನೆಯನ್ನೂ ಮಾತಿನ ಧಾಟಿಗೆ ಮಣಿಸುತ್ತ, ಅಗತ್ಯವಿದ್ದಾಗಲೆಲ್ಲ ಮಾತಿನ ಜತೆಗೆ ಹೆಜ್ಜೆಯ ಘಾತದಿಂದಲೂ ತಾಳ ಸೃಷ್ಟಿಸಿಕೊಳ್ಳುತ್ತ.. ಮಜವಾಗಿತ್ತದು. ನಾಟಕ ದಕ್ಷಿಣ ಭಾರತ ಮಟ್ಟದ ಸ್ಪರ್ಧೆಗೆ ಆಯ್ಕೆಯಾಗಿ ಹೋಯ್ತು!!

ಆ ನಾಟಕದ ಹೆಸರು 'ಹೆಣದ ಬಟ್ಟೆ'. ಪ್ರೇಮಚಂದ್ ಅವರ 'ಕಫನ್' ಎಂಬ ಹಿಂದಿ ಕತೆಯನ್ನು ಆಧರಿಸಿದ್ದು. 1987-88ರ ಸಮಯ. ನಾವೆಲ್ಲ ಹೊನ್ನಾವರ ಎಸ್.ಡಿ.ಎಂ.ಕಾಲೇಜಿನಲ್ಲಿ ಬಿ.ಎ. ಓದುತ್ತಿದ್ದೆವು. ಕಾಲೇಜಿನ ಒಳಗೆ ನಮಗೆ ಅಧ್ಯಾಪಕರಾಗಿದ್ದ ಪ್ರೊ.ಜಿ.ಎಸ್.ಅವಧಾನಿ ಹಾಗೂ ಕಾಲೇಜಿನ ಹೊರಗೆ ಸಾಮಾಜಿಕ ಗುರುಗಳಾಗಿದ್ದ ಡಾ.ಆರ್.ವಿ.ಭಂಡಾರಿಯವರ ನೇತೃತ್ವದಲ್ಲಿ ಹೊಸ ಬದುಕು ಆರಂಭಿಸಿದ್ದ ಕಾಲವದು. ಸಾಹಿತ್ಯದ ಮರುಳು ಹಿಡಿದಿತ್ತು, ಚಳುವಳಿಗಳ ಗುಂಗು ತುಂಬಿತ್ತು. ಆಧುನಿಕವಾದ ಹಲವು ಸಂಗತಿಗಳನ್ನು, ತಲ್ಲಣಗಳನ್ನು ನಾನು ರೂಢಿಸಿಕೊಂಡು ಬಂದ ಯಕ್ಷಗಾನವೊಂದರಿಂದಲೇ ಅಭಿವ್ಯಕ್ತಿಸುವುದು ಅಸಾಧ್ಯ ಎನ್ನಿಸತೊಡಗಿತ್ತು. ಅದೇ ವೇಳೆ ನನ್ನ ಸಹೋದರ ಸಂಬಂಧಿ ಕಿರಣ ಭಟ್ ಶಿರಸಿಯಲ್ಲಿ 'ರಂಗಸಂಗ' ಎನ್ನುವ ತಂಡ ಕಟ್ಟಿ 'ಮಕ್ಕಳ ನಾಟಕ', 'ಕಥಾ ನಾಟಕ' ಮುಂತಾದ ರಂಗ ಚಟುವಟಿಕೆಗಳನ್ನು ಆರಂಭಿಸಿದ್ದರು. ರಜಾ ದಿನಗಳಲ್ಲಿ ಅಲ್ಲಿಗೆ ಹೋಗಿ ಆ ಚಟುವಟಿಕೆಗಳಲ್ಲಿ ಪಾಲ್ಗೊಳ್ಳುತ್ತಿದ್ದೆ. ಅದೇ ಸಮಯದಲ್ಲಿ ಸುರೇಶ ಅನಗಳ್ಳಿಯವರು ಎನ್.ಎಸ್.ಡಿ. ಪದವಿ ಮುಗಿಸಿ ಬಂದವರು, ನಮ್ಮ ಕಾಲೇಜಿನಲ್ಲಿ ರಂಗ ತರಬೇತಿ ನಡೆಸಿ 'ವಾರ್ಡ್ ನಂ 6' ಮತ್ತು 'ಸಂಕ್ರಾಂತಿ' ನಾಟಕಗಳನ್ನು ಆಡಿಸಿದ್ದರು. ಆಧುನಿಕ ರಂಗಭೂಮಿಯ ಮೋಹದಲ್ಲಿ ಕರಗತೊಡಗಿದ ದಿನಗಳವು. ಅಂತದೇ ಒಂದು ಸಮಯದಲ್ಲಿ ರಜೆಗೆಂದು ಊರಿಗೆ ಬಂದಿದ್ದ ಕಿರಣ ಭಟ್ ತಮ್ಮ

ಮನೆಯ ಕೋಣೆಯೊಂದರಲ್ಲಿ ಈ 'ಹೆಣದ ಬಟ್ಟೆ' ನಾಟಕವನ್ನು ಅದರ ಒಳಹೊರ ಮೈಯನ್ನು ಪರಿಚಯಿಸಿದ್ದ. ನಾನು ಮತ್ತು ನನ್ನ ಸ್ನೇಹಿತ ನಾರಾಯಣ ಭಾಗ್ವತ್ ಅಲ್ಲಿಯೇ ಅವನ ಮಾತಿಗೆ 'ಮೈ' ಕೊಟ್ಟೆವು.. ಹೀಗೆ ನಾಟಕ ಒಡಲ ಸೇರಿತು. 'ನಾಟಕ ಸ್ಪರ್ಧೆಗೆ ಹೋಗಿ' ಅಂತ ನಮ್ಮ ನೆಚ್ಚಿನ ಅಧ್ಯಾಪಕರಾಗಿದ್ದ ಅವಧಾನಿಯವರು ಹೇಳಿದ್ದೇ ತಡ 'ಹೆಣದ ಬಟ್ಟೆ' ನಾನಾ ರೂಪ ಪಡೆಯತೊಡಗಿತು.

ದಕ್ಷಿಣ ಭಾರತ ಮಟ್ಟದ ಸ್ಪರ್ಧೆಯನ್ನು ಸಂಘಟಿಸುವ ಪಾಳಿ ಆ ವರ್ಷ ಮೈಸೂರು ವಿಶ್ವವಿದ್ಯಾಲಯದ್ದಾಗಿತ್ತು. ಒಂದು ವಾರ ಮುಂಚಿತವಾಗಿ ಧಾರವಾಡ ವಿ.ವಿ.ಗೆ ಹೋಗುವುದು, ಅಲ್ಲಿ ನಮ್ಮ ನಾಟಕದ ಜತೆ ಇನ್ನೂ ಕೆಲವು ಸ್ಪರ್ಧೆಯಲ್ಲಿ ಭಾಗವಹಿಸಲು ತರಬೇತಿ ಹೊಂದುವದು ಅನಿವಾರ್ಯವಾಗಿತ್ತು. ವಿಶ್ವವಿದ್ಯಾಲಯದ ನಿಯಮದ ಪ್ರಕಾರ ನಿರ್ದಿಷ್ಟಪಡಿಸಿದ ಸಂಖ್ಯೆಯ ಜನ ಹೆಚ್ಚಿನ ಎಲ್ಲ ಸ್ಪರ್ಧೆಗಳಲ್ಲಿಯೂ ಭಾಗವಹಿಸಬೇಕಿತ್ತು. ದಕ್ಷಿಣ ಭಾರತ ಮಟ್ಟದ ಈ ಸ್ಪರ್ಧೆಗೆ ಆಯ್ಕೆಯಾದ ಬಹುತೇಕ ಎಲ್ಲ ವಿಭಾಗದ ಸ್ಪರ್ಧಾಳುಗಳು ಧಾರವಾಡ ವಿ.ವಿ.ಯಿಂದಲೇ ಆಯ್ಕೆಯಾಗಿದ್ದು, ನಾವು 'ನಾಟಕದವರು' ಮಾತ್ರ ಹಳ್ಳಿಯೊಂದರ ಕಾಲೇಜಿನ ವಿದ್ಯಾರ್ಥಿಗಳಾಗಿರೋದ್ರಿಂದ, ಒಂದುರೀತಿ ಎರಡನೇ ದರ್ಜೆಯ ನಾಗರಿಕರಂತೆ ನಾವು ವಿಶ್ವವಿದ್ಯಾಲಯದ ತಂಡ ಸೇರಿದ್ದೆವು. ನಾಟಕಕ್ಕೆ ಸಂಬಂಧಿಸಿದಂತೆ ಯಾವ ಸೆಟ್, ಪರಿಕರ ಏನೂ ಇರಲಿಲ್ಲ ನಮ್ಮಲ್ಲಿ. ಅದು ಅಂತಹ ಅಗತ್ಯವೂ ಅನ್ನಿಸಿರಲಿಲ್ಲ ನಮಗೆ. ನಾಟಕದಲ್ಲಿ ಇರುವ ಪಾತ್ರಗಳು ಇಷ್ಟು, ಅಪ್ಪ ಮಗ, ಗುಡಿಸಲೊಳಗೆ ದನಿಯಾಗಿ ಮಾತ್ರ ಕೇಳಿ ಬರುವ ಬಸಿರು ಸೊಸೆಯ ಅಳು, ಸಾಹುಕಾರ, ಕೊನೆಗೊಂದು ಹೆಂಡದಂಗಡಿ ಮಾಲೀಕ, ಕುಡುಕರು. ಇನ್ನು ಸನ್ನಿವೇಶವೋ, ಈ ಸೋಂಬೇರಿ ಅಪ್ಪ ಮತ್ತು ಮಗ ಇಬ್ಬರೂ ಬಸಿರು ಬೇನೆ ತಿಂತಿರೋ ಮನೆಯ ಹೆಣ್ಣು ಮಗಳಿಗೆ ಏನೂ ಸಹಾಯ ಮಾಡದೇ, ಅವಳ ಸಾವಿನ ನಂತರ ಊರ ಸಾಹುಕಾರನಿಂದ ಅವಳ ಶವಸಂಸ್ಕಾರಕ್ಕೆಂದು ಹಣವನ್ನು ಕಾಡಿಬೇಡಿ ತಂದು, 'ಬದುಕಿರುವಾಗಲೇ ಮೈತುಂಬ ಬಟ್ಟೆ ಕೊಡಲಾಗಲಿಲ್ಲ, ಇನ್ನು ಸತ್ತಮೇಲೇಕೆ ಹೆಣಕ್ಕೆ ಹೊಸ ಬಟ್ಟೆ' ಅನ್ನುವ ತರ್ಕದಡಿ ಆ ಹಣವನ್ನೂ ಹೆಂಡದಂಗಡಿಯಲ್ಲಿ ಕಳೆಯುವುದು. ಈ ಸನ್ನಿವೇಶಗಳನ್ನು ಅಭಿನಯಿಸಲು ನಮಗೆ ಅಗತ್ಯವಾದುದು ಸಾಹುಕಾರನಿಗೊಂದು ಖುರ್ಚಿ, ಶೇಂದಿ ಅಂಗಡಿಯಲ್ಲಿ ಬಾಟಲಿ ಇಡಲು ಒಂದು ಮೇಜು ಇವೆರಡೇ. ಈ ನಮ್ಮ 'ಸೆಟ್'ಗಳು ಹೋದ ಕಡೆಯಲ್ಲೇ ಸಿಗುತ್ತವೆ! ಇನ್ನು ಪರಿಕರಗಳು. ಕುಡಿದು ಬಿಟ್ಟ ಬಿಯರ್ ಬಾಟಲಿಗಳಲ್ಲಿ ಮಜ್ಜಿಗೆಯೋ, ಹಾಲುನೀರೋ ತುಂಬಿ ಅದನ್ನು ಶೇಂದಿ ಎಂದು ಹೇಳಲು ಅಗತ್ಯ ಖಾಲಿ ಬಾಟಲು ಹೋದೆಡೆಯಲೆಲ್ಲ ನಾವೇ ಸಿದ್ಧಮಾಡ್ಕೊಬಹುದು(!). ಒಟ್ಟೂ ಸಂಗತಿ ಏನೆಂದರೆ ಒಂದೆರಡು ಪಂಚೆ, ಹರಿದ ಟವಲ್ ಇಟ್ಟುಕೊಂಡು

ನಾವು ದಕ್ಷಿಣ ಭಾರತ ಮಟ್ಟದ ನಾಟಕ ಸ್ಪರ್ಧೆಗೆಂದು ಧಾರವಾಡದಲ್ಲಿ ಇಳಿದಾಗ, ವಿಶ್ವವಿದ್ಯಾಲಯದಲ್ಲಿ ದಕ್ಷಿಣ ಭಾರತ ಮಟ್ಟದ ಸ್ಪರ್ಧೆಗೆ ತಯಾರಾಗುತ್ತಿದ್ದ ಇತರರಿಗೆ ತಮ್ಮ ತಂಡದ ಒಂದು ಸ್ಪರ್ಧೆ 'ಢಮಾರ್' ಅಂತ ಅನಿಸಿದ್ದಂತೂ ಸುಳ್ಳಲ್ಲ. ಹೀಗಾಗಿ ನಮಗೆ ತಾಲೀಮು ಮಾಡಲು ಅವಕಾಶವನ್ನೇ ಕೊಡದೇ ಜನಪದ ನೃತ್ಯ ಸ್ಪರ್ಧೆಯಲ್ಲಿ ಕುಣಿಯಲು ಹಿಂದುಗಡೆ ಸಾಲಿನಲ್ಲಿ ನಮ್ಮನ್ನು ನಿಲ್ಲಿಸಲಾಗಿತ್ತು. ದಿನವೂ ಜನಪದ ನೃತ್ಯದ ರಿಹರ್ಸಲ್ ಮುಗಿದು ಎಲ್ಲರೂ ಹೋದ ಮೇಲೆ ನಮ್ಮ ನಾಟಕದ ಯೋಜನೆಯ ಚರ್ಚೆಯನ್ನು ನಾವು ಗುಪ್ತವಾಗಿಯೇ ಮಾಡಿಕೊಳ್ಳುತ್ತಿದ್ದೆವು; ಯಾಕೆಂದರೆ ನಮ್ಮ ಕೆಲಸದ ಬಗ್ಗೆ ಅವರ್‍ಯಾರಿಗೂ ಗೌರವ ಇರಲಿಲ್ಲ. ನಾವು ನಮ್ಮಷ್ಟಕ್ಕೇ ತಾಲೀಮು ನಡೆಸಿಕೊಳ್ಳುತ್ತಿದ್ದೆವು. ಯಾರೊಬ್ಬರೂ ನಮ್ಮ ಒಂದು ತಾಲೀಮನ್ನೂ ನೋಡಲು ಇರಲಿಲ್ಲ. ಪಾತ್ರಗಳ ಸಂಬಂಧವನ್ನು ಭೌತಿಕವಾಗಿ ಗುರುತಿಸುವ ಜಾಗ ಯಾವುದು ಎಂಬುದರ ಹುಡುಕಾಟ ನಡೆಸುತ್ತ.. ಕೇಂದ್ರ ಮತ್ತು ಪರಿಧಿಯ ಚಲನೆಯನ್ನು ಪಾತ್ರದೊಂದಿಗೆ ನಡೆಸುತ್ತ.. ಏನೋ.. ಒಂದಿಷ್ಟನ್ನು ಅಸ್ಪಷ್ಟವಾಗಿ ಗುರುತು ಹಾಕಿಕೊಂಡಿದ್ದೆ ಅಷ್ಟೆ.

ಮೈಸೂರಿಗೆಂದು ಹೊರಟ ಧಾರವಾಡ ವಿಶ್ವವಿದ್ಯಾಲಯದ ತಂಡದಲ್ಲಿ ತುಂಬ ಪ್ರತಿಭಾವಂತರಿದ್ದರು. ಈಗ ಹಾರ್ಮೋನಿಯಂನಲ್ಲಿ ಹೆಸರಾದ ರವೀಂದ್ರ ಕಾಟೋಟಿ, ರೇಡಿಯೋ ಕಲಾವಿದೆಯಾಗಿ ಹೆಸರಾದ ಮಥುರಾ ದೀಕ್ಷಿತ್ ಇವರೆಲ್ಲ ಇರುವ ತಂಡದಲ್ಲಿ ನಾವೂ ಇದ್ದೆವು.

ಇದುವರೆಗೆ ಹೇಗೋ ನಡೆದು ಹೋಯಿತು. ತೊಂದರೆ ಎದುರಾಗಿದ್ದು ಹೀಗೆ. ಮೈಸೂರಿಗೆ ಹೋದ ಮೇಲೆ ನಮ್ಮ ಸ್ಪರ್ಧೆಗಳು ಮುಗಿದ ನಂತರ ಎಲ್ಲರೂ ಮೈಸೂರು ನೋಡಲು ಹೋಗುವುದೆಂದು ತಂಡದ ಎಲ್ಲರೂ ಸೇರಿ ತೀರ್ಮಾನಿಸಿಬಿಟ್ಟರು. ಅದಕ್ಕೆ ಅಗತ್ಯ ಹಣವನ್ನು ಎಲ್ಲರೂ ಸಮನಾಗಿ ಹಂಚಿಕೊಳ್ಳುವದೆಂತಲೂ ಮಾತಾಯಿತು. ನಾವು ತುಂಬ ಗಾಬರಿಗೊಂಡೆವು. ಕಾರಣ ನಮ್ಮಲ್ಲಿ ಸ್ವಲ್ಪವೂ ಹಣ ಇರಲಿಲ್ಲ. ಅಸಲಿಗೆ ಹಣ ಅಷ್ಟು ಅವಶ್ಯಕ ಅಂತ ನನಗೆ ಗೊತ್ತೇ ಇರಲಿಲ್ಲ. ನಾಟಕ ಮಾಡೋಕಂತೂ ಹಣ ಬೇಕಿರಲಿಲ್ಲ. ಬರುವಾಗ ಬಸ್ಸಿಗೆ ಕೊಡಲು ಅಗತ್ಯವಾದ ಹಣವನ್ನು ಕಾಲೇಜಿನವರು ಕೊಟ್ಟಿದ್ದರು. ವಾಪಾಸು ಬರುವಾಗ ವಿಶ್ವವಿದ್ಯಾಲಯದವರು ನಮಗೆ ಬಸ್ ಚಾರ್ಜು ಕೊಡುತ್ತಾರೆ ಅಂತ ಹೇಳಲಾಗಿತ್ತು. ಹೀಗಾಗಿ ನಮಗೆ ಹಣ ಬೇಕು ಅಂತ ಅನಿಸಿರಲೇ ಇಲ್ಲ.! ನಾಟಕ ಮಾಡುವುದು ಅಂತಹ ಘನಂದಾರಿ ಕೆಲಸ ಅಲ್ಲವಾದ್ದರಿಂದ ಹೆಚ್ಚಿಗೆ ಹಣ ಕೇಳುವದು, ಅದೂ ಮನೆಯಿಂದ ಹಣಕೇಳುವುದು ಯಾವತ್ತೂ ಸಾಧು ಅನಿಸಿಯೇ ಇರಲಿಲ್ಲ. ಆದರೆ ಈಗ ಸ್ವಲ್ಪವಾದರೂ ಹಣ ಬೇಕು! ಎಷ್ಟು ಅಂತಲೂ ತಿಳಿಯದು! ಸುಂದರ ಹುಡುಗಿಯರೇ ಹೆಚ್ಚಿಗೆ ಇರುವ ಆ ಗುಂಪಿನಲ್ಲಿ ಹಣವಿಲ್ಲದೇ 'ಅಯ್ಯೋ

ಪಾಪ' ಅಂತ ಅನಿಸಿಕೊಳ್ಳುವ ಸ್ಥಿತಿ ಒದಗಿದರೆ! ಭೂಮಿ ಬಾಯ್ಬಿರಿಯುವ ಸಂಕಟ ಅದು! ರಾತ್ರಿಯೆಲ್ಲ ನಡೆದ ಚರ್ಚೆಯ ನಂತರದ ಫಲವಾಗಿ, ನಾನು ಸ್ಪಷ್ಟವಾಗಿ ಅವರೊಡನೆ ಸುತ್ತೋದಕ್ಕೆ ಬರಲಾಗುವುದಿಲ್ಲವೆಂದು ಹೇಳಿಬಿಟ್ಟೆ. ಆದರೆ ಅದು ಹೇಗೋ ಅವರೆಲ್ಲರೂ ನಮ್ಮ ಹಣವನ್ನು ಅವರವರೇ ಹಂಚಿಕೊಂಡು ನಮ್ಮನ್ನು ಒತ್ತಾಯದಿಂದ ಕರೆದೊಯ್ದರು!.

ಕಲಾಮಂದಿರದಲ್ಲಿ ಸ್ಪರ್ಧೆ. ಕೇರಳದಿಂದ ಬಂದ ತಂಡವಂತೂ ನಾಟಕದ 'ಸೆಟ್'ಗಳನ್ನು ಅವರ ಸ್ವಂತ ವಾಹನದಿಂದ ಇಳಿಸುವುದನ್ನು ನೋಡಿಯೇ ಎದೆ ಬಾಯಿಗೆ ಬಂದಿತ್ತು. ಮಧ್ಯಾಹ್ನ 3 ಘಂಟೆಯ ಹೊತ್ತಿಗೆ ನಮ್ಮ ಪ್ರದರ್ಶನದ ಪಾಳಿ. ಉದ್ವೇಗದಲ್ಲಿ ಮುಂಜಾನೆ ಸರಿಯಾಗಿ ತಿಂಡಿ ಸೇರಲಿಲ್ಲ. ಸ್ಪರ್ಧೆಗೆ ಬಂದ ನಾಟಕಗಳ ಪ್ರದರ್ಶನ ಶುರು ಆಗಿತ್ತು. ಕೇರಳ ತಂಡದ ನಾಟಕ! ಬೆಳಕಿನ ವ್ಯವಸ್ಥೆ, ಸೆಟ್, ಬಣ್ಣ, ಪ್ರಾಪರ್ಟಿ.. ವಾವ್! ಹನ್ನೊಂದು ಘಂಟೆಯ ಹೊತ್ತಿಗೆ ವಿಪರೀತ ಹಸಿವು. ನಾನು ಮತ್ತು ವಿಠ್ಠಲ ಭಂಡಾರಿ (ಡಾ.ವಿಠ್ಠಲ ಭಂಡಾರಿ, 'ಸಂವಿಧಾನದ ಓದು' ಕಾರ್ಯಕ್ರಮದ ಮೂಲಕ ನಾಡಿನೆಲ್ಲೆಡೆ ಪ್ರಸಿದ್ಧಿ ಪಡೆದು ಅಕಾಲದಲ್ಲಿ ನಮ್ಮನ್ನಗಲಿದವ) ಯಾವುದಾದರೂ ಹೋಟೆಲ್ಲಿನಲ್ಲಿ ತುಸು ಉಪ್ಪಿಟ್ಟು ತಿಂದು ಬರೋಣ ಅಂತ ಓಡಿದೆವು.. ಎಷ್ಟು ಹೊತ್ತಾದರೂ ಹೋಟೆಲ್ ಕಾಣುವದಿಲ್ಲ.. ತಡವಾಗಿಬಿಟ್ಟರೆ ಎಂಬ ಧಾವಂತ ಬೇರೆ. ಕೊನೆಗೂ ಒಂದು ಅತಿ ದೊಡ್ಡ ಹೋಟೆಲಿನ ಮುಂದೆ ನಿಂತಾಗ ಅಲ್ಲಿಯ ಸೆಕ್ಯುರಿಟಿ ಗಾರ್ಡ್ ನಮಗೆ ಸೆಲ್ಯೂಟ್

ಹೊಡೆದ. "ಇದು ಬಾಳ ದೊಡ್ಡ ಹೋಟೆಲ್ಲೋ ಶ್ರೀಪಾದಾ" ಅಂತ ವಿಠ್ಠಲ ಹೇಳಿದಾಗ ಹೆದರಿಕೆ ಶುರು ಆಯ್ತು. ಕಿಸೆಯಲಿದ್ದುದು ಅಂದಾಜು ಇಪ್ಪತ್ತೈದು ರೂಪಾಯಿ ಮಾತ್ರ. ಒಳ ಹೋಗಿ ವೇಟರ್ ಕೊಟ್ಟ ಮೆನು ನೋಡಿ ಇನ್ನೂ ಗಾಬರಿ ಆಯ್ತು! ಅಲ್ಲಿ ಇಂಗ್ಲಿಷ್‌ನಲ್ಲಿ ಬರೆದ ತಿಂಡಿಗಳ ಹೆಸರಿನ ಮುಂದೆ ಹಣವನ್ನು ಬರೆದಿರುತ್ತಾರಲ್ಲ ಅದರಲ್ಲಿ 25 ರೂ. ಗಿಂತ ಕಡಿಮೆಯದು ಒಂದೂ ಕಾಣಲಿಲ್ಲ.! ಹಲವು ಸಾರಿ ನೋಡಿದ ನಂತರ ಅಲ್ಲೊಂದು ಕಡೆ 15 ರೂ. ಅನ್ನೋ ಕಡೆ ಬೆರಳಿಟ್ಟು ವೇಟರ್‌ನನ್ನು "ಇದನ್ನು ಒಂದು ಕೊಡಿ" ಅಂದೆವು. ಆತ "ಇದರ ಜತೆ ಏನು ಕೊಡಲಿ" ಅಂದ. ನಾವು "ಏನೂ ಬೇಡ ಇದೊಂದೇ" ಅಂದೆವು. ಅದು ಯಾವುದೋ 'ಸಾಸ್' ಆಗಿತ್ತು ಅಂತ ಕಾಣತ್ತೆ! ಆತ ವ್ಯಂಗ್ಯದ ನಗೆ ನಗುತ್ತ ನಿಮಗೆ ಏನು ಬೇಕಿತ್ತು ಅಂತ ಶುದ್ಧ ಕನ್ನಡದಲ್ಲಿ ಕೇಳಿದಾಗ ವಿಠ್ಠಲ ಧೈರ್ಯ ಮಾಡಿ '20 ರೂ. ಒಳಗೆ ಯಾವ ತಿಂಡಿ ಸಿಗುತ್ತದೆ?' ಅಂತ ಕೇಳಿದ. ಆತ ನಸುನಗುತ್ತ 'ಪಕ್ಕದ ರಸ್ತೆಗೆ ಹೋಗಿ ಅಲ್ಲಿ ತಳ್ಳುವ ಗಾಡಿಯ ಮೇಲೆ ನಿಮಗೆ ಬೇಕಿದ್ದು ಸಿಗುತ್ತದೆ' ಅಂದ. ಬದುಕಿದೆಯಾ ಬಡಜೀವವೇ ಅಂತ ಹೊರ ಗೋಡಿ ಬಂದು ರಸ್ತೆ ಪಕ್ಕದಲ್ಲಿ ಬೋಂಡಾ ತಿಂದೆವು. ನಾನು ನಾಲ್ಕು ನಾಲ್ಕು ಬೋಂಡಾ ತಿಂದು ಅಲ್ಲಿದ್ದ ತಂಬಿಗೆಯ ನೀರನ್ನು ಬಾಯೊಳಗೆ ಸುರುವಿಕೊಳ್ಳುವಾಗ ವಿಠ್ಠಲ ಕಣ್ಣು ಕೆಕ್ಕರಿಸುತ್ತಿದ್ದ. ನನ್ನ ಧ್ವನಿ ಹಾಳಾಗಿಬಿಟ್ಟರೆ ಅಂತ ಅವನ ಚಿಂತೆ!

ನಿಜ. ನಮ್ಮ ದೇಹ, ದನಿ ಇವೆರಡೇ ನಮ್ಮ ಬಂಡವಾಳವಾಗಿತ್ತು. ಇವೆರಡೇ ಆಯುಧಗಳಿಂದ ನಾವು ಯುದ್ಧ ಗೆಲ್ಲಲು ಹೊರಟಿದ್ದೆವು.! ಹೇಳಿಕೇಳಿ ಈ ನಾಟಕದಲ್ಲಿಯಂತೂ ದೃಶ್ಯ ಸಂಯೋಜನೆಯಷ್ಟೇ ಅಥವಾ ಅದಕ್ಕಿಂತ ತುಸು ಹೆಚ್ಚೇ ಶ್ರವ್ಯ ಸಂಯೋಜನೆಗೆ ಅನಿವಾರ್ಯವಾದ ಪ್ರಾಮುಖ್ಯತೆಯೂ ದೊರಕಿ ಹೋಗಿತ್ತು. ಅರ್ಧಗಂಟೆ ಮೊದಲು ಸ್ಟೇಜ್ ಕೊಟ್ಟರು. ಆದರೆ 5 ನಿಮಿಷದಲ್ಲಿ ನಮ್ಮ ತಯಾರಿ ಮುಗಿದುಹೋಗಿತ್ತು!. ಬೆಳಕಿನ ತಜ್ಞರು ಬಂದು 'ಲೈಟ್' ಬೇಕಾದ ನಿರ್ದಿಷ್ಟ ಸ್ಥಳವನ್ನು ಕೇಳಿದರು. ನಾನು ರಂಗದ ಮೇಲೆ ಒಂದಿಷ್ಟು ದೊಡ್ಡ ಸುತ್ತು ಹಾಕಿ 'ಇಲ್ಲೆಲ್ಲ ಓಡಾಡುತ್ತೇವೆ, ಮುಖ ಕಾಣುವ ಹಾಗೆ ಬೆಳಕು ಕೊಟ್ಟರೆ ಸಾಕು' ಎಂದಿದ್ದೆ. (ಮುಂದೆ ಎನ್.ಎಸ್.ಡಿ.ಯಲ್ಲಿ ನಾಟಕ ಮಾಡುವಾಗಲೂ ಹೀಗೆಯೇ ಆಗಿತ್ತು) ನಾಟಕ ಆರಂಭಗೊಂಡಿತು. ನಾನು ಅಪ್ಪನ ಪಾತ್ರವನ್ನೂ, ವಿಠ್ಠಲ ಮಗನ ಪಾತ್ರವನ್ನೂ ವಹಿಸಿದ್ದ. ನಾಟಕವನ್ನು ವೀಡಿಯೋ ಮಾಡುತ್ತಿದ್ದರು.. ರಂಗಸ್ಥಳದ ಮುಂದೆಯೇ ಒಂದು ಮಾನಿಟರ್ ಇಟ್ಟಿದ್ದರು. ಅದರಲ್ಲಿ ಅಭಿನಯಿಸುತ್ತಿದ್ದ ನಾವು ಕಾಣುತ್ತಿದ್ದೆವು... ವಿಠ್ಠಲ ಆಗಾಗ ಕಣ್ಣರಳಿಸಿ (ನಾಟಕದ ಮಧ್ಯವೇ) ಆ ಪರದೆಯಲ್ಲಿ ಅವನನ್ನು ನೋಡಿಕೊಳ್ಳುತ್ತಿದ್ದ.. ತುಸು ಹೊತ್ತು ಅಷ್ಟೆ. ಕಥೆಯಲ್ಲಿ ಮುಳುಗುತ್ತಿದ್ದಂತೆ ಇಂಥವೆಲ್ಲವೂ ಮರೆಯಾಗುತ್ತ ಬಂತು.. ಮಾತು, ದೇಹ, ಚಲನೆ ಎಲ್ಲಕ್ಕೂ ಗತಿ

ಒದಗುತ್ತ ಬಂತು.. ನಾಟಕದ ಕೊನೆಯ ದೃಶ್ಯ, ಹೆಂಡದಂಗಡಿಯಲ್ಲಿ ಎಲ್ಲರೂ ಕುಣಿಯುತ್ತ 'ಬಂಗಾರದ ಬಟ್ಟೆ ತೊಡಿಸ್ತೀವಿ, ಪನ್ನೀರ ಸ್ನಾನ ಮಾಡಿಸ್ತೀವಿ, ಅವಳು ರಾಣಿ ಆಗ್ತಾಳೆ..' ಅನ್ನೋ ಸಾಲುಗಳೊಂದಿಗೆ ಪ್ರತಿಮೆಯಾಗ್ತಾ ಆಗ್ತಾ... ಅಷ್ಟೆ!! ಚಪ್ಪಾಳೆಯ ಸದ್ದಿನೊಂದಿಗೆ ಸರಿಯಾಗಿ ಕಣ್ಣು ಬಿಟ್ಟಿದ್ದು.. ನಾವು ಅತಿ ಹೆಚ್ಚು ಅಂಕದೊಂದಿಗೆ ಪ್ರಥಮ ಬಂದುದು ಮಾತ್ರವಲ್ಲ ತಂಡಕ್ಕೆ ವೀರಾಗ್ರಣಿ ದೊರಕಿಸಿಕೊಟ್ಟಿದ್ದೆವು!!. ರಾಷ್ಟ್ರೀಯ ಉತ್ಸವಕ್ಕಾಗಿ ಡೆಹರಾಡೂನಿಗೆ ಆಯ್ಕೆಯಾಗಿದ್ದೆವು...!!!

ದಕ್ಷಿಣ ಭಾರತ ಮಟ್ಟದ ನಾಟಕ ಸ್ಪರ್ಧೆಗೆಂದು ಹೋಗಿದ್ದ ನಮ್ಮಲ್ಲಿದ್ದ ರಂಗಸಂಬಂಧಿ ಸಂಗತಿ ಎಂದರೆ ಒಂದೆರಡು ಪಂಚೆ, ಹರಿದ ಚಡ್ಡಿ, ಬನಿಯನ್ ಅಷ್ಟೆ! ಅಷ್ಟೇ? ಅಷ್ಟೇ ಆಗಿರಲಿಲ್ಲ ಅಲ್ಲವೇ? ದೇಹ, ದನಿ, ಲಯ; ಮಾತನ್ನು ಗೀತದೊಂದಿಗೆ ಸೇರಿ ಆಡುವ ಲಯ ಮತ್ತು ಕತೆಯ ಶ್ರುತಿಯೊಂದಿಗೆ ದೇಹ ಚಲನೆಯನ್ನು ಸಮಾಸಗೊಳಿಸಿದ... ಅಲ್ಲಿ ಅವೆಲ್ಲವೂ ಕರಗಿದ, ಪಾಕಗೊಂಡ ಒಂದು ಬಗೆ, ಎಲ್ಲವೂ ಜತೆಗಿತ್ತು. ಅಲ್ಲಿ ಹಗಣವಿತ್ತು, ಯಕ್ಷಗಾನವಿತ್ತು, ಮಂಡಲ ಕುಣಿತವಿತ್ತು.. ಆದರೆ ಅದು ಅದಾಗಿ ಇರದೇ ಇನ್ನೊಂದಾಗಿ ರೂಪಾಂತರವಾಗಿತ್ತು... ಕರಗಿತ್ತು.. ಗಂಟು ಗಂಟಾಗಿ, ಮೂಲ ಸ್ವರೂಪದಲ್ಲಿ ಕಾಣಿಸಿಕೊಳ್ಳಲು ತವಕಿಸದೇ ಕರಗಿತ್ತು... ಒಡಲನೂಲದು ಹೊರಗೆ ನೇಯ್ದುದ್ದು!

⌘

ದಡವ ನೆಕ್ಕಿದ ಹೊಳೆ

ಹೆಜ್ಜೆ 4

ಮಂಜಣ್ಣ ಉರುಫ್ ಕುರಟ್ಟಿ ಮಾಸ್ತರ

“ಊರಲ್ಲಿ ಹುಡ್ರು ಸಾಮಾಜಿಕ ನಾಟಕ ಕಲೀತಿದಾರೆ. ನೀವೂ ನಾಟ್ಕಾಪಾಟ್ಕಾ ಮಾಡ್ತೀರಂತೆ.. ಇಂದು ಇಲ್ಲೇ ಉಳ್ಕಂಬುಡಿ, ಸಂಜೆ ಟ್ರಯಲ್ ಮಾಡ್ಸಾಕೆ ನಾಟ್ಕದ ಮೇಷ್ಟ್ರು ಬತ್ತೌರೆ” ಅಂತ ಹೇಳಿ ಬರ್ರ್ ಅಂತ ಚೇತಕ್ ಗಾಡಿಯಲ್ಲಿ ಧೂಳೆಬ್ಬಿಸುತ್ತ ಹೋದರು ಚೇರ್ಮನ್ ಮಂಜಪ್ಪ.

'ಐನೋರಹಳ್ಳಿ' ಅನ್ನೋ ಊರು ಅದು. ಅಲ್ಲಿರುವ ಊರ ಸಂಘದ ಮುಖ್ಯಸ್ಥರು ಅವರು. ಹೀಗಾಗಿ ಚೇರ್ಮನ್ ಮಂಜಪ್ಪ ಅಂತ ಹೆಸರು ಅವರಿಗೆ. ಮಂಡ್ಯ ಜಿಲ್ಲೆ ಮತ್ತು ಚೆನ್ನರಾಯಪಟ್ಟಣದ ಗಡಿಯಲ್ಲಿತ್ತು ಆ ಹಳ್ಳಿ. ಊರಿಗೆ ಬಸ್ ಇರಲಿಲ್ಲ. ಅಲ್ಲಿಂದ 3 ಕಿ.ಮೀ. ನಡೆದರೆ 'ಸಾಸಲು' ಎಂಬ ಇನ್ನೊಂದು ಹಳ್ಳಿ ಸಿಗುತ್ತದೆ. ಅಲ್ಲಿ ಶ್ರವಣಬೆಳಗೊಳಕ್ಕೆ ಹೋಗುವ ಅಪರೂಪಕ್ಕೊಮ್ಮೆ ಬರುವ ಮೆಟಡೋರು ಹತ್ತಿದರೆ ಆ ಕಡೆ ಕಿಕ್ಕೇರಿಗೋ ಅಥವಾ ಈ ಕಡೆ ಶ್ರವಣಬೆಳಗೊಳಕ್ಕೋ ಹೋಗಿ, ಅಲ್ಲಿಂದ ಬೇರೆ ಬಸ್‌ನಲ್ಲಿ 15 ಕಿ.ಮೀ. ಮತ್ತೆ ಪಯಣಿಸಿದರೆ ಚನ್ನರಾಯಪಟ್ಟಣ ಸಿಗುವುದು. 1989ರ ಕಾಲವದು. ಹೊಸದಾಗಿ ಆ ಊರಿಗೆ ಶಿಕ್ಷಕನಾಗಿ ಬಂದಿದ್ದೆ. 19ರ ಹರಯದಲ್ಲಿಯೇ ನೌಕರಿ ಸೇರಿದ ಕರಾವಳಿ ಊರಿನ ಹುಡುಗನಾಗಿದ್ದ ನನಗೆ, 'ಮಂಡ್ಯ ಕಡೆ ಫುಲ್ ರಾಜಕಾರಣ ಇರ್ತದೆ, ಹೀಗಾಗಿ ಊರಿಂದ ದೂರ ಇದ್ದಷ್ಟು ಒಳ್ಳೇದು' ಅಂತ ಯಾರ್‍ಯಾರದೋ ಸಲಹೆ. ಸ್ಥಳಕ್ಕೆ ಮಾತ್ರವಲ್ಲ ನೌಕರಿಗೂ ಹೊಸಬನೇ ನಾನು. ಹೀಗಾಗಿ ಅಂತಹಮಾತುಗಳನ್ನೇ ನಂಬಿ ಶ್ರವಣಬೆಳಗೊಳದ ಹತ್ತಿರ ಒಂದು ಸಿಂಗಲ್ ಕೋಣೆಯಲ್ಲಿ ಬಾಡಿಗೆಗೆ ಇದ್ದ ನನ್ನ ಇನ್ನೊಬ್ಬ ಸ್ನೇಹಿತ ನಾರಾಯಣ ಭಾಗ್ವತನ ಜತೆಯಲ್ಲಿ ಕೋಣೆಯನ್ನು ಹಂಚಿಕೊಂಡು, ಅಲ್ಲಿಂದ ಸೈಕಲ್ ಮೇಲೆ ಐನೋರಹಳ್ಳಿಗೆ, ದಿನಕ್ಕೆ 16 ಕಿ.ಮೀ. ಪ್ರಯಾಣಿಸುತಿದ್ದೆ. ಶಾಲೆಗೆ ಸೇರಿ ಒಂದು ತಿಂಗಳು ಕಳೆದಿತ್ತೋ ಏನೋ ಅಷ್ಟೆ; ಅಷ್ಟರಲ್ಲಿ ಚೇರ್ಮನ್ನರ ಈ ಆಮಂತ್ರಣ!

ಆ ಊರಿನಲ್ಲಿ ನಾಟಕ ತಯಾರಿ ಶುರುವಾಗಿತ್ತು. ನನ್ನ ಸಹೋದ್ಯೋಗಿಗಳು ಈಗಾಗಲೇ ಆ ಊರಿನಲ್ಲಿ ನಾನು ನಾಟಕ ಪ್ರಿಯ ಅಂತ ಸುದ್ದಿ ಹಬ್ಬಿಸಿದ್ದರಿಂದ ಚೇರ್ಮನ್ ಮಂಜಪ್ಪ 'ರಿಹರ್ಸಲ್' ನೋಡೋಕೆ ಆಮಂತ್ರಿಸಿದ್ದರು. ಹಿಂದೆಲ್ಲ ಮೂರೋ ನಾಲ್ಕೋ ವರ್ಷಕ್ಕೊಮ್ಮೆ ಸಂಗೀತಮಯ ಪೌರಾಣಿಕ ನಾಟಕ ಆಡ್ತಿದ್ದಂತ ಊರಂತೆ ಅದು. ಈಗ ಹೊಸ ತಲೆಮಾರಿನ ಯುವಕರ ಆಸೆಯಂತೆ ಅವರಿಗಾಗಿಯೇ ಮೊದಲ ಬಾರಿಗೆ ಸಾಮಾಜಿಕ ನಾಟಕ ಮಾಡುತ್ತಿದ್ದಾರೆ. ಆ ಕಾಲಕ್ಕೆ ಆ ಹಳ್ಳಿಯವರಿಗೆ ಸಾಮಾಜಿಕ ನಾಟಕವೆಂದರೆ 'ಅಲ್ಟ್ರಾ ಮಾಡರ್ನ್ ಡ್ರಾಮಾ' ಅದು. ನಾವು ನಮ್ಮಲ್ಲಿ ಹೊಸ ಅಲೆ ನಾಟಕ' ಅಂತ ಕೆಲವಕ್ಕೆ ಕರ್‍ಯೋತಿದ್ವಲ್ಲ, ಹಾಗೆ! ಹೀಗಾಗಿ ಊರು ತುಸು ಹೆಚ್ಚೇ ಸಂಭ್ರಮಿಸುತ್ತಿತ್ತು.

ರಾತ್ರಿ 8ರ ಸುಮಾರು ಊಟವಾದ ನಂತರ, ಊರಿನವರೇ ಕಟ್ಟಿಕೊಂಡ 'ಸಂಘದ ಮನೆ' ಎಂಬ ಹೆಸರಿನ ಕಟ್ಟಡದಲ್ಲಿ ನಡೆಯುತ್ತಿರುವ ನಾಟಕದ ತಾಲೀಮಿಗೆ ಚೇರ್ಮನ್‌ರ ಜತೆಯಲ್ಲಿ ಪ್ರವೇಶ ಆಯ್ತು. ಒಂದು ದೊಡ್ಡ ಜಗುಲಿ, ಮತ್ತೊಂದು ದೊಡ್ಡ ಹಾಲ್, ಎರಡು ಕೊಠಡಿ ಇರುವ ಕಟ್ಟಡ ಅದು. ಮದುವೆ ಮುಂತಾದ ಶುಭ ಕಾರ್ಯಕ್ಕೂ, ಊರ ಸಭೆ ಸಮಾರಂಭಗಳಿಗೂ ನೆರವಾಗುವಂತಹ ಬಹೂಪಯೋಗಿ ತಾಣ. ಊರಿನವರೇ ಮನೆಮನೆಯ ದೇಣಿಗೆ ಸಂಗ್ರಹಿಸಿ

ಕಟ್ಟಿಕೊಂಡ ಕಟ್ಟಡವಂತೆ.! 'ಊರ ಬಡವರಿರಲಿ, ಸಿರಿವಂತರಿರಲಿ ಇಲ್ಲೇ ಮದುವೆ ಮಾಡೋದು ನಮ್ಮ ಪದ್ಧತಿ' ಅಂದ್ರು ಮಂಜಪ್ಪ. ಹಾಲ್ ಒಳಗೆ ಅದಾಗಲೇ ಸುಮಾರು 50 ಕ್ಕೂ ಹೆಚ್ಚು ಜನ ಸೇರಿದ್ದರು; ತಾಲೀಮು ನೋಡಲು!!

ಆಗಲೇ ತಾಲೀಮು ಶುರುವಾಗಿತ್ತು. 'ಚಿನ್ನದ ಗೊಂಬೆ' ಎಂಬ ಕಂಪನಿ ಶೈಲಿಯ ನಾಟಕದ ತಾಲೀಮು ಅದು. ತಾಲೀಮು ಮಾಡಿಸಲು ಬಂದ 'ನಿರ್ದೇಶಕ' ಕಂ ಹಾರ್ಮೋನಿಯಂ ಮೇಷ್ಟ್ರು, ಲೆಗ್ ಹಾರ್ಮೋನಿಯಂ ತಂದಿಟ್ಟುಕೊಂಡು ಕೂತಿದ್ದರು. 'ತಾಲೀಮು ಆರಂಭವಾಯ್ತು. ಎಂಟೇಗೌಡ' ಮತ್ತು 'ಕುರಟ್ಟಿಮಾಸ್ತರ' ಎನ್ನುವ ಎರಡು ಹಾಸ್ಯದ ಪಾತ್ರಗಳು ಮಾತನಾಡುವ ದೃಶ್ಯವದು. ಅವರ ಸಂಭಾಷಣೆಯ ಮಧ್ಯೆ ಮಧ್ಯೆ ಹಾರ್ಮೋನಿಯಂ ಬಾರಿಸುವದು ನಿರ್ದೇಶಕನ ಕೆಲಸ ಆಗಿತ್ತು ಅಲ್ಲಿ. ಪಾಪ ಅವರೂ ಪೌರಾಣಿಕ ನಾಟಕದಲ್ಲಿ ಗಳಿಗೆಗೊಮ್ಮೆ ಹಾಡುವ ಹಾಡಿಗೆ ಪೆಟ್ಟಿಗೆ ಬಾರಿಸಿ ಅಭ್ಯಾಸ ಆದವರು. ಹಾಸ್ಯದ ಮಾತಿಗೂ ಬಿಡದೇ 'ಭಾರಿಸುತ್ತಿದ್ದರು'. ನಟರು ಅಕ್ಕ ಪಕ್ಕದಲ್ಲಿ ನಿಂತು ಹಾರ್ಮೋನಿಯಂ ಸದ್ದಿಗಿಂತ ಗಟ್ಟಿಯಾಗಿ ಮಾತನಾಡಲು ಪ್ರಯತ್ನಿಸುತ್ತಿದ್ದರು. ತಾಲೀಮು ನೋಡ ಬಂದ ಜನರಿಗೆ ಅವರು ಏನು ಹೇಳುತ್ತಿದ್ದರೆಂಬುದು ಕೇಳಿಸದಿದ್ದರೂ ತುಂಬ ಕುತೂಹಲದಿಂದ ಆಲಿಸಲು ಪ್ರಯತ್ನಿಸುತ್ತಿದ್ದರು. ಮಧ್ಯದ ಚಹಾ ಬಿಡುವಿನಲ್ಲಿ ಚೇರ್ಮನ್ ನನ್ನ ಪರಿಚಯವನ್ನು ನಾಟಕದ ಮೇಷ್ಟ್ರಿಗೆ ಮಾಡಿಕೊಟ್ಟರು. ಅವರು ನನ್ನಲ್ಲಿ "ನೀವೂ ಸ್ವಲ್ಪ ಹೇಳ್ಕೊಡಿ, ನೋಡೋಣ, ನಿಮ್ ಕಡೆ ಹೆಂಗೆ ಮಾಡ್ತಾರೆ ಅಂತ" ಅಂದರು. ನೋಡೋಕೆ ಬಂದವನು ಆಡೋ ಹಾಗೆ ಆಯ್ತು! ಅನಾಯಾಸವಾಗಿ ಒದಗಿದ ಸಂದರ್ಭವದು.!

ಕಾಲೇಜಿನಲ್ಲಿ ನಾಟಕ ಮಾಡಿಕೊಂಡು ಕುಣಿಯುತ್ತಿದ್ದ, ಬಿ.ಎ. ಕಲಿಯುತ್ತಿದ್ದ ಪೋರನಾಗಿದ್ದವನಿಗೆ ಇದ್ದಕ್ಕಿದ್ದಂತೆ ಕಿರಿಯ ಪ್ರಾಥಮಿಕ ಶಾಲಾ ಶಿಕ್ಷಕನಾಗಿ ನೇಮಕಾತಿ ಪತ್ರ ಬಂದಾಗ ದಿಗಿಲಾಗಿತ್ತು! ಪಿ.ಯು.ಸಿ. ಜತೆಗೇ ಟಿ.ಸಿ.ಎಚ್. ಪದವಿ ದೊರಕಿದ್ದ ಕಾರಣ ನಾನು ಶಿಕ್ಷಕನಾಗಿಬಿಟ್ಟಿದ್ದೆ. ಆ ಸಮಯದಲ್ಲಿ ಸ್ನೇಹಿತರೊಡನೆ ಸೇರಿ ಕಟ್ಟಿದ್ದ 'ಹೆಣದ ಬಟ್ಟೆ' ನಾಟಕ ದಕ್ಷಿಣ ಭಾರತ ಮಟ್ಟದ ಯುವ ಜನೋತ್ಸವದಲ್ಲಿ ಪ್ರಥಮ ಸ್ಥಾನ ಪಡೆದು ಡೆಹರಾಡೂನಿನಲ್ಲಿ ನಡೆಯಲಿದ್ದ ರಾಷ್ಟ್ರಮಟ್ಟದ ಉತ್ಸವಕ್ಕೂ ಆಯ್ಕೆಯಾಗಿತ್ತು. ಅದನ್ನು ಬಿಟ್ಟು ಹೊರಡುವದು ತುಂಬ ಸಂಕಟದ ಮಾತೇ ಆಗಿತ್ತು. 'ಇಷ್ಟು ಸಣ್ಣ ವಯಸ್ಸಿಗೆ ಸರ್ಕಾರಿ ಉದ್ಯೋಗ ಅಂದ್ರೆ ಹುಡುಗಾಟಿಕೆಯಾ? ನಡೆ' ಎಂದವರೇ ಹೆಚ್ಚು. ನಮ್ಮ ಕಾಲೇಜಿನಲ್ಲಿ ದುಡಿಯುತ್ತಿದ್ದ ಅರೆಕಾಲಿಕ ಉಪನ್ಯಾಸಕರಂತೂ 'ಈ ವಯಸ್ಸಿಗೇ ನಮಗಿಂತ ಹೆಚ್ಚು ಸಂಬಳ ಬರುತ್ತದೆ ಹೋಗುವುದೇ ಒಳಿತು' ಅಂದಿದ್ದರು. ಕಾಲೇಜನ್ನೂ, ನಾಟಕವನ್ನೂ, ಸ್ನೇಹಿತರನ್ನೂ ತುಂಬ ಕಷ್ಟಪಟ್ಟು ಬಿಟ್ಟು ಬಂದವನಿಗೆ ಇದ್ದಕ್ಕಿದ್ದಂತೇ ನಾನು ಸೇರಿದ ಊರಿನಲ್ಲೊಂದು ನಾಟಕದ ಸಂದರ್ಭ! ಅದೂ ಬಂದ ಹೊಸತರಲ್ಲೇ!!

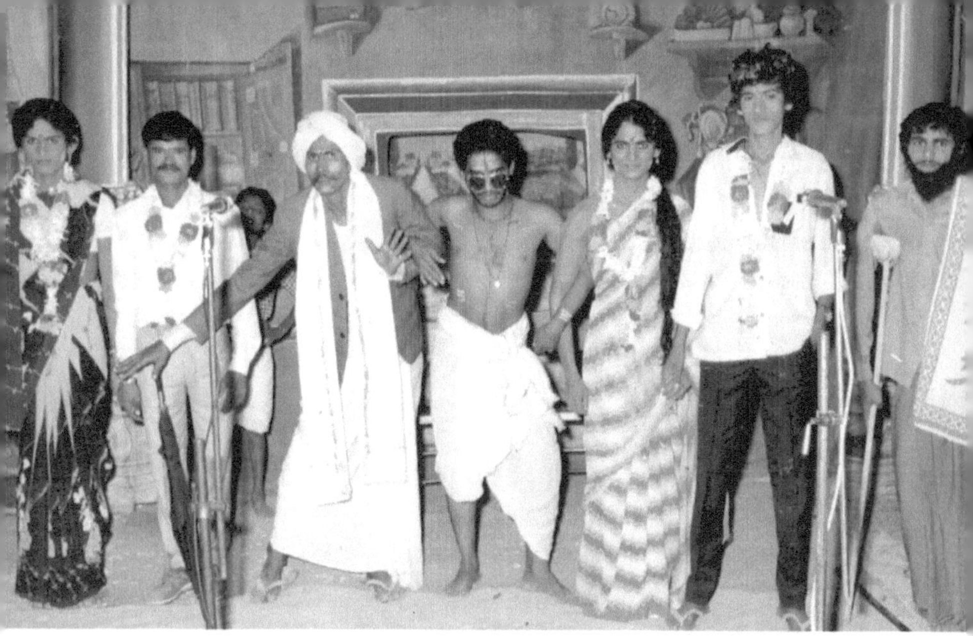

ಕಂಪನಿ ನಾಟಕ ನೋಡೋದ್ರಲ್ಲಿ ಘಂಟನಾಗಿದ್ದ, ಆಧುನಿಕ ನಾಟಕಗಳ ಜಗತ್ತಿನಲ್ಲಿ ಓಡಾಡಲು ಶುರು ಮಾಡಿದ್ದವನಿಗೆ ನಿಜಕ್ಕೂ ಆ ಹಳ್ಳಿಯಲ್ಲಿ 'ಚಿನ್ನದ ಗೊಂಬೆಯೇ' ದೊರಕಿದಂತಾಗಿತ್ತು! ಕೈಯಲ್ಲಿ ನಾಟಕದ ಪುಸ್ತಕ ಹಿಡಿದು ಕುರಟ್ಟಿ ಮಾಸ್ತರನ ಮತ್ತು ಎಂಟೇಗೌಡನ ದೃಶ್ಯವನ್ನು ಎಲ್ಲ ಆಂಗಿಕ ವಾಚಿಕದ ತಾಕತ್ತು ಹಾಕಿ ಏಕಪಾತ್ರಾಭಿನಯದಂತೆ ಅಭಿನಯಿಸಿಬಿಟ್ಟೆ, ಅಷ್ಟೆ.!!

ಮಾರನೇ ದಿನವೇ ಶ್ರವಣಬೆಳಗೊಳದಲ್ಲಿಯ ನನ್ನ ಬಾಡಿಗೆಯ ರೂಮಿನಲ್ಲಿದ್ದ ಹಾಸಿಗೆ, ಟ್ರಂಕುಗಳೆಲ್ಲ ಚಕ್ಕಡಿಗಾಡಿಯ ಮೆರವಣಿಗೆಯಲ್ಲಿ ಐನೋರಹಳ್ಳಿಯ ಚೇರ್ಮೆನ್‌ರ ಮನೆಗೆ ಶಿಫ್ಟ್ ಆಯಿತಲ್ಲದೇ, ಮುಂದೆ ಆ ಊರಿನಲ್ಲಿರುವವರೆಗೂ ಊಟ ತಿಂಡಿ ಎಲ್ಲವೂ ಅವರ ಮನೆಯಲ್ಲೇ ಆಗತಕ್ಕದ್ದೆಂದು ತೀರ್ಮಾನವೂ ಬಂದಾಯಿತು; ನನ್ನ ಅಭಿಪ್ರಾಯ ಕೇಳುವ ಗೋಜಿಗೆ ಯಾರೂ ಹೋಗಲಿಲ್ಲ.!! ನಾಟಕದ ಹಾರ್ಮೋನಿಯಂ ಮೇಷ್ಟ್ರು 'ನನಗೆ ಈ ಬಗೆಯ ನಾಟಕ ಕಷ್ಟವಾಗಿರುವುದರಿಂದ ಸಂಗೀತನೀಡಲು ಬರುತ್ತೇನೆ, ಈಗ ನಿಮ್ಮೂರ ಮೇಷ್ಟ್ರಿಂದಲೇ ನಾಟಕ ಕಲಿತುಕೊಳ್ಳಿ' ಎಂದುಬಿಟ್ಟಿದ್ದರಂತೆ. ಹೀಗೆ ನಾನು ಐನೋರಳ್ಳಿಯ 'ನಾಟಕದ ಮೇಷ್ಟ್ರಾದೆ'!

ದಿನವೂ ನಾಟಕ ರಿಹರ್ಸಲ್ ನೋಡಲು ಕಿಕ್ಕಿರಿದು ಜನ! ಮುದುಕರಂತೂ ಮೊಮ್ಮಕ್ಕಳೊಡನೆ ಚಾಪೆ ಸಹಿತ ತಾಲೀಮು ಕೊಠಡಿಗೆ ಸಮಯಕ್ಕೆ ಮೊದಲೇ ಬಂದು ಕೂರುತ್ತಿದ್ದರು. ತಾಲೀಮು ಸ್ವಲ್ಪ ತಡವಾದರೂ ಅವರಿಂದ ಬೈಗಳುಗಳು ಸಹಸ್ರನಾಮದಂತೇ ಉದುರುತ್ತಿದ್ದವು! ಪ್ರತಿ ದಿನ ಪ್ರೇಕ್ಷಕರ ಮುಂದೆಯೇ ನಮ್ಮ ನಾಟಕದ ತಾಲೀಮು! ನಾಟಕದ ಪ್ರದರ್ಶನ ಆಗುವಷ್ಟರಲ್ಲಿ ಊರಿನ ಬಹುತೇಕ

ಎಲ್ಲರೂ ಆ ನಾಟವನ್ನು ಕನಿಷ್ಠ ಹತ್ತು ಸಾರಿಯಾದರೂ ನೋಡಿರಬೇಕು. ಬಹುತೇಕರಿಗೆ ನಾಟಕದ ಎಲ್ಲ ಮಾತುಗಳೂ ಕಂಠಪಾಠ ಆಗಿಹೋಗಿದ್ದವು. ಕೆಲವು ಮಂದಿಯಂತೂ ತಾಲೀಮು ನೋಡಿ ನೋಡಿ ಅವರೇ ನನಗಿಂತ ಮೊದಲು ನಟರಿಗೆ ಸಲಹೆ ಕೊಡಲು ಆರಂಭಿಸಿರುವುದೂ ಉಂಟು. ಈ ನಡುವೆ ನಾಟಕದಲ್ಲಿನ ಖದೀಮ ಪಾತ್ರಗಳ ಹೆಸರನ್ನು ಊರಲ್ಲಿಯ ಕೆಲ ಜಿಪುಣರಿಗೆ ಗುಟ್ಟಾಗಿ ಇಟ್ಟುಕೊಂಡು ಪಡ್ಡೆ ಹುಡುಗರು ಮರೆಯಲ್ಲಿಯೇ ನಗುವ ಸುಖ ಅನುಭವಿಸತೊಡಗಿದ್ದರು. ಅಂತೂ ಊರ ಬಹುತೇಕ ಜನ ನಾಟಕದ ಭಾಗವೇ ಆಗಿಹೋದರು. ಹದಿನೈದು ದಿವಸ ಮೊದಲೇ ನಾಟಕ ಆಡುವ ಜಾಗಕ್ಕೆ ಚಪ್ಪರ ಹಾಕಲಾಯ್ತು. ತಾವೂ ಈ ರಂಗಕ್ರಿಯೆಯಲ್ಲಿ ಪಾಲುದಾರರು ಎಂಬುದೇ ಅನೇಕರಿಗೆ ಘನತೆಯ ಸಂಗತಿಯಾಗಿಯೂ ಮಾರ್ಪಟ್ಟಿತ್ತು.! ನಾಟಕದ ದಿನ ಊರಲ್ಲಿ ಜಾತ್ರೆಗಿಂತ ಹೆಚ್ಚು ಜನ! ಬಾಡೂಟದ ಸಮಾರಾಧನೆ! ನಟರ ನೆಂಟರಿಷ್ಟರೆಲ್ಲ ಊರ ತುಂಬ ತುಂಬಿಹೋಗಿದ್ದರು. ಸಾವಿರಕ್ಕೂ ಮಿಕ್ಕ ಜನ!

ನಾಟಕದಲ್ಲಿ ಪಾತ್ರ ವಹಿಸಿದ ಅನೇಕರಿಗೆ ಅವರ ಪಾತ್ರಗಳ ಹೆಸರೇ ಖಾಯಂ ಆಯಿತು. ಮೊದ ಮೊದಲು ತಮಾಷೆಗೆಂಬಂತೆ ಶುರುವಾದ ಈ ನಾಮಕರಣದ ಆಟ ಮುಂದೆ ಖಾಯಂ ಆಗಿಯೇ ಹೋಯಿತು. ಅಕ್ಕಪಕ್ಕದ ಹಳ್ಳಿಗಳಲ್ಲೂ ಅವರು ನಾಟಕದ ಪಾತ್ರಗಳ ಹೆಸರಿನಿಂದಲೇ ಫೇಮಸ್ ಆಗಿದ್ದರು. ಮುಂದಿನ ವರ್ಷಗಳಲ್ಲಿ ಅವರು ಬೇರೆ ಯಾವುದೇ ನಾಟಕ ಮಾಡಿದರೂ ಈ ನಾಟಕದ ಹೆಸರು ಮಾಯಲಿಲ್ಲ. ಕುರಟ್ಟಿ ಮಾಸ್ತರನ ಪಾತ್ರವಹಿಸಿದ್ದ ಮಂಜಣ್ಣ ಗೌಡ ಎಂಬ ಯುವಕ, ನಾಟಕವಾದ ಎರಡು ವರ್ಷಗಳ ನಂತರ ಮದುವೆಯಾದ. ಅವನ ಲಗ್ನಪತ್ರಿಕೆಯಲ್ಲಿ ಆತ ಅವನ ಹೆಸರನ್ನು 'ಮಂಜಣ್ಣ ಉರುಫ್ ಕುರಟ್ಟಿ ಮಾಸ್ತರ' ಅಂತ ಹಾಕಿಸಿಕೊಂಡಿದ್ದ!

ಆ ಒಂದು ನಾಟಕ ನನಗೆ ರಂಗಭೂಮಿಯ ಹಲವು ಪಾಠಗಳನ್ನು ಕಲಿಸಿತು. ನಾಟಕವೆಂದರೆ ಅದೊಂದು ಮಹಾ ರಹಸ್ಯ ವಿದ್ಯೆ; ಘನಂದಾರಿ ಕಸುಬು; ಅದರ ತಾಲೀಮು ಮುಚ್ಚಿದ ಬಾಗಿಲಿನಲ್ಲಿಯೇ ಇರತಕ್ಕದ್ದು; ಇವೇ ಮೊದಲಾದ ಹಲವು ಮಿಥ್ಯೆಗಳನ್ನು ಕಳಚಿತು. ಸಮೂಹದ ಸೌಂದರ್ಯಾತ್ಮಕ ಅಭೀಪ್ಸೆಯನ್ನು ಗುರುತಿಸುವ ಬಗೆ ನಿಧಾನಕ್ಕೆ ಅರ್ಥವಾಗತೊಡಗಿತು.

ನಾನು ಅವರ ಬದುಕಿನ ಭಾಷೆ ಕಲಿಯತೊಡಗಿದೆ. ಅವರ ಹಬ್ಬ, ಆಚರಣೆಯ ಭಾಗವಾದೆ. ನನ್ನ ಹಳೆಯ ಚಹರೆ ಮಾಯವಾಗ ತೊಡಗಿತು, ಊಟದಲ್ಲಿ; ಕೂಟದಲ್ಲಿ; ಆಟದಲ್ಲಿ; ಏನೆಲ್ಲದರಲ್ಲಿ! ಮೊದಲು ನನ್ನ ಮೂಲ ಹೆಸರು ಮರೆಯಾಗಿ ನಾನು 'ನಾಟಕದ ಮೇಷ್ಟ್ರು' ಅಂತ ಕರೆಸಿಕೊಳ್ಳಿತ್ತಿದ್ದೆ. ಈಗ ಆ ಹೆಸರೂ ದೂರಾಗಿ 'ಐನೋರಹಳ್ಳಿ ಮೇಷ್ಟರು' ಅಂತ ಹೆಸರಾದೆ; ನಾನು ಐನೋರ ಹಳ್ಳಿಯವನಾಗಿಬಿಟ್ಟಿದ್ದೆ.! ಊರ ಸಂಘದ ಮನೆಯ ಯುವಕರ ಅಡ್ಡೆಗೆ ಅನಧಿಕೃತ

ಅಧ್ಯಕ್ಷನೂ ಆಗಿಬಿಟ್ಟಿದ್ದೆ! ನಮ್ಮ ನಾಟಕ ತಂಡ ವಾಲೀಬಾಲ್, ಕಬಡ್ಡಿ ಆಟದ ಗುಂಪಾಗಿಯೂ, ರಾತ್ರಿ ಹೊತ್ತು ಹಲಸಿನಹಣ್ಣು ಜೇನು ಇಳಿಸಲು ಬಯಲೆಲ್ಲ ಸುತ್ತುವ 'ಗ್ಯಾಂಗ್' ಆಗಿಯೂ, ಅಕ್ಷರ ಆಂದೋಲನದ ಸ್ವಯಂ ಸೇವಕರ ತಂಡವಾಗಿಯೂ ಹೀಗೆ ಬಹುರೂಪಿಯಾಯಿತು.

ನಾಟಕ ಕಟ್ಟುವದೆಂದರೆ ಅದು ಬದುಕು ಕಟ್ಟುವ ಕಲೆಯೂ ಹೌದು. ನಾಟಕದ ಆಡುತ್ತಿರುವ ಸಮೂಹದ ಬದುಕಿನ ಜತೆ ಬೆರೆಯಲಾರದ ಸಂದರ್ಭದಲ್ಲೆಲ್ಲ ನಾಟಕ ಪ್ರದರ್ಶನ ಯಾಂತ್ರಿಕಗೊಳ್ಳುತ್ತದೆ. ರಂಗಭಾಷೆ ರೂಪುಗೊಳ್ಳುವದು ಅದನ್ನಾಡುವ ಆ ಜನಮನದ ಭಾಷೆಯ ಸಹಚರ್ಯದಿಂದಲೇ. ಅದಕ್ಕೆಂದೇ 'ನಾಟಕ ಕಲಿಯುವುದು' ಅನ್ನುತ್ತೇವೇನೊ!. ನಾನು ಆ ಹಳ್ಳಿಯಲ್ಲಿ ಅವರ ಭಾಷೆಯನ್ನು, ತನ್ಮೂಲಕ ರಂಗಭಾಷೆಯನ್ನು ಕಲಿಯಲು ಪ್ರಯತ್ನಿಸತೊಡಗಿದ್ದೆ.

ಮುಂದಿನ ವರ್ಷ ಇನ್ನೊಂದು ಕಂಪನಿ ಶೈಲಿಯ ನಾಟಕ ಆಡಿದೆವು. 'ಮುದುಕನ ಮದುವೆ'. ತುಂಬ ಜನಪ್ರಿಯವಾಯಿತು. ಅಷ್ಟರಲ್ಲಿ ನಮ್ಮೆಲ್ಲರೊಳಗೆ ಬೆಸೆದ ಬಾಂಧವ್ಯ, ಮೂಡಿದ ಅರಿವು ಇವೆಲ್ಲದರಿಂದಾಗಿ ಹೊಸ ರಂಗಭೂಮಿಯ ಚಟುವಟಿಕೆಗೆ ರಂಗ ಸಿದ್ಧವೂ ಆಗಿತ್ತು. ಆ ಸಮಯಕ್ಕೆ ಸರಿಯಾಗಿ ನಮ್ಮ ಶಾಲೆಯ ಹೊಸ ಕಟ್ಟಡ ಉದ್ಘಾಟನೆ ಕಾರ್ಯಕ್ರಮ ಒದಗಿ ಬಂದಿತ್ತು. ಹಗಲು ಹೊತ್ತಿನಲ್ಲಿ ಉದ್ಘಾಟನೆ ಇರುವುದರಿಂದ ಅಲ್ಲಿ ಶಾಲೆಯ ಮುಂದೆ ಬೀದಿ ನಾಟಕ ಮಾಡೋಣ ಅಂತ ಯೋಚಿಸಿದೆವು. ಅವರಿಗದು ಹೊಸ ಅಭಿವ್ಯಕ್ತಿಯ ಪ್ರಕಾರ. ಉತ್ಸಾಹದಿಂದ ಪಾಲ್ಗೊಂಡರು. 'ನಾವೆಲ್ಲ ಒಂದು' ಎನ್ನುವ ಬೀದಿಯ ನಾಟಕ ಪ್ರಯೋಗಗೊಂಡಿತು. ಕಾರ್ಯಕ್ರಮಕ್ಕೆ ಬಂದಿದ್ದ ಆಚೀಚಿನ ಊರ ಯುವಕರು, ಶಿಕ್ಷಕರು ಮುಂದೆ ನಾವೂ ಹೊಸ ಬಗೆಯ ನಾಟಕಕ್ಕೆ ಸೇರುತ್ತೇವೆ, ನಮಗೂ ಕಲಿಸಿಕೊಡಿ ಎಂದರು. ಅಕ್ಷರ ಆಂದೋಲನ ಆರಂಭವಾದ ಸಂದರ್ಭವದು. ಹೀಗಾಗಿ 'ಹೆಬ್ಬೆಟ್ಟು' ಅನ್ನುವ ನಾಟಕವನ್ನು ಕಟ್ಟಿದೆ.

ಆ ಊರಿನಲ್ಲಿ ನಾವೆಲ್ಲ ಸೇರಿ ಆಡಿದ ಕೊನೆಯ ನಾಟಕ ಬರಗೂರು ರಾಮಚಂದ್ರಪ್ಪನವರ 'ಕಪ್ಪು ಹಲಗೆ'. ನಾನು ಆ ಊರಿನ ಕಿರಿಯ ಪ್ರಾಥಮಿಕ ಶಾಲೆಗೆ 'ಕಪ್ಪು ಹಲಗೆ' ಯೋಜನೆಯಡಿಯಲ್ಲೇ ಶಿಕ್ಷಕನಾಗಿ ನೇಮಕ ಆಗಿದ್ದೆ!

ಇಂದಿಗೆ 30ಕ್ಕೂ ಹೆಚ್ಚು ವರ್ಷವಾಯ್ತು; ನಂಟುತನ ಮುಂದುವರಿಯುತ್ತಲೇ ಇದೆ. ಸ್ನೇಹಿತರಿಗೆ ಹೆಣ್ಣು ನೋಡಲೆಂದೋ, ಮದುವೆ ಮಾಡಿಸಲೆಂದೋ ಹೀಗೆ. ನಾಟಕದ 'ಎಂಟೇಗೌಡರು' ಈಗಲೂ ಫೋನ್ ಮಾಡಿ ಆರೋಗ್ಯ ವಿಚಾರಿಸ್ತಾರೆ. ಚೇರ್ಮೆನ್ ಮಂಜಪ್ಪನವರ ಮೊಮ್ಮಕ್ಕಳೊಂದಿಗೂ ಸಂಬಂಧ ಅಬಾಧಿತವಾಗಿ ಮುಂದುವರಿದಿದೆ.. ರಂಗ ಸಂಬಂಧ ಅದು. ಸುಲಭಕ್ಕೆ ಹರಿಗಡಿಯಲಾಗದು.. ⌘

ದಡವ
ನೆಕ್ಕಿದ
ಹೊಳೆ

ಹೆಜ್ಜೆ
5

ಅಂಗಕೆ ರಂಗದು ಮೆತ್ತಿದವೆಂದರೆ..

ಯಾವುದೇ ಸಂಸ್ಥೆಯಿರಲಿ ಅಲ್ಲಿ ರಂಗಭೂಮಿಯ ಆಸಕ್ತಿ ಹೊಂದಿದ ಒಬ್ಬರಿದ್ದರೆ ಸಾಕು ಇಡಿಯ ವಾತಾವರಣವೇ ಬದಲಾಗಲಾರಂಭಿಸುತ್ತದೆ. ಅದು ರಂಗಭೂಮಿಯ ಸ್ವಭಾವ. ಏಕೆಂದರೆ ರಂಗಭೂಮಿಯ ಅಭಿವ್ಯಕ್ತಿಯ ಸ್ವರೂಪದಲ್ಲಿಯೇ ಬಹುತ್ವವಿದೆ. ಆಸಕ್ತಿ ಇರುವ ಒಬ್ಬರಿದ್ದರೆ ಸಾಕು ಅವರ ಜತೆ ಸಮಾನ ಮನೋಭಾವದ ಭಿನ್ನಭಿನ್ನ ಕೌಶಲ ಹೊಂದಿದವರ ಸಮೂಹವೇ ಆ ವಾತಾವರಣದಲ್ಲಿ ಹೊಸ ಉಸಿರು ಸೇರಿಸಲು ಆರಂಭಿಸುತ್ತವೆ. ಹಲವು ಭಿನ್ನಭಿನ್ನ ರುಚಿಗಳ ಸಮಾರಾಧನೆಗೆ ನೆಲ ಸಜ್ಜಾಗಿಬಿಡುತ್ತದೆ! ಅದರ ಅಂಗಗಳಿಗೆ ರಂಗು ಮೆತ್ತಿಕೊಳ್ಳಲಾರಂಭಿಸುತ್ತದೆ.

ಕುವೆಂಪು ವಿಶ್ವವಿದ್ಯಾಲಯದಲ್ಲಿ ಕನ್ನಡ ಅದ್ಯಾಪಕರಾಗಿದ್ದ, ಕಾವ್ಯ, ನಾಟಕಗಳ ಒಲವಿನ ಖ್ಯಾತ ವಿಮರ್ಶಕ ಡಾ.ಕೇಶವ ಶರ್ಮ ಅವರು ಯಕ್ಷಗಾನ, ತಾಳಮದ್ದಲೆಯ ಪ್ರಸಿದ್ಧ ಕಲಾವಿದರೂ ಹೌದು. ನಮ್ಮಿಬ್ಬರಲ್ಲಿ ಸಮಾನವಾಗಿರುವ ನಾಟಕ ಹಾಗೂ ಯಕ್ಷಗಾನಗಳ ಸಹಬಾಳ್ವೆಯ ಸಹಜಶೀಲ ಗುಣಗಳಿಂದಾಗಿ ನಾನವರ ಮನೆಯಲ್ಲಿ ನಿಯಮಿತ ಅತಿಥಿ ಆದೆ. ಅವರ ಆಸ್ಥೆಯ ಕಾರಣದಿಂದಾಗಿ ವಿಶ್ವವಿದ್ಯಾನಿಲಯದಲ್ಲಿ ನಾಟಕ ಚಟುವಟಿಕೆ ಆರಂಭವಾಯಿತು. ಮೊದಮೊದಲು ಕನ್ನಡ ವಿಭಾಗದ ವಿದ್ಯಾರ್ಥಿಗಳಿಗೆ ಅಂತ ಶುರುವಾದ ನಮ್ಮ ನಾಟಕ ಚಟುವಟಿಕೆ ಕ್ರಮೇಣ ವಿಶ್ವವಿದ್ಯಾಲಯದ ಉಳಿದ ವಿಷಯ ವಿಭಾಗಗಳ ವಿದ್ಯಾರ್ಥಿಗಳ ಪಾಲ್ಗೊಳ್ಳುವಿಕೆಯ ಕಾರಣದಿಂದಾಗಿ ವಿಸ್ತಾರವನ್ನೂ ಪಡೆಯಿತು. ನಾಟಕ ಆಡಿಸಲು ಬಂದ ನಾನು ಮತ್ತು ನನ್ನೊಡನೆ ಬಂದ ರಂಗಪರಿವಾರವೆಲ್ಲ ಉಳಿಯುವದು, ಉಣ್ಣುವದು ಅವರ ಮನೆಯಲ್ಲಿಯೇ. ಅವರ ಸಂಗಾತಿ ಸಬಿತಾ ಬನ್ನಾಡಿಯವರು ಪಥ್ಯ ಚರ್ಚೆ, ವಿಮರ್ಶೆ ಎಲ್ಲಕ್ಕೂ ನಮಗೆ ನೆರವಾಗುತ್ತ ಭೌತಿಕ, ಬೌದ್ಧಿಕ ಅನ್ನದಾತೆಯಾಗಿ ಬಿಟ್ಟಿದ್ದರು. ಅವರ ಮಕ್ಕಳಾದ ನಹುಶ, ನಿಯತಿ ನಮ್ಮ ಮೊದಲ ನಟರು ಮತ್ತು ಪ್ರೇಕ್ಷಕರೂ ಆಗಿರುತ್ತಿದ್ದರು. ವಿಶ್ವವಿದ್ಯಾಲಯದ ಆವರಣದಲ್ಲಿಯ ಎನ್.ಎಸ್.ಎಸ್. ರೂಮಿನಲ್ಲಿಯೋ ಅಥವಾ ಮರಗಳ ಕೆಳಗೋ ರಿಹರ್ಸಲ್‌ಗಳು ನಡೆದರೆ, ಅಧ್ಯಯನ ವಿಭಾಗದ ಅಂಗಳ, ಕಾರಿಡಾರ್ ಅಥವಾ ಇಂಡೋರ್ ಸ್ಟೇಡಿಯಮ್ ಹೀಗೆ ಹಲವು ಕಡೆಗಳಲ್ಲಿ ರಂಗ ಪ್ರದರ್ಶನಗಳು ನಡೆಯುತ್ತಿದ್ದವು.

ನಮಗೆ ಎಲ್ಲ ತಾಣವೂ ರಂಗ ತಾಣವೇ! ಸಿದ್ಧ ಮಾದರಿಯ ಸ್ಥಳ ಇಲ್ಲದಿದ್ದಷ್ಟೂ ಕಲ್ಪನೆಗಳಿಗೆ ಒಳ್ಳೆಯ 'ತಾವು' ಸಿಗುವದು, ಒತ್ತಡವಿದ್ದಷ್ಟೂ ಅರಳಿಕೊಳ್ಳುವದು ರಂಗಭೂಮಿಯ ಗುಣ ವಿಶೇಷವೇ ಆಗಿವೆ. ಮೂರು ಮೆಟ್ಟಿಲ ಕತೆ, ಬದುಕು ಬಂಧೀಖಾನೆ, ಪುರೂರವ ಊರ್ವಶಿ, ಹೇಳಿನೀವ್ಯಾರ ಕಡೆ, ಮಹಾಭಾರತ, ಹೀಗೆ ಹಲವು ನಾಟಕಗಳು ಅಲ್ಲಿ ಮೈತಾಳಿದವು ಮತ್ತು ಅಲ್ಲಿಯ ಸುತ್ತಮುತ್ತಲಿನ ಪ್ರದೇಶಗಳಲ್ಲಿ ಮರು ಪ್ರಯೋಗ ಕಂಡವು. ಸರಿ ರಾತ್ರಿಯಲ್ಲಿ ಕ್ಯಾಂಪಸ್ಸಿನ ರಸ್ತೆಗಳ ಮೇಲೆ ತಮಟೆ ಹೊಡೆಯುತ್ತ 'ನಾವು ಬೆವರನು ಸುರಿಸಿ..' ಎನ್ನುತ್ತ ವಿದ್ಯಾರ್ಥಿ ನಟರು ಹಾಡುತ್ತಿದ್ದರೆ ವಿಶ್ವವಿದ್ಯಾಲಯದ ಅಂಗಾಂಗ ಪುಳಕಗೊಂಡಿರುತ್ತಿದ್ದವು.

ಇಂತಹ ದಿನಗಳಲ್ಲಿಯೇ ಕುವೆಂಪು ಜನ್ಮ ಶತಮಾನೋತ್ಸವ ವರ್ಷ ನಮಗೆ ಒದಗಿ ಬಂದಿದ್ದು. ಆಗ ಕುವೆಂಪು ಅವರ ಅಳಿಯ ಚಿದಾನಂದಗೌಡರು ವಿಶ್ವವಿದ್ಯಾಲಯದ ಉಪ ಕುಲಪತಿಗಳಾಗಿದ್ದರು ಮತ್ತು ಆ ಕಾರಣದಿಂದಾಗಿ ಕುವೆಂಪುರವರ ಮಗಳಾದ ತಾರಿಣಿಯವರೂ ನಮಗೆ ಕಾಣಸಿಕ್ಕರು. ವಿಶ್ವವಿದ್ಯಾಲಯದಿಂದ ನಾಟಕವೊಂದನ್ನು ಸಿದ್ಧಪಡಿಸುವುದೆಂತಲೂ ಮತ್ತು ಅದನ್ನು ವಿಶ್ವವಿದ್ಯಾಲಯದ ವ್ಯಾಪ್ತಿಗೊಳಪಟ್ಟ ಕಾಲೇಜುಗಳಲ್ಲಿ ಪ್ರಯೋಗ ಮಾಡುವದೆಂತಲೂ ತೀರ್ಮಾನವಾಯಿತು. ಕನ್ನಡದ ಕನ್ನಡಿಯಲ್ಲಿ ವಿಶ್ವವನ್ನು ಕಾಣಿಸ ಹೊರಡುವ ಕುವೆಂಪು ಅವರ ಕಾವ್ಯ ಪ್ರತಿಮೆಗಳನ್ನು ದೃಶ್ಯ ಪ್ರತಿಮೆಯಾಗಿ ಓದಹೊರಡುವ ರಂಗ ಪ್ರಯೋಗವನ್ನು ಕಟ್ಟಲು ಚಿಂತನೆ ಸಾಗಿತು. ಕುವೆಂಪುರವರ ದಶಾನನನ ಸ್ವಪ್ನಸಿದ್ಧಿಯೇ ಕಿಂದರಿ ಜೋಗಿಯನ್ನು ಎಲ್ಲಿಯೂ ನಿಲ್ಲಲೊಪ್ಪದೇ ಮನುಜಮತ ಸಾರುತ್ತ ಸಾಗುವ ವಿಶ್ವಪಥಿಕನನ್ನಾಗಿಸಿದೆಯಲ್ಲವೇ! ಅವರ ಕೃತಿಗಳ ಈ ಬಗೆಯ ಓದನ್ನು ರಂಗಪಠ್ಯವನ್ನಾಗಿ ನಿರ್ಮಿಸುವ ಜವಾಬ್ದಾರಿಯನ್ನು ಕುಮಟಾ ಕಾಲೇಜಿನ ಉಪನ್ಯಾಸಕರೂ, ವಿಮರ್ಶಕರೂ ಆದ ಡಾ.ಎಂ.ಜಿ.ಹೆಗಡೆಯವರು ವಹಿಸಿಕೊಂಡರು. ಅಸಮಾನತೆಯ ವಿರುದ್ಧ ಎದ್ದ ಬಡಬಗ್ಗರ ಜಠರಾಗ್ನಿಯನ್ನು ಕಲ್ಕಿಯ ಮೂಲಕ, ಯುದ್ಧದಲ್ಲಿ ನಲುಗುವ ಜನಸಾಮಾನ್ಯರ ಬವಣೆಯನ್ನು ಸ್ಮಶಾನ ಕುರುಕ್ಷೇತ್ರಂ ಮೂಲಕ, ಯುದ್ಧದ ನಿರರ್ಥಕತೆ ಮತ್ತು ಮಾತೃತ್ವದ ಕಾಣ್ಕೆಯನ್ನು ರಾಮಾಯಣ ದರ್ಶನಂ ಮೂಲಕ, ದೇವರಿಗಿಂತ ಮಿಗಿಲಾದ ತಾಯ್ತನವನ್ನು ಪೆಪ್ಪರಮೆಂಟ್ ಚಂದ್ರನ ಮೂಲಕ ಹೀಗೆ ಇವೆಲ್ಲವನ್ನೂ ಕೊಲಾಜ್ ಮಾದರಿಯಲ್ಲಿ ಕಟ್ಟಿದ ನಾಟಕ 'ಕುವೆಂಪು ಕಾವ್ಯದೃಶ್ಯ' ಸಿದ್ಧಗೊಂಡಿತು.

ಗಾತ್ರದಲ್ಲಿ ವಾಮನನಾದರೂ ಕಲಾಪ್ರತಿಭೆಯಲ್ಲಿ ತ್ರಿವಿಕ್ರಮನಾಗಿರುವ ಹೊನ್ನಾವರದ ದಾಮೋದರ ನಾಯ್ಕ ನಾಟಕದ ಸೆಟ್, ಪ್ರಾಪರ್ಟಿ, ಕಾಸ್ಟ್ಯೂಮ್ ಎಲ್ಲದರ ಜವಾಬ್ದಾರಿ ಹೊತ್ತಿದ್ದ. ಸದಾ ನನ್ನೊಂದಿಗೆ ರಂಗಭೂಮಿಯ ಎಲ್ಲ ಕೆಲಸಗಳಲ್ಲಿಯೂ ಜತೆಗಾರನಾಗಿ ಬರುವ ಶಿರಸಿಯ ಚಂದ್ರು ಉಡುಪಿಯೂ ಜತೆ

ಸೇರಿದ. ಸುಮಾರು 25 ವಿದ್ಯಾರ್ಥಿ ನಟರೊಂದಿಗೆ ಕೇಶವ ಶರ್ಮರ ನೇತೃತ್ವದಲ್ಲಿ ನಾಟಕ ಸಿದ್ಧಗೊಂಡು ರಾಜ್ಯದ ಹಲವು ಕಡೆ ಪ್ರಯೋಗ ನಡೆಯಿತು. ಕುವೆಂಪು ಜನ್ಮ ಶತಮಾನೋತ್ಸವದ ಸಂದರ್ಭವೂ ಆದ ಕಾರಣ ಬಹುತೇಕ ಶನಿವಾರ, ರವಿವಾರ ನಾಟಕ ಪ್ರಯೋಗಗಳು ಇದ್ದೇ ಇರುತ್ತಿದ್ದವು. ಆ ತಿರುಗಾಟವೇ ತುಂಬ ವಿಶಿಷ್ಟವಾದದ್ದು! ಹಲವು ನೆನಪುಗಳು, ಹಲವು ಕಲಿಕೆಗಳು. ಹರಿಹರದ ಸ್ಲಂ ಏರಿಯಾ ಒಂದರ ಬೀದಿಯಲ್ಲಿ ನಾಟಕ ಪ್ರದರ್ಶಿಸಿದ್ದು, ತರೀಕೆರೆಯ ಪ್ರಯೋಗವೊಂದರಲ್ಲಿ ವೇಷಭೂಷಣದ ಬ್ಯಾಗ್ ಸಿಗದೇ ಅರ್ಧ ಗಂಟೆಯಲ್ಲಿ ಆ ಊರಿನ ದರ್ಜಿಯಿಂದ ಸಣ್ಣಪುಟ್ಟ ಅಗತ್ಯ ಕಾಸ್ಟ್ಯೂಮ್ ಸಿದ್ಧಪಡಿಸಿಕೊಂಡಿದ್ದು, ಯಾವುದೋ ಒಂದು ಶೋದಲ್ಲಿ ಕಿಂದರಿಜೋಗಿ ಪಾತ್ರ ಮಾಡುತ್ತಿರುವ ರಾಜೇಶ್ವರಿ ಎನ್ನುವ ಹುಡುಗಿಗೆ ಗಡ್ಡ ಅಂಟಿಸಲು ಏನೂ ವ್ಯವಸ್ಥೆ ಆಗದೇ ಕೊನೆಗೆ ಸೈಕಲ್ ಪಂಚರ್ ತೆಗೆಯುವ ಟ್ಯೂಬ್ ಸೊಲೂಷನ್ ಹಾಕಿ ಗಡ್ಡ ಅಂಟಿಸಿ ಅವಳ ಕೆನ್ನೆ ಸುಟ್ಟಿದ್ದು, (ಈಗವರು ಶೃಂಗೇರಿಯ ಹತ್ತಿರದ ಬೇಗೂರು ಕಾಲೇಜಿನಲ್ಲಿ ಉಪನ್ಯಾಸಕರಾಗಿದ್ದಾರೆ), ಕುವೆಂಪು ಹುಟ್ಟಿದ ಊರು ದೇವಂಗಿಯಲ್ಲಿ ಅತ್ಯುತ್ತಮ ಪ್ರದರ್ಶನ ನೀಡಲೆಂದು ನಮ್ಮ ಟೆಕ್ನೀಶಿಯನ್ ದಾಮೋದರ ಬೊಂಬಿನ ನಳಿಕೆಯೊಂದರಲ್ಲಿ ಟಾರ್ಚ್ ಇಟ್ಟುಕೊಂಡು, ದಿಬ್ಬದ ಮೇಲೆ ಮಲಗಿ, ಸ್ಮಶಾನ ಕುರುಕ್ಷೇತ್ರಂ ದೃಶ್ಯದಲ್ಲಿ 'ಸ್ಪಾಟ್‌ಲೈಟ್' ಬಿಟ್ಟಿದ್ದು... ಹೀಗೆ ನೆನಪುಗಳ ಸರಮಾಲೆಯೇ ಇದೆ. ಬೆಂಗಳೂರಿನ ಚಿತ್ರಕಲಾ ಪರಿಷತ್ತಿನಲ್ಲಿ ಪ್ರಯೋಗ ನಡೆದಾಗ ಅಲ್ಲಿಯ ಆವರಣದ ಕಲ್ಲು ಬಂಡೆಗಳ ಹಿಂದಿನಿಂದೆಲ್ಲ ನಮ್ಮ ನಾಟಕದ ಪಾತ್ರಗಳನ್ನು ತಂದಿದ್ದೆವು. ನಾಟಕ ಮುಗಿದ ಮೇಲೆ ಯಾರೋ ಹಿರಿಯರು ಬಳಿಬಂದು, 'ಶಂಕರನಾಗ್ ನಾಗಮಂಡಲದಲ್ಲಿ ಇಂತಹ ಪ್ರಯೋಗ ಮಾಡಿದ್ದು ಬಿಟ್ಟರೆ ಈಗ ನೀವೇ ಮಾಡಿದ್ದು ಕಣಪ್ಪ' ಅಂತ ಹೇಳಿ ಬೆನ್ನು ತಡವಿದ್ದರು. ಅಂದಿನ ರಾತ್ರಿ, ಸಕ್ಸಸ್ ಸೆಲಿಬ್ರೇಷನ್ ಸಮಯದಲ್ಲಿ, ನಿಜವಾಗಿಯೂ ಅಂಗಕ್ಕೆಲ್ಲ ರಂಗು ಮೆತ್ತಿಕೊಂಡ ಸಂದರ್ಭದಲ್ಲಿ ಶಂಕರ್‌ನಾಗನೇ ಬಂದು ಉತ್ತರ ಕನ್ನಡದ ಬಾಂಧವ್ಯ ನೆನಪಿಸಿ ಬೆನ್ನು ತಟ್ಟಿಹೋದಂತಾಗಿ...!. ಹೀಗೆ, ಒಂದೇ ಎರಡೇ!

ಆದರೆ ಬಣ್ಣದ ಹೆಜ್ಜೆ ಎದೆಯಲ್ಲಿ ಗುರುತು ಮೂಡಿಸಿದ ಆ ದಿನವನ್ನು ಮಾತ್ರ ಮರೆಯಲಾಗದು! ಅಂದಿನ ದಿನದ ರೋಚಕತೆಯಿಂದಾಗಿ ನಾನು ಇಂದಿಗೂ ಕಂಪಿಸುವದಿದೆ! ಆ ಸಂದರ್ಭದ ಭಾವ ನಿರೂಪಣೆಗೆ ನಾನು ಇದುತನಕ ಕಲಿತ ಪದಗಳೆಂದಿಗೂ ನೆರವಿಗೆ ಬರಲಾರವು ಎಂಬ ದಟ್ಟ ನಂಬಿಕೆ ಇದೆ ನನಗೆ. ಇರಲಿ. ಆ ದಿನದ ಕತೆ ಹೇಳುವೆ.

ಕುವೆಂಪು ಕಾವ್ಯ ದೃಶ್ಯವನ್ನು ಶಿವಮೊಗ್ಗದಲ್ಲಿ ನೋಡಿದ ಕಡಿದಾಳ ಶಾಮಣ್ಣನವರಿಗೆ ಈ ನಾಟಕವನ್ನು ತೇಜಸ್ವಿಗೆ ತೋರಿಸಲೇಬೇಕು ಅನಿಸಿಬಿಟ್ಟಿತು.

ತಾರಿಣಿಯವರು ಮತ್ತು ಶಾಮಣ್ಣನವರು ತೇಜಸ್ವಿಯವರಲ್ಲಿ ಮಾತನಾಡಿ ದಿನವೊಂದನ್ನು ನಿಶ್ಚಯಿಸಿಯೂ ಬಿಟ್ಟರು ಮತ್ತು ಮೂಡಿಗೆರೆಯ ಕನ್ನಡ ಸಂಘವೊಂದು ನಾಟಕ ಪ್ರದರ್ಶನದ ಜವಾಬ್ದಾರಿಯನ್ನೂ ವಹಿಸಿಕೊಂಡಿತು. ನಮಗೆಲ್ಲ ಪುಳಕವೋ ಪುಳಕ. ನಾಟಕ ನೋಡಿ ತೇಜಸ್ವಿ ಬಯ್ದರೆ ಅಂತ ಅನುಮಾನವಿದ್ದರೂ, ತೇಜಸ್ವಿಯವರಿಂದ 'ಬೈಸಿಕೊಳ್ಳುವ' ಭಾಗ್ಯಕ್ಕಾಗಿ ನಾವೆಲ್ಲ ತಯಾರಾಗಿ ಬಿಟ್ಟೆವು!

ನಿಶ್ಚಿತ ದಿನಾಂಕದಂದು ನಟರ ಸಮೂಹದ ಜತೆ ಮೂಡಿಗೆರೆ ತಲುಪಿದಾಗ ಮದ್ಯಾಹ್ನ 2 ಘಂಟೆ. ಬಸ್ಸಿನಿಂದಿಳಿಯುವಾಗಲೇ ನಮ್ಮೆಲ್ಲರೊಳಗೆ ತವಕ, ಉತ್ಸುಕ, ಉದ್ವೇಗ ಎಲ್ಲ ಜತೆಯಾಗಿತ್ತು. ಆಗಲೇ ಹುಡುಗರು ಅಲ್ಲೆಲ್ಲಿಯಾದರೂ ತೇಜಸ್ವಿ ಕಾಣ್ತಾರಾ ಅಂತ ಹಣಕಿ ಹಾಕಲು ಆರಂಭಿಸಿಬಿಟ್ಟಿದ್ದರು. ಆ ಉತ್ಸಾಹವೆಲ್ಲ ಪಾತಾಳಕ್ಕೆ ಇಳಿದು ಹೋಗಲು ಹೆಚ್ಚು ಸಮಯ ಹಿಡಿಯಲಿಲ್ಲ. ಸಂಘಟಕರು ನಾಟಕದ ಪ್ರದರ್ಶನದ ಜಾಗ ತೋರಿಸಿದಾಗ ನಾವೆಲ್ಲ ಎಚ್ಚರ ತಪ್ಪಿ ಕೆಳಗೆ ಬೀಳದಿದ್ದುದೊಂದೇ ಭಾಗ್ಯ.!

ಅವರು ತೋರಿಸಿದ ರಂಗಸ್ಥಳ ಎಂದರೆ ಸೊಸೈಟಿಯ ಹೊರಗಿನ ವರಾಂಡ ಆಗಿತ್ತು! ಆ ವರಾಂಡದ ಮೇಲೆ ನಾಟಕ ಮಾಡಿದರೆ ಕೆಳಗಿನವರಿಗೆ ಚೆನ್ನಾಗಿ ಕಾಣತ್ತೆ ಅನ್ನುವದೊಂದೇ ಅವರ ತಲೆಯಲ್ಲಿರುವದು! ಅಲ್ಲಿ ನಾಟಕ ಮಾಡಲು ಸ್ಥಳ ಸಾಲುತ್ತದೋ ಇಲ್ಲವೋ ಎಂಬುದಲ್ಲ. ಆ ವರಾಂಡದ ಮೇಲೆ ಒಟ್ಟಿಗೇ 10 ಜನ ನಿಲ್ಲಲು ಆಗುತ್ತಿರಲಿಲ್ಲ.. ಮತ್ತು ಅದರ ಅಗಲ 9 ಅಡಿ ಇತ್ತು ಅಷ್ಟೆ! ಆ ರಂಗಸ್ಥಳದ ಮೇಲೆ ಎರಡು ಮೈಕ್ ಸ್ಟ್ಯಾಂಡು, ಎರಡು ಹ್ಯಾಲೋಜನ್ ಬುರುಡೆಗಳು ನೆಲದ ಮೇಲೆ ಕುಳಿತು ನಮ್ಮ ಕಾಯುತ್ತಿತ್ತು.! ಕರೆಂಟ್ ಇಲ್ಲದ್ದರಿಂದ ಒಂದು ಸೀಮೆಎಣ್ಣೆಯಿಂದ ಆರಂಭವಾಗುವ ಜನರೇಟರ್ ಒಂದನ್ನು ವೇದಿಕೆಯೆಂಬ ವರಾಂಡದ ಮೇಲೆಯೇ ಇಟ್ಟಿದ್ದರು. ಅದನ್ನು ಸ್ಟಾರ್ಟ್ ಮಾಡಿದ ಕೂಡಲೇ ಅದು ಹಾಕಿದ ಬೊಬ್ಬೆಗೆ ನಮ್ಮ ಮಾತು ನಮಗೇ ಕೇಳುತ್ತಿರಲಿಲ್ಲ!! ಅದನ್ನು ತುಸು ದೂರ ಒಯ್ದು ಇಡುವ ಅಂತ ನೋಡಿದರೆ ಅಗತ್ಯ ವೈರ್ ಸಹ ಇರಲಿಲ್ಲ!!! ಇಷ್ಟೆಲ್ಲದರ ಜತೆ ಸಂಘಟಕರು ನಾಟಕ 5 ಘಂಟೆಗೆ ಅಂತ ಪ್ರಿಂಟ್ ಮಾಡಿದ ಕರಪತ್ರ ಕೈಗಿತ್ತರು!! ಅದಲ್ಲದೇ "ಸ್ವಲ್ಪ ಕತ್ತಲಾಗಲಿ ಸರ್ ಆ ಮೇಲೇ ಶುರು ಮಾಡಿ, ಇಲ್ಲವಾದರೆ ಲೈಟಿಂಗ್ ಕಾಣುವದಿಲ್ಲ" ಅಂದರು. ನಾನು ಆ ಎರಡು ಹ್ಯಾಲೋಜನ್ ಬುರುಡೆಗಳನ್ನು ನೋಡಿ ತಲೆ ಹಿಡಿದು ಕುಳಿತು ಬಿಟ್ಟೆ. ಅಷ್ಟು ಹೊತ್ತಿಗೆ 4 ಘಂಟೆ ಆಗಿತ್ತು. ನನಗೆ ಅಳು ಬರುತ್ತಿತ್ತು. ನಾನು ಆರಾಧಿಸುವ ವ್ಯಕ್ತಿಗೆ ಇಂತಹ ಕಠಿಣ ಪರಿಸ್ಥಿತಿಯಲ್ಲಿ ನಾಟಕವನ್ನು ತೋರಿಸುವುದಾದರೂ ಎಂತು? ರಂಗ ಮಂಚವೆಂಬ ಆ ಸ್ಥಳದ ಮೇಲೆ ನನ್ನ ಇಪ್ಪತ್ತು ಜನ ಕಲಾವಿದರನ್ನು ಹತ್ತಿಸಿ ನಿಲ್ಲಿಸುವುದಾದರೂ ಹೇಗೆ? ಆ ಡಗಡಗ ಸದ್ದಿನ ಜನರೇಟರ್ ಎದುರು ನಮ್ಮ

ನಾಟಕದ ಸಂಭಾಷಣೆ, ಹಾಡು ಕೇಳುವದಾದರೂ ಹೇಗೆ? ಅದರಲ್ಲಿಯೂ ನಾವು ಕುವೆಂಪು ನಾಟಕದ ಭಾಷೆಯನ್ನು ಹಾಗೆಯೇ ಉಳಿಸಿಕೊಂಡಿದ್ದೆವು. ಆ ಕಾಲಕ್ಕೆ ಜಿ.ಎಸ್.ಶಿವರುದ್ರಪ್ಪನವರು ಹೊಸಗನ್ನಡದ ರೂಪಾಂತರವನ್ನು ತಂದಿದ್ದರೂ ನಾವು ಅದನ್ನು ಬಳಸಿರಲಿಲ್ಲ. ಇಲ್ಲಿ ನೋಡಿದರೆ!! ಆ ಮಾತುಗಳು ಒಂದೂ ಪ್ರೇಕ್ಷಕರಿಗೆ ಕೇಳಲು ಸಾಧ್ಯವಿರಲಿಲ್ಲ!! ಒತ್ತಡದಿಂದ ಎದ್ದ ಪಿತ್ತ ನೆಲಕ್ಕಿಳಿಯುವವರೆಗೂ ಮೈ ಅದುರುತ್ತಿತ್ತು. ನಂತರ ಕೇಶವ ಶರ್ಮ ಮತ್ತು ನಾನು ಹತ್ತು ಸಿಗರೇಟು ಸುಟ್ಟು ಒಂದು ತೀರ್ಮಾನಕ್ಕೆ ಬಂದೆವು. 'ಇರುವ ಪರಿಸ್ಥಿತಿ ಒಪ್ಪಿ ನಾಟಕ ಮಾಡೋದು ಅಂತ'. ಚಕಚಕನೆ ಒಂದಿಷ್ಟು 'ಬ್ಲಾಕಿಂಗ್' ಬದಲಾದವು.. ಪಾತ್ರಗಳ ಓಡಾಟದ ನಮೂನೆ ಬದಲಾಯಿತು.. ವರಾಂಡದ ಅಲ್ಲಲ್ಲ ವೇದಿಕೆಯ ಮೇಲೆ 6 ಕ್ಕೂ ಹೆಚ್ಚು ಪಾತ್ರಗಳು ಒಮ್ಮೆಲೇ ಬರದಂತೆ ಯೋಜನೆ ತಯಾರಾಯಿತು.. ಸೆಟ್‌ಗಳನ್ನು ಅಲ್ಲಲ್ಲಿ ಮುರಿದು ಮತ್ತೆ ಜೋಡಿಸಲು ಮೊಳೆ ಹೊಡೆಯಲಾರಂಭಿಸಿದ್ದೆವು.. ಅಷ್ಟರಲ್ಲಿ ತೇಜಸ್ವಿಯವರ ದೊಗಳೆ ಪ್ಯಾಂಟು ಕಂಡಿತು. "ಏನ್ರಯ್ಯಾ 5 ಘಂಟೆಗೆ ನಾಟಕ ಅಂತ ಹೇಳಿ ಇನ್ನೂ ಮೊಳೆ ಹೊಡೇತಿದೀರಲ್ಲ" ಅಂದ್ರು. ನಾವು ನಮ್ಮ ಕಷ್ಟಗಳನ್ನು ಅರೆಬರೆ ವಾಕ್ಯಗಳಲ್ಲಿ ನಿವೇದಿಸಿಕೊಂಡ ಮೇಲೆ "..ಮತ್ತೇನು ನಿಮಗೆ ಇಲ್ಲಿ ಕಲಾಕ್ಷೇತ್ರ ದೊರೀತದೆ ಅಂದ್ಕೊಂಡ್ರಾ." ಅಂದ್ರು. ಕೊನೆಗೆ ಕೇಶವ ಶರ್ಮರ ಸಂಧಾನದ

ಮೂಲಕ, ಶಾಮಣ್ಣನವರ ಜತೆ ತೇಜಸ್ವಿಯವರು ಮನೆಯಲ್ಲಿರುವುದು, ನಾಟಕ ಆರಂಭವಾಗುವ ತುಸು ಮೊದಲು ಅವರಿಗೆ ಫೋನ್ ಮಾಡಿ ಕರೆಯುವುದು, ಮತ್ತು ವೇದಿಕೆಗೆ ಅವರನ್ನು ಯಾವ ಕಾರಣಕ್ಕೂ ಆಮಂತ್ರಿಸದಿರುವುದು ಎಂಬಿತ್ಯಾದಿ ಮಾತುಕತೆಯನ್ನು ಯಶಸ್ವಿಯಾಗಿ ಮುಗಿಸಿ ನಾವು ನಾಟಕಕ್ಕೆ ಸಿದ್ಧವಾಗತೊಡಗಿದೆವು.

7 ಘಂಟೆಯಾಯಿತು. ಇನ್ನೇನು ನಾಟಕ ಆರಂಭಿಸಬೇಕು ಅನ್ನುವಷ್ಟರಲ್ಲಿ ಕನ್ನಡ ಸಂಘದ ಮುಖ್ಯಸ್ಥರು ಬಂದು ತೇಜಸ್ವಿಯವರು ಬಂದ ಮೇಲೆ ಶುರು ಮಾಡೋಣ ಅಂತ ತಾಕೀತು ಮಾಡಿದರು. ನಾವು ಅದಕ್ಕೆ ಒಪ್ಪದೇ, ನಾಟಕ ಶುರು ಮಾಡ್ತೇವೆ, ತೇಜಸ್ವಿಯವರು ವೇದಿಕೆಯ ಮೇಲೆ ಬಂದರೆ ಆಗ ನಿಲ್ಲಿಸ್ತೇವೆ ಅಂತ ಅವರಿಗೆ ಹೇಳಿ ಅವರನ್ನು ಒಪ್ಪಿಸಿದೆವು. ನಮಗೆ ಮೊದಲೇ ಆದ ಕರಾರು ಗೊತ್ತಿತ್ತಲ್ಲ.! ನಾಟಕ ಶುರುವಾಗುವಾಗ ರಾಜೇಶ್ವರಿಯವರು ಮತ್ತು ಶಾಮಣ್ಣ ಮುಂದೆ ಬಂದು ಕುಳಿತರು. ತೇಜಸ್ವಿ ಅಲ್ಲೆಲ್ಲೋ ಒಂದೆಡೆ ನಿಂತಿದ್ದಾರೆ ನೀವು ಮುಂದುವರಿಸಿ ಅಂತ ಶಾಮಣ್ಣನವರಿಂದ ಸೂಚನೆ ಬಂತು. ನಾಟಕ ಆರಂಭವಾಯ್ತು. ವರಾಂಡದ ಮೆಟ್ಟಿಲ ಮೇಲೆ ಸಂಗೀತ ಉಪಕರಣಗಳನ್ನು ಹರಡಿಕೊಂಡು ಸಹಕಲಾವಿದರೊಂದಿಗೆ ಕುಳಿತ ನಾನು, ನಾಟಕದ ಹಾಡುಗಳನ್ನು ಮಾತ್ರವಲ್ಲದೇ ಅದರ ಎಲ್ಲ ಪಾತ್ರಗಳ ಮಾತನ್ನೂ ಗಟ್ಟಿಯಾಗಿ ಹೇಳುತ್ತಿದ್ದೆನಂತೆ! ಜತೆಗಿರುವವರು ಅದನ್ನು ಹೇಳಿಕೊಂಡು ಆಮೇಲೆ ಮಜಾ ತಗೋತಿದ್ರು. ನಾಟಕದ ಮಾತುಗಳನ್ನು ಸೀಮೆ ಎಣ್ಣೆಯ ಮೆಷಿನ್‌ನ ಗುಡುಗುಡು ಸದ್ದು ನುಂಗಿ ಹಾಕುತ್ತದೆ ಎಂಬ ಭಯದಿಂದ ಸಂಗೀತವನ್ನೂ ಏರು ಶೃತಿಯಲ್ಲಿಯೇ ನೀಡಿದ್ದೆ ಆವತ್ತು.

ಅಂತೂ ನಾಟಕ ಮುಗಿಯಿತು. ನನಗೆ ತಲೆ ಎತ್ತಲೂ ನಾಚಿಕೆ. ಶಿಷ್ಟಾಚಾರದ ಕೆಲಸಗಳೆಲ್ಲ ಮುಗಿದ ಮೇಲೆ ಶಾಮಣ್ಣನವರಲ್ಲಿ ಮೆತ್ತಗೆ 'ಸರ್ ತೇಜಸ್ವಿ ಬಯ್ತಾರಾ?' ಅಂತ ಕೇಳಿದೆ. "ಅವನ್ಯಾಕೆ ಸುಮ್ ಸುಮ್ನೆ ಬಯ್ತಾನೆ? ಅವನಿಗಿಷ್ಟ ಆಗದಿದ್ರೆ ಹಾಗೇ ಹಿಂದೆಲ್ಲೋ ನಿಂತು ಹೋಗ್ತಾನೆ ತಲೆಕೆಡಿಸಿಕೊಳ್ಳಬೇಡ" ಅಂದ್ರು. ಅಷ್ಟು ಹೊತ್ತಿಗಾಗಲೇ ಅಲ್ಲಿಯ ಗೂಡಂಗಡಿಯಿಂದ ಒಂದಿಷ್ಟು ಚಾಕಲೇಟ್‌ಗಳನ್ನು ಕಿಸೆ ತುಂಬ ತುಂಬಿಕೊಂಡು ಬಂದ ತೇಜಸ್ವಿ ಇಲ್ಲಿ ಸಿಗೋದು ಇಷ್ಟೇ ಕಣ್ರೋ, ಇದನ್ನೇ ಆ ನಿಮ್ಮ ರಾವಣನಿಗೂ ತಿನ್ಸಿ' ಅಂತ ನಮ್ಮ ಬೊಗಸೆಗಳಲ್ಲಿ ಪೆಪ್ಪರಮೆಂಟು, ಚಾಕಲೇಟುಗಳನ್ನು ಇಟ್ಟರು! ಅಬ್ಬಾ! ಒಂದು ದೊಡ್ಡ ಸಂತಸದ ನಿಟ್ಟುಸಿರು ಬಂತು!!

"ಸರ್ ತಪ್ಪು ಮಾಡಿದ್ನಾ?" ಅಂದೆ. "ನೋಡು, ನನಗೂ ಕೆಲವರು, ನೀನು ಬರೆದ ಆ ಕತೆ ಚೆನ್ನಾಗಿಲ್ಲ ಅಂತಾರೆ. ನೀವು ಚೆನ್ನಾಗಿದೆ ಅಂತ ಹೇಳಲಿ ಅಂತ ನಾನು ಬರೆಯೋದಿಲ್ಲಯ್ಯ ಅಂತೀನಿ. ಇನ್ನೊಬ್ಬರ ಮೆಚ್ಚುಗೆಗೆ ಅಂತಲೇ ನಾವ್ಯಾಕೆ ದಿಗಿಲು ಬೀಳಬೇಕು. ನಿಮಗೆ ನೀವು ಮಾಡೋ ಕೆಲಸದ ಮೇಲೆ ಪ್ರೀತಿ ಇದ್ಯಾ? ನಂಬಿಕೆ ಇದ್ಯಾ? ಮಾಡ್ತಾ ಹೋಗಬೇಕು ಅಷ್ಟೆ" ಅಂದರು. ಮಾತು, ನಾಟಕದಲ್ಲಿ

ಬಳಕೆಯಾದ ಭಾಷಾ ಪ್ರಯೋಗದತ್ತ ಹೊರಳಿತು. "ಅಲ್ಲಯ್ಯ, ನಿನಗಿರೋವಷ್ಟು ಬುದ್ದಿ ಆ ಜಿ.ಎಸ್.ಎಸ್.ಗೆ ಇಲ್ವಲ್ಲಯ್ಯಾ. ಕುವೆಂಪುಗೆ ಹೊಸ ಕನ್ನಡ ಬರೆಯೋಕೆ ಬರಲ್ವಾ? ಅದು ಒಂದು ಕೃತಿಯ ಭಾಷೆ. ನೀವು ಅದನ್ನು ಹಾಗೆಯೇ ಬಳಸಿ ಸರಿಯಾದುದನ್ನೇ ಮಾಡಿದ್ರಿ" ಅಂತ ಬೆನ್ನು ತಟ್ಟಿದರು. "ಸರ್ ಆ ಮೆಷೀನಿನ ಗದ್ದಲದಲ್ಲಿ ನಿಮಗೆ ನಾಟಕದ ಒಂದು ಮಾತಾದರೂ ಕೇಳಿಸ್ತಾ" ಅಂದೆ. "ನೋಡು ಅದು ಇದೆ ಅಂತ ನೀನು ಅಂದ್ಕೊಂಡೇ ಇದ್ದೆ ಅದಕ್ಕೆ ಅದು ನಿನ್ನ ಪಾಲಿಗೆ ಇದ್ದೇ ಇತ್ತು. ಅಷ್ಟೆ. ಅದು ಇರೋದೇ ಹಾಗಲ್ವಾ? ಅದನ್ನು ಒಪ್ಪಿಕೊಂಡ್ಮೇಲೆ ಅದೇನು ಮಾಡುತ್ತೆ? ನನಗೆ ಅದೇನೂ ತೊಂದ್ರೆ ಕೊಡಲಿಲ್ಲ" ಅಂದ್ರು. ಶ್ಯಾಮಣ್ಣನವರೂ "ಆರಂಭದಲ್ಲಿ ತುಸು ತೊಂದರೆ ಅನಿಸ್ತು. ಆಮೇಲೆ ಅದು ಮರೆತೇ ಹೋಯ್ತು" ಅಂದರು.

ಅಂದರೆ! ಅದನ್ನು ತಲೆಯ ಮೇಲೆ ಹೊತ್ಕೊಂಡವನು ನಾನೇ??!!.

ಮಾತುಕತೆಯ ಕೊನೆಯಲ್ಲಿ "ನೋಡಿ ನಿಮಗೆಲ್ಲ ಕಾವ್ಯದ ಅಭಿನಯದ ಭಾಷೆ ಧಕ್ಕಿದೆ, ಆದರೆ ಕನ್ನಡದಲ್ಲಿ ಗದ್ಯದ ಅಭಿನಯಕ್ಕೆ ಒಳ್ಳೆಯ ಮಾದರಿಗಳಿಲ್ಲ. ಅದನ್ನೂ ಹುಡುಕಿಕೊಳ್ಳಬೇಕು. ಆ ಏರಿಯಾದಲ್ಲಿ ಕೆಲಸ ಮಾಡಲಿಕ್ಕಿದೆ, ಪ್ರಯತ್ನಿಸಿ" ಎಂದರು.

ನನ್ನ ಮಿತಿಯಿಂದಾಗಿ ನನಗ ಇನ್ನೂ ಅಂತಹ ಮಹತ್ವದ ಹುಡುಕಾಟ ಆ ವಿಭಾಗದಲ್ಲಿ ಸಾಧ್ಯವಾಗಲಿಲ್ಲ.

ತೇಜಸ್ವಿ ಅಂದು ಒಳ್ಳೆಯ ಮೂಡಿನಲ್ಲಿದ್ದರು. ವಿದ್ಯಾರ್ಥಿಗಳೆಲ್ಲರೂ 'ಫೋಟೋ ಬೇಕು ಸಾರ್' ಎಂದರು. 'ಹೊಡ್ಕೊಳ್ರಯ್ಯಾ ನಂದೇನು ಖರ್ಚು?' ಅಂದ್ರು. ತೇಜಸ್ವಿಯವರೊಡನೆ ನಾವೆಲ್ಲ ಗ್ರೂಪ್ ಫೋಟೋ ತೆಗೆಸಿಕೊಳ್ಳುತ್ತಿದ್ದುದನ್ನು ಬ್ಯಾನರ್ ಹಿಡಿದು ಆಸೆಯಿಂದ ನೋಡುತ್ತಿದ್ದ ಮೂಡಿಗೆರೆಯ ಕನ್ನಡ ಸಂಘದವರನ್ನೂ ನಾವೇ ಕರೆದು ಫೋಟೋಕ್ಕೆ ನಿಲ್ಲಿಸಿ ಅವರನ್ನೂ ಕೃತಾರ್ಥರನ್ನಾಗಿಸಿದೆವು!!!

ಆ ರಾತ್ರಿ ಶಿವಮೊಗ್ಗಕ್ಕೆ ಮರಳುವಾಗ ಘಾಟಿ ಇಳಿಯುತ್ತಿದ್ದ ನಮ್ಮ ಬಸ್, ಚಾಲಕನ ನಿದ್ದೆಗಣ್ಣಿನಿಂದಾಗಿ ಕೆಳಗುರುಳಬೇಕಿತ್ತು. ಆದರೆ ಅವನ ಪಕ್ಕದಲ್ಲಿಯೇ ಕುಳಿತ ನಮ್ಮ ನಟರಲ್ಲೊಬ್ಬ, ಆತ ಚಾಲಕನೂ ಆಗಿದ್ದುದರಿಂದ ಸಿನಿಮೀಯ ಮಾದರಿಯಲ್ಲಿ ನಮ್ಮನೆಲ್ಲ ಉಳಿಸಿದ್ದ. ನಿಜಕ್ಕೂ ಸಾವು ಬದುಕಿನ ನಡುವೆ ನಡೆದ ರೋಚಕ ಘಟನಾಗಬೇಕಿತ್ತು ಅದು! ಆದರೆ ಆ ದಿನದ ತೇಜಸ್ವಿಯವರ ಭೇಟಿಯ ರೋಚಕತೆಯ ಮುಂದೆ ಆ ಘಟನೆ ಸಪ್ಪೆಯಾಗಿ ಕಂಡಿತ್ತು!

⌘

ದಡವ
ನೆಕ್ಕಿದ
ಹೊಳೆ

ಹೆಜ್ಜೆ
6

ಶೇಷಗಿರಿಯೆಂಬ ರಂಗಪಟ್ಟಣದ ಹಳ್ಳಿ

ಚಿಕ್ಕಂದಿನಲ್ಲಿ ನೀವು ಈ ಆಟ ಆಡಿಯೇ ಇರುತ್ತೀರಾ. ಗಾಜಿನ ಗೋಳದ ಆಟ ಅಥವಾ ಕೆಲಿಡಿಯೋಸ್ಕೋಪ್ ನೋಟ. ಮುರಿದ ಕನ್ನಡಿಯ ಚೂರುಗಳನ್ನು ತ್ರಿಕೋನ ಪಟ್ಟಿಕೆಗಳಾಗಿ ನಿಲ್ಲಿಸಿ, ಬಟ್ಟೆಯೊಂದನ್ನು ಸುತ್ತಿ ಅದರೊಳಗೆ ಒಡೆದ ಬಳೆಯ ಚೂರುಗಳನ್ನು ಹಾಕಿ ತುಸು ಅಲ್ಲಾಡಿಸಿ ಬೆಳಕಿಗೆತ್ತಿ ನೋಡಿದರೆ ಆಹ್! ಎಂಥ ವರ್ಣಮಯ ವಿನ್ಯಾಸ ಕಾಣುತ್ತದಲ್ಲಿ!. ಕಲೆ ಮತ್ತು ಮಾಂತ್ರಿಕತೆ ಒಂದಾಗುವ ಚಂದವನ್ನು ನೀವು ಗಮನಿಸಿರುವಿರಿ!

ಮುರಿದ ಸಂಗತಿಗಳೆಲ್ಲ ಅಲ್ಲಿ ಕೈ ಕೈ ಹಿಡಿದು ಜೊತೆಜೊತೆಯಾಗಿ ಕನ್ನಡಿಯೊಳಗೆ ಒಬ್ಬರನ್ನೊಬ್ಬರು ಪ್ರತಿಫಲಿಸಿಕೊಳ್ಳುತ್ತ ಸಾವಿರ 'ಹೋಳಿ'ಗಳನ್ನು ಸೃಷ್ಟಿಸುತ್ತವೆ! ಅದದೇ ವಿನ್ಯಾಸ ನೋಡಿ ಬೇಸರ ಬಂತೆಂದರೆ ಗಾಜಿನ ಗೋಳವನ್ನು ಒಂದಿಷ್ಟು ಅಲ್ಲಾಡಿಸಿ ಮತ್ತೆ ನೋಡಿದರಾಯ್ತು, ಹೊಸ ವಿನ್ಯಾಸ!! ಮುರಿದಷ್ಟೂ ಕಟ್ಟಿಕೊಳ್ಳುವುದು ಅದರ ಬಗೆ!!! ಕೆಲಿಡಿಯೋಸ್ಕೋಪ್ ಅಂದರೇನೇ 'ವ್ಯೂ ಬ್ಯೂಟಿಫುಲ್ ಫಾರ್ಮ್ಸ್' ಅಂತ. ಸುಂದರ ವಿನ್ಯಾಸಗಳ ನೋಟ. ಬಿಡಿಬಿಡಿಯಾದ ಸಂಗತಿಗಳೆಲ್ಲವನ್ನೂ ಸೇರಿಸಿದರಾಯ್ತು, 'ಕನೆಕ್ಟ್' ಮಾಡಿದರಾಯ್ತು, ಒಂದು ಹೊಸ ಅರ್ಥ ಕಾಣಬರುವುದು! ಮತ್ತೆ ಅವು ಸ್ಥಿರವಾದವು ಅಂತಾದರೆ ಜಡಗಟ್ಟುತ್ತವೆ; ಆ ಚಂದಕ್ಕೆ ಕಾರಣವಾದ ಚೂರುಗಳನ್ನು ಮತ್ತೆ ಅಲ್ಲಾಡಿಸಬೇಕು, ಆಗ ಅವು ಅಹಂಕಾರ ಕಳೆದುಕೊಂಡು ಅಲಂಕಾರವಾಗುತ್ತವೆ.

ಆ ಊರು ಅಂಥದೊಂದು ಗಾಜಿನ ಪಟ್ಟಿಕೆಗಳ ಕಟ್ಟುಗಳಿಂದ ನಿರ್ಮಿತವಾಗಿತ್ತು. ಒಳಗಡೆಯ ಪ್ರತಿಫಲನ ಮತ್ತು ಹೊರಗಡೆಯ ಬೆಳಕಿನ ಸಹಾಯದಿಂದ ಬಣ್ಣಬಣ್ಣದ ವಿನ್ಯಾಸಗಳಲ್ಲಿ ರೂಪುಗೊಳ್ಳುವ ಬಣ್ಣದ ಬಳೆಗಳ ಚೂರಿನಂತೆ ನಾನದರಲ್ಲಿ ತೂರಿಹೋಗಿದ್ದೆ.

ಧಾವಂತವಿಲ್ಲದೇ ಮೆಲ್ಲನೆ ಚಲಿಸುವ ವರದಾ ನದಿ, ಅದರ ದಂಡೆಯಲಿ ತೋಪು, ತೋಟ, ಗದ್ದೆಗಳ ಹಸಿರು, ಸಾವಿರದ ಜನವಸತಿ, ಯಾರೂ ಏರಬಹುದಾದ ಮತ್ತು ಏರಲು ಆಸೆಪಡುವ ಪುಟ್ಟಮಕ್ಕಳು ಬಿಡಿಸುವ ಕಡ್ಡಿಗುಡ್ಡದಂತಹ ಬಾಲಬೆಟ್ಟ.. ಮರಿಗುಡಿಗಳು, ಬೈತಲೆಯಂತಹ ರಸ್ತೆಗಳಿರುವ ಊರು ಅದು. ಅಲ್ಲಿಂದ ನೀವು ತುಸು ಒಳಬಂದರೆ,..

ಸಹಕಾರಿ ಸಂಘಗಳು, ಪೋಸ್ಟ್ ಆಫೀಸು, ಬ್ಯಾಂಕ್, ಪುಟ್ಟ ಆಸ್ಪತ್ರೆ, ಸುತ್ತಣ ಹಳ್ಳಿಯ ಮಕ್ಕಳಿಗೂ ನೆರವಾದ ಶಾಲೆ, ಪ್ರೌಢಶಾಲೆ, ಫಿಶರೀಸ್ ಹೊಂಡಗಳು, ನಾಯಿ, ಕುರಿ, ಕೋಳಿ ಸಾಕಣೆಯಂತಹ ಕಿರು ಉದ್ಯೋಗಗಳು ಇರುವ ನೂರರ ಹತ್ತಿರದ ಮನೆಗಳ ಊರು ಕಾಣುತ್ತದೆ ನಿಮಗೆ. ಇನ್ನೂ ಒಳಹೊಕ್ಕರೆ...

ಅಲ್ಲಿ ನಿಮಗೆ, ಭಡ್ತಿ ಪಡೆದರೆ ಊರನ್ನು ಬಿಟ್ಟುಹೋಗಬೇಕಾಗುತ್ತದೆ ಎಂದು ಪ್ರಮೋಷನ್ ಪಡೆಯದೇ ಅದೇ ಊರಿನಲ್ಲಿ ಗಟ್ಟಿಯಾಗಿ ನಿಂತು ಆದರ್ಶವಾದ ಯುವಕ ಸಂಘವನ್ನೂ, ರಂಗ ತಂಡವನ್ನೂ ಕಟ್ಟಿದ ಪ್ರಭು ಗುರಪ್ಪ ಅನ್ನುವ ಪೋಸ್ಟ್ ಮಾಸ್ಟರ್ ಕಾಣುತ್ತಾರೆ, ಊರಿನಲೆಲ್ಲೆಡೆ ಮರಗಿಡಗಳನ್ನು ಬೆಳೆಸಿದ, ಹೋರಾಟಗಳ ಮೂಲಕ ಹಲವು ಸೌಲಭ್ಯಗಳನ್ನು ಊರಿಗೆ ಒದಗಿಸಿದ, ಹಿರಿಯರು, ಯುವಕರು ಕಾಣಸಿಗುತ್ತಾರೆ, ಕೆ.ವಿ.ಸುಬ್ಬಣ್ಣನವರಿಂದ ರಂಗ ಪ್ರೀತಿಯ ದೀಕ್ಷೆಯನ್ನು ಪಡೆದ ಗಜಾನನ ಯುವಕ ಸಂಘ ಎಂಬ ರಂಗ ತಂಡವೊಂದು ಭೇಟಿಯಾಗುತ್ತದೆ.

ಅದು ನಿಮ್ಮನ್ನು ಊರ ಮಧ್ಯದಲ್ಲಿರುವ ಬಯಲು ರಂಗಮಂದಿರವನ್ನೂ ಮತ್ತು ಸುಮಾರು 700 ಮಂದಿ ಸೇರಬಹುದಾದ ಪೂರ್ಣಾವಧಿ ರಂಗಮಂದಿರವನ್ನೂ ತೋರಿಸುತ್ತದೆ. ಆ ರಂಗಮಂಚದ ಮೇಲೆ ಈಗ ಆ ಊರಿನ ಎರಡನೇ ತಲೆಮಾರಿನ ಯುವಕರು ಬಣ್ಣಹಚ್ಚಿದ್ದಾರೆ. ತಂಟೆಗಳಿಲ್ಲದ, ಸೌಹಾರ್ದತೆಯ ಬದುಕಿನ ಹಲವು ಜಾತಿಧರ್ಮಗಳನ್ನು ಒಟ್ಟಿಗೇ ಸಾಕುತ್ತಿರುವ, ಡೊಳ್ಳಿನ ತಂಡ, ಭಜನಾ ತಂಡ, ಕೌದಿ ಕಲೆಯಂತಹ ಅಪರೂಪದ ಪರಂಪರಾಗತ ಕಲೆಯನ್ನು ಒಡಲಲ್ಲಿರಿಸಿಕೊಂಡ ಆ ಊರಿನ ಹೆಸರು ಶೇಷಗಿರಿ. ಹಾವೇರಿಯಿಂದ 30 ಕಿ.ಮೀ.ದೂರ, ಹಾನಗಲ್ಲಿನಿಂದ 15 ಕಿ.ಮೀ.ಒಳಗಿರುವ ಪುಟ್ಟ ಹಳ್ಳಿಯದು.

ಆ ಊರಿನಿಂದ ತುಸು ದೂರದ 'ಕಚವಿ' ಎಂಬ ಊರಿನ ಸರ್ಕಾರಿ ಪ್ರೌಢಶಾಲೆಯಲ್ಲಿ ಕನ್ನಡ ಶಿಕ್ಷಕನಾಗಿ ಬಂದ ನನಗೆ ಅತ್ಯುತ್ಸಾಹಿಯೂ, ಸಂಘಟನಾ ಕುಶಲಿಯೂ ಆದ ನಾಗರಾಜ ಧಾರೇಶ್ವರ ಎನ್ನುವ ಶಿಕ್ಷಕರ ಗೆಳೆತನ ಲಭಿಸಿತು. ಪ್ರೋತ್ಸಾಹಶಾಲಿ ಶಿಕ್ಷಕ ಸಮೂಹದ ಜತೆ ಆ ಶಾಲೆಯಲ್ಲಿ ನಾವೆಲ್ಲ ಸೇರಿ ಮಕ್ಕಳ ನಾಟಕ ತಂಡವೊಂದನ್ನು ಕಟ್ಟಿದೆವು. ಪದ್ಮಶ್ರೀ ಪ್ರಶಸ್ತಿ ಪುರಸ್ಕೃತ ಸರದಾರ ವೀರನಗೌಡ ಪಾಟೀಲರ, ಮಹಿಳಾ ವಿದ್ಯಾಪೀಠ ಸ್ಥಾಪಿಸಿದ ನಾಗಮ್ಮನವರ ಊರದು. ಇವೆಲ್ಲ ಸ್ಫೂರ್ತಿಗಳು ನಮ್ಮೊಡನಿದ್ದವು. ನಮ್ಮ ಶಾಲಾ ಮಕ್ಕಳ ತಂಡ, ಊರ ಮಧ್ಯದಲ್ಲಿ ಬೀದಿ ನಾಟಕವಾಡುತ್ತಿತ್ತು, ಶನಿವಾರ ರವಿವಾರಗಳಂದು ಬೇರೆ ಬೇರೆ ಊರುಗಳ ಶಾಲಾ ಆವರಣದಲ್ಲಿ ಚಿಕ್ಕ ಚಿಕ್ಕ ನಾಟಕ ಪ್ರದರ್ಶನ ನೀಡುತ್ತಿತ್ತು, 'ದೇವರಕಾಡು' ಎಂಬ ವಿಜ್ಞಾನ ನಾಟಕ ಪ್ರಯೋಗಕ್ಕಾಗಿ ರಾಷ್ಟ್ರಪ್ರಶಸ್ತಿ ಪಡೆದಿತ್ತು... ಹೀಗೆ ಮಕ್ಕಳೇ ನಮ್ಮ ಮುಖವಾಗಿದ್ದ ಕಾಲವದು. ನಮ್ಮ ಮಕ್ಕಳ ಪ್ರಯೋಗವನ್ನು ನೋಡಿದ ಅಂತಹ ದಿನದಲ್ಲೊಂದು ದಿನ ಹಾವೇರಿಯ ಕವಿ, ನಾಟಕಕಾರ ಸತೀಶ ಕುಲಕರ್ಣಿಯವರು ಶೇಷಗಿರಿಯನ್ನು ನನಗೆ ಪರಿಚಯಿಸಿದರು. ಬಾಂಧವ್ಯಕ್ಕೊಂದು ನೆವವೂ ದೊರೆತಂತೆ ಅದೇ ಸಮಯದಲ್ಲಿ ಸಮುದಾಯ, ಧಾರವಾಡ ರಾಜ್ಯ ಮಟ್ಟದ ಬೀದಿನಾಟಕ ಸ್ಪರ್ಧೆಯನ್ನು ಧಾರವಾಡದಲ್ಲಿ ಆಯೋಜಿಸಿತ್ತು. ಅದಕ್ಕಾಗಿ ಬೀದಿ ನಾಟಕವೊಂದನ್ನು ಸಿದ್ಧಪಡಿಸಲು ನಾನು ಅಧಿಕೃತವಾಗಿ ಶೇಷಗಿರಿಗೆ ಬರಬೇಕಾಯಿತು. ಸ್ನೇಹಿತ ನಾಗರಾಜ ಧಾರೇಶ್ವರರೊಡನೆ ನಾನು ಶೇಷಗಿರಿಗೆ ರಂಗಸಂಬಂಧಿಯಾಗಿ ಕಾಲಿಟ್ಟಿದ್ದು ಹೀಗೆ. 1997–98ರ ಸಮಯದಲ್ಲಿ.

ಕೆಲವು ತಾಣಗಳು ಹೀಗೇ. ಏನೆಂದು ವರ್ಣಿಸಲಾಗದ ಹೊಕ್ಕುಳ ಕಂಪನಕ್ಕೆ ಕಾರಣವಾಗುತ್ತವೆ! ಹಲವು ಕಾಲದಿಂದ ಅವು ನಮಗೆ ಪರಿಚಿತವೇನೋ ಎಂಬಂತೆ, ನಮ್ಮ ಯಾವುದೋ ಜೀವಕೋಶದಲ್ಲಿ ಅದರ ಸ್ಮೃತಿ ಇರುವುದೇನೋ ಅಂತೆಲ್ಲ ಅನಿಸುವುದಲ್ಲ ಹಾಗೆ. ಶೇಷಗಿರಿ ಅಪ್ಯಾಯಮಾನವೆನಿಸಿಹೋಯ್ತು. ಆ ಊರಿನ ಆತ್ಮಕತೆಯೊಳಗೆ ನನಗೂ ಚಿಕ್ಕಪಾಲು ಧಕ್ಕಿತು!

ಮುಕ್ಕಾಲು ಭಾಗ ಅನಕ್ಷರಸ್ಥರಿರುವ, ಕೃಷಿ ಕೂಲಿ ಕಾರ್ಮಿಕ ಕಲಾವಿದರ ತಂಡವದು. "ಬಂಡಾಯ ಕತೆಯ ನಾಟಕ ನಾವು ಕೆಲವು ಮಾಡೀವಿ" ಅಂತ ತಂಡವನ್ನು ಪರಿಚಯಿಸುವಾಗ ಮುಖ್ಯಸ್ಥರಾಗಿರುವ ಗುರಪ್ಪನವರು ಹೇಳಿದ್ದರು. ಹೀಗಾಗಿ ಅವರಿಗೆ ತಿಳಿದಿರುವ ಭಾಷೆಯಿಂದಲೇ ರಂಗ ಚಟುವಟಿಕೆ ಶುರು ಮಾಡಲು ಈ ಅವಕಾಶವನ್ನು ಸರಿದೂಗಿಸಿಕೊಂಡೆ. ಅಲ್ಲೊಂದು ಸೊಸೈಟಿಯ ಗೋದಾಮು ಇದೆ. ನಮ್ಮ ತಾಲೀಮುಗೆ ಅದುವೇ ಸ್ಥಳವಾಯ್ತು. ರಾತ್ರಿಯ ಹೊತ್ತು ಅಕ್ಕಿ ಮೂಟೆಗಳನ್ನೆಲ್ಲ ಪಕ್ಕಕ್ಕಿಟ್ಟು ನಾವು ತಾಲೀಮು ನಡೆಸಿದ್ದು 'ನ್ಯಾಯದ ಬಾಗಿಲು' ಎಂಬ ಕಾಫ್ಕಾನ ಕತೆಯನ್ನಾಧರಿಸಿ ಎಂ.ಸಿ.ರಾಮು ಅವರು ಸಿದ್ಧಪಡಿಸಿದ ನಾಟಕವನ್ನು. 'ನನಗೆ ಓದೋಕೆ ಬರಲ್ಲ ಹಾಗಾಗಿ ಡೈಲಾಗ್ ಇಲ್ಲದ ಪಾತ್ರವನ್ನೇ ಕೊಡಿ' ಅಂತ ಹೇಳಿ ಬಂದ ಕಲಾವಿದರೇ ಹೆಚ್ಚು. ಆದರೆ ಆ ಕಲಾವಿದರಲ್ಲಿರುವ ಸಹಜ ಸ್ಫೂರ್ತಿಯಿಂದ ಪಾತ್ರವನೆತ್ತುವ, ಒಳಗಿನ ಸಾತ್ವಿಕತೆಯಿಂದ ಪಾತ್ರವನ್ನು ಕೆತ್ತುವ, ಹಸಿಹಸಿಯಾದ ಎನರ್ಜಿಯಿಂದ ರಂಗ ವಾತಾವರಣವನ್ನು ಬೆಚ್ಚಗಾಗಿಸುವ ಶಕ್ತಿಗೆ ನಾನು ಮಾರು ಹೋಗಿದ್ದೆ! ಆ ಪ್ರಯೋಗ ಕಂಡ ಯಶಸ್ಸಿನಿಂದ ಉಲ್ಲಸಿತಗೊಂಡ ನಾವು ಹಲವು ನಾಟಕಗಳನ್ನು ಆ ನೆಲದಲ್ಲಿ ಉಸಿರಾಡಿದೆವು. ಸೊಸೈಟಿ ಗೋದಾಮಿನಿಂದ ನಮ್ಮ ರಂಗವಾಸ್ತವ್ಯ ಊರ ಮಧ್ಯದಲ್ಲಿ ಕಟ್ಟಿಕೊಂಡ ಬಯಲು ರಂಗಮಂದಿರಕ್ಕೆ ವರ್ಗಾಯಿಸಲ್ಪಟ್ಟಿತು. ಅನಿವಾರ್ಯವಾಗಿ ಹಗಲಿನಲ್ಲಿಯೂ ತಾಲೀಮು ಮಾಡಬೇಕಾಗಿ ಬಂದರೆ ಅದು ಊರ ಹೊರಗಿನ ತೋಟದಲ್ಲಿ, ನದಿ ದಂಡೆಯಲ್ಲಿ, ಗುಡಿ ತಂಪಿನಲ್ಲಿ ಹೀಗೆ ಎಲ್ಲೆಂದರಲ್ಲಿ ಓಡಾಡುತ್ತ ರೂಪಧಾರಣೆ ಹೊಂದುತ್ತಿತ್ತು.

ರಾತ್ರಿ ಹೊತ್ತು, ಹೊಲ ಗದ್ದೆಗಳ ಕೆಲಸವೆಲ್ಲ ಮುಗಿದ ಮೇಲೆ ಕಲಾವಿದರೆಲ್ಲ ಸೇರುವುದು. ಅವರೇ ನಾಟಕ ವಾಚನ ಮಾಡಲು ಕಷ್ಟವಾದ್ದರಿಂದ ಗಟ್ಟಿಯಾಗಿ

ನಾನು ವಾಚಿಸಿದ ನಂತರ ಅವರು ಅದನ್ನು ಕೇಳಿಸಿಕೊಂಡು ಪುನರುಚ್ಚರಿಸುವುದು ಹೀಗೆ ನಮ್ಮ ನಾಟಕ ಚಟುವಟಿಕೆಗಳು ಸಾಗುತ್ತಿದ್ದವು. ಶ್ರೀರಂಗರ ಶೋಕಚಕ್ರ, ಭಾಸನ ಕರ್ಣಭಾರ, ಹಷ್ಮಿಯವರ ಹೇಳಿ ನೀವ್ಯಾರ ಕಡೆ, ಕುವೆಂಪು ದರ್ಶನ, ಇವ ನಮ್ಮವ ಮುಂತಾದ ನಾಟಕಗಳು ಘಟಿಸಿದವು, ಶಾಂತಕವಿಗಳ ಉಷಾಹರಣ ಎಂಬ ನಾಟಕ ಅಲ್ಲಿ ನಡೆಯುವವರೆಗೂ.

ಕನ್ನಡದ ಮೊದಲ ನಾಟಕಕಾರರು ಶಾಂತಕವಿಗಳು ಉರ್ಫ್ ಸಕ್ರಿಬಾಳಾಚಾರ್ಯ. ನಾನು ಕೆಲಸ ಮಾಡುತ್ತಿದ್ದ ಶಾಲೆ ಕಚವಿ ಎಂಬ ಹಳ್ಳಿಯ ಪಕ್ಕದ ಊರು ಶಾಂತಕವಿಗಳದು. ಸಾತೇನಹಳ್ಳಿ ಅಂತ ಅದರ ಹೆಸರು. ಅವರೂ ಶಾಲಾ ಶಿಕ್ಷಕರಾಗಿದ್ದುದು, ಕನ್ನಡ ಅಭಿಮಾನ ಮತ್ತು ನಾಟಕ ಕ್ರಿಯೆಯ ಕಾರಣಕ್ಕಾಗಿ ಮರಾಠಿ ಅಧಿಕಾರಿಗಳ ಅವಕೃಪೆಗೆ ಪಾತ್ರರಾಗಿ ಎಲ್ಲೆಲ್ಲಿಗೋ ವರ್ಗವಾದರೂ ನಾಟಕ ಕರ್ಮವನ್ನು ಮಾತ್ರ ಬಿಡಲಿಲ್ಲ. ಅವರು ಎಮ್ಮೆಯ ಮೇಲೆಯೂ ಕುಳಿತು ತಾಲೀಮು ಜಾಗಕ್ಕೆ ಬರುತ್ತಿದ್ದ ಬಗ್ಗೆ ಕತೆಗಳುಂಟು. ಹೀಗೆ ಅವರ ಕುರಿತು ಕೇಳಿ, ಓದಿ ತುಂಬ ಅವರ ಪ್ರಭಾವಕ್ಕೆ ಒಳಗಾದ ಕಾಲವದು. ಮರಾಠಿ ತನ್ಮೂಲಕ ವಿದೇಶಿ ನಾಟಕಗಳ ಪಾರಮ್ಯದ ಸಂದರ್ಭದಲ್ಲಿ ಕನ್ನಡ ರಂಗಭೂಮಿಯ ಹುಡುಕಾಟ ಆರಂಭಿಸಿ, ನೆಲಮೂಲದ ಅಭಿವ್ಯಕ್ತಿಯಾದ ದೊಡ್ಡಾಟದ ತಂತ್ರಗಳನ್ನು ಬಳಸಿದ ನಾಟಕಗಳನ್ನೂ ಮತ್ತು ಅವುಗಳ ಪ್ರಯೋಗಕ್ಕಾಗಿ ನಾಟಕ ಮಂಡಳಿಯನ್ನೂ ಕಟ್ಟಿದ ಪ್ರಥಮರು ಅವರು., 'ಕರ್ನಾಟಕ ನಾಟಕ ಪಿತಾಮಹ' ಅನಿಸಿಕೊಂಡವರು. ಕನ್ನಡ ಸಮ್ಮೇಳನಕ್ಕಾಗಿ ಮನೆಮನೆಗಳಲ್ಲಿ ಭಿಕ್ಷೆ ಎತ್ತಿ ಅದನ್ನು ಸಂಘಟಿಸಿದವರು. ಅವರ ಮೊದಲ ನಾಟಕವೇ 'ಉಷಾಹರಣ'. ಕನ್ನಡ ಮತ್ತು ಕರ್ನಾಟಕ, ಭಾಷೆ ಮತ್ತು ರಂಗಭೂಮಿ ಕುರಿತ ಚರ್ಚೆಯನ್ನು ಹುಟ್ಟುಹಾಕಬಲ್ಲ ಆ ನಾಟಕದ ವಸ್ತು ಸಾರ್ವಕಾಲಿಕ ಮೌಲ್ಯವಾದ ಯುದ್ಧ ಮತ್ತು ಪ್ರೀತಿಯನ್ನು ಆಧರಿಸಿದ್ದು. ಕರ್ನಾಟಕ ನಾಟಕ ಅಕಾಡೆಮಿಯು ಹೊಸ ನಾಟಕ ಮತ್ತು ಯುವರಂಗ ನಿರ್ದೇಶಕರ ಉತ್ಸವವನ್ನು ಕೇಂದ್ರ ಸಂಗೀತ ನಾಟಕ ಅಕಾಡೆಮಿಯ ಸಹಯೋಗದಲ್ಲಿ ಸಂಘಟಿಸಿದಾಗ ನಾನು ಈ ನಾಟಕದ ಬೆನ್ನು ಹಿಡಿದೆ.

ಶೇಷಗಿರಿಯಲ್ಲಿ ನಡೆದ ಬಹು ಸಂಭ್ರಮದ ರಂಗ ಘಟನೆಯದು. ನನ್ನ ಹಲವು ರಂಗ ಒಡನಾಡಿಗಳು ಆ ಊರಿನಲ್ಲಿ ಬಂದುಳಿದರು. ಹಳ್ಳಿಯ ಅನೇಕ ಮನೆಗಳು ರೊಟ್ಟಿ ಉಣಿಸಿ ಬಂದವರನ್ನು ಸಂತೈಸಿದವು. ವಿಶ್ವನಾಥ ಹಿರೇಮಠ ಮತ್ತು ನರಸಿಂಹ ಕೋಮಾರರಂತಹ ಸಂಗೀತ ಶಿಕ್ಷಕರು, ರಂಗ ಒಡನಾಡಿಗಳಾದ ಶ್ರೀನಿವಾಸ ನಾಯ್ಕ, ದಾಮೋದರ, ರಾಜೇಶ್ವರಿ, ಸತೀಶ ಗಟ್ಟಿ, ಪ್ರಶಾಂತ, ಶೀತಲ ಇವರೆಲ್ಲ ಹಗಲು ರಾತ್ರಿ ಸಾತ್ ನೀಡಿದರು. ಕಿರಣ ಭಟ್ ಅದರ ವಸ್ತ್ರ ವಿನ್ಯಾಸ ಮಾಡಿದ್ದರು. ಶತಮಾನಗಳಷ್ಟು ಹಿಂದೆ ರಚಿತವಾದ ಆ ನಾಟಕವನ್ನು

ಅದರ ಮಾಂತ್ರಿಕ ಭಾಷೆಯೊಂದಿಗೆ ಇಂದಿನ ರಂಗ ಸ್ಥಳದಲ್ಲಿಡಲು ಶ್ರಮಿಸಿದೆವು. ತಳಹದಿಯ ರಂಗಭೂಮಿಯ ಕುರಿತು ಅರಿವು ಮೂಡಿಸಿಕೊಳ್ಳುವ, ರಂಗ ಪ್ರಯೋಗಗಳ ಆಧುನಿಕತೆಯನ್ನು ಮುರಿದು ಕಟ್ಟುವ ಪ್ರಯತ್ನದ ಅಂಗವಾಗಿಯೂ ಅದನ್ನು ರೂಪಿಸಲಾಯಿತು. ಬಯಲಾಟ, ಕಂಪನಿ ಸ್ವರೂಪ ಮತ್ತು ಆಧುನಿಕ ನಾಟಕಗಳ ಅನುಭವವನ್ನು ಸಂಲಗ್ನಗೊಳಿಸಲಾಗಿತ್ತು. ಎಲ್ಲಕ್ಕಿಂತ ಮುಖ್ಯವಾಗಿ ಈ ನಾಟಕವು, ಆಡುವವರ ಸ್ವಂತ ನೆಲದ ರಚನೆ ಮತ್ತು ಭಾಷೆಯನ್ನು ಒಳಗೊಂಡಿತ್ತು. ಹೀಗಾಗಿ ಅದು 'ಅವರ' ನಾಟಕವೆನಿಸಿತ್ತು! ಬೆಂಗಳೂರಿನ ಉತ್ಸವದಲ್ಲಿಯ ಅದರ ಮೊದಲ ಪ್ರಯೋಗ ನೋಡಿದ ಕಿ.ರಂ.ನಾಗರಾಜರು ಮಾರನೆಯ ದಿನ ದ.ರಾ.ಬೇಂದ್ರೆಯವರು ಶಾಂತಕವಿಗಳ ಕುರಿತು ಬರೆದ ಕವನವೊಂದನ್ನು ಪ್ರತಿ ಮಾಡಿ ತಂದು ನನ್ನ ಕೈಯಲ್ಲಿರಿಸಿ ಹರಸಿದರು!. ಹೀಗೆ, ಬೆಂಗಳೂರಿನ ಯಶಸ್ವಿ ಪ್ರದರ್ಶನದ ನಂತರ ನಾಟಕ, ಮುಂಬೈ ಕನ್ನಡ ನಾಟಕೋತ್ಸವಕ್ಕೆ ಆಯ್ಕೆಯಾಯ್ತು.

ಹಾವೇರಿಯ ಜಿಲ್ಲಾ ಕೇಂದ್ರವನ್ನೂ ಸರಿಯಾಗಿ ನೋಡದ, ಇಂಗ್ಲಿಷ್, ಹಿಂದಿ ಭಾಷೆಯ ಸಿನೆಮಾಗಳನ್ನೂ ನೋಡದ ನಟರ ಸಮೂಹ ನಮ್ಮೊಂದಿಗಿತ್ತು. ನನ್ನನ್ನೂ ಒಳಗೊಂಡಂತೆ ಮೊದಲಸಾರಿ ಮುಂಬಯಿಗೆ ಹೊರಟಿರುವ ತಂಡ ನಮ್ಮದು. ಹೀಗಾಗಿ ಹಲವು ಬಗೆಯ ತವಕ ತಲ್ಲಣಗಳಿಂದಲೇ ನಮ್ಮ ತಯಾರಿ ಆರಂಭವಾಯಿತು. ನಾಗರಾಜ ಧಾರೇಶ್ವರರು ಸಂಘಟನೆಯ ನೇತೃತ್ವ ವಹಿಸಿದ್ದರು, ಸತೀಶ ಕುಲಕರ್ಣಿಯವರೂ ಜತೆ ಸೇರಿದರು.

ತಯಾರಿಯ ಕೆಲವು ಸ್ಯಾಂಪಲ್ಸ್ ಹೇಳ್ತೇನೆ ಕೇಳಿ. ಮೊದಲಿಗೆ ಮುಂಬಯಿಗೆ ಹೋಗುವ ಟ್ರೇನ್, ಹಾವೇರಿಯಲ್ಲಿ 3 ನಿಮಿಷ ನಿಲ್ಲುತ್ತದೆ ಅನ್ನುವ ಮಾಹಿತಿ ಪಡೆಯಲಾಯಿತು. ನಂತರ ಒಂದಿಷ್ಟು ನಾಟಕದ ಲಗೇಜ್ ಸಮೇತ, ನಿಂತ ರೈಲನ್ನು 2 ನಿಮಿಷದೊಳಗೆ ಒಳಹೊಕ್ಕು ಹೊರಬರುವ ತಾಲೀಮು ನಡೆಸಲು ಕೆಲವು ಕಲಾವಿದರನ್ನು ಹಾವೇರಿಗೆ ಕರೆದೊಯ್ದು ನಿಂತಿದ್ದ ರೈಲನ್ನು ಹತ್ತಿ ಇಳಿಸಲಾಯ್ತು!. ಹೀಗೆ ಹಲವು ತಯಾರಿಗಳ ನಂತರ ನಮ್ಮ ಪ್ರಯಾಣ ಮುಂದುವರಿಯಿತು. ರೇಲ್ವೆಯನ್ನು ಹತ್ತಿದ ಕೂಡಲೇ ಕಲಾವಿದರಿಗೆ ತಾವೀಗ ಮುಂಬಯಿಯಲ್ಲಿದ್ದೇವೆ ಅನಿಸಿ ಅವರು ಹರಕು ಮುರುಕು ಹಿಂದಿ ಕನ್ನಡ ಪದಗಳ ಮಾನ ಹರಾಜಿಗೆ ಶುರು ಮಾಡಿಯಾಗಿತ್ತು! ಅಂತೂ ಪ್ರದರ್ಶನದ ಹಿಂದಿನ ದಿನ ಮುಂಬಯಿ ತಲುಪಿದೆವು. ನಮ್ಮ ಜತೆ ಕಲಾವಿದರಲ್ಲದೇ ಈಗಾಗಲೇ ಮುಂಬಯಿಗೆ ಹೋಗಿಬಂದ ಅನುಭವ ಇರುವ ಒಂದಿಬ್ಬರು ಸ್ನೇಹಿತರೂ ಇದ್ದರು. ಮಧ್ಯಾಹ್ನದ ಊಟದ ಬಿಡುವಿನ ನಂತರ ಸಂಜೆ 4ರ ಸುಮಾರು ಎಲ್ಲರೂ ರಂಗಮಂದಿರ ನೋಡಿಬರಲು ಹೋಗುವುದೆಂದೂ, ಅಲ್ಲಿ ತಾಲೀಮು ನಡೆಸುವುದೆಂದೂ ತೀರ್ಮಾನಿಸಿ, ಕಲಾವಿದರಿಗೆ ಎಲ್ಲಿಯೂ ಹೊರಹೋಗದಂತೆ ತಾಕೀತು ಮಾಡಿ ನಾವೆಲ್ಲ ತುಸು

ವಿಶ್ರಾಂತಿಗೆ ಒರಗಿದ್ದೇ ತಡ, ಸುಮಾರು ಹತ್ತು ಮಂದಿ ನಟರು ವಸತಿ ಕೇಂದ್ರದಿಂದ ಗಾಯಬ್ ಆಗಿದ್ದರು.!

ಮುಂಬಯಿಯನ್ನು ಆಗಲೇ ಒಮ್ಮೆ ನೋಡಿ ಬಂದ ಗೆಳೆಯನೊಡನೆ ಗುಟ್ಟಾಗಿ ಅವರು, ನಾವೆಲ್ಲ ವಿಶ್ರಾಂತಿಯಿಂದ ಏಳುವುದರೊಳಗೆ ಒಮ್ಮೆ ವಿದ್ಯುತ್‌ಚಾಲಿತ ರೈಲನ್ನು ಹತ್ತಿಳಿಯಲು ಹೊರಬಿದ್ದಿದ್ದರು! ಆತನೇನೋ ಅವರಿಗೆ ಸಾಕಷ್ಟು ಎಚ್ಚರಿಕೆ ಕೊಟ್ಟೇ ಕರೆದೊಯ್ದಿದ್ದ. ಒಂದು ರೈಲನ್ನು, ಸ್ಟೇಷನ್‌ನಿಂದ ಒಮ್ಮೆಲೇ ಎಲ್ಲರೂ ಹತ್ತುವುದು ಮತ್ತು ಮುಂದಿನ ನಿಲುಗಡೆ ಬಂದ ತಕ್ಷಣ ಇಳಿಯುವುದು ಮತ್ತೆ ಆ ಕಡೆಯಿಂದ ವಾಪಾಸು ಬರುವ ರೈಲನ್ನು ಒಮ್ಮೆಲೇ ಹತ್ತಿ ಈ ಸ್ಟೇಷನ್ನಿನಲ್ಲಿ ಇಳಿಯುವುದು ಅಂತ ಅವರು ತೀರ್ಮಾನಿಸಿದ್ದರು. ಅರ್ಧ ಗಂಟೆಯೊಳಗೆ ಮುಗಿಯಬಹುದಾದ ರೋಚಕ ಪಯಣಕ್ಕೆ ಅವರು ಸಿದ್ಧರಾಗಿ ಹೊರಟಿದ್ದರು. ಆದರೆ ಅವರು ಊಹಿಸಿದ್ದಕ್ಕಿಂತ ನೂರುಪಟ್ಟು ವೇಗವಾಗಿ, ಸಾವಿರ ಜನ ಸಂದೋಹದಿಂದ ಒಡಗೂಡಿ ರೈಲು ಚಲಿಸಿತ್ತು. ಹತ್ತಿದ ನಿಮಿಷಗಳಲ್ಲಿಯೇ ಇಳಿಯುವ ನಿಲ್ದಾಣ ಬಂದಾಗಿದ್ದು, ಅದು ಕೆಲವರಿಗೆ ಮಾತ್ರ ತಿಳಿದು ಅವರು ಇಳಿದುಕೊಂಡರೆ, ಹಲವರಿಗೆ ತಿಳಿಯದೇ ಮುಂದೆ ಸಾಗುತ್ತ, ಗಾಬರಿಯಲ್ಲಿ ಯಾರ್ಯಾರೋ ಎಲ್ಲೆಲ್ಲೋ ಇಳಿದಿದ್ದರು! ಕೈಯಲ್ಲಿ ಫೋನಿಲ್ಲ, ಮಾತನಾಡಲು ಭಾಷೆಯಿಲ್ಲ! ರಾತ್ರಿ 7 ಗಂಟೆಯಾದರೂ ಕಲಾವಿದರ ಪತ್ತೆಯಾಗದೇ ಕಂಗಾಲಾದ ನಾವುಗಳು. ಮಾರನೆಯ ದಿನ ಉಷಾಹರಣ ನಾಟಕದ ಬದಲಾಗಿ ಕಲಾವಿದರ ಹರಣದಿಂದ ಮುಖಭಂಗಿತವಾಗಬಹುದಾದ ಭೀಕರ ಸಂದರ್ಭ ನೆನೆನೆನೆದು ಹೈರಾಣಾಗಿದ್ದೆವು. ಅಂತೂ ಹೇಗೆಹೇಗೋ ಅವರನ್ನೆಲ್ಲ ರಾತ್ರಿ ಹತ್ತರ ಹೊತ್ತಿಗೆ ಒಟ್ಟು ಕಲೆಹಾಕಿ, ತಾಲೀಮಿನ ಮನೆ ಹಾಳಾಗಲಿ, ಬದುಕಿದೆವಲ್ಲ ಬಡಜೀವವೇ ಅಂತ ನಿಟ್ಟುಸಿರಿಟ್ಟು ಮಲಗಿದೆವು.

ಮಾರನೇ ದಿನ ಮಾಟುಂಗದಲ್ಲಿ ಮುಂಜಾನೆಯಿಂದ ಪ್ರಯೋಗದ ತಯಾರಿ ನಡೆಸಿ ಕಲಾವಿದರನ್ನು ಊಟಕ್ಕೆ ಬಿಟ್ಟ ಸಮಯ. ಅಷ್ಟರಲ್ಲಿ ಉಷಾಹರಣದ 'ಕೃಷ್ಣ' ನಾಪತ್ತೆಯಾಗಿದ್ದ!. ಊಹೆಯ ಮೇಲೆ ಹುಡುಕಿ ಹೊರಟರೆ ಆತ ಮಾಟುಂಗ ರೈಲ್ವೆ ಸ್ಟೇಷನ್ನಿನ ಪೋಲೀಸರ ಅತಿಥಿ ಆಗಿದ್ದ! ಆದದ್ದಿಷ್ಟೇ. ರೈಲ್ವೆ ಪ್ಲಾಟ್‌ಫಾರ್ಮಿನ ಹೊರಗಿನ ರಸ್ತೆಯ ಮೇಲೆ ಬಟ್ಟೆಗಳನ್ನು ವ್ಯಾಪಾರ ಮಾಡುವುದನ್ನು ನೋಡಿದ್ದ ಆತ, ಕಡಿಮೆ ಬೆಲೆಗೆ ಸಿಗುವ ಅಂಗಿಯೊಂದನ್ನು ತಂದು ಬಿಡುವ ಉಮೇದಿಯಲ್ಲಿ ಪ್ಲಾಟ್‌ಫಾರ್ಮಿನ ಒಳಗೇ ನಡೆದಿದ್ದ. ಅಲ್ಲಿ ಇಲ್ಲಿ ಕಳ್ಳನಂತೇ ಕೆಕರಾಯಿಸುತ್ತಿದ್ದ, ಪ್ಲಾಟ್‌ಫಾರ್ಮಿನ ಟಿಕೇಟ್ ಸಹ ಇಲ್ಲದ ಅವನನ್ನು ಹಿಡಿದು ಪೋಲೀಸರು ಒಳಗೆ ಕುಳ್ಳಿರಿಸಿದ್ದರು!. ಆ ಕೃಷ್ಣನೂ ಜೈಲಿನಲ್ಲಿಯೇ ಹುಟ್ಟಿದ್ದನಂತೆ. ಆದರೆ ಆತನಿಗೆ ಹೊರಬರುವ ವಿದ್ಯೆ ತಿಳಿದಿತ್ತು. ಈ ನಮ್ಮ ನಕಲಿ ಕೃಷ್ಣನಿಗೆ ಆ ವಿದ್ಯೆ ಎಲ್ಲಿಂದ

ಬರಬೇಕು? ಅಂತೂ ಅವನನ್ನು ಬಿಡಿಸಿಕೊಂಡು ತಂದು ವೇದಿಕೆ ಹತ್ತಿಸಲಾಯಿತು.

ನಾಟಕ ಮುಗಿದ ಮಾರನೆಯ ದಿನ ಕಲಾವಿದರಿಗೆ ಹಬ್ಬವೋ ಹಬ್ಬ. ಕಡಿಮೆ ಬೆಲೆಯ ಬಟ್ಟೆ ಕೊಳ್ಳಲು ನಮ್ಮ ಸೈನ್ಯ ಮಾರ್ಕೆಟ್ಟಿಗೆ ನುಗ್ಗೇಬಿಟ್ಟಿತು. ಯಾರಾದರೂ ತಪ್ಪಿಸಿಕೊಂಡಾರೆಂದು ಎಲ್ಲರ ಹಿಂದೆ ಹಿಂದೆ ಓಡಾಡುತ್ತಿದ್ದ ನಮಗೆ ಒಂದೆಡೆ ಬಟ್ಟೆ ರಾಶಿಯ ಮುಂದೆ ನಮ್ಮ 'ಬಾಣಾಸುರ' ಕಂಡ. ಆತ ಒಂದಿಷ್ಟು ಬಟ್ಟೆಯನ್ನು ಕಂಕುಳಲ್ಲಿ ಕವುಚಿಕೊಂಡು, ಇನ್ನೊಂದು ಬಟ್ಟೆ ಹಿಡಿದು ಅಂಗಡಿಯವನೊಂದಿಗೆ ಮೈ ಕೈ ಅಲ್ಲಾಡಿಸಿ ಮಾತನಾಡುತ್ತಿದ್ದ. ವ್ಯಾಪಾರಕ್ಕೆಂತ ಭಾಷೆ? ವ್ಯಾಪಾರವೇ ಒಂದು ಭಾಷೆ. ನಮ್ಮ ಬಾಣಾಸುರನಿಗೆ ಸ್ವಲ್ಪ ದೊಡ್ಡ ಸೈಜಿನ ಅಂಗಿ ಬೇಕಿತ್ತು ಅದಕ್ಕೆ ಆತ "ತೋಡಾ ಅಗಲ್ ದೇವೋ" ಅಂತ ಹಿಂದಿ ಕನ್ನಡದ ಸಂಧಿ ಮಾಡ್ತಿದ್ದ!!! ಅಂತೂ ಮುಂಬಯಿ ಜತೆ ಶೇಷಗಿರಿ ದೋಸ್ತಿ ಬೆಳೆಸಿತ್ತು. ಮುಂದೆ ಕರ್ನಾಟಕ ಸಂಘದ ಭರತ ಪೊಲಿಪು ಮತ್ತವರ ಬಳಗದ ಪ್ರೀತಿಯಿಂದಾಗಿ ತಂಡ ಇನ್ನೂ ಎರಡು ಸಾರಿ ಮುಂಬಯಿಯಲ್ಲಿ ತನ್ನ ಪ್ರದರ್ಶನ ನೀಡಿತು.

ರಂಗಪ್ರಯೋಗಗಳೇ ಹಾಗೆ. ಅವು ಚಿನ್ನದ ಮಂಟಪದಲ್ಲಿಟ್ಟ ಮಣ್ಣಿನ ಗಣಪನಂತೇ. ಮಂಟಪ ಚಿನ್ನದ್ದೇ ಆದರೂ ಮೂರ್ತಿ ಮಣ್ಣಿನದಾಗಿರಬೇಕು. ಆಗಲೇ ಹೊಸಹೊಸದಾಗಿ ಅದನ್ನು ಮುರಿದು ಕಟ್ಟಲಿಕ್ಕಾಗುವದು. ರಂಗ ಪರಂಪರೆಯ ಮಂಟಪದಲ್ಲಿ ಹೊಸ ಕಾಲದಲ್ಲಿಯ ಈ ನಾಟಕ ಪ್ರಯೋಗ ತನ್ನ ಮಣ್ಣಿನ ಗುಣದಿಂದಾಗಿ ಸಾಕಷ್ಟು ಯಶ ಗಳಿಸಿದ್ದು ಮಾತ್ರವಲ್ಲ, ಯುವಕ ಸಂಘವು ಆ ಹಳ್ಳಿಯಲ್ಲಿ ಖರೀದಿಸಿಟ್ಟುಕೊಂಡಿದ್ದ 4 ಎಕರೆ ಜಮೀನಿನಲ್ಲಿ ರಂಗಮಂದಿರ ನಿರ್ಮಾಣ ಮಾಡಿಕೊಳ್ಳುವುದಕ್ಕೂ ಕಾರಣವಾಯಿತು. ಆಗಿನ ನಾಟಕ ಅಕಾಡೆಮಿ ಅಧ್ಯಕ್ಷರಾಗಿದ್ದ ಕಪ್ಪಣ್ಣ ಮತ್ತು ಕನ್ನಡ ಮತ್ತು ಸಂಸ್ಕೃತಿ ಇಲಾಖಾ ಆಯುಕ್ತರಾಗಿದ್ದ ವಿಠ್ಠಲಮೂರ್ತಿಯವರ ದೆಸೆಯಿಂದಾಗಿ ಸರ್ಕಾರದಿಂದ 25 ಲಕ್ಷರೂ. ದೊರೆತರೆ, ರಂಗಪ್ರಿಯರಾಗಿರುವ, ಆ ವಲಯದ ಶಾಸಕರೂ ಆಗಿದ್ದ ಸಿ.ಎಂ.ಉದಾಸಿಯವರು ರಂಗಮಂದಿರಕ್ಕೆ ತಗಲುವ ಉಳಿದ ವೆಚ್ಚವನ್ನು ಸರ್ಕಾರದಿಂದ, ಸ್ನೇಹಿತರಿಂದ ಕೊಡಿಸಿದರು. ಸುಮಾರು 90 ಲಕ್ಷ ವೆಚ್ಚದ ರಂಗಮಂದಿರ ನಿರ್ಮಾಣಗೊಂಡಿತು! ನಾಟಕ ನೋಡಲು ಬೇರೆ ಬೇರೆ ಊರಿನ ಜನ ಆ ಊರಿಗೆ ಬರಲಾರಂಭಿಸಿದರು. ಬರುತ್ತ ಬರುತ್ತ ಅದೊಂದು ಹಲವು ರಂಗಪ್ರಿಯರ ತಾಣವಾಗತೊಡಗಿತು. ಹುಲ್ಲಿನ ಮತ್ತು ಹೂವಿನ ಎರಡೂ ಬಗೆಯ ಕಾಯಕಗಳಲ್ಲಿ, ಎರಡಾಗದಂತೆ ನೊಡಿಕೊಂಡ ಬಗೆಗೆ ಹಲವರ ಪ್ರೀತಿ ಧಕ್ಕಿದೆ. ರಂಗಮಂದಿರದ ಬೆಳವಣಿಗೆಗೆ ಎಷ್ಟೆಲ್ಲ ಜನ ನೆರವಾಗುತ್ತಲೇ ಬಂದರು!. ತಹಶೀಲ್ದಾರರೊಬ್ಬರು ರಂಗಮಂದಿರದೊಳಗೆ ಪ್ರತಿಧ್ವನಿ ಬರದಂತೆ ನೋಡಿಕೊಳ್ಳಲು ಮಿಲ್ಲಿನ ರೀಪುಗಳನ್ನು ಕೊಡಿಸಿದರೆ, ನಾಟಕ ನೋಡಲು ಬಂದ ಇಂಜನಿಯರ್ ಒಬ್ಬರು ನಾಟಕಗಳನ್ನು ನೋಡುವಾಗ ಪದೇ

ಪದೇ ಹೋಗುತ್ತಿದ್ದ ವಿದ್ಯುತ್ತಿನ ತೊಂದರೆ ನೋಡಿ ಜನರೇಟರ್ ಕೊಡಿಸಿದರು, ಶಿಕ್ಷಕರೊಬ್ಬರು ಒಂದಿಷ್ಟು ಖುರ್ಚಿಗಳನ್ನು ನೀಡಿದರು.. ಹೀಗೆ.

ಹತ್ತು ವರ್ಷದ ಕೆಳಗೆ ರಂಗಮಂದಿರದ ಉದ್ಘಾಟನೆ ಸಂದರ್ಭದಲ್ಲಿ ರಾಜಕೀಯ ನಾಯಕರೊಬ್ಬರು ನನ್ನಲ್ಲಿ "ಮೇಷ್ಟ್ರೆ ಕೆಲವು ವರ್ಷದ ನಂತರ ಇದು ಗೋವಿನ ಜೋಳ ತುಂಬುವ ಗೋದಾಮಾಗುತ್ತದೆ ನೋಡಿ" ಅಂದಿದ್ದರು. ಆದರೆ ರಂಗಮಂದಿರ ಕೇವಲ ಆ ಊರಿನ ಆಸ್ತಿ ಮಾತ್ರವಾಗದೇ ನಾಡಿನ ಆಸ್ತಿಯಾಗಿ ರೂಪಧಾರಣೆ ಮಾಡಿತ್ತು. ಹಲವು ರಂಗ ಪ್ರಯೋಗಗಳು, ಮಕ್ಕಳ, ದೊಡ್ಡವರ, ಕಾಲೇಜು ವಿದ್ಯಾರ್ಥಿಗಳ ಶಿಬಿರಗಳು, ಉತ್ಸವಗಳು, ಸಾಹಿತ್ಯಿಕ ಚಟುವಟಿಕೆಗಳು, ಮಹಿಳಾ ದಿನಾಚರಣೆಗಳು ಹೀಗೆ ನಿರಂತರ ಚಟುವಟಿಕೆಗಳಾಗುತ್ತಿವೆ ಅಲ್ಲಿ. ಎಷ್ಟೋ ರಂಗತಂಡಗಳು ತಮ್ಮ ತಿರುಗಾಟದ ನಾಟಕಗಳ ತಯಾರಿಯನ್ನು ಅಲ್ಲಿಯೇ ಉಳಿದು ಸಿದ್ಧಪಡಿಸಿಕೊಂಡು ನಡೆದಿವೆ. 'ಗಾಂಧಿ' 150ರ ರಂಗ ತಾಲೀಮುಗಳೂ ತಿಂಗಳುಗಟ್ಟಲೆ ಇಲ್ಲಿಯೇ ನಡೆದಿವೆ. ನೂರಾರು ಕಲಾವಿದರು ಅಲ್ಲಿ ಉಳಿದು ಹೋಗುತ್ತಾರೆ.

ಶೇಷಗಿರಿಯಲ್ಲಿ 'ರಂಗಪ್ರಿಯ' ಅನ್ನುವ ಚಿಕ್ಕ ಹೋಟೇಲೊಂದಿದೆ. ಹಿರಿಯ ಕಲಾವಿದ ಸಿದ್ದಪ್ಪ ರೊಟ್ಟಿ ಎನ್ನುವವರು ಅವರ ಮನೆಯ ಆವರಣದಲ್ಲಿಯೇ

ಇದನ್ನು ನಡೆಸುತ್ತಿದ್ದಾರೆ. ರಂಗಮಂದಿರದಲ್ಲಿ ನಡೆವ ಚಟುವಟಿಕೆಯ ಸಮಯದಲ್ಲಿ ಊಟತಿಂಡಿ ನೀಡುವವರು ಅವರೇ. ಉಳಿದ ಸಮಯದಲ್ಲಿ ಊರಿನವರೇ ಅವರ ಗಿರಾಕಿಗಳು. ಈ ರಂಗಪ್ರಿಯನ ಹೋಟೆಲು 24 ಘಂಟೆಯೂ ತೆರೆದಿರುತ್ತದೆ. ಹೇಗಂತೀರಾ? ಅವರ ಮನೆಯ ಹೊರಾಂಗಣವೇ ಹೋಟೆಲ್ ಆಗಿರುವುದರಿಂದ ಆತ ಮಧ್ಯರಾತ್ರಿಯ ಮೇಲೆ ಮಲಗಿದ್ದರೂ ಅಲ್ಲಿ ಹೊರಗೆ ಆತ ಇಟ್ಟಿರುವ ಚಹ, ಬಿಸ್ಕೇಟ್ ಇತ್ಯಾದಿಗಳನ್ನು ಜನರು ಸ್ವೀಕರಿಸಿ, ಅಲ್ಲಿಯೇ ಇದ್ದ ಟೇಬಲ್ಲಿನ ಹುಂಡಿಯೊಳಗೆ ಹಣ ಇಟ್ಟು ಹೋಗುತ್ತಾರೆ!. ಒಮ್ಮೆ ಅಲ್ಲಿಗೆ ಬಂದು ಹೋದ ಕಲಾವಿದರು ಈ ಬಾಂಧವ್ಯ ಮರೆಯಲಾರರು! ಹಾವೇರಿಯ ಸುತ್ತಮುತ್ತಲಿನಲ್ಲೆಲ್ಲಾದರೂ ಅವರು ಹಾದುಹೋಗುವುದಿದ್ದಲ್ಲಿ ಮರೆಯದೇ ಶೇಷಗಿರಿಯ ಈ 'ರೊಟ್ಟಿ' ಅಂಗಡಿಗೆ ಬಂದು ಅವರನ್ನು ಮಾತನಾಡಿಸಿ ಮಂಡಕ್ಕಿ ತಿನ್ನದೇ ಹೋಗುವದಿಲ್ಲ. ಕಾಯಕವನ್ನು ಮಾಯಕವಾಗಿಸುವ ಈ ತಾಕತ್ತಿಗೆ ಏನನ್ನಬಹುದು?.

ಸುಮಾರು 22 ವರ್ಷಗಳ ದೀರ್ಘಾವಧಿಯ ಮಣ್ಣಿನ ನಂಟಿದು, ಅಂಟಿದ ಪರಿ ಇಂತದು. ಅಂದು ಉಷಾಹರಣ, ಕರ್ಣಭಾರ ನಾಟಕಗಳಾಗುವಾಗ ತಾಲೀಮು ನೋಡಲು ಬರುತ್ತಿದ್ದ ಚಿಳ್ಳೆಪಿಳ್ಳೆಗಳು ಈಗ ಎರಡನೇ ತಲೆಮಾರಿನ ಕಲಾವಿದರಾಗಿ ಊರಿನಲ್ಲಿ ಬೆಳೆಯುತ್ತಿದ್ದಾರೆ. ಅಕ್ಕಪಕ್ಕದ ಕಾಲೇಜು ಹುಡುಗರು ಅವರ ಬಿಡುವಿನ ವೇಳೆಯಲ್ಲಿ ಇಲ್ಲಿ ಬಂದು ತಂಗುತ್ತಾರೆ. ಹೊಸ ಹುಡುಗರೆಲ್ಲ ಸೇರಿ ನಟಿಸಿದ, ಗಣೇಶ್ ಎಂ. ನಿರ್ದೇಶನದ 'ವಾಲಿವಧೆ' ನಾಡಿನಲ್ಲೆಲ್ಲೆಡೆ ತಿರುಗಾಟ ಕಂಡಿದೆ. ಗಾಜಿನ ಗೋಳವೂ ಈಗ ಹೊಸ ರೂಪಕ್ಕೆ ಕಾದಿದೆ. ಹೊಸ ಹೊರಳಿಕೆಯ ಅನುಭವದ ರೂಪಣೆಗಾಗಿ, ಹೊಸ ಬಂಧದ ವಿನ್ಯಾಸ ರೂಪಿಸಲು ಹೊಸ ಬಣ್ಣಗಳ ದ್ರವ್ಯಕ್ಕೆ ಕಾದಿದೆ.

ವರಕವಿ ಬೇಂದ್ರೆಯವರು ಬರೆದ 'ಶಾಂತ ಕವಿಗಳ ವಿಶ್ರಾಂತಿ' ಎಂಬ ಕವನದಲ್ಲಿ ಈ ಸಾಲುಗಳಿವೆ.

ನಟ ತೆರೆಯ ಮರೆಯಾದ
ನುಡಿಗಳ ಹಾಡುಗಳ ಹಾಡಿ
ತೀರಿದರೂ ತಣಿವಿಲ್ಲ
ಮೈಮರೆಯೆ ಕೂಡಿದರೂ ಮನದಣಿಯಲಿಲ್ಲ ಕಡೆಗೂ..

ಯಾವತ್ತಾದರೂ ಶೇಷಗಿರಿಗೆ ಹೋಗಿ. ಅಲ್ಲಿ ನಿಮಗಾಗಿ ಸಿದ್ದಪ್ಪ ರೊಟ್ಟಿಯವರ ರಂಗಪ್ರಿಯ ಹೋಟೆಲಿನಲ್ಲಿ ಮಸಾಲೆ ಮಂಡಕ್ಕಿ ಕಾಯುತ್ತಿರುತ್ತದೆ; ಮತ್ತು ರಂಗ ಮಂದಿರದ ಮೆಟ್ಟಿಲ ಮೇಲೆ ನಿಮ್ಮ ಸ್ವಾಗತಿಸಲು ಪ್ರಭು ಗುರಪ್ಪನವರು ನಿಂತಿರುತ್ತಾರೆ.

⌘

ನಾವು ಹಳ್ಳಿ ಹೈದರು ನಮ್ಮನೆಲ್ಲಿಗೊಯ್ದರು

ನಾಟ್ಯಶಾಸ್ತ್ರದಲ್ಲಿ ರಂಗಸಾಲೆ ಅಥವಾ ರಂಗಮಂದಿರದ ಕುರಿತು ಒಂದು ಆಸಕ್ತಿದಾಯಕ ವಿವರವಿದೆ. ನೇಪಥ್ಯದಿಂದ ರಂಗಸ್ಥಳಕ್ಕೆ ಕಲಾವಿದರು ಪ್ರವೇಶ ಪಡೆಯುವಲ್ಲಿ ಎರಡು ದ್ವಾರಗಳಿದ್ದು ಅದಕ್ಕೆ ಎರಡು ಹೊಸ್ತಿಲುಗಳು. ಆ ಹೊಸ್ತಿಲಿಗೆ 'ನಿಯತಿ' ಮತ್ತು 'ಮೃತ್ಯು' ದೇವತೆಗಳನ್ನು ಆವಾಹಿಸಲಾಗಿರುತ್ತದೆ. ಕಲಾವಿದರು ನೇಪಥ್ಯದಿಂದ ಹೊರಟು ರಂಗಮಂದಿರದ ಮೇಲೆ ಬರುವಾಗ ಅವರು ತಮ್ಮ 'ನಿಯತಿ'ಯನ್ನು ಅತಿಕ್ರಮಿಸಿ, ನಂತರ ತನ್ನದೇ 'ಮರಣ'ವನ್ನು ಹಾದು ವೇದಿಕೆಯ ಮೇಲೆ ಕಾಣಿಸಿಕೊಳ್ಳುತ್ತಾರೆ.

ಕಲಾವಿದ ತಾನಲ್ಲದ, ಹೊಸ ವ್ಯಕ್ತಿಯ (ಪಾತ್ರದ) ಜೀವಂತಿಕೆಗೆ ಕಾರಣನಾಗಬೇಕು ಎಂಬುದು ಇದರ ಸಂಕೇತ. ಕಲಾವಿದರ 'ಪರಕಾಯ ಪ್ರವೇಶ', ಪರಭಾವ ಕರಣ, ಉತ್ಸರ್ಗ ವಿಸರ್ಗ, ಇನ್ನರ್ ರಿಯಲಿಸಂ' ಇತ್ಯಾದಿ ಹಲವು ಪಾರಿಭಾಷಿಕ ಪದಗಳನ್ನು ಚರ್ಚಿಸಬಹುದಾದ ಪರಿಕಲ್ಪನೆಯಿದು.

ನಿಯತಿಯನ್ನು, ಮೃತ್ಯುವನ್ನು ಮೀರುವದು ಕಲಾವಿದರಿಗೆ ಅನಿವಾರ್ಯ. ಅವರಿಗೆ ನೀಡುವ ತರಬೇತಿಯಲ್ಲಿ ಬಹುಮುಖ್ಯ ಭಾಗವನ್ನು ಆವರಿಸುವ ಸಂಗತಿಯೆಂದರೆ ಇದೇ. ಆದರೆ ಬಹು ಗಹನವಾದ ಈ ವಿಚಾರವನ್ನು ಆಚಾರಕ್ಕೆ ತರುವದು ದೊಡ್ಡವರಿಗೆ ಎಷ್ಟು ಕಷ್ಟವೋ ಮಕ್ಕಳಿಗೆ ಅಷ್ಟೇ ಸರಳ! ದೊಡ್ಡವರಿಗೆ ಬಹು ತ್ರಾಸದಾಯಕವಾದ ಈ ಕ್ರಿಯಾಸಂಗತಿ ಮಕ್ಕಳಿಗೆ ತುಂಬ ಸಲೀಸು! ಅವರು ಈ ಅಗ್ನಿಕೊಂಡವನ್ನು ಸುಲಭವಾಗಿ ದಾಟುತ್ತಾರಲ್ಲದೇ, ಅವರ ಕೈ ಹಿಡಿದು ಹೊರಟರೆ ದೊಡ್ಡವರಾದ ನಮ್ಮನ್ನೂ ಅದರಿಂದ ದಾಟಿಸುತ್ತಾರೆ!. ದೈನಿಕದ ಧಾರಾವಾಹಿ ಬದುಕಿನಲ್ಲಿ ಹಲವು ಪಾತ್ರಗಳ ನಿಭಾವಣೆಯಲ್ಲಿ ನಾವು ಹಿರಿಯರು ಉಬ್ಬಸ ಪಡುತ್ತಿರುವ ಹೊತ್ತಿನಲ್ಲೇ ಈ ಘಟಿಂಗರು, ತಾವಿರುವ ಮಾತ್ರವಲ್ಲ ತಾವಾಗ ಬಯಸುವ ಪಾತ್ರವನ್ನೂ ಸುಲಭವಾಗಿ ಅನುಭವಿಸುವ ಸಾಧ್ಯತೆ ಹೊಂದಿರುತ್ತಾರೆ! ಅಹಂ ಅನ್ನು ಗೆದ್ದು ಇನ್ನೊಂದಾಗುವ ಕ್ರಿಯೆ ನಮಗೆಲ್ಲ ಮುಕ್ತಿಯಂತಹ ಘನಂದಾರಿ ಕರ್ಮವಾಗಿ ಕಾಣಿಸುವ ಹೊತ್ತಿಗೇ, ಮಕ್ಕಳು ಅದಲ್ಲದ ಇನ್ನೊಂದಾಗಿ ಸುಖಿಸುತ್ತಿರುತ್ತಾರೆ; ಅದೇನು ಮಹಾ! ಎಂಬಂತೆ. ನಿಮಗೆ ತಿಳಿದಿದೆಯೇ? ರಂಗದ ಮೇಲೆ ಮುಖವಾಡ ತೊಟ್ಟು ಅಭಿನಯಿಸುವ ಸಂದರ್ಭದಲ್ಲಿಯೂ ಮಕ್ಕಳು ತಾವು ಕಾಣಿಸುತ್ತಿದ್ದೇವೆ ಎಂಬ ಭಾವದಲ್ಲಿಯೇ ಪೂರ್ಣವಾಗಿ ಸಂತೋಷದಿಂದ ರಂಗದ ಮೇಲೆ ಬದುಕುತ್ತಾರೆ! (ದೊಡ್ಡವರ ಅಧಿಕ ಪ್ರಸಂಗದ ಮೂಗು ತೂರಿಸುವಿಕೆ ಇಲ್ಲದಿದ್ದರೆ).

ನನ್ನ ಬೌದ್ಧಿಕ ಚಾಪಲ್ಯಕ್ಕೋ, ಕೆಲವೊಮ್ಮೆ ಸಾಮಾಜಿಕ ಜವಾಬ್ದಾರಿ ನಿರ್ವಹಣೆ ಯೆಂಬ ಸ್ವಘೋಷಿತ ಅಹಂಗಾಗಿಯೋ ನಾನು ಆಗಾಗ ದೊಡ್ಡವರಿಗಾಗಿ ದೊಡ್ಡವರ ನಾಟಕ ಮಡುತ್ತಿರುವೆನಾದರೂ, ಹೊಸ ಸೃಜನಶೀಲ ಕಲ್ಪನೆಗಾಗಿ, ಆಗಾಗ ಕುಸಿಯುವ 'ಊರ್ಜೆ'ಯನ್ನು ಮರಳಿ ಗಳಿಸಿಕೊಳ್ಳುವುದಕ್ಕಾಗಿ, ಹೊಸ ಉಸಿರಿಗಾಗಿ ನಾನು ಮರಳುವದು ಮಕ್ಕಳ ನಾಟಕಕ್ಕೇ! ದೈನಂದಿನ ವಸ್ತು ಜಗತ್ತಿನ ತರ್ಕವನ್ನು ಮೀರುವುದಕ್ಕೆ ಮತ್ತು ಹೊಸ ಸತ್ಯದ ಸಾಧ್ಯತೆ ಹುಡುಕುವ ವಿಧಾನಗಳ ಅನ್ವೇಷಣೆಗೆ ಮಕ್ಕಳ ನಾಟಕ ಬಹು ದೊಡ್ಡ ಅವಕಾಶ. ನಾನಿರುವ ನೆಲೆಯಿಂದ ನನ್ನ ಎತ್ತರಕ್ಕೊಯ್ದು ಅವರ ಋಣ ಬಹು ದೊಡ್ಡದು. ನಾಟಕ ಅಂದರೆ 'ಸ್ವಾತಂತ್ರ್ಯ' ಎಂದು ಹೇಳಿದ, ಪುಣ್ಯಕೋಟಿ ನಾಟಕದಲ್ಲಿ ಹುಲಿಯನ್ನು ಸಾಯಿಸದೇ ಇರೋಕಾಗತ್ತ? ಅಂತ ಕೇಳಿದ ಎಷ್ಟೆಲ್ಲ ಮಕ್ಕಳು, ನನಗೆ ಹದ್ದನ್ನು ಮೀರುವ

ಹಾದಿಯನ್ನೂ, ಎಲ್ಲಿ ಆಚೆಯ ದಂಡೆ ಅನ್ನೋದನ್ನೂ ಕಾಣಿಸಿದ್ದಾರೆ! ಅವರು ರಂಗ ಜಗತ್ತಿನ ಸ್ವಾತಂತ್ರ್ಯ ಗಂಗೆಯ ಸಾವಿರ ತೊರೆಗಳಂತೆ! ರಂಗಭೂಮಿಯಲ್ಲಿ ಅಧಿಕೃತವಾದ ಅಥವಾ ಅಕಾಡೆಮಿಕ್ ಅನ್ನಬಹುದಾದ ಅಧ್ಯಯನವನ್ನೇನೂ ಮಾಡದ ಹಳ್ಳಿಯಂಚಿನ ನನಗೆ ದೆಹಲಿ ಕಾಣಿಸಿದವರು ಮಕ್ಕಳೇ! ಅದು ಮೊದಲು ಘಟಿಸಿದ್ದು ಕೂರಾಡಿ ಎಂಬ ಹಳ್ಳಿಯ ಮಕ್ಕಳಿಂದಾಗಿ!

ಈ ಕತೆಯ ಆರಂಭಕ್ಕೆ ಕಾರಣರಾದವರು ದಿವಂಗತ ಕೂರಾಡಿ ಸೀತಾರಾಮ ಶೆಟ್ಟರು. ಈ ಕತೆಯಲ್ಲಿ ಕೂರಾಡಿ ಹಳ್ಳಿಯೊಂದರ ಶಾಲೆ ಮತ್ತು ಸೀತಾರಾಮಶೆಟ್ಟಿ ಎನ್ನುವ ವ್ಯಕ್ತಿ ಇವರಿಬ್ಬರೂ ಅಭಿನ್ನ ಎಂಬಂತೆ ಇದ್ದಾರೆ.

ಹಲವರಿರುತ್ತಾರೆ ಬದುಕು ಕರೆದತ್ತ ಪಯಣಿಸುವವರು; ಕೆಲವರಿರುತ್ತಾರೆ ತನ್ನಿಷ್ಟದಂತೆ ಬದುಕ ದಾರಿ ಸವೆಸುವವರು. ಹಲವರಿಗೆ ಬದುಕು ಅದು ವಿಧಿ ಬರೆದ ಕರ್ಮ. ಕೆಲವರಿಗೆ ಮಾತ್ರ ಅದು ಹಟ ಹಿಡಿದು ರೂಢಿಸಿದ ಜೀವನದ ಧರ್ಮ. ಹಲವರಿಗೆ ಬದುಕು ಎಂದೋ ನಿಲ್ಲಬೇಕಾದ ತಾಣಕ್ಕಾಗಿ ಈಗಿನಿಂದಲೇ ಮಾಡುವ ತಯಾರಿ; ಕೆಲವರಿಗೆ ಅದು ಚಲನಶೀಲ, ನಿಲುಗಡೆಯ ಸಾವು ಬಯಸದ ಚಾರಣ. ಅಂಥವರಿಗೆ ಮಾತ್ರ, ಕ್ಷಣ ಕ್ಷಣಕ್ಕೂ ಬದುಕು ಒಡ್ಡುವ ಹಲವು ಪಂಥಾಹ್ವಾನದ ಪ್ರಯಾಸಗಳನ್ನು ತಮಗೊದಗಿದ ಕೆಲವೇ ಕೆಲವು ಸಾರ್ಥಕ ಕ್ಷಣಗಳ ಸಹಾಯದಿಂದ

ನಿವಾಳಿಸಲು ಸಾಧ್ಯ. ಅಂಥವರು ಕೆಲವರೇ. ಈ ಕೆಲವರಲ್ಲಿ ಒಬ್ಬರು ಕೂರಾಡಿ ಸೀತಾರಾಮ ಶೆಟ್ಟಿಯವರು.

ಅವರನ್ನು ನಾನು ನೋಡಿದ್ದು ತುಮರಿಯಲ್ಲಿ. ಕೆ.ಜಿ.ಕೃಷ್ಣಮೂರ್ತಿಯವರು ತುಮರಿಯಲ್ಲಿ ಸಂಘಟಿಸಿದ್ದ ರಂಗ ಶಿಬಿರದಲ್ಲಿ. ಬಿ.ವಿ.ಕಾರಂತರು ನಡೆಸಿಕೊಟ್ಟ, ಅವರ ಜೀವಿತದ ಕೊನೇಯ ರಂಗ ಶಿಬಿರವದು. ಐ.ಕೆ.ಬೊಳುವಾರರು ನನ್ನನ್ನು ಶೆಟ್ಟರಿಗೆ ಪರಿಚಯಿಸುತ್ತ 'ಇವರು ನಿಮ್ಮ ಹಾಗೇ ಹೈಸ್ಕೂಲು ಮೇಷ್ಟ್ರು. ಮತ್ತೆ ನಿಮ್ಮ ಹಾಗೇ ನಾಟಕದ ಮೇಷ್ಟ್ರು' ಎಂದಿದ್ದರು. ಆ ಕಾಲಕ್ಕೆ ಕೂರಾಡಿಯವರು ನಾಟಕ ರಂಗದಲ್ಲಿ ಹೆಡ್‌ಮೇಷ್ಟ್ರು, ನಾನು ಬರೀ ಮೇಷ್ಟ್ರು. ಆಗಲೇ ನಮ್ಮಿಬ್ಬರಿಗೂ ಸಣ್ಣ ಲವ್ ಬೆಳೆಯಿತು.

2009 ಬೆಂಗಳೂರಿನಲ್ಲಿ ಎನ್.ಎಸ್.ಡಿ.-ಆರ್.ಆರ್.ಸಿ.ಯಿಂದ ನಾಟಕೋತ್ಸವ. ಕೂರಾಡಿಯವರು ಲಾವಣ್ಯ ತಂಡದಿಂದ 'ದೃಷ್ಟಿ' ಎಂಬ ನಾಟಕವನ್ನು ತಂದಿದ್ದರು. ನಾನು ಹಾವೇರಿ ತಂಡದವರ 'ಉಷಾಹರಣ' ನಾಟಕ ತಂದಿದ್ದೆ. ಸುರೇಶ ಅನಗಳ್ಳಿಯವರ ಚೇಂಬರಿನಲ್ಲಿ ಕುಳಿತು ಕೂರಾಡಿಯವರು ಹೇಳಿದರು. ಈ ವರ್ಷ ನಮ್ಮಲ್ಲಿಗೆ ಶ್ರೀಪಾದ ಭಟ್ಟರನ್ನು ಕಳಿಸಿಕೊಡಿ" ಅಂತ. ಅನಗಳ್ಳಿ ತಮಾಷೆ ಮಾಡುತ್ತ "ನೀವು ಹೇಳಿದವರನ್ನು ಕಳಿಸಲು ಸಾಧ್ಯವಿಲ್ಲ. ನಾವು ಕಳಿಸಿದ ನಿರ್ದೇಶಕರಿಂದ ನಾಟಕ ಮಾಡಿಸಬೇಕು" ಎಂದರು. ಕೂರಾಡಿ ತಕ್ಷಣ "ನಿಮ್ಮ ಎಸ್. ಎಸ್.ಡಿ.ಯವರು ನಿರ್ದೇಶಕರಿಗೆ ಕೊಡುವ ಸಂಭಾವನೆಯನ್ನು ನಾನು ನಾಳೆಯೇ ಇವರಿಗೆ ಕೈಯಿಂದ ಕೊಡ್ತೆ. ಕಳಿಸ್ತೀರೊ, ಇವರನ್ನೇ, ಇಲ್ದಿದ್ರೆ ನಾನೆ ಕರ್‍ಕಂಡ ಹೋಗ್ತೆ. ನಾವೇನು ನಿಮ್ ಎನ್.ಎಸ್.ಡಿ. ಇದ್ದದ್ದಕ್ಕೇ ನಾಟಕ ಮಾಡೂದಾ." ಅಂದರು. ಅನಗಳ್ಳಿ ನಕ್ಕರು. ನನಗೆ ನಿಜಕ್ಕೂ ಈ ಸಂಭಾಷಣೆ ಪೂರ್ತಿ ಅರ್ಥವಾಗಿರಲಿಲ್ಲ. ಅನಗಳ್ಳಿ ನನ್ನ ನಾಟಕದ ಮೇಷ್ಟ್ರಾಗಿದ್ದರಿಂದ ನಾನೂ ಅವರನ್ನು ಏನೆಂದು ಆ ಸಮಯದಲ್ಲಿ ಕೇಳಹೋಗಲಿಲ್ಲ. ಹೀಗೆ ನಾನು ಕಣ್ಣು ಬಾಯಿ ಬಿಟ್ಟುಕೊಂಡು ಇವನ್ನೆಲ್ಲ ನೋಡುತ್ತಿರುವಂತೆಯೇ, ನಿಜವಾಗಿಯೂ ನನಗೆ ಇವೆಲ್ಲ ಸರಿಯಾಗಿ ಅರ್ಥವಾಗುವ ಮೊದಲೇ ನಾನು ಬ್ರಹ್ಮಾವರ ಸಮೀಪದ ಕೂರಾಡಿ ಎಂಬ ಹಳ್ಳಿಯ ಶಾಲೆಯೊಂದಕ್ಕೆ ನಾಟಕ ನಿರ್ದೇಶಿಸಲು ನೇಮಕ ಆಗಿಬಿಟ್ಟಿದ್ದೆ. ಅಂದು ಕೂರಾಡಿಯ ಶೆಟ್ಟರ ಗತ್ತು ಕಂಡೆ.

ಆರ್ಥಿಕವಾಗಿ ಹಿಂದುಳಿದ, ಹಳ್ಳಿಗಾಡಿನ ಮಕ್ಕಳನ್ನು ಹೊಂದಿದ ಪ್ರೌಢಶಾಲೆ ಯೊಂದನ್ನು ಕೂರಾಡಿ ಎಂಬ ಹಳ್ಳಿಯಲ್ಲಿ ಸೀತಾರಾಮರು ನಡೆಸುತ್ತಿದ್ದರು. ಅಲ್ಲಿ ಅವರು ಶಾಲಾ ಮಕ್ಕಳಿಗೆಂದು 'ಸವಿತಂ' (ಸರ್ವೋದಯ ವಿದ್ಯಾರ್ಥಿ ತಂಡ) ಎಂಬ ರಂಗ ತಂಡವನ್ನು ನಡೆಸುತ್ತಿದ್ದರು. ಅವರೇ ಸ್ವತಹ ಪ್ರಸಿದ್ಧ ನಾಟಕ ನಿರ್ದೇಶಕರಾಗಿದ್ದರೂ ಕೂಡ ಮಕ್ಕಳಿಗೆ ಹೊಸ ಕಲಿಕೆಗೆ ನೆರವಾಗಲೆಂದು ಹೊರಗಿನ

ನಿರ್ದೇಶಕರನ್ನು ಕರೆಸಿ ನಾಟಕ ಮಾಡಿಸುತ್ತಿದ್ದರು. ಆ ವರ್ಷ ನಾನು ಆ ಶಾಲೆಯ ನಂಟಿಗೆ ನೆಂಟನಾದೆ. ಜತೆಗೆ ಕೂರಾಡಿಯವರ ಸ್ನೇಹಿತರಾದ ರಂಗ ನಿರ್ದೇಶಕರೂ, ಸಂಘಟಕರೂ ಆದ ಉದ್ಯಾವರ ನಾಗೇಶ ಮತ್ತು ರಾಜು ಮಣಿಪಾಲ ಇವರ ಸ್ನೇಹ ವರ್ತುಲವನ್ನೂ ಸೇರಿದೆ. ಮುಂದೆ ಉಡುಪಿಯಲ್ಲಿ ದಶಕಗಳ ಕಾಲ ನನ್ನನ್ನು ಬೆಳಗಿಸಿದ ಹಲವು ರಂಗ ಚಟುವಟಿಕೆಗಳಿಗೆ ಕಾರಣವಾದ ರಂಗ ಸಂಬಂಧವಿದು.

ಆಗಸ್ಟ್ ಕೊನೆಯಲ್ಲಿ ಕೆಲ ದಿನಗಳು ರಜೆ ಹಾಕಿ ನಾನು ಕೂರಾಡಿಗೆ ಹೋದೆ. ಕೂರಾಡಿಯ ಶಾಲೆ, ಅಲ್ಲಿಯ ಬಯಲು ರಂಗ ಮಂದಿರ, ಶಾಲಾ ಮೈದಾನ, ಎದುರು ಗಡೆಯಲ್ಲೇ ಇರುವ ಪುಟ್ಟ ವಸತಿ ಗೃಹ, ಪ್ರೀತಿಯ ಶಿಕ್ಷಕರು, ರಭಸದ ತೊರೆಯಂತಿರುವ ಮಕ್ಕಳು... ನಿಜ, ನಾನು ನೆಮ್ಮದಿಯಲ್ಲಿ ತುಳುಕಿದೆ.

'ಕಂಸಾಯಣ' ನಾಟಕ ಎತ್ತಿಕೊಂಡೆ. ಎಚ್.ಎಸ್.ವೆಂಕಟೇಶಮೂರ್ತಿಯವರ ಪಠ್ಯವದು. ಬಿ.ವಿ.ಕಾರಂತರ ನೆಲದಲ್ಲಿ 'ಗೋಕುಲ ನಿರ್ಗಮನ'ದ ಮುಂದಿನ ಕತೆ ಹೇಳುವ ಉಮೇದಿಯೂ ಜತೆಗಿತ್ತು. ಮಥುರೆಯನ್ನು ವೃಂದಾವನ ಮಾಡುವ ಕಥನವದು. ಈ ನಾಟಕ, ಗೋಕುಲ ನಿರ್ಗಮನದ ನಂತರದ ಕತೆಯನ್ನು ಹೇಳುತ್ತದೆ. ಆದರೆ ಅಷ್ಟೇ ಅಲ್ಲ. ಇದು ಕೇವಲ ಗೋಕುಲ ನಿರ್ಗಮನದ ಮುಂದುವರಿದ ಭಾಗವಲ್ಲ; ಅದರ ಜತೆ ಸಂವಾದಿಸುವ ಮಹತ್ವಾಕಾಂಕ್ಷೆ ಹೊಂದಿದ್ದು. ಗೋಕುಲವೇ ನಿರ್ಗಮನವಾದ ವಿಷಾದದಲ್ಲಿ ಗೋಕುಲ ನಿರ್ಗಮನ ಕೊನೆಯಾದರೆ, ನಾವಿರುವ ತಾಣದಲ್ಲಿಯೇ ಗೋಕುಲವನ್ನು ಮರು ಸೃಷ್ಟಿಸಿಕೊಳ್ಳಬಲ್ಲ ಸಾಧ್ಯತೆಯ ಕಡೆ ಈ ನಾಟಕ ಗಮನ ಸೆಳೆಯುತ್ತದೆ. ಮಥುರೆಯ ಹಿಂಸ್ರ ರಾಜಕೀಯದ ನಡುವೆಯೂ ಬೃಂದಾವನವನ್ನು ಸೃಷ್ಟಿಸಬಯಸುವ ಕಥಾನಕವಿದು. ವ್ಯಾಖ್ಯಾನಗಳ ನಡುವೆ ಆಖ್ಯಾನಗಳು ಕಳೆದು ಹೋಗದಂತೆ, ಆಖ್ಯಾನವೇ ವ್ಯಾಖ್ಯಾನವೂ ಆಗುವಂತೆ, ರಂಗಭೂಮಿಯ ಸಂಭ್ರಮಗಳು ಜನಮಾನಸದಿಂದ ದೂರ ಹೋಗದಂತೆ, ಶುಷ್ಕ ಬುದ್ಧಿಮತ್ತೆ ಮತ್ತು ಅತಿಭಾವುಕತೆಯ ಭಾರದ ನಡುವೆ ವಿವೇಕ ತಪ್ಪದಂತೆ ಸೂಕ್ತ ಮಧ್ಯಪ್ರವೇಶ ಮಾಡುತ್ತದೆ ಇದು. ನಗರ ಮತ್ತು ಗ್ರಾಮೀಣ ಬದುಕಿನ ಅಂತೆಯೇ ಪುರಾಣ ಮತ್ತು ಇತಿಹಾಸದ ವಾಗ್ವಾದವನ್ನೂ ನವಿರಾಗಿ ಎತ್ತಿಕೊಳ್ಳುವ ಪಠ್ಯವಿದು. ಜನಪದ, ಆಧುನಿಕ ಈ ಎರಡೂ ರಂಗಭೂಮಿಯ ಗುಣಗಳನ್ನು ಸೇರಿಸಲು ಇದು ಒತ್ತಾಯಿಸುತ್ತದೆ.

ಮಕ್ಕಳ ಮೂಲಕ ಕಾವ್ಯದ ಭಾಷೆಯನ್ನು ರಂಗದಲ್ಲಿಯೂ ಓದಬಹುದಾದ ಸಾಧ್ಯತೆಯನ್ನು ಹುಡುಕಬೇಕು ಮತ್ತು ಅವರ ಭಾವ ದೀಪ್ತಿಯನ್ನು ಮೀಟುತ್ತಲೇ ಭಾಷೆಯ ಅಭಿಜಾತ ಶಕ್ತಿಯನ್ನು ಅವರ ಆಧುನಿಕ ಮನಸ್ಸಿಗೆ ದಾಟಿಸಬೇಕು ಎಂಬ ಹಂಬಲದಿಂದ ಈ ರಂಗಪಠ್ಯ ಕಟ್ಟಲು ಪ್ರಯತ್ನಿಸಿದೆ. ಕಿರಣ ಭಟ್ ಬಿಡಿಸಿಕೊಟ್ಟ ರಂಗಚಿತ್ರಗಳಿಗೆ ದಾಮೋದರ ನಾಯ್ಕ್ ಮೂರ್ತರೂಪ ನೀಡಲು ಯತ್ನಿಸುತ್ತಿದ್ದ.

ಮಕ್ಕಳ ನಾಟಕದಲ್ಲಿ ಮಾತ್ರ ಸಾಧ್ಯವಾಗುವ ತುಂಟತನ, ತರ್ಕದಬೇಲಿ ಹಾರುವ ಸಾಧ್ಯತೆ ಇವನ್ನೆಲ್ಲ ಗಮನದಲ್ಲಿಟ್ಟು ಆಟ ಕಟ್ಟಲಾಯಿತು. ಉದಾ. ಪು.ತಿ.ನ. ಅವರ ಗೋಕುಲ ನಿರ್ಗಮನ ನಾಟಕದಲ್ಲಿ ಕೃಷ್ಣನು ಕೊಳಲನ್ನು ಗೋಕುಲದಲ್ಲಿಯೇ ಬಿಟ್ಟು ಹೋಗ್ತಾನೆ. ಈ ನಾಟಕದಲ್ಲಿ ಆತ ಕೊಳಲು ತರ್ತಾನೆ. 'ಹೊಳಲಿಗೆ ತಾನೆ ಕೊಳಲಿನ ಅವಶ್ಯಕತೆವಿರೋದು?'. ಹೀಗಾಗಿ ಅಗತ್ಯವಾದ ಕಡೆಗಳಲೆಲ್ಲ ದೊಡ್ಡ ಗಾತ್ರದ ಕೊಳಲು ರಂಗದಲ್ಲೆಲ್ಲ ಪ್ರತಿಮೆಯಾಗಿ ಚಲಿಸುವಂತೆ ಮಾಡಲಾಯಿತು. ಚಕ್ರ ಕಟ್ಟಿಕೊಂಡ ಕೊಳಲನ್ನು ಹಿಡಿದು ಮಕ್ಕಳು ಆಡಿದ್ದೇ ಅಡಿದ್ದು. ಕತೆಯಲ್ಲಿ ಆನೆಯೊಂದನ್ನು ಕೃಷ್ಣ ವಧಿಸಬೇಕಾದ ಸನ್ನಿವೇಶವಿದೆ. ಆ ದೃಶ್ಯದಲ್ಲಿ ಮಕ್ಕಳೆಲ್ಲ ಗುಂಪಾಗಿ ವೇದಿಕೆಯ ಮೇಲೆ ಕಾರ್ಟೂನ್ ಮಾದರಿಯ ಆನೆಯನ್ನು ಎಲ್ಲರೆದುರೇ ಸೃಷ್ಟಿಸುವುದು, ಕೃಷ್ಣ ಆ ಆನೆಯ ಮೇಲೇರಿದ ನಂತರ ಗುಂಪು ಚದುರಿ ಆನೆಯನ್ನು ವಿಸರ್ಜಿಸುವದು ಒಂದು ಆಟ. ನಂತರ ಕುಣಿಯುತ್ತ ನಿರ್ಗಮಿಸುವ ಮಕ್ಕಳ ಕೈಯಲ್ಲಿ ಸೊಂಡಿಲು, ಬಾಲ ಇವೆಲ್ಲ ಲಾಸ್ಯವಾಡುತ್ತವೆ. ಆ ಮಕ್ಕಳ ಭಾಷೆಯಲ್ಲೇ ಹೇಳೋದಾದರೆ 'ಗಮ್ಮತ್' ಆಟ. ಮಕ್ಕಳ ಕುಣಿತ ಮತ್ತು ರಂಗ ಚಲನೆಯನ್ನು ಅನುಸರಿಸಿ ಸಂಗೀತ ಸಂಯೋಜಿಸಿದ್ದೆ. ಹೀಗಾಗಿ ಮಕ್ಕಳಿಗೆ ನಾಟಕದಲ್ಲಿ ಮಾತು ಬೇರೆ ಗೀತ ಬೇರೆ ಎಂದು ಅನಿಸಲೇ ಇಲ್ಲ. ತಾಲೀಮಿನ ಸಂದರ್ಭದಲ್ಲಿ ನಮ್ಮ ವ್ಯಾಯಾಮ ಮತ್ತು ರಂಗಾಟಗಳೆಂದರೆ ನಾಟಕದ ಹಾಡುಗಳನ್ನು ಹಾಡುತ್ತ ದೇಹವನ್ನು ಅದಕ್ಕೆ ಒಪ್ಪಿಸಿ ಕುಣಿಯುವದೇ ಆಗಿತ್ತು. ಹೀಗಾಗಿ ದಿನಕ್ಕೊಂದು ವಿನ್ಯಾಸ ಅದಕ್ಕೆ ಒದಗುತ್ತ ಬಂತು. ಮಕ್ಕಳಿಗೆ ಹಾಡುಗಳು ಪ್ರಿಯವಾದವು; ಎಲ್ಲರೂ ಕುಂತಲ್ಲಿ ನಿಂತಲ್ಲಿ ಹಾಡುತ್ತಿದ್ದರು; ಆ ಶಾಲೆಯ ಹಲವು ಮಕ್ಕಳು, ನಾಟಕದಲ್ಲಿ ಇಲ್ಲದ ಮಕ್ಕಳೂ ಹಾಡುಗಳನ್ನು ಗುನುಗುನುಗಿಸುತ್ತಿದ್ದರು. ಮಂಜುಳಾ ಸುಬ್ರಹ್ಮಣ್ಯ ಆಡುತ್ತ ಹಾಡುತ್ತಿದ್ದ ಮಕ್ಕಳ ದೇಹಕ್ಕೆ ಅಗತ್ಯ ಆಂಗಿಕ ಮುದ್ರೆಗಳನ್ನು ಜೋಡಿಸುತ್ತ ಅದನ್ನು ನಾಟ್ಯವಾಗಿಸಿದರು. ಶಾಲೆಯಲ್ಲಿರುವ ಮುರಿದ ಬೇಂಚು ಕುರ್ಚಿಗಳು ದಾಮೋದರ ನಾಯ್ಕರ ಕೈಯಲ್ಲಿ ರಂಗಸಜ್ಜಿಕೆಗಳಾದವು. ಮುಂದೆ ನಾಟಕ ನೋಡಿದ ಎಚ್.ಎಸ್.ವಿ.ಯವರು ಶ್ರೀಪಾದ ಭಟ್ಟರು 'ಈ ನಾಟಕವನ್ನು ಮೊದಲು ಪ್ರಯೋಗಿಸಿದಾಗ ನನಗೆ ಹೊಸ ಸಾಧ್ಯತೆಯೊಂದು ಗಮನಕ್ಕೆ ಬಂತು. ಬುಡಕಟ್ಟು ಮತ್ತು ನಾಗರಿಕ ಜಗತ್ತಿನ ಘರ್ಷಣೆಯಾಗಿ ಅದನ್ನು ಪಡಿಮೂಡಿಸುವ ಸಾಧ್ಯತೆ ಹೊಳೆಯಿತು' ಅಂತ ದಾಖಲಿಸಿದ್ದಾರೆ.

ಕೂರಾಡಿ ಶೆಟ್ಟರು ದಿನವೂ ತಾಲೀಮಿಗೆ ಬಂದು ಕೂರುತ್ತಿದ್ದರು. ನಾನು ಕಟ್ಟುತ್ತಿದ್ದ ದೃಶ್ಯಗಳ ಮೊದಲ ಪ್ರೇಕ್ಷಕರು ಅವರೇ. ನಾನು ಅವರ ಮುಂದೆ ಮಕ್ಕಳನ್ನು ಸೇರಿಕೊಂಡು ಆಟ ಕಟ್ಟುವ ಆಟಗಾರ. 10 ದಿನಗಳಲ್ಲಿ ಕಂಸಾಯಣದ ಮುಕ್ಕಾಲು ಭಾಗ ಸಿದ್ಧ. ಆ ಹಿರಿಯರ ಮುಂದೆ ಮಕ್ಕಳ ಜತೆ ನಟಿಸುತ್ತ ಕುಣಿಯುವಾಗ ನನಗೆ

ಯಾವತ್ತೂ ಮುಜುಗರ ಆಗಲಿಲ್ಲ; ಏಕೆಂದರೆ ಅವರು ಹೊರಗಿನವರು ಅನಿಸಲೇ ಇಲ್ಲ. ಆಟ ಸಿದ್ದಗೊಳ್ಳುವ ಪರಿಯನ್ನು ಅವರು ಚಪ್ಪರಿಸಿ ಆನಂದಿಸುತ್ತಿದ್ದರು. ನನಗೋ ಅವರ ಮುಂದೆಯೇ ಕುಣಿಯುವ ತವಕ. ಆ ದಿನಗಳಲ್ಲಿ ಒಂದು ದಿನವೂ ನನಗೆ ಅವರು, ನಿರ್ದೇಶನದಲ್ಲಿ ಹೀಗೆ ಆಗಬೇಕಿತ್ತು ಅನ್ನುವ ಸೂಚನೆಯನ್ನು ನೀಡಿದವರಲ್ಲ; ಆ ಹೊತ್ತಿಗಾಗಲೇ ಆ ಭಾಗದ ಹೆಸರಾಂತ ನಿರ್ದೇಶಕರಾಗಿದ್ದರೂ. ಆ ಹನ್ನೆರಡು ದಿನಗಳ ನಂತರ ನಾಟಕವನ್ನು ಅವರ ಕೈಗೊಪ್ಪಿಸಿ ನಾನು ನನ್ನ ಶಾಲೆಗೆ ಮರಳಿದೆ. ಆಗ ನಾನು ಹಾವೇರಿಯಲ್ಲಿ ಶಿಕ್ಷಕನಾಗಿದ್ದೆ. ಅಕ್ಟೋಬರ್ ರಜೆಯಲ್ಲಿ ನಾಟಕ ಪೂರ್ತಿಗೊಳಿಸಿ ಪ್ರದರ್ಶನ ಮಾಡುವುದೆಂದು ಇಬ್ಬರೂ ನಿರ್ಧರಿಸಿದ್ದೆವು.

ಆದರೆ ಆಘಾತ ಕಾದಿತ್ತು! ಆ ಅಂಥ ಅವರ ಗಟ್ಟಿಜೀವಕ್ಕೆ ಪಾರ್ಶ್ವವಾಯು ಎರಗಿತ್ತು! ಗೆಳೆಯ ಉದ್ಯಾವರ ನಾಗೇಶರು ನನ್ನನ್ನು ಅವರಿದ್ದ ಆಸ್ಪತ್ರೆಗೆ ಕರೆದೊಯ್ದರು. ಕೂರಾಡಿಯವರ ಶ್ರೀಮತಿಯವರು ಹನಿಗಣ್ಣಾಗಿ ಹೇಳಿದರು. "ಅವರಿಗೆ ನಾಟಕದ್ದೇ ಚಿಂತೆ. ಇನ್ನು ಹೇಗೋ ಏನೋ ಅಂತ" ನಾನು ಅವರಲ್ಲಿಗೆ ಹೋದೆ. ತೊದಲುತ್ತ ಏನೋ ಹೇಳಬಂದರು. ನಾನೆಂದೆ... "ಅದು ನನ್ನ ನಾಟಕ. ಪ್ರದರ್ಶನಕ್ಕೆ ನಿಮ್ಮ ಕರೀತೇನೆ. ಬನ್ನಿ ಅಷ್ಟೆ". ಹೆಚ್ಚು ಮಾತನಾಡಲಾಗಲಿಲ್ಲ ನನಗೆ. ಅರರೇ! ನಾನೇ ನಾಟಕದ ಹುಚ್ಚ ಅಂತಿದ್ದೆ. ಇವರು ಅದರಲ್ಲಿ ನನ್ನ ದೊಡ್ಡಪ್ಪ.!!

ವಾರದಲ್ಲಿ ನಾಟಕ ಸಿದ್ಧಮಾಡಿ ಅವರಿಗೆ ತೋರಿಸಿದೆವು.

ಅಸಾಧಾರಣ ಮಕ್ಕಳವು. ಕಂಸನ ಪಾತ್ರವನ್ನು ಅಭಿಜಿತ್ ಅನ್ನುವ ಹುಡುಗ ಮಾಡ್ತಿದ್ದ. ಆತ ನನ್ನನ್ನು ಅದ್ಯಾವ ಪರಿ ನುಂಗ್ತಿದ್ದ ಅಂದರೆ, ಅವನಿಗಾಗಿ ನಾನು ಪಾತ್ರದ ನಡೆಗೆ ಸಂಕೀರ್ಣ ಚಲನೆಯನ್ನು ಎಷ್ಟು ಸೃಷ್ಟಿಸಿದರೂ ಅದನ್ನು ಸಲೀಸಾಗಿ ಅನುಸರಿಸಿ ಮುಂದೆ? ಅನ್ನುವಂತೆ ನೋಡ್ತಿದ್ದ. ಎಲ್ಲರೂ ಅಷ್ಟೆ. ಹಳ್ಳಿಯ ಶುದ್ಧ ಜೇನುತುಪ್ಪದಂತವರು.

ನಾಟಕವು ರಾಷ್ಟ್ರೀಯ ನಾಟಕ ಶಾಲೆ ಏರ್ಪಡಿಸುವ 'ಜಶ್ನೆ ಬಚಪನ್' ಉತ್ಸವಕ್ಕೆ ಆಯ್ಕೆಯಾಯಿತು. ಹಳ್ಳಿ ಶಾಲೆಯ ತಂಡ ದೆಹಲಿಗೆ ಹೊರಟಿತು. ನಾಟಕದ ಆರಂಭದಲ್ಲಿ ಗೋಕುಲದ ಹಳ್ಳಿಯಿಂದ ಮಥುರೆಯ ನಗರಕ್ಕೆ ಹೊರಟ ಗೊಲ್ಲರ ತಂಡ 'ನಾವು ಹಳ್ಳಿ ಹೈದರು ನಮ್ಮನೆಲ್ಲಿಗೊಯ್ದರು' ಅಂತ ಹಾಡುವ ಹಾಡೊಂದಿದೆ. ಕೂರಾಡಿಯ ಹಳ್ಳಿ ಹೈದರೂ ದಿಲ್ಲಿಯ ಶಹರಕ್ಕೆ ಹೀಗೆ ನಡೆದರು.

ಈ ಮಧ್ಯೆ, ವೀಲ್‌ಚೇರಿನಲ್ಲಿ ಮಾತ್ರ ಕುಳಿತುಕೊಳ್ಳಬಹುದಾಗಿರುವ ಸ್ಥಿತಿಯಲ್ಲಿ ಕೂರಾಡಿಯವರೂ ದೆಹಲಿಗೆ ಹೊರಟರು. ವಿಮಾನ ಯಾನ ಮಾಡಲು ಎಷ್ಟೇ ಒತ್ತಾಯಿಸಿದರೂ ಕೂಡ, ಮಕ್ಕಳೊಂದಿಗೆ ರೇಲ್ವೆಯಲ್ಲಿಯೇ ಬರುವುದಾಗಿ

ಹಠಹಿಡಿದು ಬಂದರು.! ದೆಹಲಿಯಲ್ಲಿ ಅವರ ಮಕ್ಕಳ ನಾಟಕ ನೋಡಿ ಹನಿಗಣ್ಣಾದರು. ತೊದಲುತ್ತಲೇ ಅಭಿಮಾನದಿಂದ ಅಲ್ಲಿಯ ಚರ್ಚೆಗಳಲ್ಲಿ ಭಾಗವಹಿಸಿದರು!

ರಾಷ್ಟ್ರೀಯ ನಾಟಕ ಶಾಲೆ ದೆಹಲಿಯಲ್ಲಿ 'ಥಿಯೇಟರ್ ಇನ್ ಎಜುಕೇಷನ್' ಅನ್ನುವ ವಿಭಾಗವಿದೆ. ಮಕ್ಕಳ ನಾಟಕೋತ್ಸವವನ್ನು ಸಂಘಟಿಸುವವರು ಈ ಘಟಕದವರು. ಮಕ್ಕಳಿಗಾಗಿ ದೊಡ್ಡವರು ಅಭಿನಯಿಸುವ ತಂಡವಿದು. ಎನ್.ಎಸ್.ಡಿ.ಯಲ್ಲಿ ಪದವಿ ಪಡೆದ ಹಿರಿಯರನ್ನು ಈ ತಂಡ ಒಳಗೊಂಡಿರುತ್ತದೆ. ತುಂಬ ಮಹತ್ವದ, ಸಾಮಾಜಿಕ ಜವಾಬ್ದಾರಿಯ ಪಠ್ಯಗಳನ್ನು ಈ ತಂಡ ಅಭಿನಯಿಸುತ್ತದೆ. ಅವರ ಸಂಘಟನೆಯ ಪ್ರೀತಿ, ಶಿಸ್ತು ಇವೆಲ್ಲ ನಮಗೆ ಉತ್ತಮ ಕಲಿಕೆಯೇ ಆಗಿದೆ. ನಮ್ಮಂತಹ ಹವ್ಯಾಸಿ ರಂಗಕರ್ಮಿಗಳನ್ನು ಅವರು ನಡೆಸಿಕೊಳ್ಳುವ ಬಗೆ, ಉಳಿದವರ ಕೆಲಸವನ್ನೂ ಅವರು ಗೌರವಿಸುವ ಪರಿ, ಭಾಷೆ ತಿಳಿಯದೇ ಗಲಿಬಿಲಿಗೊಳ್ಳುವ

ನಮ್ಮನ್ನು ಸಂತೈಸುವ ಅವರ ರೀತಿ ಇವೆಲ್ಲ ನೋಡಿದ ನನಗೆ 'ಏರಿದವನು ಚಿಕ್ಕವನಿರಲೇ ಬೇಕೆಂಬಾ ಮಾತನು ಸಾರಿದನು' ಎಂದ ಕುವೆಂಪು ಕವನ ಪದೇ ಪದೇ ನೆನಪಾಗುತ್ತಿತ್ತು. ಎರಡು ನಾಟಕಗಳನ್ನು ಮಾಡುತ್ತಲೇ, ಹೆಗಲ ಮೇಲೆ ನೆಟ್ಟಗೆ ತಲೆಯಿರಿಸಿಕೊಳ್ಳಲು ಕಷ್ಟವಾಗುವ ನಮಗೆ ಅವರಿಂದ ಕಲಿಯೋದಕ್ಕೆ ಬಹಳವಿದೆ.

ನಾವು ಹಿರಿಯರು ಅನಿಸಿಕೊಂಡವರೆಲ್ಲ ಅನಗತ್ಯ ಗಾಬರಿ, ಗಾಂಭೀರ್ಯ, ತುಂಬಿಕೊಂಡು, ಎಷ್ಟು ಮಾತನಾಡಿದರೆ ಸರಿಯಾದೀತು ಅಂತ ಲೆಕ್ಕಾಚಾರ ಹಾಕಿ ನಡೆಯುತ್ತಿದ್ದ ವೇಳೆಯಲ್ಲಿಯೇ, ನಮ್ಮ ಮಕ್ಕಳು ಬ್ರಹ್ಮಾವರ ಪೇಟೆಯಲ್ಲಿರುವಷ್ಟೇ ಸಲೀಸಾಗಿ ಗದ್ದಲ ಮಾಡಿಕೊಂಡು ದೆಹಲಿಯಲ್ಲಿಯೂ ಬಿಡುಬೀಸಾಗಿ ಇದ್ದರು. ವಸತಿ ಮತ್ತು ಆಹಾರಕ್ಕೆ ಉತ್ತಮ ವ್ಯವಸ್ಥೆ ಮಾಡುತ್ತಾರಲ್ಲಿ. ಅಲ್ಲಿಯ ಕ್ಯಾಂಟೀನಿನಲ್ಲಿ ಮುಂಜಾನೆ ಕಾಶ್ಮೀರದಿಂದ ಕನ್ಯಾಕುಮಾರಿಯವರೆಗಿನ ಪ್ರಾದೇಶಿಕ ವೈವಿಧ್ಯದ ಎಲ್ಲ ಬಗೆಯ ತಿಂಡಿಗಳನ್ನೂ ಇಟ್ಟಿರುತ್ತಾರೆ. ದೇಶದ ಬೇರೆ ಬೇರೆ ಕಡೆಯ ಜನರು, ಅದರಲ್ಲಿಯೂ ಮಿಲಿಟರಿ ಸಂಬಂಧದ ಕಛೇರಿಯವರು ಬಂದು ಹೋಗುವ ತಾಣವಾಗಿತ್ತದು. ಅಂತಹ ಕಾಂಪ್ಲಿಮೆಂಟರಿ ಬ್ರೇಕ್‌ಫಾಸ್ಟ್ ನೀಡುವ ಕ್ಯಾಂಟೀನನ್ನು ನಮ್ಮ ಮಕ್ಕಳು ಮೊದಲ ಸಾರಿ ನೋಡಿದವು! ನಮಗೂ ಮೊದಲ ಅನುಭವವೇ ಅದು. ಹಣ್ಣಿನಿಂದ ಹಿಡಿದು ಮಾಂಸದವರೆಗೆ ಎಲ್ಲವೂ ಅಲ್ಲಿ ಲಭ್ಯ. ನಿಮಗೆ ಬೇಕಾದುದನ್ನು ಆಯ್ದು ತಿಂದರಾಯ್ತು. ನಾವು ಅನುಮಾನಿಸುತ್ತ ಒಳಗೊಳಗೇ ಆಸೆಯಿದ್ದರೂ ಅದನ್ನು ಕಾಣಿಸಿಕೊಳ್ಳದೇ ಎರಡು ಇಡ್ಲಿಯನ್ನೋ, ದೋಸೆಯನ್ನೋ ತಾಟಿನಲ್ಲಿ ಹಾಕಿಕೊಂಡು, ಉಳಿದವುಗಳನ್ನು ಹಾಗೆ ಕಡೆಗಣ್ಣಿಂದ ನೋಡಿಕೊಂಡು ಟೇಬಲ್ ಮೇಲಿಟ್ಟುಕೊಂಡೆವು. ಮಕ್ಕಳಿಗೆ ಇಲ್ಲಿ ಬೇಕಾದುದನ್ನು ಎಷ್ಟು ಬೇಕೋ ಅಷ್ಟು ತಿನ್ನಬಹುದು ಅಂತ ಸೂಚನೆ ಸಿಕ್ಕಿದ್ದೇ ತಡ... ಅವರು ಒಮ್ಮೆ ಟೇಬಲ್‌ಗಳ ಮೇಲೆ ಸಾಲಾಗಿ ಪೇರಿಸಿಟ್ಟ ದೇಶದ ಬಹುತ್ವದ ಮಾದರಿಯಂತಿದ್ದ ತಿನಿಸುಗಳನ್ನು ಹೀಗೆ ಕಣ್ಣಾಡಿಸಿದವರೇ, ತಟ್ಟೆಗಳನ್ನು ಎತ್ತಿಕೊಂಡು ಆಕ್ರಮಿಸಿಬಿಟ್ಟರು... ಅದೂ ಹೇಗೆಂತೀರಿ?...

ಇಡ್ಲಿ ನಂತರ ದೋಸೆ ನಂತರ ಕಾರ್ನ್‌ಫ್ಲೇಕ್ಸ್ ನಂತರ ಚಪಾತಿ ಆಮೇಲೆ ಆಮ್ಲೆಟ್, ಬ್ರೆಡ್, ಅದಕ್ಕೆ ಜಾಮ್ ಮತ್ತು ಸಾಂಬಾರ್, ಆನಂತರ ಹಣ್ಣುಗಳು ಹೀಗೆ, ಇತ್ಯಾದಿಗಳನೆಲ್ಲ ಒಂದಾದ ನಂತರ ಒಂದನ್ನು, ಯಾವ ಭಿನ್ನಭೇದವ ಮಾಡದೇ ಅವರು ಒಕ್ಕೊರಲಿನಿಂದ ತಿನ್ನುತ್ತಿದ್ದಂತೇ, ನೋಡನೋಡುತ್ತ ಎಲ್ಲ ವೈವಿಧ್ಯಗಳೂ ಮೇಜಿನ ಮೇಲಿಂದ ಮಂಜಿನಂತೇ ಕರಗಿ ಇನ್ನಿಲ್ಲದಂತಾಗಲು, ಕ್ಯಾಂಟೀನಿನ ನೌಕರರೆಲ್ಲ ತುಸು ಹೊತ್ತು ದಂಗು ಬಡಿದು ನಿಂತವರು ಲಗುಬಗೆಯಿಂದ ಅಡಿಗೆ ಮನೆಗೆ ಓಡಾಡಿ ಮತ್ತೆ ಅವುಗಳನ್ನು ಭರ್ತಿ ಮಾಡುವವರೆಗೂ, ನಮ್ಮ ಮಕ್ಕಳು ತಾಳ್ಮೆಗೆಡದೇ ಕಾದು ಮತ್ತೆ ಆಹಾರ ವೈವಿಧ್ಯಗಳು ಅಡಿಗೆ ಮನೆಯಿಂದ

ಬಂದಿಳಿಯುತ್ತಿದ್ದಂತೇ ಅವನ್ನೂ ಸ್ವೀಕರಿಸಿದಂತವರಾಗಿ, ನಂತರ ಹಣ್ಣಿನ ರಸ ಕುಡಿದು, ಹಾರ್ಲಿಕ್ಸ್ ರುಚಿ ನೋಡಿ, ಕೊನೆಯದಾಗಿ ಕಾಪಿ ಕುಡಿಯಲು ಬಂದು ನಿಂತವರಾಗಿ... ನಮಗೆ ಗಾಬರಿ! ಎಲ್ಲಿ ಇವರೆಲ್ಲರ ಅವಕೃಪೆಗೆ ತುತ್ತಾಗಿ ಬಿಡುತ್ತೇವೋ ಅಂತ. ಆದರೆ ಆ ಹೋಟೆಲ್ಲಿನವರು ತುಂಬ ಪ್ರಿಯವಾಗಿ ಸನ್ನಿವೇಶವನ್ನು ನಿಭಾಯಿಸಿ ನಮ್ಮ ಮುಜುಗರ ಕಡಿಮೆ ಮಾಡಿದ್ದಲ್ಲದೇ, ಕೊನೆಯ ದಿನ ತುಂಬ ಬೇಗನೆ ನಾವು ಹೊರಡುವವರಿದ್ದುದರಿಂದ ಸಾಕಷ್ಟು ಆಹಾರವನ್ನು ರೇಲಿನಲ್ಲಿ ತಿನ್ನಲು ಪಾರ್ಸಲ್ ಮಾಡಿಯೂ ಕೊಟ್ಟರು.

ಬಂದ ಒಂದೆರಡು ಗಂಟೆಯಲ್ಲಿಯೇ ಹೋಟೆಲ್ಲಿನವರನ್ನೂ, ನಮಗಾಗಿ ನೀಡಿದ ಬಸ್ ಚಾಲಕ ಮತ್ತು ಸಂಘಟನಾ ಕಲಾವಿದರನ್ನೂ, ಯಾವತ್ತಿನ ಪರಿಚಯದ ಚಿಗಪ್ಪದೊಡಪ್ಪಂದಿರೇನೋ ಎಂಬಂತೆ ಹರಕು ಮುರುಕು ಹಿಂದಿ ಕನ್ನಡಾಂಗ್ಲ ನುಡಿಗಟ್ಟಿನಲ್ಲಿ ಹೈ ಬೈ ಎಂದು ಮಾತನಾಡಿಸುತ್ತ, ಅವರ ಕಣ್ಣುಗಳಲ್ಲಿ ಹೊಸ ಸಂಬಂಧದ ಪ್ರೀತಿಯನುಕ್ಕಿಸಿ ಓಡಾಡುತ್ತ, ಸಮಯ ಸಿಕ್ಕಲೆಲ್ಲ ನಾಟಕದ ಹಾಡು ಕುಣಿತವನ್ನು ಅದು, ರಸ್ತೆ, ಬಸ್ಸು, ಹೋಟೆಲ್ ಅನ್ನುವ ಭೇದವನರಿಯದ ನೀಲಗಗನದಂತೆ ಆವರಿಸಿಕೊಂಡು ಬಿಟ್ಟಿದ್ದರು ಈ ಮಕ್ಕಳು!!! ನಾವು ಮಕ್ಕಳೊಂದಿಗೆ ರಿಹರ್ಸಲ್ಲಿಗೆ ಬರುವುದರೊಳಗೆ ಸಂಘಟಕರಲ್ಲಿ ಹಲವರ ಮೊಬೈಲಿನಲ್ಲಿ ನಮ್ಮ ಮಕ್ಕಳ ಹಾಡು, ಕುಣಿತಗಳು ಹರಿದಾಡುತ್ತಿದ್ದವು. ಕೂರಾಡಿಯ ಶಾಲಾ ಅಂಗಳದಲ್ಲಿ ನೀಡಿದ ಪ್ರದರ್ಶನದಷ್ಟೇ ಸಲೀಸಾಗಿ ಮಕ್ಕಳು ಎನ್.ಎಸ್.ಡಿ. ಅಂಗಣದಲ್ಲಿಯೂ ಪ್ರವಹಿಸಿದರು. ನಾಟಕ ಮುಗಿದೊಡನೆ ಬಂದು ಮಾತನಾಡಿಸಿದ ಹಲವು ಹಿರಿಯರು, ಕಾರಂತರ ಗೋಕುಲ ನಿರ್ಗಮನದಂತೆ ಸೊಗಸಾದ ಚಲನೆಯನ್ನೂ, ಹಾಡನ್ನೂ, ಚಿತ್ರವನ್ನೂ ಕಂಡೆವು ಎಂದಾಗ ನಮಗೆಲ್ಲ ಪುಳಕ! ಆದರೆ ನಿಜವೇನೆಂದರೆ ಅದು ಮಕ್ಕಳ ಮುಗ್ಧತೆಯ ಬದುಕಿನ ಸೊಗಸಾಗಿತ್ತು, ಗೆಲುವಾಗಿತ್ತು. ಅವರಿಗೆ ಉಡುಪಿಯ ಬಯಲು, ಎನ್.ಎಸ್.ಡಿ.ಯ ಬಯಲೂ ಒಂದೇ ಆಗಿತ್ತು. ಯಾವ ಹಮ್ಮು ಬಿಮ್ಮು ಅವರಲ್ಲಿರಲಿಲ್ಲ ಮತ್ತು ಅವರು ನಮ್ಮಂತೆ ಭ್ರಷ್ಟರಾಗಿರಲಿಲ್ಲ. ಹೀಗಾಗಿ ಉತ್ಸವವೊಂದೇ ಅವರ ಪ್ರದರ್ಶನದ ಸ್ಥಾಯಿ ಭಾವವಾಗಿದ್ದ ಕಾರಣವದು.

ಜಶ್ನೆ ಬಚಪನ್ ಉತ್ಸವದಲ್ಲಿ ರಂಗ ಪ್ರದರ್ಶನದಷ್ಟೇ ಮುಖ್ಯವಾದ ಇನ್ನೊಂದು 'ಸೆಷನ್' ನಾಟಕದ ಮಾರನೆಯ ದಿನ ಅಲ್ಲಿ ನಡೆಯುವ ಪ್ರಯೋಗ ಚರ್ಚೆಯದು. ಸಂಘಟಕರು ತುಂಬ ಸೊಗಸಾಗಿ, ಶಿಸ್ತಿನಿಂದ ಅದನ್ನು ನಡೆಸುತ್ತಾರೆ. ಹಿಂದಿನ ದಿನ ರಂಗ ಪ್ರಯೋಗ ನೀಡಿದ ಬೇರೆ ಬೇರೆ ನಾಟಕದ ಮಕ್ಕಳ ತಂಡಗಳನ್ನೆಲ್ಲ ಒಂದೆಡೆ ಸೇರಿಸಿ, ಪ್ರೇಕ್ಷಕರಾಗಿದ್ದ ಹಿರಿಯ ಕಲಾವಿದರಿಂದ, ರಂಗಾಟ ಕಟ್ಟಿದ ಪ್ರಕ್ರಿಯೆ ಮತ್ತು ಪ್ರದರ್ಶನದ ಕುರಿತು ತುಸು ದೀರ್ಘ ಚರ್ಚೆಯೇ ನಡೆಯುತ್ತದಲ್ಲಿ. ಆವತ್ತು ಅದರ ನಿರ್ದೇಶಕರಾಗಿದ್ದ ಅಬ್ದುಲ್ ಲತೀಫ್ ಕಟಾಣಾ ಸ್ವತಹ ಹಾಜರಿದ್ದು ನಾಟಕದ ಬಹು

ಮುಖ್ಯ ಚರ್ಚೆ ನಡೆಸಿದ್ದರು. ನನಗೆ ಹಿಂದಿ, ಇಂಗ್ಲೀಷ್ ಮಾತನಾಡಲು ಬರುವುದಿಲ್ಲ, ಅಥವಾ ಹೀಗೆನ್ನಬಹುದೇನೊ, ಕನ್ನಡದ ಹೊರತೂ ಮತ್ಯಾವ ಭಾಷೆಯಲ್ಲಿಯೂ ನನಗೆ ಮಾತನಾಡಲು ಬರದು. ಹೀಗಾಗಿ ಆಗ ಅಲ್ಲಿಯೇ ಕಲಾವಿದರಾಗಿದ್ದ ಕರ್ನಾಟಕದ ವೀಣಾ ಶರ್ಮ ಅನುವಾದಕರಾಗಿ ಪಾಲ್ಗೊಂಡಿದ್ದರು. ಬಹುತೇಕ ಎಲ್ಲರದೂ ಒಂದೇ ಪ್ರಶ್ನೆ. ಈ ಹಂತದ ಪ್ರದರ್ಶನ ನೀಡಲು ನೀವು ಎಷ್ಟು ಕಾಲ ತೆಗೆದುಕೊಂಡಿರಿ ಅಂತ. ನಿಜವಾಗಿ ನಾಟಕ ಸಿದ್ಧಪಡಿಸಿದ್ದು 15 ದಿನದಲ್ಲಿ. ಈಗಿನ ರಿಹರ್ಸಲ್ ಇತ್ಯಾದಿ ದಿನಗಳನ್ನು ಅದಕ್ಕೆ ಸೇರಿಸಿಕೊಂಡರೂ 25 ದಿನ ದಾಟದು. ನಾವು ಸುಳ್ಳು ಹೇಳುತ್ತಿದ್ದೇವೆಂದು ಅವರ ವಾದ. ಅದರ ಮರ್ಮವನ್ನು, ಅದು ನಿರ್ಮಾಣವಾದ ಸಂದರ್ಭದ ಕೂರಾಡಿಯ ದುರ್ಘಟನೆ ಮತ್ತು ಸಂಕಟವನ್ನೂ ವಿವರಿಸಲು ನಮಗೆ ಕಷ್ಟವಾಗಿತ್ತು. ಆಗ ಕಂಸನ ಪಾತ್ರ ಮಾಡುತ್ತಿದ್ದ ಅಭಿಜಿತ ಎದ್ದು ನಿಂತ. ಕಂಸನ ಒಂದು ಭಂಗಿಯನ್ನು ನೆನಪಿಸುವಂತೆ ಒಮ್ಮೆ ಕಾಲನೆತ್ತಿ ನೆಲಕ್ಕಪ್ಪಳಿಸಿ ಬಾಗಿ ನಿಂತ. ನನ್ನನ್ನು ತೋರಿಸುತ್ತ, “ಇವರು ಒಮ್ಮೆ ಹೀಗೆ ಕಾಲನ್ನು ಎತ್ತಿಟ್ಟರೆ ನಮ್ಮ ಎದೆಯಲ್ಲೆಲ್ಲ ‘ಝುಂ’ ಅನುತ್ತಿತ್ತು” ಅಂದ. ಒಂದು ಕ್ಷಣದ ಮೌನದ ನಂತರ ಎಲ್ಲರೂ ಚಪ್ಪಾಳೆ ತಟ್ಟುತ್ತಿದ್ದಂತೆ ಕಠಾಣಾ ಅವರು “ನಮಗೆ ಉತ್ತರ ದೊರೆಯಿತು” ಎಂದು ಘೋಷಿಸಿದರು. ಮಕ್ಕಳು ನನಗೆ ನಿಜವಾದ ದೆಹಲಿ ದರ್ಶನ ಮಾಡಿಸಿದ್ದರು ಮತ್ತು ದೆಹಲಿಗೆ ನನ್ನನ್ನು ಪರಿಚಯಿಸಿದ್ದರು.

ಅಂದು ವಸತಿ ಗೃಹಕ್ಕೆ ಮರಳುವಾಗ ನಮ್ಮನ್ನು ಕರೆತರುವ ಬಸ್ಸಿನಲ್ಲಿ ಆಸ್ಸಾಮಿನ ಮಕ್ಕಳೂ ಇದ್ದರು. ರಂಗ ಚರ್ಚೆಯ ಸಮಯದಲ್ಲಿ ಇಬ್ಬರೂ ಒಬ್ಬರನ್ನೊಬ್ಬರು ನೋಡಿದ್ದರಷ್ಟೆ. ಇಬ್ಬರಿಗೂ ದೈನಂದಿನ ಬಳಕೆಯ ಒಬ್ಬರ ಭಾಷೆ ಇನ್ನೊಬ್ಬರಿಗೆ ಬರುತ್ತಿರಲಿಲ್ಲ, ಆದರೆ ಬಸ್ಸಿನಲ್ಲಿ ಎಲ್ಲರೂ ಒಟ್ಟಿಗೇ ಹಾಡುತ್ತ ಕುಣಿಯುತ್ತ ಹೇಗೆ ಬೆರೆತಿದ್ದರೆಂದರೆ ಕಮ್ಯುನಿಟಿ ಥಿಯೇಟರ್ ಕಟ್ಟುವ ಬಗೆಯ ಕುರಿತು ಮರು ಚಿಂತನೆ ನಡೆಸುವಂತೆ ಅದು ನಮ್ಮನ್ನು ಒತ್ತಾಯಿಸುತ್ತಿತ್ತು. ವಾಪಾಸು ರೂಮಿನ ಹತ್ತಿರ ಬಂದರೂ ಯಾರೂ ಮಲಗಲು ಸಿದ್ದರಿಲ್ಲ. ಆಸ್ಸಾಮಿನ ಮಕ್ಕಳೊಂದಿಗೆ ಅದೇನೇನು ಹರಟಿದರೋ? ಅಂತೂ ಎಷ್ಟೋ ಹೊತ್ತಿನ ನಂತರ ಬಲಾತ್ಕಾರವಾಗಿ ಜಬರು ಮಾಡಿ ಅವರನ್ನೆಲ್ಲ ಮಲಗಿಸಬೇಕಾಯ್ತು.

ನಂತರ, ಹಲವು ಸಾರಿ ದೆಹಲಿಯ ರಂಗೋತ್ಸವಕ್ಕೆ ಹೋದೆನಾದರೂ, ಅವಕೆಲ್ಲ ಈ ರಂಗಘಟನೆಯೇ ಮೂಲ ಅಂತೆನಿಸುವದು ನನಗೆ. ವಾಪಾಸು ಬರುವಾಗ ಕಿವಿಯಲ್ಲೆಲ್ಲ ಅದೇ ಹಾಡ ಗುಂಗು, “ನಾವು ಹಳ್ಳಿ ಹೈದರು ನಮ್ಮನೆಲ್ಲಿಗೊಯ್ದುರು”.

⌘

ದಡವ ನೆಕ್ಕಿದ ಹೊಳೆ

ಹೆಜ್ಜೆ 8

ಮಕ್ಕಳು ಕಟ್ಟಿದ ರೆಕ್ಕೆ

ಈ ಲೋಕದಲ್ಲಿ ಮಕ್ಕಳೂ ಶೋಷಿತರೇ! ಯಾವುದೇ ವರ್ಣ ವರ್ಗ ಭೇದವಿಲ್ಲದೇ ಸಮಾನವಾಗಿ ಅವರನ್ನು ದಮನಿಸಲಾಗುತ್ತದೆ; ಅದೂ ಪ್ರೀತಿಯ, ರಕ್ಷಣೆಯ ಹೆಸರಿನಲ್ಲಿಯೇ. ಅವರಿಗೊಂದು ವ್ಯಕ್ತಿತ್ವವಿದೆ ಎಂಬುದೇ ದೊಡ್ಡವವರಾದ ನಮಗೆ ಅರಿವಿರುವುದಿಲ್ಲ. ಹಸಿಗೋಡೆ ಮತ್ತು 'ಕಲ್ಲು, ಮೆತ್ತೆಯ ಮಣ್ಣು ಮತ್ತು' ಆಕೃತಿ ಇತ್ಯಾದಿ ಉಪಮೆಗಳಲ್ಲಿ ಅವರನ್ನು ತುರುಕಿ ಭಾಷಣ ಮಾಡಿ ಎಷ್ಟು ಅಭ್ಯಾಸವಾಗಿ ಬಿಟ್ಟಿದೆ ಎಂದರೆ, ಅದು ಕವಿ ಸಮಯವೋ ನಿಜವೋ ಅಂತ ಅದನ್ನು ಬಳಸುವ ನಮಗೇ ತಿಳಿಯದ ಹಾಗಾಗಿದೆ.

ಹಾಗೆ ನೋಡಿದರೆ ನಿರ್ದಿಷ್ಟ ತರ್ಕದಡಿಯಲ್ಲಿ, ಬದುಕನ್ನು ಕಂಪಾರ್ಟ ಮೆಂಟುಗಳಲ್ಲಿ /ಚೌಕಗಳಲ್ಲಿ ತುಂಬಿಟ್ಟು ಅದನ್ನು ನಿರ್ವಹಿಸುವುದೇ ಜಾಣತನ ಅಂತ ನಂಬಿರುವದೊಡ್ಡವರಿಗೆ ಮಕ್ಕಳನ್ನು ಅರ್ಥ ಮಾಡಿಕೊಳ್ಳುವುದು ಕಷ್ಟವೇ. ಏಕೆಂದರೆ ಅವರು ನಮ್ಮ ತರ್ಕದ ಪೆಟ್ಟಿಗೆಯಲ್ಲಿ ಹಿಡಿಯುವುದಿಲ್ಲ. ಆದರೆ ಮುಂದೆ ಅವರು ಬೆಳೆಯುತ್ತ ಹೋಗುತ್ತಿದ್ದಂತೆ ಸಮಾಜ ಅವರನ್ನು ಪಳಗಿಸಿ, ಶೇಪ್ ಮಾಡಿ, ತಮ್ಮ ಬೋನಿನ ಕಂಪಾರ್ಟಮೆಂಟಿನಲ್ಲಿರಿಸಿಕೊಳ್ಳುತ್ತದೆ ಮತ್ತು ಇವೆಲ್ಲ ಎಷ್ಟು ನಾಜೂಕಾಗಿ ನಡೆಯುತ್ತದೆಂದರೆ ಬಂಧನದಲ್ಲಿರುವವರಿಗೆ ಅದರ ಭೀತಿಯೂ ತಿಳಿಯದ ಹಾಗೆ, ಮತ್ತು ಹೀಗೆ ದೊಡ್ಡವರಾದ ಆ ಮಕ್ಕಳು ಮುಂದೆ ಅವರೂ ತಮ್ಮ ಮಕ್ಕಳನ್ನು ಸಿದ್ಧ ಚೌಕಗಳಲ್ಲಿ ತುಂಬಿಸಿಡಲು ಸಿದ್ಧವಾಗುವ ಹಾಗೆ!

ಹೀಗಾಗಿಯೇ ಮಕ್ಕಳಿಗೆಂದು ನಾವು ಸೃಷ್ಟಿಸುವ ಸಾಹಿತ್ಯ, ರಂಗಭೂಮಿ, ಕಲಾ ಚಟುವಟಿಕೆಗಳೆಲ್ಲವೂ ಪೂರ್ವಾಗ್ರಹಗಳಿಂದ ತುಂಬಿಹೋಗಿರುತ್ತವೆ. ಏನೋ ಒಂದು ಚಟುವಟಿಕೆ ಸಿಕ್ಕರೆ ಸಾಕು ಅಂತಾಗಿರುವ ಮಕ್ಕಳು ಅದರಲ್ಲೇ ತೊಡಗಿಕೊಂಡು ಕುಣಿಯುತ್ತಿರುವಾಗ ನಾವು ಓಹ್ ಅವರಿಗೆ ಅಗತ್ಯವಾದುದನ್ನೇ ನೀಡಿದ್ದೇವೆ ಎಂದು ತೃಪ್ತಿಯಿಂದ ತೇಗುತ್ತಿರುತ್ತೇವೆ. ಆದರೆ ಮಕ್ಕಳ ಮನೋವೃತ್ತಿ ಅದು ಕೌಟುಂಬಿಕ ರಕ್ಷಣಾ ವಲಯದ ಹೊರಗಿನ, ಪಂಜರ ಶಾಲೆಯ ಆಚೆಗಿನ ವಿದ್ಯಮಾನ. ಪ್ರಚಂಡ ಶಕ್ತಿ, ಅಸೀಮ ಒಲವು, ಅಪಾರ ಕುತೂಹಲ, ಸಂಕೀರ್ಣವನ್ನು ಹಿಡಿದಿಡಬಲ್ಲ ಕಲ್ಪನಾಶೀಲತೆ ಎಲ್ಲವೂ ಮೇಳೈಸಿದ 'ಎನರ್ಜಿ ಅದು. ಅವರಿಗೆ ಇರೋದು ಅನುಭವದ ಕೊರತೆಯೊಂದೇ. ಆದರೆ ಅವರ ಗ್ರಹಿಕೆಯ ಸಾಮರ್ಥ್ಯ ನಮ್ಮ ಹಲವು ಪಟ್ಟು ಹೆಚ್ಚಿಗೆ ಇರುತ್ತದೆ. ನಾವು ದೊಡ್ಡವರು, ದೂರದರ್ಶನದಲ್ಲಿ ಬರುವ ದೀರ್ಘ ಧಾರಾವಾಹಿಗಳಂತೆ ಬೇಸರ ಮೂಡುವಂತಿದ್ದರೆ, ಅವರು ಆ ನಡುವೆ ಬಂದು ಹೋಗುವ ಸೃಜನಾತ್ಮಕ ಜಾಹೀರಾತಿನಂತಿರುತ್ತಾರೆ. ನನ್ನ ಮೂವತ್ತು ವರ್ಷದ ಶಿಕ್ಷಕ ಅನುಭವದಲ್ಲಿ ಹೇಳುತ್ತಿದ್ದೇನೆ, ನಿಜವಾಗಿಯೂ ನಾವು ದೊಡ್ಡವರು/ಶಿಕ್ಷಕರು ಬಹಳಬೇಗ ಮಕ್ಕಳಿಗೆ ಬೋರಾಗಿರ್ತೇವೆ.

ಮಕ್ಕಳ ರಂಗಭೂಮಿಯಲ್ಲಿಯೂ ಅಷ್ಟೆ. 'ಕಂದನನ್ನು ಕಾದುಕೋ' ಮಾದರಿಯೇ ಇಲ್ಲಿ ಹೆಚ್ಚು ಚಲಾವಣೆಯಲ್ಲಿರೋದು. ರಕ್ಷಣಾತ್ಮಕವಾದದಿಂದ ಒಂದಿಷ್ಟು ಆಚೆಗೆ ಚಿಗಿಯುವ, ರಮ್ಯತೆಯ ಜಗತ್ತಿನಾಚೆಗಿನ ಸಾಹಸಕ್ಕೆ, ಬಂಡಾಯಕ್ಕೆ ಜಾಗ ನೀಡಿದ್ದು ತುಂಬ ಕಡಿಮೆ ಎಂದರೆ ಕಡಿಮೆಯೇ. ತನ್ನ ಅಪ್ಪ ಅಂಗೈಯಲ್ಲಿ ಅವುಚಿಕೊಂಡ ಚೀಲ ಹಿಡಿದು, ಬೆವರೊರೆಸಿಕೊಳ್ಳುತ್ತ ಅಕ್ಕಿ ಪಡೆಯಲು ಸೊಸೈಟಿಯ ಮುಂದೆ ಕ್ಯೂನಲ್ಲಿ ನಿಂತಿರೋದನ್ನೂ ಮಗು ಅದರದೇ ರೀತಿಯಲ್ಲಿ ಅರ್ಥೈಸುತ್ತಿರುತ್ತದೆ ಎಂಬ ಸತ್ಯವನ್ನು ನಾವಿನ್ನೂ ಸರಿಯಾಗಿ ಗುರುತಿಸಿಯೇ ಇಲ್ಲ.

ಮಕ್ಕಳ ಈ ಸ್ವಯಂ ಲೋಕದೊಡನೆ ಜಾಗತಿಕ ಸಂಗತಿಗಳ ಢಿಕ್ಕಿ ಹೊಡೆಯಿಸುವ ಆಟಕ್ಕೆ ಆಸ್ಪದ ಸಿಕ್ಕೋದೂ ಹಲವು ಸಾರಿ ಅಪರೂಪ. ಅಂತದೊಂದು ಅಪರೂಪದ ಅವಕಾಶ ನನಗೆ ಸಿಕ್ಕಿದ್ದು ಮಣಿಪಾಲದ ಎಂ.ಜೆ.ಸಿ. ಆವರಣದಲ್ಲಿ. ಮಣಿಪಾಲ ಜ್ಯೂನಿಯರ್ ಕಾಲೇಜಿನ ಪರಿಸರದ ಪ್ರೌಢಶಾಲಾ ಆವರಣವದು. ಮಣ್ಣಪಳ್ಳದ ಶಾಲೆಯದು. ನಮಗೆ ಈಗ ಪರಿಚಯ ಇರುವ ಮಣಿಪಾಲದ ಮೊದಲ ಹೆಸರು ಮಣ್ಣಪಳ್ಳ. ಬಡವರ ಮಣ್ಣಪಳ್ಳ ಮತ್ತು ಉಳ್ಳವರ ಮಣಿಪಾಲ ಎರಡೂ ಒಂದೇ ಕಡೆ ಜೀವಂತವಾಗಿ ಉರಿಯುವ ಸ್ಥಳವದು. ಅಲ್ಲಿ ಉಳ್ಳವರಿಗಾಗಿ ಶೈಕ್ಷಣಿಕ ಸಂಸ್ಥೆಗಳಿರುವಂತೆ ಇಲ್ಲದವರ ಪರವಾಗಿಯೂ ಎಂ.ಜೆ.ಸಿ.ಯಂತಹ ಸ್ಥಳವಿದೆ. ಈ ಶಾಲೆಯಲ್ಲಿ ನಾಗೇಂದ್ರ ಪೈ ಅನ್ನುವ ವಿಜ್ಞಾನ ಶಿಕ್ಷಕರು ಮತ್ತು ರಾಜು ಮಣಿಪಾಲ ಎಂಬ ರಂಗಕರ್ಮಿ ಇಬ್ಬರೂ ಸೇರಿ ಚಿನ್ನಾರಿ ಎಂಬ ಶಾಲಾ ಮಕ್ಕಳ ನಾಟಕ ತಂಡವನ್ನು ಕಟ್ಟಿದ್ದಾರೆ. ಸೃಜನಶೀಲ ವ್ಯಕ್ತಿತ್ವ ನಾಗೇಂದ್ರ ಅವರ ಸಂಸ್ಕೃತಿಶೀಲ ಗುಣದಿಂದಾಗಿ, ಆ ಆವರಣದಲ್ಲಿ, ರಂಗಭೂಮಿಯ ಹಲವು ಕ್ರಿಯಾಶೀಲ ಯುವಕರು, ಸಂಗಮ ಕಲಾವಿದರು ಎನ್ನುವ ರಂಗ ತಂಡದವರು ನಿರಂತರವಾಗಿ ರಂಗ ಚಟುವಟಿಕೆ ನಡೆಸುತ್ತಾರೆ. ಸಹಜವಾಗಿ ಅಲ್ಲಿಯ ಪರಿಸರದಲ್ಲಿ ಬೆಳೆದ ಮಕ್ಕಳಿಗೂ ರಂಗಭೂಮಿ ಅನ್ನೋದು ಸರ್ವಾಂಗ ಸುಂದರ ವ್ಯಾಯಾಮವಾಗಿ

ದಡವ ನೆಕ್ಕಿದ ಹೊಳೆ | ಶ್ರೀಪಾದ ಭಟ್

ಧಕ್ಕಿ ಬಿಟ್ಟಿದೆ. ಆ ಆವರಣದಲ್ಲಿ ಸಂಗಮ ಕಲಾವಿದರಿಗಾಗಿ ತುಳು ಭಾಷೆಯಲ್ಲಿ ಕರ್ಣಭಾರ ನಾಟಕವನ್ನು ನಿರ್ದೇಶಿಸುವ ಸಂದರ್ಭದ ಕಾರಣದಿಂದಾಗಿ ನನಗೆ ಅಲ್ಲಿಯ ಮಕ್ಕಳೊಂದಿಗೆ ರೆಕ್ಕೆ ಕಟ್ಟುವ ಅವಕಾಶವೂ ಒದಗಿತು.

ನಾಟಕಗಳನ್ನು ಆಡಿ, ನೋಡಿ ಒಂದು ಹಂತದ ಅನುಭವವನ್ನೂ ಗಳಿಸಿದ ಮಕ್ಕಳು ಅವರು. ಹೀಗಾಗಿ ಇದುವರೆಗಿನ ಸಿದ್ಧ ಮಾದರಿಯ, ರಮ್ಯವನ್ನು ನಿರಾಕರಿಸಿದ, ವಾಸ್ತವ ಜಗತ್ತಿನ ಕುರಿತ ನಾಟಕವನ್ನು ಅವರೊಂದಿಗೆ ಕಟ್ಟಬೇಕು ಮತ್ತು ಅದು ರಾಜಕೀಯವಾಗಿ ಮುಗ್ಧವಾಗಿರಕೂಡದು ಎಂದುಕೊಂಡೆ. ಈ ಚಿಂತನೆಗೆ ಒದಗುವ ನಾಟಕವೊಂದು ಸಿಕ್ಕಿಬಿಟ್ಟಿತು. ಅದು ಬಿ. ಸುರೇಶ ಮತ್ತು ದು. ಸರಸ್ವತಿಯವರು ಕಟ್ಟಿದ 'ರೆಕ್ಕೆ ಕಟ್ಟುವಿರಾ?'.

ಹಿರೋಶಿಮಾ ನಾಗಾಸಾಕಿಯ ಬಾಂಬ್ ಘಟನೆಯ ದುರಂತವನ್ನು ಕಟ್ಟಿಕೊಡುವ ಈ ನಾಟಕದ ವಸ್ತು ವಾಸ್ತವ ಚರಿತೆಯದಾದರೂ ಇದು ವಾಸ್ತವವಾದಿ ನಾಟಕವಾಗಿರಲಿಲ್ಲ. ವಾಸ್ತವದ ಸಂಗತಿಯನ್ನು ಮನದುಂಬಿಸಲು ವಾಸ್ತವೋತ್ತರ ವಿಧಾನವನ್ನು ಬಳಸಲು ಸಾಕಷ್ಟು ಅವಕಾಶ ನೀಡುವ ನಾಟಕವಿದು. ನನಗೆ ತುಂಬ ಇಷ್ಟವಾಗಿತ್ತದು. ಸರಿ. ಲೋಕಧರ್ಮಿ ವಿವರಗಳನ್ನು ನಾಟ್ಯಧರ್ಮಿಯಾಗಿಸುವ, ವಾಸ್ತವದ ವಸ್ತು ವಿವರಗಳನ್ನು ವಾಸ್ತವೋತ್ತರ ಶೈಲಿಯಲ್ಲಿ ಕಟ್ಟುವ, ಚಿತ್ರ, ಸಂಗೀತ, ಬಣ್ಣ ಮತ್ತು ಚಲನೆಗಳ ಮೂಲಕ ಸಾಕಷ್ಟು ಕಲ್ಪನೆಗೆ ನಾಟಕದಲ್ಲಿ ಅವಕಾಶ ಇರುವ ಹಾಗೆ, ವಾಸ್ತವ ಜಗತ್ತಿನ ರೋಧನವನ್ನು ರೂಪಿಸುವ ಕಾರ್ಯ ಆರಂಭವಾಯಿತು. ಗ್ರಹಣೇಂದ್ರಿಯ ಬದ್ಧವಾದ ವಾಸ್ತವಕ್ಕೆ ಸೇರಿದ (Factual Realisam) ಹಲವು ಸಂಗತಿಗಳನ್ನು ನಾಗೇಂದ್ರ ಪೈ ಸಂಗ್ರಹಿಸಿ ಒದಗಿಸುತ್ತ ಹೋದಂತೆ, ಮಂಜುಳಾ ಸುಬ್ರಹ್ಮಣ್ಣ, ಜೀವನ್ ಹೆಗ್ಗೋಡು, ರಾಜು ಮಣಿಪಾಲ, ದಾಮೋದರ ನಾಯ್ಕ ಮುಂತಾದ ಕಲಾ ಬಳಗದ ಜತೆ ನಾನು ವಿಶ್ವಾತ್ಮಕತಾವಾದ ವಾಸ್ತವತಾವಾದವನ್ನು (Conceptual Realisam) ಕಲೆಯಲ್ಲಿ ನಿರೂಪಿಸುವುದಕ್ಕೆ ತೊಡಗಿದೆ. ಮಕ್ಕಳು ಲ್ಯಾಬಿನಲ್ಲಿ ಎರಡನೇ ಮಹಾಯುದ್ಧದ ವಿವರಗಳನ್ನೂ, ಬಾಂಬಿನ ದುಷ್ಕೃತ್ಯವನ್ನೂ, ವೀಡಿಯೋ, ಫೋಟೋಗಳ ಮೂಲಕ ನೋಡುತ್ತ, ರಂಗ ತಾಲೀಮಿನಲ್ಲಿ ಆ ವಿವರಗಳನ್ನು ಪ್ರತಿಮಿಸತೊಡಗಿದರು. ಕಾರಣ ಮೀಮಾಂಸೆಯ ವಸ್ತುರೂಪಿ ವಿವರಗಳು ಪರಿಣಾಮದ ನೆಲೆಗಳ ಬಿಂಬರೂಪಿಯಾಗಿ ರೂಪಾಂತರ ಗೊಳ್ಳತೊಡಗಿದವು.

ನಾಟಕದ ತಾಲೀಮನ್ನು ಆರಂಭಿಸುವ ಮೊದಲೇ ನನ್ನಲ್ಲಿ ಅದರ ಒಂದು ಸ್ಥೂಲ ವಿನ್ಯಾಸ ರೂಪುಗೊಂಡಿತ್ತು. ವಿನ್ಯಾಸವೆಂದರೆ ಅದರ ರಂಗಸಜ್ಜಿಕೆಯ ಸ್ಥೂಲರೂಪ, ಬಳಸುವ ಸಂಗೀತದ ಮಾದರಿ, ಪಾತ್ರಗಳ ಲಯ, ಗತಿಯ ಬಗೆ ಇವೆಲ್ಲವೂ ಒಳಗೊಂಡಿರುವ ಒಂದು ಸ್ಥೂಲ ನಕಾಶೆ. ಹಾಗೆ ಸ್ಥೂಲ ಯೋಜನೆ ರೂಪುಗೊಂಡ

ಮೇಲೆಯೇ ನಟರ ಜತೆಗೆ ಆ ಜಗತ್ತಿನಲ್ಲಿ ಪಯಣ ಆರಂಭಿಸೋದು, ಅದರ ಲಯದಲ್ಲಿ ನಟರನ್ನು ಕರಗಿಸುತ್ತ, ಅವರ ಚಲನೆಯಲ್ಲಿ ಸಿಕ್ಕ ಹೊಸ ವಿನ್ಯಾಸವನ್ನು ಹೊಂದಿಸುತ್ತ ರಂಗ ನಡೆ ರೂಪುಗೊಳ್ಳುವಂತೆ ಮಾಡೋದು ನನ್ನ ಅಭ್ಯಾಸ. ಆದರೆ ನಿರ್ದೇಶಕ ಪೂರ್ಣ ಅಂಗಿಯನ್ನು ಸಿದ್ಧಪಡಿಸಿಕೊಂಡು ಅದನ್ನು ನಟನಿಗೆ ಹಠದಿಂದ ತೊಡಿಸುವ, ಅದು ಅವನ ದೇಹಕ್ಕೆ ಸರಿ ಹೊಂದದಿದ್ದರೆ ದೇಹವನ್ನೇ ಖಂಡಿಸುವ ಮಾದರಿಯನ್ನು ಎಂದಿಗೂ ಒಪ್ಪಿಲ್ಲ ನಾನು. ನಟಿಸುವ ಮಕ್ಕಳಿಗೆ ಇಷ್ಟವಾಗದಿದ್ದರೆ ನನ್ನ ವಿನ್ಯಾಸವನ್ನೇ ಹೊಸದಾಗಿ ರೂಪಿಸಿದ್ದೂ ಇದೆ. ಅವರು ಖುಷಿಗೊಂಡ ಮೇಲೆಯೇ, ಪರಸ್ಪರ ಒಪ್ಪಿಗೆಯ ಮೇಲೆಯೇ ಮುಂದುವರಿಯುವ ಆಟವದು. ಈ ಆಟವೂ ಹಾಗೆ. ಈ ಇಂತೆಲ್ಲ ನಿಯಮಗಳನ್ನು ಆಧರಿಸಿಯೇ ರೂಪುಗೊಂಡಿತು.

1945ರ ಅಗಸ್ಟ್ 6. ಮುಂಜಾನೆ 8:15ರ ಹೊತ್ತು. ಆಗತಾನೆ ಮುಖ ತೊಳೆಯುತ್ತಿದ್ದ, ಹಬೆಯಾಡುವ ಚಹ ಕುಡಿಯುತ್ತಿದ್ದ, ಕುಣಿಯುತ್ತ ಶಾಲೆಗೆ ಓಡುತ್ತಿದ್ದ, ಆಸ್ಪತ್ರೆಯಲ್ಲಿ ರೋಗಿಗಳಿಗೆ ಚಮಚೆಯಲ್ಲಿ ಹಣ್ಣಿನ ರಸವನ್ನು ನೀಡುತ್ತಿದ್ದ, ಫ್ಯಾಕ್ಟರಿಗಳಿಗೆ ಧಾವಿಸುತ್ತಿದ್ದ ಪುಟ್ಟ ಹಿರೋಶಿಮಾದ ಸಾವು ಆ ಹೊತ್ತಿಗೆ ಸಂಭವಿಸಿತ್ತು; ತುಸು ನಂತರದ ದಿನ ನಾಗಾಸಾಕಿಯದು. ಅಮೇರಿಕಾ ಎಸೆದ 'ಲಿಟ್ಟಲ್ ಬಾಯ್' ಮತ್ತು 'ಫ್ಯಾಟ್‌ಮ್ಯಾನ್' ಎಂಬ ಹೆಸರಿನ ಬಾಂಬುಗಳು ಒಂದುವರೆ ಲಕ್ಷಕ್ಕಿಂತ ಹೆಚ್ಚು ಜನರನ್ನು ಸಾಮೂಹಿಕವಾಗಿ ಕೊಲೆ ಮಾಡಿತು. ಇಂದು ಆ ಬಾಂಬ್‌ಗಳಿಗಿಂತ ಹಲವು ಪಟ್ಟು ಹೆಚ್ಚಿನ ಶಕ್ತಿಶಾಲಿಯಾದ ಬಾಂಬುಗಳು ಈ ನೆಲದಲ್ಲಿವೆ. ಜಾತಿ ಮತ್ತು ಕೋಮು ವೈಷಮ್ಯದ ನೆಲೆಗಳು ವಿಶ್ವ ವ್ಯಾಪಾರದ ಆರ್ಥಿಕತೆಯೊಂದಿಗೆ ತಳಕು ಹಾಕಿಕೊಂಡು ಬಾಂಬುಗಳ ಭೀತಿಯನ್ನು ನಿರ್ಮಿಸಿವೆ. ನರಹತ್ಯೆಯ ನರಕ ಮತ್ತು ಮನುಕುಲದ ವಿವೇಕಗಳ ನಡುವೆ ಒಂದನ್ನು ಆಯ್ದುಕೊಳ್ಳಲೇಬೇಕಾದ ಅನಿವಾರ್ಯ ಸ್ಥಿತಿಯಲ್ಲಿದೇವೆ ನಾವು. ಈ ನಾಟಕ ಅಂತಹ ಆಯ್ಕೆಯ ಕುರಿತು ನಮ್ಮನ್ನು ಚಿಂತಿಸುವಂತೆ ಮಾಡುವ ಪ್ರಯತ್ನವೂ ಆಗಿತ್ತು. ಕನಿಷ್ಟ ಪಕ್ಷ ನಾಟಕದಲ್ಲಿ ತೊಡಗಿದ ಕಲಾವಿದರಂತೂ ಈ ಚಿಂತನೆಯಲ್ಲಿ ಒಂದಾಗಿದ್ದರು. ಸಾದತ್ ಮಂಟೋನ ಕತೆಗಳನ್ನಾಧರಿಸಿ ರಚಿಸಿದ ಮಿಸ್ಟೇಕ್' ಎಂಬ ನಾಟಕವನ್ನು ನಾನು ರಥಬೀದಿಗಾಗಿ ಕೈಗೆತ್ತಿಕೊಂಡಾಗ ಯಾರೋ ಕೇಳಿದ್ದರು 'ಈ ನಾಟಕ ಮಾಡಿ ಬಿಟ್ಟರೆ ಹಿಂದು ಮುಸ್ಲಿಂ ದ್ವೇಷ ಕೊನೆಯಾಗಿಬಿಡುತ್ತದಾ?' ಅಂತ. ನನಗೆ ಸ್ಪಷ್ಟವಿತ್ತು 'ಈ ನಾಟಕದಲ್ಲಿ ಪಾಲ್ಗೊಂಡ ಕಲಾವಿದರಂತೂ ಕತ್ತಿ ಎತ್ತುವದಿಲ್ಲ' ಎಂದು.

'ರೆಕ್ಕೆ ಕಟ್ಟುವಿರಾ' ನಾಟಕದಲ್ಲಿ ಬರುವ ಮುಖ್ಯ ಸನ್ನಿವೇಶಗಳು ಇವು. ಜಪಾನಿನ ಒಂದು ಪುಟ್ಟ ಮನೆ. ಚಂದದಲ್ಲಿ ಬದುಕುತ್ತಿರುವ ಅಮ್ಮ ಮಗಳು. ಮಗ ಸೈನ್ಯದಲ್ಲಿದ್ದಾನೆ. ಯುದ್ಧದ ಸಂದರ್ಭ. ಬಾಂಬು ಬಿದ್ದು ಊರು ಧ್ವಂಸವಾಗಿ ಮಗಳು

ಇಲ್ಲವಾಗುತ್ತಾಳೆ, ಯುದ್ಧ ಭೂಮಿಯಿಂದ ಮರಳಿದ, ತಂಗಿಯನ್ನು ಅಪಾರವಾಗಿ ಪ್ರೀತಿಸುವ ಅಣ್ಣ ದಿಗ್ಭ್ರಮೆಗೊಂಡು ಚಲಿಸುವ ರೈಲಿನಿಂದ ಧುಮುಕುತ್ತಾನೆ. ಮನೆಯನ್ನೂ, ಮೈಯನ್ನೂ, ಮನಸ್ಸನ್ನೂ ಸುಟ್ಟುಕೊಂಡ ಅಮ್ಮ, ನಿರಾಶ್ರಿತರ ಶಿಬಿರದಲ್ಲಿ ಅಲ್ಲಿಯ ಉಳಿದ ಅನಾಥ ಮಕ್ಕಳ ಶುಶ್ರೂಷೆ ಮಾಡುತ್ತ ಬದುಕುತ್ತಾಳೆ. ಸದಾ ಚಿಟ್ಟೆಯನ್ನು ಕನಸುವ ಮಗಳೊಂದಿಗೆ ಆರಂಭವಾಗುವ ನಾಟಕ, ಕೈಕಾಲು ಕಳೆದುಕೊಂಡ ಹುಡುಗನೊಬ್ಬನಿಗೆ ಚಿಟ್ಟೆಯನ್ನು ಕಾಣಿಸುವ ಪ್ರಯತ್ನದೊಂದಿಗೆ ಮುಗಿಯುತ್ತದೆ. ಕನಸು - ಯುದ್ಧ - ಸಾವು - ಕನಸು ಈ ಚಕ್ರದಲ್ಲಿ ಸುತ್ತುವ ಕಥಾ ವಿನ್ಯಾಸವಿದೆ ಇಲ್ಲಿ.

ಭಾವಕ್ಕೆ ತಕ್ಕಭಾಷೆ ಒದಗೋದು ಒಂದು 'ಸುಕೃತ'. ಸುಕೃತ ಅಂದರೆ ನಮ್ಮ ಓದು, ನೋಟ, ತಿರುಗಾಟ, ಮಾತುಕತೆ ಇಂತೆಲ್ಲ ಕತ್ಯಗಳಿಂದ ಒದಗುವ ಸತ್ವವದು. ಕಾವ್ಯವನ್ನು ಪ್ರೀತಿಸೋದು ಇಂತಹ ಒಂದು ಸು-ಕೃತಿ. ರಂಗ ಭಾಷೆಗೆ ಅಗತ್ಯ

ಪ್ರತಿಮೆಗಳನ್ನು ಹುಡುಕಿಕೊಳ್ಳಲು ನಾನು ಮೊರೆಹೋಗೋದು ಕಾವ್ಯಗಳಿಗೇ. ಅದು ನಮ್ಮ ದೈನಂದಿನ ಭಾಷೆಯಲ್ಲಿಯೇ ದಿನಪನನ್ನು ತಲುಪುವವರೆಗಿನ ವಿಸ್ತಾರವನ್ನು ಕಾಣಿಸುತ್ತದೆ. ಆ ಅಂತದೊಂದು ಸಮಯದಲ್ಲಿಯೇ 'ಹುಟ್ಟಿನಂಗಡಿಯಲ್ಲಿ ಬೊಂಬು ತುಂಬ ಅಗ್ಗ' ಎಂಬ ಅಡಿಗರ ಭೂಮಿಗೀತದ ಸಾಲು, ನಾಟಕದ ದೃಶ್ಯ ಪ್ರತಿಮೆಗೆ ಅಗತ್ಯವಾದ ಹೊಳಹನ್ನು ನೀಡಿದ್ದು. ಜೀವನ, ಯುದ್ಧ ಎಲ್ಲವೂ ವ್ಯಾಪಾರವೇ. ಈ ಹುಟ್ಟಿನಂಗಡಿಯಲ್ಲಿ ಹುಟ್ಟು ಮತ್ತು ಸಾವಿನ ಕೊಡುಕೊಳೆ ಇದೆ. ಎರಡೂ ಸಂದರ್ಭದಲ್ಲಿ ಒದಗುವ ಬೊಂಬು ತೊಟ್ಟಿಲಾಗಿ, ಚಟ್ಟವಾಗಿ ಹೀಗೆ ತನ್ನಿರವನ್ನು ತೋರುತ್ತದೆ. ಇಂತದೊಂದು ಸೂಚನೆ ದೊರಕಿದ್ದೇ ತಡ, ರಂಗದ ಹಲವು ಕ್ರಿಯೆಗಳಿಗೆ ಅಗತ್ಯ ಚಿತ್ರಗಳು ಸಂಯೋಜನೆ ಹೊಂದಲು ತಡವಾಗಲಿಲ್ಲ. ಬೊಂಬಿನ ತೊಟ್ಟಿಲೊಂದನ್ನು ಹುಡುಕಿ ತಂದೆವು. ಅಮ್ಮನಿಗೆ ಆ ತೊಟ್ಟಿಲು ಆರಂಭದಲ್ಲಿ ಮಗನ ಬಟ್ಟೆಬರೆಗಳನ್ನು, ವಸ್ತುಗಳನ್ನು ಅಕ್ಕರೆಯಿಂದ ಇಡುವುದಕ್ಕೆ ತಾಣವಾದರೆ ಮುಂದೆ ಮಗಳ ಶವ ಎಳೆಯುವ ಗಾಡಿಯೂ ಆಗಿ ಬಳಕೆಯಾಯಿತು. ತಳ್ಳುವ ಗಾಡಿ ಬಾಂಬರ್‌ಗಳ ಅಂಗಡಿಯಾಯಿತು, ಬೊಂಬಿನ ಬೀಸಣಿಕೆಗಳು ಬಣ್ಣ ಹೊತ್ತು ಜಪಾನಿ ನೃತ್ಯಗಳಲ್ಲಿ ಬಳಸುವ ಪರಿಕರಗಳಾಗಿಯೂ, ಕನಸುಗಳ ದೃಶ್ಯದ ಪತಂಗಗಳಾಗಿಯೂ ರೂಪುಗೊಳ್ಳುತ್ತ ನಡೆಯಿತು.

ರಂಗದ ಮೇಲೆ ಭಿತ್ತಿಯಲ್ಲಿ ಪೇಂಟಿಂಗ್‌ಗಳನ್ನು ಬಳಸಿದ್ದೆ, ನಾಲ್ಕು ಬೋರ್ಡ್‌ಗಳಲ್ಲಿರುವ ಈ ಪೇಂಟಿಂಗ್‌ಗಳಲ್ಲಿ ಒಂದೆಡೆ ಜಪಾನೀ ಮನೆಯ ದೃಶ್ಯ ಇದ್ದರೆ ಇನ್ನೊಂದೆಡೆ ಬಾಂಬಿನ ದಳ್ಳುರಿಯಲ್ಲಿ ಬೆಂದ ಚಿಣ್ಣರ ಮುಖಗಳು ಇದ್ದವು. ಪೂರ್ವರಂಗದಲ್ಲಿ ಒಂದು ನೃತ್ಯವನ್ನು ಸಂಯೋಜಿಸಿದ್ದೆ. ಆ ನೃತ್ಯದಲ್ಲಿ ಇಡೀ ನಾಟಕದ ಮುಖ್ಯ ಘಟನೆಗಳು ಒಮ್ಮೆ ಸಾಂಕೇತಿಕವಾಗಿ ಚಲಿಸುವಂತೆ ಮಾಡಿದೆ. ನಂತರ ನಾಟಕದಲ್ಲಿ ಅವು ವಿವರವಾಗಿ ಮೈಪಡೆಯುತ್ತ ಹೋಗುತ್ತದೆ. ಹೀಗೆ ಆರಂಭದಲ್ಲಿ ಸಂಯೋಜಿಸಿದ ನಾಟಕದಲ್ಲಿ ಇದ್ದುದು ಮುಖ್ಯವಾಗಿ ಎರಡು ಹಂತ. ಒಂದು ಪೂರ್ವರಂಗ ಇನ್ನೊಂದು ನಾಟಕದ ವಿವರಾಂಗ. ಆದರೆ ಇನ್ನೆರಡು ದೃಶ್ಯಗಳು ಅಲ್ಲಿ ಮೈಪಡೆದಿದ್ದು ಮಾತ್ರ ಅದು ಚಂದದ ಸೋಜಿಗ.!

ತಾಲೀಮಿನ ಸಂದರ್ಭದ ಆಶು ವಿಸ್ತರಣೆಯ ಚಟುವಟಿಕೆಗಾಗಿ, ನಟರಿಗೆ ಬಾಂಬಿನಿಂದ ಬದುಕುಳಿದ ಆದರೆ ರೋಗಿಗಳಾಗುಳಿದ ಹಲವು ಸಂತ್ರಸ್ತರ ಕತೆಗಳನ್ನು ನೀಡಿದೆ. ಮಕ್ಕಳು ಆ ಕತೆಯ ಪಾತ್ರಗಳನ್ನು ತುಂಬ ಪ್ರೀತಿಯಿಂದ ಅಪ್ಪಿಕೊಂಡರು. ಆ ನೋವಿನ ಕತೆಯ ತುಣುಕುಗಳನ್ನು ತುಂಬ ಸಾತ್ವಿಕವಾಗಿ ನಮ್ಮೆದುರು ಮಂಡಿಸತೊಡಗಿದರು. ಇಷ್ಟಕ್ಕೇ ಆ ಚಟುವಟಿಕೆ ನಿಲ್ಲಲಿಲ್ಲ. ನಾಟಕದಲ್ಲಿ ಇದನ್ನು ಒಂದು ದೃಶ್ಯವಾಗಿ ಸೇರಿಸಿಕೊಳ್ಳಲು ಒತ್ತಾಯಿಸತೊಡಗಿದರು. ಚಟುವಟಿಕೆಯೆಂದು ಆರಂಭವಾಗಿದ್ದು ಕೊನೆಗೆ ಒಂದು ದೃಶ್ಯವೇ ಆಯಿತು.

ದಡವ ನೆಕ್ಕಿದ ಹೊಳೆ

ಶ್ರೀಪಾದ ಭಟ್

ನಿಜ. ಕಲ್ಪನೆಯ ಜಗತ್ತಿನಲ್ಲಿ ಅವರು ಆ ಕತೆಯ ಪಾತ್ರಗಳೊಂದಿಗೆ ತಾದ್ಯಾತ್ಮ ಹೊಂದಿರಬಹುದು. ಆದರೆ ಅವರಿಗೆ ಅದು 'ಸತ್ಯ'ವಾಗಿತ್ತು. ಸತ್ಯದೊಡನೆ ಬದುಕೋದು ಅಂದರೇನು ಅಂತ ನನಗೂ ತಿಳಿಯತೊಡಗಿದ್ದು ಅಲ್ಲಿಯೇ. ಆ ಸನ್ನಿವೇಶವನ್ನು ಸೇರಿಸೋದಕ್ಕೆ ನನಗೆ ಭಯ ಇತ್ತು. ಏಕೆಂದರೆ, ಹೆಚ್ಚು ಕ್ರಿಯೆಯೇ ಇಲ್ಲದ, ಕೇವಲ ನಿರೂಪಣೆಗಳ ಈ ದೃಶ್ಯವು ನಾಟಕದಲ್ಲಿ ಪ್ರೇಕ್ಷಕರಿಗೆ ಬೇಸರ ತರಿಸಬಹುದು ಅರ್ಥಾತ್ ನಾಟಕ ಪ್ರದರ್ಶನದಲ್ಲಿ ತುಸು ಸೋಲಬಹುದು ಎಂದು. ಇದನ್ನು ಅವರಿಗೆ ತಿಳಿಸಿದೆ. ಮಕ್ಕಳೆಲ್ಲರ ಕೋರಿಕೆ ಒಂದೇ ಇತ್ತು. "ಸರ್ ಆ ದೃಶ್ಯ ತೆಗೆಯಬೇಡಿ ಪ್ಲೀಸ್". ವಿಶೇಷವೆಂದರೆ ವಿಜ್ಞಾನ ಶಿಕ್ಷಕರಾದ ನಾಗೇಂದ್ರ ಮಾಸ್ತರರೂ ಮಕ್ಕಳ ಪಕ್ಷ!!. ಅಂತೂ ಆ ದೃಶ್ಯ ನಾಟಕದಲ್ಲುಳಿಯಿತು; ನಮ್ಮೆಲ್ಲರ ಇಷ್ಟದ ದೃಶ್ಯವಾಗಿ.! ಯುದ್ಧದ ಕ್ರೌರ್ಯ, ಮಕ್ಕಳ ಸಹಜ ಮನಸನ್ನು ಅದು ಕಲಕಿದ ರೀತಿ, ಅವರ ಸತ್ಯದ ಪ್ರತಿಕ್ರಿಯೆ, 'ಸಕ್ಸಸ್' ಅಂದರೇನು ಎಂಬುದನ್ನರಿಯದ ನಮ್ಮ ಭ್ರಮೆ ಎಲ್ಲಕ್ಕೂ ಈ ಘಟನೆ ಸಾಕ್ಷಿಯಾಯಿತು.

ಅಲ್ಲೊಬ್ಬ ಹುಡುಗನಿದ್ದ. ಕೌಶಿಕ್ ಅಂತ ಅವನ ಹೆಸರು. ಅಸಾಧ್ಯ ದೈಹಿಕ ಚಲನೆಯ ಸಾಮರ್ಥ್ಯ ಇರುವ, ರಂಗದಲ್ಲಿ 'ಟೈಮಿಂಗ್' ಅಂತಾರಲ್ಲ ಆ ಅದು ಇರುವ, ಚಂದದ ನೃತ್ಯ ಮಾಡಬಲ್ಲ ಹುಡುಗ ಆತ. ಆದರೆ ಒಂದೇ ಕೊರತೆ ಅವನ ದನಿಪೆಟ್ಟಿಗೆಯಲ್ಲೊಂದು ಸಮಸ್ಯೆ ಇತ್ತು. ಆತ ಮಾತನಾಡಿದರೆ ದನಿಗಿಂತ ಗಾಳಿಯೇ ಹೆಚ್ಚು ಹೊರಗೆ ಕೇಳಿಸೋದು. ಅವನನ್ನು ನಮ್ಮ ತಂಡದಲ್ಲಿ ಸೇರಿಸಿಕೊಳ್ಳಬೇಕು ಅಂತ ಶಿಕ್ಷಕರಾದ ನಾಗೇಂದ್ರ ಪೈ ಅವರಿಗೆ ಆಸೆ. ತನ್ನ ನಡವಳಿಕೆಯಿಂದ ತುಂಬು ಸಂತಸವನ್ನು ತಾನಿದ್ದಲ್ಲೆಲ್ಲ ಚೆಲ್ಲಾಡುವ ಅವನ ಕಂಡರೆ ಎಲ್ಲರಿಗೂ ಇಷ್ಟ. ಹೀಗಾಗಿ ನಾಟಕದಲ್ಲಿ ಅವನಿಗಾಗಿ ದೃಶ್ಯವೊಂದು ಸೇರ್ಪಡೆ ಆಯಿತು. ಇದಕ್ಕೂ ಮೊದಲು ನಮ್ಮ ನಾಟಕ ಕೊನೆಗೊಳ್ಳುತ್ತಿದ್ದುದು ಬಾಂಬಿನ ದಾಳಿಯಿಂದ ಅಂಗವಿಕಲನಾದ ಹುಡುಗನ ಚಿಟ್ಟೆಯಾಗುವ ಕನಸಿನಿಂದ ಆಗಿತ್ತು. ಈಗ ಆ ಕನಸಿನ ಕೊನೆಯಲ್ಲಿ ಈ ಕೌಶಿಕ 'ಕೌಬಾಯ್' ಇಮೇಜಿನಲ್ಲಿ, ಕಾರ್ಟೂನ್ ಮಾದರಿಯಲ್ಲಿ, ಅಮೇರಿಕದ ಪ್ರತಿನಿಧಿಯಾಗಿ ವಿಶಿಷ್ಟ ನೃತ್ಯದೊಂದಿಗೆ ರಂಗ ಪ್ರವೇಶಿಸುವಂತೆ ಮಾಡಿ ಭವಿಷ್ಯದ ಕುರಿತ ಆತಂಕದ ಸನ್ನಿವೇಶ ಕಟ್ಟಲು ಪ್ರಯತ್ನಿಸಲಾಯಿತು. ಆದರೂ ಅದು ಅಪೂರ್ಣ ಅನಿಸುತ್ತಿತ್ತು. ಒಂದು ಅರ್ಥಪೂರ್ಣ ಮುಕ್ತಾಯ ಬೇಕಿತ್ತು ಅನಿಸುತ್ತಿದ್ದಂತೆ ಒಂದು ದಿನ, ತಾಲೀಮಿನ ಸಂದರ್ಭದಲ್ಲಿ ಆತನ ಕೀಟಲೆಯನ್ನು ಸಹಿಸಲಾಗದೇ ನಟಿಯೊಬ್ಬಳು ತನ್ನ ಕೈಯಲ್ಲಿರುವ ಚಿಟ್ಟೆಯ ರೆಕ್ಕೆಯಾಗಿರುವ ಬೀಸಣಿಕೆಯ ಪರಿಕರ ತೋರಿಸಿ "ಇದರಲ್ಲೇ ಹೊಡೀತೀನಿ ನೋಡು" ಅಂದಳು!. ಹಾ! ದೃಶ್ಯ ಸಿಕ್ಕಿತ್ತು. ಕನಸಾಗಿ ರಂಗದ ತುಂಬೆಲ್ಲ ತುಂಬಿಕೊಂಡ ತಂಡದ ಎಲ್ಲ ನಟರೂ ಯುದ್ಧದಾಹಿ ಪುರುಷನ ಆ ಆಕೃತಿಯೆಡೆಗೆ ತಮ್ಮ ಕೈಯಲ್ಲಿರುವ ರೆಕ್ಕೆಗಳನ್ನು

ಪ್ರತಿಭಟನೆಯ ಅಂಗವಾಗಿ ತೂರುತ್ತಿರುವ ದೃಶ್ಯ ಸಂಯೋಜನೆಗೊಂಡಿತು. ವಸ್ತುಗಳು, ಸಂದರ್ಭಗಳು ಪ್ರತಿಮೆಯಾಗಿ ಪ್ರಚೋದನೆಗೊಳ್ಳುವ ಅಂತ ಬಗೆಗಳೇ ಕೆಲವೊಮ್ಮೆ ವಿಸ್ಮಯ ಉಂಟುಮಾಡುತ್ತದೆ!

ನಾಟಕದ ಮೊದಲ ಪ್ರಯೋಗ ಮುಗಿದ ನಂತರದ ದಿನಗಳಲ್ಲಿ ಮೊದಮೊದಲು ಈ ನಾಟಕದ ಕುರಿತು ಚರ್ಚೆಯೇ ನಡೆದಿರಲಿಲ್ಲ. ಹಲವು ರಂಗಕರ್ಮಿಗಳು ಇದು ಮಕ್ಕಳ ನಾಟಕ ಹೌದೋ ಅಲ್ಲವೋ ಅನ್ನುವ ಗೊಂದಲದಲ್ಲಿದ್ದರು. ಇನ್ನು ಹಲವರು ಈ ತರಹದ ನಾಟಕಕ್ಕೆ ಹೇಗೆ ಪ್ರತಿಕ್ರಿಯೆ ನೀಡುವುದೆಂದು ತಿಳಿಯದೇ ಸುಮ್ಮನಿದ್ದರು. ಮಕ್ಕಳು ಮಾತ್ರ ನಿರುಮ್ಮಳವಾಗಿದ್ದರು. ನಾನು ತುಸು ಕಸಿವಿಸಿಗೊಂಡಿದ್ದೆ. ಕೆಲಕಾಲ ಅಷ್ಟೆ. ನಾಟಕ ದೆಹಲಿಯ ರಾಷ್ಟ್ರೀಯ ಉತ್ಸವಕ್ಕೆ ಆಯ್ಕೆಯಾಗಿತ್ತು. ನಾಟಕ ನೋಡಿದ ಅಲ್ಲಿಯ ರಂಗ ವಿದ್ಯಾರ್ಥಿಗಳು, ಎನ್.ಎಸ್.ಡಿ.ಯ ಥಿಯೇಟರ್ ಇನ್ ಎಜುಕೇಷನ್ (TIE) ಕಂಪನಿಯ ಪ್ರಸಿದ್ಧವಾದ 'ಘರ್ ಹಮೇ ಖೇಲನಾ ಹೈ' ನಾಟಕವು ಉಂಟು ಮಾಡಿದ ಪರಿಣಾಮದ ಜತೆ ಈ ನಾಟಕವನ್ನು ಹೋಲಿಸಿ ಬಹಳ ಉಪಯುಕ್ತ ಚರ್ಚೆ ಮಾಡಿದರು.

ತಮಾಷೆಯೆಂದರೆ ದೆಹಲಿಯ ರಂಗಮಂದಿರದಲ್ಲಿ ನಾಟಕದ ಆರಂಭಕ್ಕೆ ನಾಟಕದ ಹೆಸರನ್ನು ಸಾರಲು ನೇಮಕವಾದ ಹಿಂದೀ ಉದ್ಘೋಷಕಿಗೆ 'ರೆಕ್ಕೆ ಕಟ್ಟುವಿರಾ?' ಎಂಬುದನ್ನು ಸರಿಯಾಗಿ ಉಚ್ಚರಿಸಲು ಆಗುತ್ತಲೇ ಇರಲಿಲ್ಲ. ಅವಳು 'ರೆಕ್ಕೆಕಟ್ಟು – 'ವೀರಾ' ಅಂತಲೇ ಅನ್ನುತ್ತಿದ್ದಳು. ಕೊನೆಯಲ್ಲಿಯ ಪ್ರಶ್ನಾರ್ಥಕವು ಅವಳಿಂದ ಉಚ್ಚಾರವಾಗುವಂತೆ ಮಾಡಲು ನಾವು ಸೋತರೂ, ಅವಳಿಂದ 'ವೀರಾ' ಎನ್ನುವ ಬಿರುದು ಪಡೆದೇ ಬಂದೆವು. (ಕ್ಷಮಿಸಿ ಸುರೇಶಣ್ಣ, ನಿಮ್ಮ ನಾಟಕದ ಹೆಸರು ಬದಲಾಗಿದೆ (ಹ ಹಾ).

⌘

ದಡವ ನೆಕ್ಕಿದ ಹೊಳೆ

ಹೆಜ್ಜೆ 9

ರಂಗ ಶೋಧದಲ್ಲಿ ದೊರಕಿದ 'ಸತ್ಯಲೋಕ'

ಅಲ್ಲಿ. ಆ ತಾತ, ಚಂದದ ಚಿತ್ರವನ್ನು ಪೂರ್ಣಗೊಳಿಸ್ತಾ ಇದಾನೆ. ಅದು ಅಂತಿಂತ ಚಿತ್ರ ಅಲ್ಲ. ರಜೆಯ ಚಿತ್ರ ಅದು! ಆ ಚಿತ್ರದ ಪರಿಕಲ್ಪನೆ ಋತು ವಸಂತನದು.! ಚಿತ್ರದಲ್ಲಿರೋ ಆ ರಜೆ, ಹಿಮಾಲಯದ ಶೃಂಗದಲ್ಲೆಲ್ಲೋ ಅಲೆದು, ನೀಲಿ ಆಕಾಶದಲ್ಲಿ ತೇಲಿ, ಸರೋವರದ ನೀರಿನಲ್ಲಿ ಮನಸೋ ಇಚ್ಛೆ ಈಜಾಡಿ, ಭತ್ತದ ಗದ್ದೆಯಲ್ಲಿ ತೆನೆ ಒಡೆಯುವಾಗ ಹುಟ್ಟುವ ಕಂಪನವನ್ನು ಲಯವನ್ನಾಗಿ ಆಧರಿಸಿ ಮೂಡಿಬಂದುದು!

ಆ ತಾತನಿಗೆ ತಾನು ಬಯಸಿದಂತೆ ಆಗುವ ಸತ್ಯಯುಗದ ತಂತ್ರವೂ ತಿಳಿದಿದೆ.! ನೋಡನೋಡುತ್ತಿದ್ದಂತೆ ಆ ಚಿತ್ರದಿಂದ ರಜೆಯ ಮಜ ಅನುಭವಿಸಲಿರುವ ಮಕ್ಕಳ ಗುಂಪೇ ಹೊರಬರುತ್ತವೆ. ಅಜ್ಜನ ಜತೆ ರಜೆಯ ಹಾಡು ಹೇಳುತ್ತ, ಅಜ್ಜನಿಂದ ಲೋಕದ ಕತೆಗಳನ್ನು ಕೇಳುತ್ತ ತಾವೇ ಆ ಕತೆಗಳಾಗಿ ರೂಪಾಂತರವೂ ಆಗುತ್ತಾರೆ. ಹಾ! ಇಲ್ಲಿ ಕತೆ ಹೇಳೋದು ಅಜ್ಜ ಮಾತ್ರವಲ್ಲ, ಮರವೂ ಕತೆ ಹೇಳುತ್ತೆ, ಬಣ್ಣವೂ ಕತೆ ಹೇಳುತ್ತೆ, ಪೊರಕೆಯ ಕಡ್ಡಿಯೂ ಕತೆ ಹೇಳುತ್ತೆ!. ನಾವು ನೋಡುತ್ತಿದ್ದ ಪರಿಚಿತ ಜಗತ್ತು ಅಪರಿಚಿತವಾಗುತ್ತ ಮತ್ತು ಅದೇ ಕಾಲದಲ್ಲಿ ಆ ಅಪರಿಚಿತ ಜಗತ್ತು ಪರಿಚಿತಗೊಳ್ಳುತ್ತ ಸಾಗುತ್ತದೆ!

ಅದೊಂದು ಸಿರಿವಂತರ ಮನೆ. ಅಲ್ಲೊಬ್ಬ ಹುಡುಗ. ಅವನನ್ನು ನೋಡಿಕೊಳ್ಳೋಕೆ ಒಬ್ಬ ಆಳು. ಆ ಕೆಲಸದವನಿಗೆ ಹುಡುಗನನ್ನು ನೋಡಿಕೊಳ್ಳೋದೊಂದು ಬೇಸರದ ಕಾಯಕ. ಅದಕ್ಕೆಂದೇ ಆತ ಒಂದು ವೃತ್ತವನ್ನು ಬರೆದು ಅದರೊಳಗೆ ಆ ಹುಡುಗನನ್ನು ನಿಲ್ಲಿಸಿ ಇದರಿಂದ ಹೊರ ಹೋದರೆ ಅಪಾಯ ತಪ್ಪಿದ್ದಲ್ಲ (ಲಕ್ಷ್ಮಣ ರೇಖೆಯಂತದು) ಅಂತ ಹೆದರಿಸಿ ಆಚೆ ಹೋಗ್ತಿರ್ತಾನೆ. ಅದೇ ವೃತ್ತದಲ್ಲಿ ಸುಮ್ಮನೆ

ದಡವ ನೆಕ್ಕಿದ ಹೊಳೆ ಶ್ರೀಪಾದ ಭಟ್

ನಿಲ್ಲುವ ಹುಡುಗನಿಗೆ ಕಿಟಕಿಯ ಹೊರಗೆ ಸರೋವರದ ಪಕ್ಕದಲ್ಲಿ ನಿಂತ ಆ ಆಲದ ಮರ ಕಾಣಿಸುತ್ತದೆ. ಸೂರ್ಯನ ಕಿರಣದ ಸುದ್ದಿ ಆಲಿಸುವ, ಗಾಳಿಯ ಸಂಗೀತಕ್ಕೆ ಕುಣಿಯುವ ಅದರ ಎಲೆಗಳನ್ನೂ, ಕನಸುಗಳಂತೆ ಇಳೆಗೆ ಇಳಿದಿರುವ ಅದರ ಬಿಳಲುಗಳನ್ನೂ ನೋಡುತ್ತ ನೋಡುತ್ತ ಅದರೊಂದಿಗೇ ಅದರ ಕತೆ ಕೇಳುತ್ತ, ಅದೇ ಆಗುತ್ತ ಹುಡುಗ ತಾನಿರುವ ತಾಣದಿಂದಲೇ ಬಿಡುಗಡೆ ಹೊಂದುತ್ತಿರುತ್ತಾನೆ.

ಆ ಊರಿನಲ್ಲೊಬ್ಬ ಜಾಡಮಾಲಿ ಹುಡುಗ. ಅವನ ಹೆಸರು ಪುಟ್ಟ ಅಂತ. ರಾತ್ರಿ ಊಟ ಸಿಗದೇ ಹಸಿದಿದ್ದ ಹುಲಿಯೊಂದರ ಕಣ್ಣಿಗೆ ಬಿದ್ದನಾತ. ಹುಲಿ ಅಟ್ಟಿಸಿಕೊಂಡು ಬಂತು. ಪುಟ್ಟ ಓಡುತ್ತ ಮನೆಯೊಂದರ ಮೂಲೆಯಲ್ಲಿ ನಿಂತ. ಹುಲಿಯೂ ಮನೆಯೊಳಗೆ ಬಂತು. ಅಲ್ಲಿದ್ದ ಕನ್ನಡಿಯೊಂದನ್ನ ನೋಡಿತು. ಅರೆ! ತನ್ನ ಮುಖದಲ್ಲಿ ಎಷ್ಟೆಲ್ಲ ಅಸಹ್ಯ ಕಪ್ಪು ಪಟ್ಟೆಗಳಿವೆ! ಮೊದಲೇ ಕಪ್ಪು ಅಂದ್ರೆ ಆ ಹುಲಿಗಾಗಿ ಬರಲ್ಲ. ಆದರೆ ಈ ಪುಟ್ಟನ ಮುಖದಲ್ಲಿ ಒಂದೂ ಗೆರೆಗಳಿಲ್ಲ. ಹುಲಿ ಪುಟ್ಟನಲ್ಲಿ ಕಪ್ಪುಗೆರೆಗಳನ್ನು ಅಳಿಸುವ ಸೋಪು ಕೇಳಿತು! ಪುಟ್ಟ ತನ್ನಲ್ಲಿ ಅಂತದ್ದೇನೂ ಇಲ್ಲ ಅಂದ್ರೆ ಅದು ನಂಬಲ್ಲ. ಅಡ್ಡಡ್ಡ ಸಿಗಿದು ಹಾಕ್ತೇನೆ ಅಂತ ಹೆದರಿಸಿತು. ಪುಟ್ಟ ಹೇಳಿದ "ನೋಡು, ನಾನು ಅಸ್ಪೃಶ್ಯ ಹುಡುಗ. ನೀನು ನನ್ನ ಮುಟ್ಟಿದರೇ ಪಾಪ. ಅಂತಾದ್ದರಲ್ಲಿ ನೀನು ನನ್ನ ತಿಂದೆ ಅಂದರೆ ಮುಗಿದೇ ಹೋಯ್ತು. ತಿಂತೀಯಾ?" ಎಂದು ಸಡ್ಡು ಹೊಡೆದು ನಿಂತು ಬಿಟ್ಟ. ಹುಲಿ ಕಂಗಾಲು! ಅಯ್ಯೋ ನನಗಿನ್ನೂ ಮದುವೆ ಆಗಿಲ್ಲ. ನಾನು ನಿನ್ನ ತಿಂದು ಜಾತಿ ಕೆಡಿಸಿಕೊಂಡ್ರೆ ಯಾರೂ ಹೆಣ್ಣು ಕೊಡಲ್ಲ" ಅಂತ ಹೇಳಿ ಬಾಲ ಮುದುರಿ ಓಡಿತು.

ಆ ರಾಜನಿಗೆ ಕಾಲಿಗಂಟುವ ಧೂಳಿನದ್ದೇ ಚಿಂತೆ. ಕಾಲನ್ನು ಧೂಳಿನಿಂದ ರಕ್ಷಿಸಿಕೊಳ್ಳಲು ಭೂಮಿಯನ್ನು ಪೊರಕೆಯಿಂದ ಗುಡಿಸಿ ಧೂಳು ಹೆಚ್ಚಿಸಲಾಯಿತು. ನೀರಿನಿಂದ ತೊಳೆದು ರಾಡಿಗೊಳಿಸಲಾಯಿತು. ಸಮಸ್ಯೆ ಹೆಚ್ಚಾಯಿತೇ ವಿನಹ ಬಗೆಹರಿಯಲಿಲ್ಲ. ರಾಜ ನಡೆದಾಡೋ ಜಾಗಕ್ಕೆಲ್ಲ ಚರ್ಮ ಹೊದೆಸುವಂತೆ ಆದೇಶಿಸಲಾಯಿತು! ಆಗ ಚಮಗಾರನೊಬ್ಬ, ಚಂದದ ಚಪ್ಪಲಿ ಹೊಲಿಯುವ ಕಸುಬುಗಾರ 'ಭೂಮಿಗೇ ಚರ್ಮ ಹೊದೆಸುವ ಬದಲು ನಿಮ್ಮ ಕಾಲಿಗೆ ಚರ್ಮ ಹೊದ್ದರಾಯ್ತಲ್ಲ' ಅಂತ ಹೇಳಿ 'ಶೂ' ಒಂದನ್ನು ಹೊಲಿದು ಕೊಟ್ಟ. ಶೂ ಪರಿಚಯಾಗಿದ್ದು ಹೀಗೆ!

ಅವನ ಹೆಸರು ಪಿಯರಿ. ಆತ ಗಿಡಗಳ ತಜ್ಞ, ಆತ ತನ್ನ ಕಸಿಮಾಡುವ ವಿವಿಧ ವಿಧಾನದಿಂದ ಹೂಗಳ ಬಣ್ಣವನ್ನೂ ಬದಲಾಯಿಸುತಿದ್ದ. ಅವನಿಗೆ ಜತೆಯಾಗಿರುವವಳು ಅವನ ಮಗಳು ಕ್ಯಾಮಿಲಿ. ಅವರ ಮನೆಯಲ್ಲಿ ಸುಗಂಧರಾಜ ಹೂವೊಂದು ಮಾತ್ರ ಬಣ್ಣ ಬದಲಾಯಿಸದೇ ಹಠ ಹಿಡಿದಿತ್ತು. ಪಿಯರಿಯ ಪ್ರಕಾರ ಅದು ಅಸಾಧ್ಯ. ಕ್ಯಾಮಿಲಿಗೆ ಅದನ್ನು ಬದಲಾಯಿಸುವ ಹಠ. ಹಠಾತ್ತನೆ ಎರಗಿದ

ಯುದ್ಧದಿಂದಾಗಿ ಪಿಯರಿ ರಣರಂಗಕ್ಕೆ ಹೋದ ಹೊತ್ತು. ಎರಗಿದ ಬಾಂಬೊಂದು ಆ ಮನೆಯನ್ನು, ಕನಸನ್ನು ನಾಶಗೈದಿತ್ತು. ಬಿಳಿಯ ಸುಗಂಧರಾಜ ಕೆಂಪಾಗಿತ್ತು!

ಆ ತಾತ ಒಂದಿನ ಆ ಮಕ್ಕಳಿಗೆ ಸತ್ಯಯುಗದ ಕತೆ ಹೇಳ್ತಿದ್ದ. ನಾವು ಯಾವುದರ ಬಗ್ಗೆ ತಿಳಿದುಕೊಳ್ಳಬೇಕೋ ಅದೇ ಆಗುವದು ಹೇಗೆ ಅಂತ. ಆಗ ಅಲ್ಲಿಗೆ ಬಂದ ಪುಟ್ಟಿ ಒಂದು ಗದ್ದಲ ಎಬ್ಬಿಸ್ತಾಳೆ. ಅದೇನೆಂದರೆ ಕನಸಿನಲ್ಲಿ ಅವಳನ್ನು ಚಂದ್ರ ಕದ್ದೊಯ್ದಿದ್ದಾನೆ! ಅವಳನ್ನು ಹುಡುಕೋದು ಈಗಿನ ಅಗತ್ಯ.! ಸರಿ, ಹುಡುಗರೆಲ್ಲ ಸತ್ಯಯುಗದ ಮ್ಯಾಜಿಕ್ ಉಪಯೋಗಿಸಿ ಪೊರಕೆಯೆಂಬ ಕನಸಗುದುರೆ ಏರಿ, ಪುಟ್ಟಿಯ ಸಮೇತ ಅವಳನ್ನು ಹುಡುಕ ಹೊರಡುತ್ತಾರೆ. ಪುಟ್ಟಿ ಸಿಕ್ಕೇ ಸಿಗುತ್ತಾಳೆ. ಅವಳೂ ಹುಡುಕಹೊರಟವಳಲ್ವಾ?!!!

'ಮಕ್ಕಳ ಟ್ಯಾಗೋರ್' ನಾಟಕದ ಕಥಾ ಸನ್ನಿವೇಶಗಳಿವು. ಸುಖಾಂತ ಚೌದರಿ ಸಂಪಾದಿಸಿದ ಚಿಲ್ಡ್ರನ್ಸ್ ಟ್ಯಾಗೋರ್ ಎಂಬ ಪುಸ್ತಕದಲ್ಲಿಯ ಟ್ಯಾಗೋರರ Grand father's Holiday, The Tiger, The Invention of Shoes ಎಂಬ ಕವನಗಳನ್ನೂ, My childhood, Destruction ಎಂಬ ಕತೆಗಳನ್ನೂ ಮತ್ತು ರವೀಂದ್ರರ ಕಲಾ ಚಿಂತನೆಗಳನ್ನೂ ಆಧರಿಸಿ ರೂಪುಗೊಂಡ ನಾಟಕವಿದು. ರಚಿಸಿದವರು 'ಬಕುಲದ ಬಾಗಿಲಿನ' ಸುಧಾ ಆಡುಕಳ. ದೈನಂದಿನ ವಾಸ್ತವ ಲೋಕದ ಅರಿವನ್ನು ನೀಡುತ್ತ, ಅವುಗಳನ್ನು ದಾಟಿ ಹೊರಡುವ ವಿವೇಕವನ್ನು ಮಕ್ಕಳಿಗೆ ಪರಿಚಯಿಸುವ ಈ ಬರಹಗಳನ್ನು 'ಚಿಂತನ ರಂಗ ಅಧ್ಯಯನ ಕೇಂದ್ರ' ಉತ್ತರ ಕನ್ನಡದ ರೆಪರ್ಟರಿಗೆಂದೇ ನಾಟಕವಾಗಿಸಿದ್ದು ರವೀಂದ್ರರು ಹುಟ್ಟಿ 150 ಆದ ಸಂದರ್ಭದಲ್ಲಿ.

ರವೀಂದ್ರರ ಮೋಹ ನನ್ನನಾವರಿಸಿದ್ದು ಯಾವತ್ತಿನಿಂದ ಅಂತ ಗೊತ್ತಿಲ್ಲ. ಆದರೆ ಅವರ ಬರಹಗಳು, ಕಲಾ ಚಿಂತನೆಗಳು, ಕತೆ, ನಾಟಕಗಳು ನನ್ನ ಕಲಾ ಬುತ್ತಿಯ ಮಹತ್ವದ ಪೋಷಕಗಳಾಗಿವೆ. ಅವರ ಚಿತ್ರಾ, ಕೆಂಪು ಕಣಗಿಲೆ. ಅವಳ ಕಾಗದ. ಮಕ್ಕಳ ಟ್ಯಾಗೋರ್ ಹೀಗೆ 4 ನಾಟಕಗಳನ್ನು ಈಗಾಗಲೇ ರಂಗದ ಮೇಲೆ ಕಟ್ಟಿದ್ದೆ. ಆದರೂ ಸಮಾಧಾನವಾಗುತ್ತಿಲ್ಲ! ಗುರುತು ಹಾಕಿಕೊಂಡ ಇನ್ನೂ ಅನೇಕ ಪಠ್ಯಗಳು ಬಾಕಿ ಇವೆ.

ಕುಂದಾಪುರದ 'ಸಮುದಾಯ' ಘಟಕವು ಅನೇಕ ಕಾಲದಿಂದ ಶಿಕ್ಷಕರು ಮತ್ತು ಮಕ್ಕಳಿಗೆ ರಂಗ ತರಬೇತಿಗಳನ್ನು ನಡೆಸುತ್ತಲೇ ಬಂದಿದೆ. ಬಹುತೇಕ ಶಿಬಿರಗಳಲ್ಲಿ ಅವರ ಜತೆಯಾಗಿದ್ದೆ ನಾನು. ಅಂತದೊಂದು ಶಿಬಿರದ ಸಂದರ್ಭದಲ್ಲಿ ನನ್ನ ಕಣ್ಣಿಗೆ ಬಿದ್ದ ಪುಸ್ತಕ ಈ 'ಚಿಲ್ಡ್ರನ್ಸ್ ಟ್ಯಾಗೋರ್'. ಇಂಗ್ಲಿಷ್ ಬರದ ನಾನು ಈ ಪುಸ್ತಕವನ್ನು ಸುಧಾ ಆಡುಕಳ ಅವರ ಕೈಗಿತ್ತು ಇದರ ಕೆಲವು ಕತೆ ಕವನಗಳನ್ನು

ಅನುವಾದಿಸಿಕೊಂಡು ಶಿಬಿರದಲ್ಲಿ ರಂಗ ಕಲಿಕೆಯ ಆಧಾರ ಪಠ್ಯವಾಗಿ ಬಳಸಿದೆ. ಅಲ್ಲಿ ಭಾಗವಹಿಸಿದ್ದ ಶಿಕ್ಷಕರಿಗೆ ಅಂತೆಯೇ ಮಕ್ಕಳಿಗೆ ಈ ಪಠ್ಯಗಳ ಹೊಸತನ, ಕಥನ ಎಲ್ಲವೂ ಇಷ್ಟವಾಗಿತ್ತು. ಹೀಗಾಗಿ ಬಿಡಿಬಿಡಿಯಾಗಿ ಅನುವಾದಿತಗೊಂಡ ಕತೆ ಕವನಗಳನ್ನು ಸೇರಿಸಿ ರವೀಂದ್ರ ಕೌದಿ ಹೊಲಿಯಲು ಸುಧಾ ಅವರಿಗೇ ನೀಡಿದೆ. ಅವರಿಗೆ ಆ ಸಂದರ್ಭದಲ್ಲಿ ನಾಟಕ ಪ್ರಕಾರ ಹೊಸದಾಗಿದ್ದರೂ ಮಕ್ಕಳ ಲೋಕವೇನೂ ಹೊಸದಿರಲಿಲ್ಲ ಮತ್ತು ಕಾವ್ಯದೃಶ್ಯ ಕಟ್ಟುವ ಕಾಯಕ ಅವರಿಗೆ ಪ್ರಿಯವೇ ಆಗಿತ್ತು.

ಉತ್ತರ ಕನ್ನಡ ಜಿಲ್ಲೆಯಲ್ಲಿ ಆರಂಭ ಗೊಂಡ ಚಿಂತನ ರಂಗ ಅಧ್ಯಯನ ಕೇಂದ್ರದಿಂದ 2003ರಲ್ಲಿಯೇ ಮಕ್ಕಳಿಗಾಗಿ ದೊಡ್ಡವರು ಅಭಿನಯಿಸುವ ಚಿಕ್ಕ ರೆಪರ್ಟರಿಯನ್ನು ನಾವು ಆರಂಭಿಸಿದ್ದೆವು. ಕಿರಣ ಭಟ್ ಮತ್ತು ನಾನು ಜೊತೆಯಾಗಿ ರೆಪರ್ಟರಿಯ ನಾಟಕ ನಿರ್ದೇಶಿಸುವುದು ಮತ್ತು ವಿಠ್ಠಲ ಭಂಡಾರಿ ಅದನ್ನು ಸಂಘಟಿಸುವುದು, ದಾಮೋದರ ನಾಯ್ಕ ತಂಡದ ತಿರುಗಾಟದ ಉಸ್ತುವಾರಿ ನೋಡಿಕೊಳ್ಳುವದು ರೂಢಿ. ಅದಾಗಲೇ ಕಿರಣ ಮತ್ತು ನಾನು ಸೇರಿ ಪಾಠ ನಾಟಕಗಳು, ಖರೇ ಚರಣದಾಸನೆಂಬ ಕಳ್ಳ, ಚಾಕ್ ಸರ್ಕಲ್, ಪಾಪು ಬಾಪು, ಬೆಳಕು ಹಂಚಿದ ಬಾಲಕ, ಬೆಳಕಿನೆಡೆಗೆ ಮುಂತಾದ ನಾಟಕಗಳನ್ನು ಒಟ್ಟಿಗೇ ನಿರ್ದೇಶಿಸಿದ್ದೆವು. ಆ ವರ್ಷ ರವೀಂದ್ರರ 150ರ ಸಂಭ್ರಮಾಚರಣೆಗಾಗಿ ಈ ನಾಟಕವನ್ನು ಅಪ್ಪಿಕೊಳ್ಳೋಕೆ ಎಲ್ಲರೂ ಉತ್ಸಾಹದಿಂದ ಮುಂದಾದರು.

ಮೊದಲ ಬಾರಿಗೆ ನಮ್ಮ ದೊಡ್ಡವರ ತಂಡದಲ್ಲಿ ಮಕ್ಕಳೂ ಅಭಿನಯಿಸುವುದೆಂದು ತೀರ್ಮಾನವಾಯಿತು. ನಾಟಕದ ವಸ್ತು ಅದನ್ನು ಬಯಸುತ್ತಿತ್ತು ಕೂಡ. ಆದರಿದು ಸುಲಭವಿರಲಿಲ್ಲ. ಸಂಘಟನೆಯ ಸಮಸ್ಯೆ ಒಂದೆಡೆಯಾದರೆ ಮಕ್ಕಳ ಅಸಾಧ್ಯ ಎನರ್ಜಿಯ ಜತೆಗೆ ಹಿರಿಯ ಕಲಾವಿದರು ಒಂದಾಗುವದು ಸುಲಭದ ಮಾತಾಗಿರಲಿಲ್ಲ. ಆದರೊಂದು ಧೈರ್ಯವಿತ್ತು. ನಮ್ಮಲ್ಲಿ ಅತ್ಯುತ್ತಮ ನಟರಾದ ದಾಮೋದರ, ಅನಂತ, ರಾಧಾ ಮುಂತಾದ ಹಿರಿಯ ನಟರಿದ್ದರು. ಅವರ ಜತೆ ಶಿರಸಿಯ ಸರ್ಕಾರಿ ಪ್ರೌಢಶಾಲೆಯಲ್ಲಿ ಓದುತ್ತಿದ್ದ ಮಕ್ಕಳು ಜತೆಯಾದರು. ಅದಾಗಲೇ ನಾನು ಅವರಿಗಾಗಿ 'ನಾನು ಗೆಲಿಲಿಯೋ' ನಾಟಕ ನಿರ್ದೇಶಿಸಿದ್ದೆ.

ಅದಕ್ಕಾಗಿ ರಾಷ್ಟ್ರ ಮಟ್ಟದ ಪುರಸ್ಕಾರವನ್ನೂ ಗಳಿಸಿದ್ದ ಅವರು ಈ ನಾಟಕದಲ್ಲಿಯೂ ಭಾಗವಹಿಸಲು ಸಾಕಷ್ಟು ಉಮೇದಿಯಿಂದಲೇ ಇದ್ದರು. ಹೀಗೆ ಹಿರಿಯ ಕಿರಿಯ ಕಲಾವಿದರ ಮೇಳ ತುಂಬ ಉತ್ಸುಕವಾಗಿಯೇ ಸಿದ್ಧವಾಗಿತ್ತು. ನಮ್ಮ ತಂಡದ ಅತ್ಯಂತ ಹಿರಿಯ ಕಲಾವಿದರಾದ ಅನಂತ ನಾಯ್ಕ ಅವರಂತೂ ಮಕ್ಕಳೂ ತಮ್ಮ ಜೊತೆಯಲ್ಲಿ ಅಭಿನಯಿಸುತ್ತಾರೆಂದು ತಿಳಿದೇ ರೋಮಾಂಚಿತರಾಗಿದ್ದರು. ಈಗ ವಿಶ್ರಾಂತಿ ಹೊಂದಿದ ಅವರು ಪ್ರೌಢಶಾಲೆಯೊಂದರ ಜವಾನರಾಗಿ ಕೆಲಸ ಮಾಡುತ್ತಿದ್ದು ನಾಟಕದ ಪ್ರದರ್ಶನದ ಹೊರತಾಗಿ ಮತ್ಯಾವುದಕ್ಕೂ ರಜ ಹಾಕುತ್ತಿರಲಿಲ್ಲ! ನಾಟಕದ ಕುರಿತ ಮತ್ತು ಮಕ್ಕಳ ಕುರಿತ ಅವರ ಅಸೀಮ ಪ್ರೀತಿಯೆ ಇನ್ನೊಂದು ಕತೆ.

ಪಠ್ಯ ಹಾಗೂ ರಂಗಪಠ್ಯ ಜತೆಜತೆಯಾಗಿಯೇ ಸಿದ್ಧಗೊಳ್ಳಬೇಕಿತ್ತು. ಹೀಗಾಗಿ ಬರಹ ಮತ್ತು ಶೋಧನೆಗಳು ಜಂಟಿಯಾಗಿಯೇ ನಡೆದವು. ಅದು ತನಕ ಹಲವು ಮಕ್ಕಳ ನಾಟಕಗಳನ್ನು ಆಡಿಸುತ್ತ ಅಡಿಸುತ್ತ ನಾವೂ ಒಂದು ಬಗೆಯ ಸಿದ್ಧ ಮಾದರಿಯ ಕಡೆ ಜಾರುತ್ತಿದ್ದುದು ನಮ್ಮ ಗಮನಕ್ಕೂ ಬಂದಿತ್ತು. ಜಯಂತ ಕಾಯ್ಕಿಣಿಯವರು ಒಂದೆಡೆ ಬರೆದಂತೆ 'ಹೊಸದಾಗಿ ಹೊತ್ತಿಸಲು ಬೇಕಾದ ಕಿಡಿಗಳ' ಹುಡುಕಾಟದಲ್ಲಿ ನಾವಿದ್ದೆವು. ಆಗ ನಮ್ಮ ಕೈ ಹಿಡಿದದ್ದು ರವೀಂದ್ರರ ಕಲಾ ತತ್ವಗಳು. ಚಿತ್ರರಚನೆಗೆ ಸಂಬಂಧಿಸಿದ ಹಾಗೆ ಅವರೊಂದು ಕಡೆ ಹೀಗಂತಾರೆ – 'ಮೊದಲಿಗೆ ಒಂದು ಗೆರೆ ಸುಳಿಯುತ್ತದೆ. ನಂತರದಲ್ಲಿ ಆ ಗೆರೆಯು ಒಂದು ರೂಪವಾಗಿ ಮಾರ್ಪಡುತ್ತದೆ. ರೂಪವು ನಿಶ್ಚಿತವಾಗುತ್ತಿರುವ ಹಾಗೆಯೇ ಸುಸ್ಪಷ್ಟವೂ ಆಗುತ್ತ ನನ್ನ ಕಲ್ಪನೆಯ ಚಿತ್ರವಾಗಿ ಮಾರ್ಪಡುತ್ತದೆ. ರೂಪದ ಈ ಸೃಷ್ಟಿ ಅನಂತವಾದ ಒಂದು ಬೆರಗಿನ ಸ್ತೋತ್ರ'.

ಈ ಅನಂತ ಬೆರಗಿನ ಗೆರೆಗಳ ಹುಡುಕಾಟವನ್ನು ನಾವೂ ನಡೆಸಿದ ಹೊತ್ತದು. ಈ ಹುಡುಕಾಟಕ್ಕೆ ಅವರದೇ ಕಥಾ ವಸ್ತುವಿನ ನಾಟಕ ದೊರೆತುದು ಒಂದು ಚಂದದ ಆಕಸ್ಮಿಕ. ವಸ್ತುವಿನ ಪ್ರಚಂಡ ಸಾಧ್ಯತೆಯನ್ನು ಮನಗಾಣುತ್ತ ಹೋದರೆ ಅದನ್ನು ರೂಪಿಸುವ ವ್ಯಾಕರಣವೂ ಹೊಸ ಬಗೆಯಲ್ಲಿ ಗೋಚರಿಸತೊಡಗುವುದಲ್ಲವೇ? ಹಾಗೇ ಆಯಿತು. ನಾನೊಂದು ದಿನ ಸುಧಾಳಲ್ಲಿ ಕೇಳಿದೆ. "ಅವರ ಬಾಲ್ಯದಲ್ಲೆಲ್ಲಾದರೂ ಮರದ ವಿವರ ಬರುತ್ತದಾ?" ಅಂತ. ಅವಳೆಂದಳು "ಹೌದು ಆಲದ ಮರವೊಂದನ್ನು ಅವರು ದಿನವೂ ನೋಡುತ್ತಿದ್ದರು. ತಾನಿರುವ ವೃತ್ತದ ಪಕ್ಕದಲ್ಲಿರುವ ಕಿಟಕಿಯಿಂದ ಕಾಣುವ ಕೊಳದ ದಡದ ಆಲದ ಮರವನ್ನು ನೋಡುತ್ತಲೇ ಬೆಳೆದವರವರು. ಜೊತೆಗೆ ಕೊಳದಲ್ಲಿ ನಡೆಯುವ ಎಲ್ಲ ದೈನಂದಿನ ಚಟುವಟಿಕೆಗಳನ್ನೂ ತಾದ್ಯಾತ್ಮದಿಂದ ಗಮನಿಸುತ್ತಿದ್ದರು. ಅವರಿಗೆ ಕಿಟಕಿಯೇ ಹೊರ ಜಗತ್ತಾಗಿತ್ತು ಮತ್ತು ಅವರ ಆಸಕ್ತಿಗಳು ಆಲದ ಮರದ ಬಿಳಲಿನಂತಿದ್ದವು." ಪಠ್ಯ,

ರಂಗಪಠ್ಯ, ರಂಗಸಜ್ಜಿಕೆ, ದೃಶ್ಯ ನಿರ್ಮಾಣ ಇವೆಲ್ಲವೂ ಬಿಳಲಿನಂತೆ ಒಂದಕ್ಕೊಂದು ಸೇರಿ ಬಂಧವಾಗಿ ಪ್ರಯೋಗಕ್ಕಿಳಿಯಲು ಅಗತ್ಯ ಸೂಚನೆಗಳಿವು. ಕಿರಣ ಭಟ್ ಈ ಚರ್ಚೆಯನ್ನಿಟ್ಟುಕೊಂಡು ಚಕಚಕನೆ ಚಂದದ ಚಿತ್ರಗಳನ್ನು ಬರೆಯತೊಡಗಿದ. ದಾಮೋದರ ನಾಯ್ಕ ಒಂದು ಕನಸಿನಂತಹ ಮರವನ್ನು ತಯಾರಿಸಿದ. ಅದೆಷ್ಟು ಮುದ್ದಾಗಿತ್ತು ಎಂದರೆ ನಮ್ಮ ಮಕ್ಕಳೆಲ್ಲ ಅದರಡಿ ಒರಗುತ್ತ, ಕಾಲು ಚಾಚುತ್ತ ನಮಗೆ ಅಗತ್ಯವಾದ ಚಲನೆಗಳನ್ನು ತೋರತೊಡಗಿದ್ದರು.

ಟ್ಯಾಗೋರರು ತಮ್ಮನ್ನು ಆರಂಭದಲ್ಲಿ ಅಸಫಲ ಚಿತ್ರಕಾರನೆಂದು ಕರೆದು ಕೊಂಡರೂ ಚಿತ್ರಕಲೆ ಅವರ ಅಪ್ರಜ್ಞಾ ತರಬೇತಿಯಾಗಿತ್ತು. ಮುಂದೆ ಅವರು ಆದಿಮ ಕಲೆ ಮತ್ತು ಆಧುನಿಕ ಕಲೆಗಳನ್ನು ಒಟ್ಟಾಗಿ ಕೊಂಡು ಅವರದೇ ಶೈಲಿಯೊಂದನ್ನು ಕಂಡುಕೊಂಡಿದ್ದೂ, ಅವರು ರಚಿಸಿದ ಚಿತ್ರಗಳು ಹಲವು ಪ್ರದರ್ಶನಗಳನ್ನು ಅಂತರಾಷ್ಟ್ರೀಯ ವೇದಿಕೆಗಳಲ್ಲಿ ಕಂಡಿದ್ದೂ ಒಂದು ಇತಿಹಾಸ. ಆದರೆ ಅವರ ಬರವಣಿಗೆಯಲ್ಲೆಲ್ಲ ಚಿತ್ರವಿರುತ್ತದೆ; ಬರವಣಿಗೆಯಲ್ಲೇ ಚಿತ್ರ ರಚಿಸಿದ ಆನಂದವೂ ಕಾಣಸಿಗುತ್ತದೆ. ವಿವಿಧ ಕಲೆಗಳಲ್ಲಿ ಹಾಸುಹೊಕ್ಕಾಗಿರುವ ಲಯಗಳನ್ನು ಅವರು ಒಟ್ಟು ಸೇರಿಸುತ್ತ ಅದನ್ನು ಬರವಣಿಗೆಯಲ್ಲಿ ಹಿಡಿದಿಡುತ್ತಿದ್ದರು. ನಾವು ರಂಗಭಾಷೆಗೆ ಅಗತ್ಯ ಚಿತ್ರ ಮತ್ತು ಲಯಗಳನ್ನು ಅವರ ಬರವಣಿಗೆಯಿಂದಲೇ ಆಯ್ದುಕೊಳ್ಳುತ್ತ ನಡೆದೆವು. ರೋಲಾ ಬಾರ್ತ್ ಹೇಳುವಂತೆ 'ಅಕ್ಷರದಲ್ಲಿ ಕಂಡ ಕ್ರಿಯಾತ್ಮಕ ಗೆರೆಗಳಿಂದ ಕಲಾಕೃತಿ ನಿರ್ಮಿಸುವ ಆನಂದವದು'. ನಿಜ. ನಾವು ನಟರೊಂದಿಗೆ, ಅಗತ್ಯ ಪರಿಕರಗಳೊಂದಿಗೆ, ಸಂಗೀತದೊಂದಿಗೆ ರಂಗದ ಮೇಲೆ ಚಲಿಸುವ ಪೇಂಟಿಂಗ್' ಗಳನ್ನು ಸೃಷ್ಟಿಸುವ ಆನಂದ ಅನುಭವಿಸಿದೆವು. ನಾಟಕಕ್ಕೆ ಅಗತ್ಯವಾದ ಚಿತ್ರಗಳನ್ನು ಗೆಳೆಯ ಸತೀಶ ಯಲ್ಲಾಪುರ ಸುಂದರವಾಗಿ ರಚಿಸಿಕೊಟ್ಟಿದ್ದ. ನಿಧಾನವಾಗಿ ಟ್ಯಾಗೋರರ ಚಿತ್ರ ಭಾಷೆ ದೃಶ್ಯಭಾಷೆಯಾಗಿ ಅನುವಾದಗೊಳ್ಳತೊಡಗಿತು.

ಒಂದೊಂದು ಕಥಾದೃಶ್ಯಕ್ಕೆ ಒಂದೊಂದು ಬಗೆಯ ನಿರೂಪಣೆಯ ಆಕೃತಿ ಬಳಸಿಕೊಂಡೆವು. ಅಜ್ಜನ ರಜೆಯ ಹಾಡನ್ನು ನಿಜವಾದ ಪೇಂಟಿಂಗ್ ಬಳಸಿ ಮಕ್ಕಳ ಚೈತನ್ಯವನ್ನು ಬಳಸಿಕೊಳ್ಳುವಂತಹ ನೃತ್ಯದೊಡನೆ ನಿರೂಪಿಸಿದೆವು. ಮರ ಹೇಳಿದ ಕತೆಯಲ್ಲಿ ನಟರನ್ನು ವಿಲಂಬಿತ ಗತಿಯ ಚಲನೆಯಲ್ಲಿ ತೊಡಗಿಸಿ ಕನಸಿನಂತಹ ದೃಶ್ಯ ಸಂಯೋಜಿಸಲಾಯಿತು. ಹುಲಿಯ ಕತೆಯನ್ನು ರಂಗಭೂಮಿ ಯಲ್ಲಿ ಪ್ರಸಿದ್ಧವಾಗಿರುವ ಕನ್ನಡಿ ಆಟದ(ಮಿರರ್ ಗೇಮ್) ಮಾದರಿಯನ್ನು ಬಳಸಿ ಕಟ್ಟಲಾಯ್ತು. 'ಶೂ' ಕಂಡು ಹಿಡಿದ ಕತೆಯನ್ನು ಕಾಮಿಕ್ ಮಾದರಿಯಲ್ಲಿ ಕಾರ್ಟೂನ್ ಶೈಲಿಯ ಅಭಿನಯದಿಂದ ನಿರೂಪಿಸಿದರೆ, ಡಿಸ್ಟ್ರಕ್ಷನ್ ಕತೆಯನ್ನು ಹೆಚ್ಚು ವಾಸ್ತವ ಮಾದರಿಯಲ್ಲಿ ನಿರ್ಮಿಸಿದೆವು.

ದಡವ ನೆಕ್ಕಿದ ಹೊಳೆ

ಶ್ರೀಪಾದ ಭಟ್

ನಾಟಕದಲ್ಲಿ ಬರುವ 'ಸತ್ಯಯುಗ'ದ ಪರಿಕಲ್ಪನೆಯನ್ನು ಮಕ್ಕಳಲ್ಲಿ ಮೂಡಿಸಲು ತೊಡಕೇ ಆಗದಿದ್ದುದು ಮತ್ತು ದೊಡ್ಡವರಿಗೆ ಅದನ್ನು ಪೂರ್ಣವಾಗಿ ಮನಸಿನಲ್ಲಿಳಿಸ ಲಾಗದಿದ್ದುದು ಎರಡೂ ಸತ್ಯ. ನಾಟಕದಲ್ಲಿ ಬರುವ ಮರ, ಹುಲಿ ಇವೆಲ್ಲವೂ ಪ್ರತೀಕಗಳಂತೆ ಬಳಕೆಯಾಗುತ್ತಿದ್ದುದನ್ನು ಮಕ್ಕಳು ಮನಗಂಡಿದ್ದರು. ಒಂದು ಇನ್ನೊಂದಾಗುವ ಈ ರೂಪಾಂತರದ ರೂಪಕದ ಅಟಗಳು ಅವರಿಗೆ ಅರಿವಾಗುತ್ತಿದ್ದಂತೆ ಅವರು ಅದರಿಂದ ಮಜಾ ತೆಗೆದುಕೊಳ್ಳಲು ಆರಂಭಿಸಿದ್ದರು. ದೈನಂದಿನ ಲಾಜಿಕ್ ಮುರಿಯುವುದರಲ್ಲಿರುವ ಮ್ಯಾಜಿಕ್ ಅವರಿಗೆ ಅರ್ಥವಾಗು ತ್ತಿದ್ದಂತೆ ಕಸಬರಿಗೆ, ಬೆಕ್ಕು, ಮರ ಇವೆಲ್ಲವುಗಳೊಂದಿಗೆ ಮಾತನಾಡುತ್ತ ಅವರು ಟ್ಯಾಗೋರರ ಸತ್ಯಯುಗದ ಪರಿಕಲ್ಪನೆಯನ್ನು ಅನುಭವಿಸತೊಡಗಿದ್ದರು. ಆದರೆ ದೊಡ್ಡವರ ತಾರ್ಕಿಕ ಜಗತ್ತಿಗೆ ಇದೊಂದು ಬರಿಯ ಮಕ್ಕಳಾಟಿಕೆ!

ನಾಟಕವು ರಾಜ್ಯದ ಬೇರೆ ಬೇರೆ ಕಡೆ ಪ್ರದರ್ಶನಗೊಳ್ಳುತ್ತ ದೆಹಲಿಯ ರಾಷ್ಟ್ರೀಯ ನಾಟಕೋತ್ಸವಕ್ಕೆ ಆಯ್ಕೆಯಾಯಿತು. ನಾಟಕ ಮುಗಿದ ನಂತರದ ಚರ್ಚೆಯಲ್ಲಿ ಮುಖ್ಯವಾಗಿ ಸತ್ಯಲೋಕ ಪರಿಕಲ್ಪನೆಯದೇ ಮಾತು. ಮಕ್ಕಳಿಗೆ ಅದನ್ನು ಹೇಗೆ ಮನವರಿಕೆ ಮಡಿಕೊಟ್ಟಿರಿ? ಎಂಬುದು ಅವರ ಕುತೂಹಲ. ನಿಜವಾಗಿ ಮಕ್ಕಳ ಲೋಕವೇ ಆ ಬಗೆಯ ಸತ್ಯಲೋಕದ ಮಾದರಿಯದು. ಬಯಸಿದಂತಹ ರೂಪ ತಾಳುವ ಭಾವ ಅವರಿಗೆ ಹೊಸತಲ್ಲ. ಅವರ ಜಗತ್ತು ಎಲ್ಲೆ ಇಲ್ಲದ್ದು. ನಮ್ಮ ಹಸ್ತಕ್ಷೇಪದಿಂದಾಗಿ ಅದು ಸೀಮಿತಗೊಳ್ಳುತ್ತ ಸಾಗುತ್ತದೆ. ಚರ್ಚೆಯಲ್ಲಿ ನಮ್ಮ ಮಕ್ಕಳು ಹೇಳಿದರು 'ನಾಟಕದಲ್ಲಿ ಬಳಸಿದ 'ಮರ' ನಮಗೆ ಪ್ರಾಪರ್ಟಿ ಮಾತ್ರವಾಗಿರಲಿಲ್ಲ, ಅದು ನಮ್ಮೊಳಗೇ ಬೆಳೆದಿತ್ತು. ನಮ್ಮ ತರಗತಿಗಳಲ್ಲಿ ನಾವು ಎಷ್ಟೋ ಸಾರಿ ಮಾತನಾಡಿ ಕೊಳ್ಳುತಿದ್ವಿ, ನಮಗೆ ವಿಜ್ಞಾನವನ್ನೂ ಹೀಗೆ ಕಲಿಯಲಾದರೆ ಎಷ್ಟು ಚೆನ್ನಿತ್ತು ಅಂತ'.

ನಮ್ಮ ನಾಟಕದ ಚರ್ಚೆಯ ದಿನ ಮಣಿಪುರದಿಂದ ಬಂದ ಮಕ್ಕಳ ನಾಟಕದ ಚರ್ಚೆಯೂ ಇತ್ತು. ಭಿನ್ನ ಭಾಷೆಯ ಎರಡೂ ತಂಡದ ಮಕ್ಕಳು ಮಾತಾಡಿದ್ದೇ ಮಾತಾಡಿದ್ದು. ಬುಡಕಟ್ಟಿನ ಆ ಹುಡುಗರು ಎಷ್ಟು ಗಟ್ಟಿಮುಟ್ಟಾಗಿದ್ದರು ಎಂದರೆ ನಮ್ಮ ಟ್ಯಾಗೋರಜ್ಜ ದಾಮೋದರ ನಾಯ್ಕರನ್ನು ಎತ್ತಿಕೊಂಡೇ ಕುಣಿದರು. ನಮ್ಮೊಡನೆ ಬಂದಿದ್ದ ಯಮುನಾ ಗಾಂವ್ಕರ್ ಊರಿಂದ ಬರುವಾಗ ಗಟ್ಟಿಯಾದ ಅಡಿಕೆ, ನಮ್ಮಲ್ಲಿ 'ಬೆಟ್ಟಡಿಕೆ' ಅನ್ನುತ್ತಾರಲ್ಲ ಅದನ್ನು ತಂದಿದ್ದಳು. ನಾವೆಲ್ಲ ಕಲ್ಲಿನಲ್ಲಿ ಅದನ್ನು ಜಜ್ಜಿ ಚೂರನ್ನು ಬಾಯಲ್ಲಿಟ್ಟುಕೊಂಡರೆ ಮಣಿಪುರದ ಹುಡುಗನೊಬ್ಬ ಅವಳಿಂದ ಇಡಿಯಾದ ಅಡಿಕೆಯನ್ನು ಪಡೆದು ಬಾಯಲ್ಲಿ ಇಟ್ಟವನೇ ಒಮ್ಮೆಲೇ ಜಗಿದು ನೀರಾಗಿಸಿದ್ದ!.

ದೆಹಲಿಯಲ್ಲಿ ಸದನ ನಡೆಯುತ್ತಿದ್ದ ವೇಳೆಯಾಗಿತ್ತದು. ಆಗ ಸಿ.ಪಿ.ಐ.(ಎಂ)ನಿಂದ ವಿರೋಧ ಪಕ್ಷದ ನಾಯಕರಾಗಿದ್ದ ಪಶ್ಚಿಮ ಬಂಗಾಳದ ಬಸುದೇವ ಆಚಾರ್ಯ,

ಕೇರಳದ ಯುವಜನ ಸಂಸ್ಕೃತಿ ಸಚಿವರಾಗಿದ್ದ ಎಂ.ಎ.ಬೇಬಿ ಮತ್ತಿತರರು ತಮ್ಮ ಅವಿರತ ಕೆಲಸದ ಮಧ್ಯೆಯೂ, ವಿಠ್ಠಲ ಭಂಡಾರಿ ಮತ್ತು ಯಮುನಾ ಅವರ ಆಮಂತ್ರಣ ಮತ್ತು ಟ್ಯಾಗೋರರ ನಾಟಕ ಎಂಬ ಆಸಕ್ತಿಯಿಂದ ರಂಗಮಂದಿರಕ್ಕೆ ಬಂದು ನಾಟಕ ನೋಡಿ ಆ ಕುರಿತು ಚರ್ಚಿಸಿದ್ದರು. ಮಾತಿನ ಮಧ್ಯದಲ್ಲಿ ವಿಠ್ಠಲ ಅವರಿಗೆ "ಟ್ಯಾಗೋರರು 'ಶೂ' ಕಂಡು ಹಿಡಿದ ನಾಟಕದಲ್ಲಿ ಬಳಸಿದ ವ್ಯಂಗ್ಯ ನೋಡಿ" ಎನ್ನುತ್ತಿದ್ದಂತೆ ಬಸುದೇವ ಅವರು 'ಅದು ಟ್ಯಾಗೋರರ ಕವನ ಆಧರಿಸಿದ್ದು' ಎಂದು ತಿದ್ದಿದ್ದರು. ಅವರೆಲ್ಲರ ಸಾಹಿತ್ಯ ಜ್ಞಾನ, ಕಲಾಪ್ರೀತಿ ನೋಡಿ ನಮಗೆ ವಿಸ್ಮಯವಾಗಿತ್ತು.

ಈ ನಾಟಕದಲ್ಲಿ ಭಾಗವಹಿಸಿದ್ದ ನಮ್ಮ ಆ ಮಕ್ಕಳೆಲ್ಲ ಇಂದು ಉನ್ನತ ವ್ಯಾಸಂಗದಲ್ಲಿ ತೊಡಗಿದ್ದಾರೆ. ಸುಮ್ಮನೆ ಅವರನ್ನು ಮಾತನಾಡಿಸಿ ನಾಟಕದ ನೆನಪು ಮಾಡಿದೆ. ಆ ನೆನಪುಗಳನ್ನು ಹಂಚಿಕೊಳ್ಳುತ್ತ ಚಂದನಾ ಅನ್ನುವವಳು, ನಾಟಕದ ನಂತರದ ದೆಹಲಿ ಸಂಚಾರದಲ್ಲಿ ಲೋಟಸ್ ಮಂದಿರದ ಹೊರಗೆ ಕಂಡ ಪತಿವ್ರತೆಯರ ವಿಗ್ರಹದ ಕುರಿತು ನಡೆದ ಮಾತುಕತೆಯನ್ನು ನೆನಪಿಸಿದಳು. ಯಾರು ಆ ಪತಿವ್ರತೆಯರೆಂದರೆ? ಪುರುಷರು ಹೇಳಿದ್ದನ್ನು ಕೇಳಿಕೊಂಡಿರೋಳಾ? ಅನ್ನುವ ಚರ್ಚೆ ಅಂದು ನಡೆದಿತ್ತಂತೆ. 'ನಮ್ಮನ್ನು ಆ ಬಗೆಯ ಚರ್ಚೆಗಳು ಇಂದಿಗೂ ಬೆಳೆಸುತ್ತಿವೆ' ಎಂದಳು. ನಾಗೇಂದ್ರ ಅನ್ನುವ ಹುಡುಗ 'ನಾಟಕ ನಮ್ಮಲ್ಲಿ ಮೂಡಿಸಿದ ಸಾಮಾಜಿಕ ಅರಿವನ್ನು 'ಟೈಗರ್' ಕವನದ ಮೂಲಕ ನೆನಪಿಸಿಕೊಂಡ. ಸೀಮಾ ಅನ್ನೋ ಹುಡುಗಿ 'ಸತ್ಯಯುಗ'ದ ಪರಿಕಲ್ಪನೆ ತನ್ನಲ್ಲಿ ಬೆಳೆಯುತ್ತಲೇ ಇರುವ ಬಗೆಯನ್ನು ನೆನಪಿಸಿಕೊಂಡಳು.

1937ರಲ್ಲಿ ಪ್ರಕಟವಾದ ಟ್ಯಾಗೋರರ ಸಚಿತ್ರ ಪುಸ್ತಕ 'ಷೆ' (ಅವನು) ದಲ್ಲಿ ಅವರ ಮೊಮ್ಮಗಳು ತಾತಾ, ಸತ್ಯಯುಗ ಬರುವದಾದರೆ ನೀವೇನಾಗಬಯಸುವಿರಿ?" ಎಂದು ಕೇಳುತ್ತಾಳೆ. ಆಗ ಅವರು "ವಿಶಾಲವಾದ ಪ್ರದೇಶದಲ್ಲಿ ಹರಡಿರುವ ಭೂಭಾಗದ ಒಂದು ತುಣುಕಾಗಬಯಸುತ್ತೇನೆ" ಎಂದು ಉತ್ತರಿಸುತ್ತಾರೆ. ಟ್ಯಾಗೋರರು ಬಾಲ್ಯದಲ್ಲಿ ಹಲವು ಬಗೆಯ ಮಿತಿಗಳನ್ನು ಅನುಭವಿಸುತ್ತಲೇ ಬೆಳೆದವರು. ಹೀಗಾಗಿ ಅವರ ಬರಹಗಳಲ್ಲಿ ಚಿತ್ರಿತವಾದ ಮಕ್ಕಳ ಲೋಕ ಈ ಮಿತಿಯನ್ನು ದಾಟುವ ಬಗೆಯನ್ನು ಕಲಿಸಿಕೊಡುತ್ತದೆ. ಅದರಲ್ಲಿಯೂ ಬಯಸಿದಂತೆ ನಾವಾಗಬಲ್ಲ ರೂಪಾಂತರದ ಕಲ್ಪನೆಯು ರವಿಂದ್ರರ ಸೃಜನಶೀಲತೆಯ ಅತ್ಯುತ್ಕೃಷ್ಟ ಮಾದರಿಯಾಗಿದೆ. ಸತ್ಯಲೋಕವನ್ನು ಯಾವಾಗಬೇಕಾದರೂ ವಾಪಾಸು ತರಬಹುದು. ಏಕೆಂದರೆ ರವೀಂದ್ರರು ಹೇಳುವ ಹಾಗೆ ನಮ್ಮ ಹತ್ತಿರ ಕತೆ, ಕವನ, ಚಿತ್ರ, ಸಂಗೀತ, ನಾಟಕಗಳಿವೆ.

⌘

ದಡವ ನೆಕ್ಕಿದ ಹೊಳೆ

ಹೆಜ್ಜೆ 10

ಸೋನಾ ಎಂಬ ಮೋಹನ ವರ್ಣ

“ಈ ಕೆಂಪು ವರ್ಣವನ್ನು ತುಂಬ ಇಷ್ಟಪಡುವವರಿದ್ದಾರಲ್ಲಾ ಅವರು ಸೂಕ್ಷ್ಮ ಸಂವೇದಿಗಳು, ಕ್ರಿಯಾ ನಿರತರು, ದೃಢ ಚಿತ್ತರು, ಮುನ್ನಡೆಯ ನುಗ್ಗು ಸ್ವಭಾವದವರು. ಕಾಂತಶಕ್ತಿ ಅವರಲ್ಲಿ ಅಧಿಕ. ಹಳದಿ ವರ್ಣದವರು ಮಾತುಗಾರರು, ವಿಮರ್ಶಕರು, ಕ್ರಿಯೆಯಲ್ಲಿ ತುಸು ಹಿಂಜರಿತ ಇದೆ ಅವರಲ್ಲಿ. ಹಸಿರು ವರ್ಣದವರು ಸದಾ ತೃಪ್ತರು, ಸೌಂದರ್ಯ ಆರಾಧಕರು, ಅವಲೋಕಿಗಳು, ತೆರೆದ ಹೃದಯ, ಸೂಕ್ಷ್ಮ ನಿರೀಕ್ಷಣೆ, ಸ್ನೇಹ ಅದರ ಸ್ವ – ಭಾವ.

ರಸಭಾವದ ಸಾಕಾರಕ್ಕೆ ಅಗತ್ಯವಿದು. ನೀಲ ವರ್ಣದವರು ಚೌಕಟ್ಟಿನ ಇತಿಮಿತಿಯಲ್ಲಿ ವ್ಯವಹರಿಸುವವರು, ಶಾಂತ ಸ್ವಭಾವ, ಎಲ್ಲದರಲ್ಲೂ ಸಾವಕಾಶ. ಅಧ್ಯಾಪಕರಿಗೆ ಇವರು ಆಪ್ತರು. ಭಾರೀ ಸಾಧನೆ ಇವರಿಂದ ಅಷ್ಟಕಷ್ಟೆ. ಹದವರಿತು ನಡೆದಾರು; ಹಾದಿ ಸುಗಮವಿದ್ದಾಗ. ಕಪ್ಪು ಬಣ್ಣವನಿಷ್ಟಪಡುವವರು ಹಠಮಾರಿಗಳೂ, ಭಾವುಕರೂ, ಅಂತರ್ಮುಖಿಗಳೂ, ಒಳಗೊಳಗೇ ಹೆಚ್ಚು ಚಿಂತಿಸುವವರು. ಕತ್ತಲಲ್ಲಿ ಕುಳಿತು ಬೆಳಕಿನ ಪ್ರಕ್ರಿಯೆಗಳನ್ನು ಗಮನಿಸುವರು. ಬಿಳಿ ವರ್ಣದವರು ಎಲ್ಲವೂ, ಆದರೊಮ್ಮೊಮ್ಮೆ ಏನೂ ಅಲ್ಲದ ಆದರ್ಶವಾದಿಗಳು, ಕನಸುಗಾರರು. ನೇರಳೆಯವರಲ್ಲಿ ಅತಿ ಅನ್ನಿಸುವಷ್ಟು ಚಪಲವಿದೆ, ತುಸು ಅಧಿಕ ಪ್ರಸಂಗತನ, ಕೊನೆಯಿಲ್ಲದ, ಬುಡವಿಲ್ಲದ ಹಾಗೆ. ವಿರೋಧಾಭಾಸ ಹೆಚ್ಚು. ಕೆಂಪಿನ ಜತೆ ಬಿಳಿ, ಹಳದಿ, ಹಸಿರು ಬಣ್ಣದವರ ಸ್ನೇಹ ಒಳ್ಳೆಯದು. ಕಪ್ಪಿನವರ ಜತೆ ಹಸಿರು, ನೀಲ ವರ್ಣದವರನ್ನು ಸೇರಿಸಬೇಕು. ಬಿಳಿಯದರ ಜತೆ ಕೆಂಪು, ಹಸಿರು ಸ್ನೇಹ ಬೆಳೆಸುವುದೊಳಿತು. ಆಗ ಅವರ ಸರ್ವತೋಮುಖ ಬೆಳವಣಿಗೆಗೆ ಸಹಕರಿಸಿದಂತೆ ಆಗುವುದು...

ಅವರು ಮಕ್ಕಳೊಂದಿಗಿನ ನಮ್ಮ ಚಟುವಟಿಕೆಯಲ್ಲಿ 'ವರ್ಣ ವಿಜ್ಞಾನ' ವಹಿಸುವ ಪಾತ್ರವನ್ನು ವಿವರಿಸುತ್ತಿದ್ದರು. ಮಣಿಪಾಲದ ಸರೋವರದ ದಂಡೆಯದು. ಅಲ್ಲಿ ಕುಳಿತು ನೀಲ ನೀರ ನೋಡುತ್ತ ಅವರು ತನ್ಮಯವಾಗಿ ವಿವರಿಸುತ್ತಿದ್ದರೆ ನಾನು ಸುತ್ತಲಿನ ಹಸಿರು ಅವರ ಕಣ್ಣಲ್ಲಿ ಉಕ್ಕುವುದನ್ನು ನೋಡುತ್ತ, ಪಾಚಿಯಂತಹ ಕಡುವರ್ಣ ಅವರ ಮಾತುಗಳ ಮೂಲಕ ಹೊರಬರುವದನ್ನ ಅರ್ಥಮಾಡಿಕೊಳ್ಳುತ್ತ ಕುಳಿತಿದ್ದೆ.

ಹಾ! ಅವರು ಮೋಹನ ಸೋನಾ.

ಬಣ್ಣ ಭಾವಗಳ ವಿದ್ಯುದಾಲಿಂಗನವನ್ನು ತೀವ್ರವಾಗಿ ಅನುಭವಿಸುತ್ತ ಅಭಿವ್ಯಕ್ತಿಸುತ್ತ ನಡೆದೇಬಿಟ್ಟರು ಬಂಗಾರದಂತಹ ಸೋನಾ. ಕಲಾತ್ಮಕತೆ ಅವರ ನೋಟದಲ್ಲೇ ಇತ್ತು. ಅವರು ಸರಳ ರೇಖೆಯಲ್ಲಿ ಒಂಟಿತನವನ್ನು ಕಾಣ ಬಲ್ಲವರಾಗಿದ್ದರು. ಸುಮ್ಮನಿರುವ ರೇಖೆಗಳಿಗೆ ತುಸು ವಕ್ರತೆ ಲೇಪಿಸಿದ ಕೂಡಲೇ ಅವು ಮಾತನಾಡ ತೊಡಗುವುದನ್ನೂ, ಚಿತ್ತದ ಅನುಭವ ಅನುಭಾವಗಳನ್ನು ಕಾವ್ಯಗಳಲ್ಲಿ ಪ್ರತಿಮೆ ಮೂಡಿಸಿದ ಹಾಗೆ ರೇಖೆಗಳಲ್ಲಿ ಮೂಡಿಸುವುದು ಹೇಗೆಂಬುದನ್ನೂ ಸರಳವಾಗಿ ಕಾಣಿಸಬಲ್ಲವರಾಗಿದ್ದರು.

ಬಯಲನ್ನೇ ಚಿತ್ರವಾಗಿಸುವ ಅವರ ಕೆಲಸಗಳ ಬಗ್ಗೆ ಕೇಳಿ ತುಂಬ ಪ್ರಭಾವಿತನಾಗಿದ್ದ ಕಾಲವದು. ಅವರ ಜತೆ ಕೆಲಸಮಾಡುವ ಅವಕಾಶಕ್ಕಾಗಿ ಕಾಯುತ್ತಿದ್ದೆ. ಅಂತದೊಂದು ಸಂದರ್ಭ ಒದಗಿ ಬಂದಿದ್ದು ಉಡುಪಿಯ 'ರಥಬೀದಿ

ಗೆಳೆಯರಿಂದ'. ಉದ್ಯಾವರ ನಾಗೇಶರು ನಾಟಕವೊಂದನ್ನು ನಿರ್ದೇಶಿಸುವುದಕ್ಕಾಗಿ ನನ್ನನ್ನು ಉಡುಪಿಗೆ ಕರೆತಂದರು. ಕರಾವಳಿಯಲ್ಲಿ ಜನ ಸಾಮರಸ್ಯ ಕೋಮು ಭಾವನೆಯಿಂದ ತೀವ್ರವಾಗಿ ಕದಡಿಹೋಗಿದ್ದ ಕಾಲವದು. ಸಾದತ್ ಹಸನ್ ಮಂಟೋನ ಕತೆಗಳನ್ನು ಅಭಿನಯಿಸುವದಕ್ಕೆ ತಂಡ ಒಪ್ಪಿಕೊಂಡಿತು. ನಾಟಕಕ್ಕೆ 'ಮಿಸ್ಟೇಕ್' ಅಂತ ಹೆಸರಿಟ್ಟೆವು.

"ಮಿಸ್ಟೇಕ್" ಇದು ಸಾದತ್ ಹಸನ್ ಮಂಟೋನ ಕತೆಯೊಂದರ ಹೆಸರು. ದೇಶ ವಿಭಜನೆಯ ಸಂದರ್ಭಗಳನ್ನು ಕಥಿಸುವ ಅವನ ಹಲವಾರು ಕತೆಗಳಲ್ಲಿ 'ಮಿಸ್ಟೇಕ್', 'ಓಪನ್ ಮಾಡು', 'ಷರೀಫನ್' ಮತ್ತು 'ಪುರುಷಾರ್ಥ' ಎಂಬ ನಾಲ್ಕು ಕತೆಗಳನ್ನು ಆಯ್ದುಕೊಂಡಿದ್ದೆವು. 1947 ರ ಭಾರತ ಪಾಕಿಸ್ತಾನ ವಿಭಜನೆ ಹೊತ್ತಿನಲ್ಲಿ ಆದ ಒಂದು 'ಮಿಸ್ಟೇಕ್' ಇನ್ನೊಂದು 'ಮಿಸ್ಟೇಕ್'ಗೆ ದಾರಿ ಮಾಡಿಕೊಡುತ್ತ, ಹಿಂಸೆಯ ರುದ್ರ ತಾಂಡವಕ್ಕೆ ವೇದಿಕೆಯಾಗುತ್ತ, ಮಿಸ್ಟೇಕ್‌ಗಳ ಸರಮಾಲೆಯನ್ನೇ ನಿರ್ಮಿಸಿತ್ತು. ಭಾರತ ವಿಭಜನೆಯ ಕೆಂಪು ಹಿಂಪರದೆಯ ಮುಂದೆ ಮನುಷ್ಯನ ಕ್ರೌರ್ಯ ಮತ್ತು ಹಿಂಸಾರತಿಯನ್ನು ಅನಾವರಣಗೊಳಿಸುತ್ತ, ಮಧ್ಯಮ ವರ್ಗದ ಪೊಳ್ಳು ನೈತಿಕತೆಗೆ ಅಘಾತ ಕೊಡುತ್ತ, ಮನುಷ್ಯನ ಪ್ರಜ್ಞೆಯನ್ನು ಬೆದಕುತ್ತ ಹೋಗುವ ಕತೆಗಳವು. ವಿಭಜನೆಯ ಗೆರೆ ಕೇವಲ ಭೂಪಟದ ಮೇಲೆ ಮಾತ್ರ ಬೀಳಲಿಲ್ಲ; ಅದು ಮನುಷ್ಯನ ಎದೆಯ ಒಳಗನ್ನೂ ಗೀರಿಬಿಟ್ಟಿದೆ. ಆ ಗಾಯ ಆಗೀಗ ಮಾಯಲು ಹೊರಡುತ್ತಿದ್ದಂತೆ ಅದನ್ನು ಮತ್ತೆ ಮತ್ತೆ ಕೆರೆದು ವ್ರಣವಾಗಿಸುವ ಪ್ರಯತ್ನಗಳು ಸಾಗುತ್ತಲೇ ಇದೆ. ಈ ಹಿನ್ನೆಲೆಯಲ್ಲಿ ವಿಭಜನೆಯ ಸಂಕಟದಲ್ಲಿ ನೊಂದವರ ದನಿಗಳು ಹೇಳಿದ ಕತೆಗಳು ತುಸುವಾದರೂ ನಮ್ಮ ಅಂತಃಕರಣವನ್ನು ಸವರಲಿ ಎಂಬ ಆಶಯದಿಂದ ಈ ಪ್ರಯೋಗ ಕಟ್ಟ ಹೊರಟಿದ್ದೆವು.

ನಿಜ. ಇಲ್ಲಿನ ಕತೆಗಳು ಕಹಿಯಾಗಿದ್ದವು. ಏನಯ್ಯಾ ! ಇಷ್ಟೊಂದು ಕಹಿಯಾಗಿ ಹೇಳ್ಬೇಕಾ? ಅಂದ್ರೆ ಮಂಟೋ ಅಂತಾನೆ "ಬೇವಿನಸೊಪ್ಪು ಕಹಿಯಾಗಿರುತ್ತೆ. ಆದ್ರೆ ರಕ್ತ ಶುದ್ಧಿ ಆಗೋದಕ್ಕೆ ಅದನ್ನು ಅಗಿಯಲೇಬೇಕು".

ಆತನ ಬರಹದ ಧೈರ್ಯಕ್ಕೆ ಒಂದು ವಿವೇಕವೂ ಸಮತೂಕವೂ ಇತ್ತು. ಆದರೆ ಅದನ್ನು ಅಭಿನಯಿಸೋದು ತುಂಬ ಕಷ್ಟಸಾಧ್ಯದ ಮಾತೂ ಹೌದಾಗಿತ್ತು. ಹಿಂಸೆಯನ್ನು ವಾಚ್ಯವಾಗಿಸದೇ ಅದನ್ನು ವಿವೇಕವಾಗಿಸುವ ಕಲಾಭಿನಯಕ್ಕೆ ತುಂಬ ಸೂಕ್ಷ್ಮತೆಗಳು ಒದಗಿಬರಬೇಕಾಗುತ್ತದೆ; ಇಲ್ಲವಾದಲ್ಲಿ ಹಿಂಸಾರತಿ ಮುನ್ನೆಲೆಗೆ ಬಂದುಬಿಡೋದು ಸಹಜ. ಹೀಗಾಗಿ ನಾನು ಈ ಕಥಾಭಿನಯಗಳಿಗೆ ರಂಗಸಜ್ಜಿಕೆಯನ್ನು ಸಿದ್ಧಪಡಿಸಿಕೊಡುವಂತೆ ಸೂಕ್ಷ್ಮ ಮನಸಿನ ಕಲಾವಿದ ಸೋನರಲ್ಲಿ ಕೇಳಿಕೊಂಡೆ. ಅವರು ನಾವು ಅಭಿನಯಿಸಲಿರುವ ಕತೆಗಳನ್ನು ತರಿಸಿಕೊಂಡರು.

ಹಲವು ದಿನಗಳ ನಂತರ ಅವರು ಫೋನ್ ಮಾಡಿ ಹೇಳಿದ್ದಿಷ್ಟು. "ನಾನು ಕತೆಗಳನ್ನು ಓದಿದೆ. ಸುಧಾರಿಸಿಕೊಳ್ಳಲು ಕೆಲದಿನಗಳೇ ಬೇಕಾಯ್ತು. ಕತೆಗಳಲ್ಲಿನ ಹಿಂಸೆಯನ್ನು ನಟರು ಅಭಿನಯಿಸುವಾಗ ನೋಡೋಕೆ ಇನ್ನೂ ಹಿಂಸೆಯಾಗುತ್ತದೆ. ಬೇಸರಿಸಬೇಡಿ. ನನಗೆ ಅದು ಕಷ್ಟ, ನೋಡೋಣ, ನೀವು ತಾಲೀಮು ಶುರುಮಾಡಿ. ನಾನು ಮುಂದಿನ ವಾರ ಬರುತ್ತೇನೆ. ದೂರ ನಿಂತು ಅದನ್ನು ನೋಡುತ್ತೇನೆ. ನನಗೆ ಸಾಧ್ಯ ಆಗುವುದಾದಲ್ಲಿ ಅಲ್ಲೇ ನಿಮ್ಮ ಜತೆ ಉಳಿದು ಕೆಲಸ ಮುಂದುವರಿಸುವೆ. ಕಷ್ಟ ಅನಿಸಿದರೆ ಸುಮ್ಮನೆ ವಾಪಾಸು ಹೋಗಿಬಿಡುವೆ. ಯಾರಿಗೂ ಈ ವಿಷಯವನ್ನು ಹೇಳಬೇಡಿ. ತಪ್ಪು ತಿಳಿದಾರು. ನಿಮಗೆ ಅರ್ಥವಾಗುತ್ತದೆಂದು ಹೇಳಿಕೊಳ್ಳುವೆ." ಸರಿ. ನಾವು ನಮ್ಮ ತಯಾರಿ ಮುಂದುವರಿಸಿದೆವು.

ಕಥಾಭಿನಯದ ಪ್ರಸ್ತುತಿಯನ್ನು ಒಂದು ಪಯಣದಂತೆ ಒಯ್ಯಲು ಮತ್ತು ಅದರ ಇನ್ನೊಂದು ಮಗ್ಗುಲಿನ ಆವಿಷ್ಕಾರಕ್ಕೆ ತೊಡಗಲು ನಾನು ಸಂಗೀತ ತಜ್ಞರಾದ ಡಾ.ಶಶಿಕಾಂತ ಕೆ. ಅವರನ್ನು ಆಹ್ವಾನಿಸಿದ್ದೆ. ಪ್ರಗತಿಪರ ಚಿಂತನೆಯ ಡಾ.ಶಶಿ ನನಗೆ ತುಂಬು ಸಹಕಾರ ನೀಡಿದರು. ನಾವು ಬಳಸಿಕೊಂಡ ನೆರೂಡರ ಕವನ 'ಅವರು ಕೇಳುತ್ತಾರೆ' ಮತ್ತು ಕಬೀರರ 'ಚಲ್‌ರೆ ಜೋಗಿ' ಕವನಗಳು ಅವರ ಪ್ರಸ್ತುತಿಯಿಂದ ಬೇರೆಯದೇ ಆಯಾಮವನ್ನು ಸೃಷ್ಟಿಸತೊಡಗಿತ್ತು.

ನಾಟಕದಲ್ಲಿನ ಕಥಾಪ್ರಸ್ತುತಿ ಕೇವಲ ಸಾಹಿತ್ಯಿಕ ಮಂಡನೆ ಮಾತ್ರವಾಗದೇ, ಯಥಾರ್ಥ ಬಿಂಬದ ಆಚೆಗಿನ ಪ್ರತಿಮೆಗಳು 'Out of Box'ನ ರೀತಿಯಲ್ಲಿ ಮಂಡನೆಯಾಗತೊಡಗಿತು.

ಆ ಒಂದು ದಿನ ಸೋನಾ ಬಂದರು. ತಾಲೀಮು ನಡೆಯುತ್ತಿತ್ತು. ಮೌನವಾಗಿ ದೂರ ಕುಳಿತು ನೋಡಿದರು. ತಾಲೀಮಿನ ಒಂದು ಹಂತ ಮುಗಿದ ಮೇಲೆ ನೋಡಿದರೆ ಅವರು ಅಲ್ಲಿಯೇ ಕುಳಿತಿದ್ದರು. ಎದ್ದು ಹೋಗಿರಲಿಲ್ಲ. "ನಂಗೆ ಇಷ್ಟ ಆಯ್ತು ಆಯ್ತಾ" ಅಂದ್ರು. ಹಿಂಪರದೆಯ ರಚನೆ ಆರಂಭವಾಯಿತು. ಮೀನುಗಾರರು ಹಾಯಿಗೆ ಬಳಸುವ ಬಟ್ಟೆಯನ್ನು ತರಿಸಿ ಸುಮಾರು 15x10 ಫೂಟ್ ಗಾತ್ರದ ಭಾರತವೇ ಭಿತ್ತಿಯಾದ ಪೇಂಟಿಂಗ್ ರಚಿಸಿದರು. ಹಲವು ಕಿಲೋಗಳಷ್ಟು ಬಣ್ಣಗಳನ್ನು ಅರಗಿಸಿಕೊಂಡ ಆ ಪೇಂಟಿಂಗ್, ಎದ್ದು ನಿಂತ ಕೂಡಲೇ ವಿವಿಧ ಅರ್ಥವನ್ನು ಹೊಳೆಯಿಸತೊಡಗಿತು. ಹಿಮಾಲಯದ ಹಳದಿ ಬಿಸಿತನ, ನೇರಳೆಯ ಕೆನ್ನಾಲಿಗೆ, ಹಸಿರಿನ ಹಂಬಲಗಳು ಗಾಯಗೊಂಡ ಭಾರತದಲ್ಲಿ ಪಡಿಮೂಡಿದ್ದವು. ಅದರ ಮುಂದೆ ನಟರ ಚಲನೆಯನ್ನು ಸಂಘಟಿಸುವುದು ನನಗೆ ಇನ್ನೂ ದೊಡ್ಡ ಕಲಾತ್ಮಕ ಸವಾಲೆನಿಸಿತ್ತು. ನಟರೆಲ್ಲ ತುಂಬ ಘನತೆಯಿಂದ ಆ ಹಿಂಪರದೆಯ ಮುಂದೆ ಬದುಕತೊಡಗಿದರು. ಹೀಗೆ ನಾಟಕಕ್ಕೆ ಒಂದು ಬಗೆಯ ಕಾವ್ಯಾತ್ಮಕತೆ ಒದಗಲಾರಂಭವಾಯಿತು. ನಾಟಕದ ಪರಿಕರಗಳ ಬಣ್ಣ ಆಕಾರಗಳಿಂದ ಹಿಡಿದು, ಬ್ರೋಷರ್, ಪೋಸ್ಟರ್ ಎಲ್ಲವನ್ನೂ ಅವರು ಸಿದ್ಧಪಡಿಸಿಕೊಟ್ಟರು. ಇಂದಿಗೂ ಅವು ನಮಗೆ ಅಧ್ಯಯನಕ್ಕೆ ಅಗತ್ಯವಾದ ಆಕರಗಳಾಗಿ ಒದಗುತ್ತಿವೆ.

ಅವರೊಡನೆ ಕಳೆದ ಆ ದಿನಗಳೇ, ಬಣ್ಣಗಳ ನನ್ನ ವ್ಯಾಮೋಹಕ್ಕೆ ಖಚಿತ ಅರ್ಥವನ್ನು ದೊರಕಿಸಿಕೊಟ್ಟಿದ್ದು. ತಮ್ಮ ಜತೆಗಿನ ಎಲ್ಲರನ್ನೂ ಕಲಿಕೆಯೊಂದರ ಪರಿಸರದಲ್ಲಿ ಅದ್ದಬಲ್ಲ ಒದ್ದೆಗುಣ ಅವರದು. ಅಂತದೊಂದು ದಿನದಲ್ಲಿಯೇ ಮಣಿಪಾಲದ ಕೆರೆ ಮುಂದಿನ ಪರಿಸರದಲ್ಲಿ ಮಕ್ಕಳ ವರ್ಣ ವಿಜ್ಞಾನವನ್ನು ಅವರು ವಿವರಿಸಿದ್ದು, ಮುಂದೆ ಈ ನಮ್ಮ ಬಂಧ ತುಂಬ ಹಿತಕರವಾಗಿ ಮುಂದುವರಿಯಿತು. ನಾನು ಸಂಘಟಿಸಿದ ಹಲವು ಮಕ್ಕಳ ಶಿಬಿರಗಳಿಗೆ ಅವರು ಬಂದು ತರಗತಿ ತೆಗೆದುಕೊಂಡರು.

ಅದೊಂದು ಸಮಯ. 'ಬಾಲವನ'ದಲ್ಲಿ ಚಿತ್ರಶಾಲೆಯನ್ನು ನಡೆಸುತ್ತಿದ್ದ ಸೋನಾ, ಅಲ್ಲಿಯ ಅಧಿಕಾರಿಗಳ ಅಸಾಂಸ್ಕೃತಿಕ ಪ್ರವೃತ್ತಿಯಿಂದ ಬೇಸತ್ತು ನಿರ್ಗಮಿಸಿ ಆಗಿತ್ತು. ಆಗ ಪುತ್ತೂರಿಗೆ ಸಹಾಯಕ ಕಮೀಷನರ್ ಆಗಿ ಬಂದವರು ಪ್ರಸನ್ನ ಚಿಕ್ಕಮಗಳೂರು. ಈ ಹಿಂದೆ ಶಿವಮೊಗ್ಗ ವಿಶ್ವವಿದ್ಯಾಲಯದಲ್ಲಿ ಅವರು ವಿದ್ಯಾರ್ಥಿಯಾಗಿದ್ದಾಗ ನಾನು ನಡೆಸುತ್ತಿದ್ದ ರಂಗ ಚಟುವಟಿಕೆಗಳಲ್ಲಿ ನಿರಂತರವಾಗಿ

ತೊಡಗಿಸಿಕೊಂಡಿದ್ದರು. ಹೀಗಾಗಿ ಸಾಹಿತ್ಯ ಸಂಸ್ಕೃತಿಯ ಕುರಿತ ವಿಶೇಷ ಪ್ರೀತಿಯೂ ಸಹಜವಾಗಿಯೇ ಅವರಲಿತ್ತು. ಬಾಲವನವನ್ನು ಪುನಃ ಶಿವರಾಮ ಕಾರಂತರ ನೆನಪಿನೊಂದಿಗೆ ಸೃಜನಶೀಲವಾಗಿಸುವ ಆಸೆ ಅವರದ್ದು. ಅದಕ್ಕಾಗಿ ಸೋನಾರನ್ನು ವಾಪಾಸು ಕರೆತರುವ ಕೆಲಸವನ್ನು ನನಗೆ ವಹಿಸಿದ್ದರು. ಸೋನಾರಿಗೆ ಬಾಲವನದಲ್ಲಿ ಮತ್ತೆ ಚಟುವಟಿಕೆ ಆರಂಭಿಸೋದು ಇಷ್ಟದ ಸಂಗತಿಯೇ ಆಗಿತ್ತು. ಶ್ರೀಪಾದ, ಇದು ಉತ್ತಮ ಅವಕಾಶ. ಖಂಡಿತ ಬರುತ್ತೇನೆ. ಆದರೆ ಅವರು ಅಧಿಕಾರಿಗಳಂತೆ ವರ್ತಿಸಿದರೆ ನಾನು ಸುಮ್ಮನೇ ವಾಪಾಸು ನಡೆಯುತ್ತೇನೆ. ಒತ್ತಾಯಿಸಬಾರದು ಮತ್ತು ಬೇಸರಿಸಬಾರದು" ಎಂಬ ಷರತ್ತಿನೊಂದಿಗೇ ಬಾಲವನಕ್ಕೆ ಮರಳಿದ್ದರು. ಅವರಿಗಿಷ್ಟವಿಲ್ಲದ ಸಂದರ್ಭವಾದರೆ ಮೌನವಾಗಿ ಸರಿದುಹೋಗುವದು ಅವರ ಅಭ್ಯಾಸ ಎಂದು ನನಗೆ ತಿಳಿದಿತ್ತು. ಮುಂದೆ ಪ್ರಸನ್ನ ಮತ್ತು ಸೋನಾ ಅವರ ಸ್ನೇಹ ಚೆನ್ನಾಗಿಯೇ ಫಲಿಸಿತು. ಅವರಿಬ್ಬರೂ ಬಾಲವನದಲ್ಲಿ ಅನೇಕ ಚಟುವಟಿಕೆಗಳನ್ನು ನಡೆಸಿದರು. 'ಸ್ಕೇಟಿಂಗ್' ಆಡೋದಕ್ಕೆ ಅಂತ ನಿರ್ಮಿಸಿದ ಕಟ್ಟಡವನ್ನು ಕಾರಂತರ ಕಾದಂಬರಿ ಆಧಾರಿತ ಚಿತ್ರಗ್ಯಾಲರಿ ಆಗುವಂತೆ ರೂಪಾಂತರಿಸಿದವರೂ ಅವರೇ. ಅವರ ನಡುವಿನ ಸ್ನೇಹ ಕಾರವಾರ ಕಡಲತಡಿಯ 'ರಾಕ್ ಗಾರ್ಡನ್' ನಿರ್ಮಾಣದವರೆಗೂ ಮುಂದುವರಿಯಿತು.

ಪುತ್ತೂರಿನ ಮಂಜುಳಾ ಸುಬ್ರಹ್ಮಣ್ಯ ಅವರು ಭರತನಾಟ್ಯ ಮತ್ತು ರಂಗಭೂಮಿಯ ಕಲಾವಿದೆ. ಅವರಿಗಾಗಿ ಏಕವ್ಯಕ್ತಿ ರಂಗಪ್ರಯೋಗವನ್ನು ನಿರ್ದೇಶಿಸುವ ಸಂದರ್ಭವದು. ರಾಧೆಯ ಕತೆಯನ್ನು ಆಧರಿಸಿ ಸುಧಾ ಆಡುಕಳ ಪಠ್ಯವೊಂದನ್ನು ರಚಿಸಿಕೊಟ್ಟರು. ಮಹಿಳೆ ಆಯ್ದುಕೊಳ್ಳುವ ಒಂಟಿ ಬದುಕಿನಲ್ಲಿಯ ಘನತೆಯನ್ನು ಸಾರುವ ಆಶಯದ ಆ ಕೃತಿಯನ್ನು ನೃತ್ಯ ಮತ್ತು ನಾಟಕದ ಹಲವು ಸಾಧ್ಯತೆಗಳನ್ನು ಬೆಸೆದು ರಚಿಸಲು ಯತ್ನಿಸಿದ್ದೆ. ರಂಗದ ಮೇಲಿನ ಅಭಿನಯ ಶಿಲ್ಪಕ್ಕೆ ಭಿತ್ತಿಯಾಗಿ ಚಲನಶೀಲ ಗುಣವುಳ್ಳ ಚಿತ್ರವೊಂದು ನಿರ್ಮಿತವಾಗಬೇಕೆಂದು ಬಯಸಿದ್ದೆ. ಬಣ್ಣಗಳ ಪ್ರವಹಿಸುವಿಕೆಯ ಈ ಸೂಕ್ಷ್ಮವನ್ನು ಮತ್ತಾರು ಹಿಡಿದಾರು? ಸೋನಾರ ಮೊರೆ ಹೋದೆವು. ಕತೆಯನ್ನು ಓದಿ ತುಂಬ ಇಷ್ಟಪಟ್ಟ ಸೋನಾ ಪುತ್ತೂರಿನ 'ಸೌಗಂಧಿಕಾ' ಮನೆಯ ಚಂದ್ರು ಅವರ ನಿವಾಸಕ್ಕೆ ನಮ್ಮನ್ನು ಆಮಂತ್ರಿಸಿ ಹೊಸ ಸಂಬಂಧ ಬೆಸೆಯಲು ಕಾರಣರಾದರು. ಸಸ್ಯಗಳ ಚಿತ್ರಹೃದಯವನ್ನೂ ಬಲ್ಲ ಚಂದ್ರು, ಸೋನಾ ಅವರ ಬಾಲವನದ ಸಂಗಾತಿಯೂ ಹೌದು. ಪುತ್ತೂರಿನಿಂದ ಮೈಸೂರಿಗೆ ಹೋಗುವ ಹೆದ್ದಾರಿಯ ಪಕ್ಕದಲ್ಲಿರುವ 'ಸೌಗಂಧಿಕ'ದಲ್ಲಿ ಈಗಲೂ ನಿರಂತರವಾಗಿ ಚಿತ್ರ ಚಟುವಟಿಕೆಗಳು ಜರುಗುತ್ತಲೇ ಇರುತ್ತವೆ. ಅವರ ಇಡಿಯ ಕುಟುಂಬದವರ ಮನುಷ್ಯ ಪ್ರೀತಿ ಅವರು ಬೆಳೆಸಿದ ಹೂಗಳಲ್ಲಿ ವಿವರವಾಗಿ ಅರಳಿ ನಿಂತಿರುವುದನ್ನು ನೀವು ಯಾವಾಗಹೋದರೂ ಕಾಣಬಹುದಾಗಿದೆ.

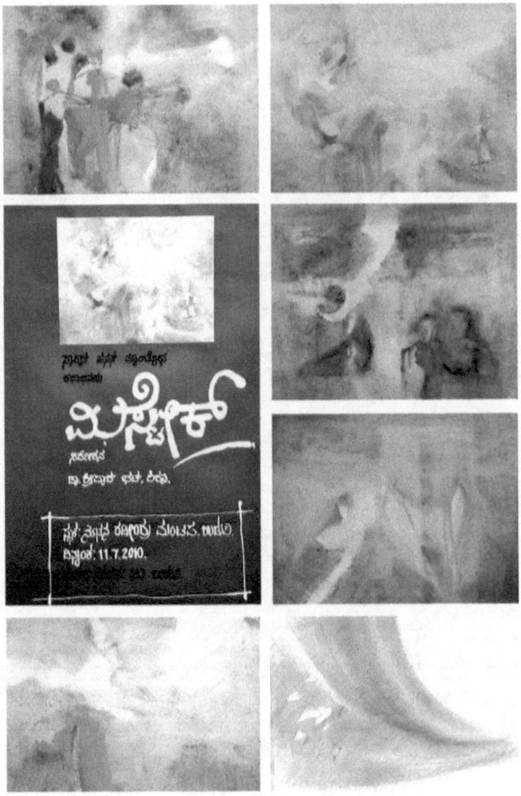

ಆ ದಿನಪೂರ್ತಿ ರಸವತ್ತಾದ ಚರ್ಚೆ, ರಂಗಪರದೆಯ ಮಾದರಿಯ ಹುಡುಕಾಟ. ಅಕಸ್ಮಾತಾಗಿ ಅಲ್ಲಿಯ ಶೊಕೇಸಿನಲ್ಲಿದ್ದ ವಕ್ರ ಮೈಯ ಗಾಜಿನ ಚಿಕ್ಕ ಆಕಾರವೊಂದನ್ನು ಗಮನಿಸಿದ ಸೋನಾ ಅದನ್ನು ಹಿಡಿದು ರಂಗಸಜ್ಜಿಕೆಯ ಮಾದರಿಯನ್ನು ಬರೆದೇ ಬಿಟ್ಟರು. ರಾಧೆಯ ಬದುಕಿನ ಪಯಣದ ಕತೆಯೊಂದಿಗೆ ಸಾಗುವ ಆ ಹಿಂಪರದೆಯಲ್ಲಿ ಒಂದೊಂದೇ ಶಿಲ್ಪಭಂಗಿ ರೂಪುಗೊಳ್ಳುವಂತೆ ಚಿತ್ರಿತವಾದ ಮಾದರಿ ಅದು.! ಆ ದಿನವಂತೂ ಚಂದ್ರು ಅವರ ಮನೆಯ 'ವೈನ್'ಗೆ ಅದ್ಭುತ ರುಚಿ ಒದಗಿಬಿಟ್ಟಿತು.

ಮಂಗಳೂರಿನ ಚರ್ಚೊಂದರ ಸುಂದರ ಆವಾರದಲ್ಲಿ 'ರಾಧಾ' ನಾಟಕದ ತಾಲೀಮನ್ನು ಸಂಯೋಜಿಸಿ ಕೊಟ್ಟವರು ಅರೆಹೊಳೆ ಸದಾಶಿವರಾವ್. ಸೋನಾ,

ನಾಟಕದ ಪ್ರದರ್ಶನದ ಎರಡು ದಿನ ಮೊದಲು ಅಲ್ಲಿಗೆ ಬಂದರು. ಸೆಟ್‌ನ ಅಸ್ಥಿಪಂಜರವಷ್ಟೇ ಸಿದ್ಧವಾಗಿತ್ತು. ಅಗತ್ಯ ಬಣ್ಣಗಳನ್ನು ಹಿಡಿದು ಬರಬೇಕಿದ್ದ ಕಲವಿದ ಗೆಳೆಯ ಇನ್ನೂ ಬಂದಿರಲಿಲ್ಲ. ಸೋನಾ ತಾಲೀಮು ನೋಡುತ್ತ ಕುಳಿತಿದ್ದರು. 'ನನಗೆ ನಾಟಕ ಪ್ರದರ್ಶನಕ್ಕಿಂತ ಈ ತಾಲೀಮು ಪ್ರಕ್ರಿಯೆಯೇ ತುಂಬ ಆನಂದ ನೀಡುತ್ತದೆ' ಅನ್ನುತ್ತಿದ್ದರು ಅವರು. ನಾನು ಅದುವರೆಗೂ ಗಮನಿಸಿದ ಹಾಗೆ ತಾಲೀಮು ಪ್ರಕ್ರಿಯೆಗಳನ್ನು ನಿರಂತರವಾಗಿ ಆಸ್ವಾದಿಸುವ ಈ ಆಸಾಮಿ ನಾಟಕದ ಪ್ರದರ್ಶನವನ್ನು ನೋಡುವದರಲ್ಲಿ ಆಸಕ್ತಿ ವಹಿಸುತ್ತಿರಲಿಲ್ಲ. 'ಮಿಸ್ಟೇಕ್' ನಾಟಕ ಹಾಗೂ 'ರಾಧಾ' ನಾಟಕ ಸಿದ್ಧವಾಗುತ್ತಿದ್ದ ಎರಡರ ಸಂದರ್ಭದಲ್ಲಿಯೂ ಅಷ್ಟೆ. ಪ್ರದರ್ಶನದ ಹಿಂದಿನ ದಿನ ರಾತ್ರಿಯವರೆಗೂ ಜತೆಗಿದ್ದು ಆನಂದಿಸಿ ಪ್ರದರ್ಶನದ ದಿನ ಹೊರಟು ಬಿಟ್ಟಿದ್ದರು. ರಂಗ ಪ್ರಯೋಗವೊಂದು ಬೆಳೆಯುತ್ತ ಹೋಗುವ ಬಗೆಯನ್ನು ಆಸ್ವಾದಿಸುವದು ಅವರ ರೂಢಿ; ಅದನ್ನೊಂದು ಸಿದ್ಧಗೊಂಡ ಸರಕನ್ನಾಗಿ ನೋಡಲಾರರು ಅವರು. ಉಡುಪಿಯ ಡಾ. ಪ್ರಸಾದ ಮಟ್ಟು ಅವರು ಗುರುತಿಸೋ ಹಾಗೆ ಅವರ ಈ ಗುಣವೇ ಮಕ್ಕಳ ರಂಗಭೂಮಿಯನ್ನು ಅವರು ಪ್ರೀತಿಸುವ ಹಾಗೆ ಮಾಡಿದ್ದು.

ಅಂದು ಮುಂಜಾನೆಯಿಂದ ಸಂಜೆಯವರೆಗೂ ನಡೆದ ಎಲ್ಲ ತಾಲೀಮನ್ನೂ ಬೇಸರವಿಲ್ಲದೇ ನೋಡುತ್ತ ಕುಳಿದ್ದರವರು; ಎಲ್ಲಿಯೋ ಒಂದು ಚಂದದ ಗತಿಯನ್ನು ಕಂಡಾಗ ಆನಂದಿಸುತ್ತ, ಪಾತ್ರವು ಅನುಭವಿಸುತ್ತಿದ್ದ ಸಂಕಟವನ್ನು ಕಂಡು ನೋವುಣ್ಣುತ್ತ ಹನಿಗಣ್ಣಾಗುತ್ತಿದ್ದರು. ಒಮ್ಮೆಯಂತೂ "ಹೆಣ್ಣಿಗೆ ಎಷ್ಟೆಲ್ಲ ಸಂಕಟಗಳು ಅಲ್ವಾ ಶ್ರೀಪಾದ್" ಎನ್ನುತ್ತ ಮರೆಗೆ ಎದ್ದು ನಡೆದಿದ್ದರು. ಆ ದಿನ ಡಿಸೆಂಬರ್ 25. ಕ್ರಿಸ್‌ಮಸ್ ಸಂಭ್ರಮಕ್ಕೆ ನಾವಿರುವ ಚರ್ಚು ಸಿಂಗಾರಗೊಂಡಿತ್ತು. ಮಾರನೇ ದಿನವೇ ಪ್ರದರ್ಶನ. ಆದರೆ ಕುಶಲಕರ್ಮದ ಕೆಲಸಕ್ಕೆ ಒದಗಬೇಕಿದ್ದ ಕಲಾವಿದರು ಬರಲಾಗಲಿಲ್ಲ. ನಾನು ಕುದಿಯತೊಡಗಿದ್ದೆ. ಸೋನಾ ಸಾವಧಾನವಾಗಿ 'ನಾವೇ ಮಾಡೋಣ ಬಿಡಿ' ಎಂದರು. ಚರ್ಚಿನವರ ಆಮಂತ್ರಣದ ಮೇರೆಗೆ ಕ್ರಿಸ್‌ಮಸ್ ಆಚರಣೆಯಲ್ಲಿ ಎಲ್ಲರೂ ಪಾಲ್ಗೊಂಡು ರೂಮಿಗೆ ವಾಪಾಸಾದಾಗ ರಾತ್ರಿ 1 ಘಂಟೆ. ಪಂಚೆ ಬಿಗಿದುಕೊಂಡು ಸಿದ್ಧವಾದ ಸೋನಾ, ಅಂದು ನಾಟಕದ ಸಂಗೀತ ನಿರ್ವಹಣೆ ಮತ್ತು ಮತ್ತಿತರ ಸಹಾಯಕ್ಕೆ ಬಂದಿದ್ದ ಮಧ್ವರಾಜ, ಪದ್ಮಾಸಿನಿ. ಪ್ರಥ್ವಿನ್ ಮುಂತಾದವರನ್ನು ಸೇರಿಸಿಕೊಂಡು, ಅವರಿಗೆ ಆ ಕುಶಲ ಕಲೆಯನ್ನು ಹೇಳಿಕೊಡುತ್ತ ಸರಿಸುಮಾರು ಮುಂಜಾನೆಯವರೆಗೂ ದಣಿವರಿಯದಂತೆ ರಾಧಾಳನ್ನು ಹಿಂಪರದೆಯ ಮೇಲೆ ಚಿತ್ರಿಸಿದ್ದರು. ಅದೊಂದು ಕಲಾಶಾಲೆಯೋ ಎಂಬಂತೆ, ತನ್ಮಯವಾಗಿ ವರ್ಣ ವಿವರಗಳನ್ನು ಹೇಳಿಕೊಡುತ್ತಿದ್ದ ಅವರ ಕಣ್ಣಲ್ಲಿ ಕ್ರಿಸ್ತನ ಕರುಣೆಯೂ ಇತ್ತು.

ನಾವು ಸಂಧಿಸಿದ ಎಲ್ಲ ಸಮಯವೂ ಕಲೆಯ, ನಾಟಕದ ಕುರಿತ ಮಾತುಕತೆಯೇ ನಡೆದಿತ್ತು. ಬೇರೊಬ್ಬರ ವೈಯಕ್ತಿಕ ಬಾಳುವೆಯನ್ನು ಹಂಗಿಸಿ ಅವರು ಮಾತನಾಡಿದ್ದನ್ನು ನಾನು ಕಂಡಿದ್ದಿಲ್ಲ. ಒಮ್ಮೆ ಅಂಕೋಲಾದ ಹೋಟೆಲ್ ರೂಮಿನಲ್ಲಿ ನಾವು ಸರಿ ಸುಮಾರು ಮುಂಜಾನೆಯವರೆಗೂ ಮಾತನಾಡುತ್ತ ಕುಳಿತಿದ್ದೆವು. ಮುಂದೊಂದು ದಿನ ನಾವಿಬ್ಬರೂ ಸೇರಿ ಮಕ್ಕಳ ಶೈಕ್ಷಣಿಕ ಬದುಕಿನ ಪ್ರಯೋಗದ ಕುರಿತ ಜಪಾನಿ ಕಾದಂಬರಿ 'ತೊತ್ತೋಚಾನ್' ಕೃತಿಯನ್ನು ಪರಿಸರ ರಂಗಭೂಮಿಯ ಚಿಂತನೆಯ ಹಿನ್ನೆಲೆಯಲ್ಲಿ ರಂಗಕ್ಕೆ ತರಲು ಅಂದು ನಿರ್ಧರಿಸಿದ್ದೆವು ಮತ್ತು ಜಗತ್ತಿನ ಪ್ರಮುಖ ಮಹಾಕಾವ್ಯಗಳನ್ನು ಮಕ್ಕಳ ಕಣ್ಣಲ್ಲಿ ಅವರ ಜತೆಗಿದ್ದು ಕಟ್ಟುವುದೆಂತಲೂ. ಆ ಕುರಿತ ಕೆಲಸಗಳ ಹಂಚಿಕೆಯ ಒಡಂಬಡಿಕೆಯೂ ನಡೆದಿತ್ತು. ಆದರೆ ಒಪ್ಪಂದ ಮುರಿದಿದೆ. ಎಲ್ಲಿ ಸಂಧಿಸುವೆವೋ ತಿಳಿದಿಲ್ಲ. ಸಂಧಿಸೋದಂತೂ ಖಾತ್ರಿ.

ಮಕ್ಕಳ ಜತೆ ಕೆಲಸ ಮಾಡುವ ಸಮಯದಲ್ಲಿ ಸೋನಾ ಪೂರ್ಣವಾಗಿ ಅರಳುತ್ತಿದ್ದರು. ಮಕ್ಕಳೂ ಅಷ್ಟೆ. ಅವರ ಜತೆಗಿರುವಾಗ ನಿರಾಳವಾಗಿರುತ್ತಿದ್ದರು.

"…. ಸುಮ್ಮನೆ ವಕ್ರ ರೇಖೆಯೊಂದನ್ನು ಗೀಚಿ. ಅದನ್ನೇ ಸೂಕ್ಷ್ಮವಾಗಿ ಗಮನಿಸಿ. ತಿರುಗಿಸಿ, ಎಡಬಲ ಮಾಡಿ ನೋಡಿ. ನಿಮಗೊಂದು ಆಕಾರ ಕಾಣಿಸುತ್ತದೆ. ಹೋ! ಇದು ಅದರ ಹಾಗೆಯೇ ಇದೆ ಅನ್ನುತ್ತೀರಿ. ಇಷ್ಟು ಗೊತ್ತಾದರೆ ಸಾಕು, ನಿಮಗೆ ಡ್ರಾಯಿಂಗ್ ಮಾಡಲು ಲೈಸೆನ್ಸ್ ಸಿಕ್ಕಿಬಿಡುತ್ತದೆ…"

ಎಂದು ಮಕ್ಕಳ ಕಣ್ಣೊಳಗೆ ಇಣುಕಿ ಅವರು ವಿವರಿಸುತ್ತಿದ್ದರೆ, ಕೇಳುತ್ತಲಿದ್ದ ಮಕ್ಕಳ ಮುಖ ಮುದ್ರೆಯಲ್ಲಿ ಚಿತ್ರಕಾರರ ಭಾವ ಮೂಡುವ ಸೊಬಗನ್ನು ನೀವು ಕಾಣಬಹುದಿತ್ತು.

ಎಚ್.ಎಸ್.ವಿ. ಅವರ ಕವನಗಳ ಈ ಸಾಲುಗಳೊಂದಿಗೆ ಸೋನಾ, ನೀವು ಯಾವತ್ತೂ ನನ್ನಲ್ಲಿ ಮೋಹಕ ನೆನಪಾಗುಳಿಯುವಿರಿ.

'.. ಮುಗುಳು ನಗೆಗೆ ಯಾವತ್ತೂ ತುಟಿಯ ಎಂಜಲು
ಹತ್ತುವುದಿಲ್ಲ, ದೀಪದ ಮೂತಿಗೆ ಮಸಿ ಮೆತ್ತುವ
ಸರದಾರ ಇನ್ನೂ ಈ ಜಗತ್ತಿನಲ್ಲಿ ಹುಟ್ಟಿಲ್ಲ
ಬೆಳಗಾಗೆದ್ದು ಈ ಮಕ್ಕಳ ತುಟಿಗಳಿಂದ
ನಗೆ ಹೂ ಬಿಡಿಸಿಕೊಂಡು ಗಾಳಿಯಲ್ಲಿ ಉಫ್ಫೆಂದು ಹಾರಿಸುವವನೇ
ನಿನಗಿದೋ ನನ್ನ ಹೃತ್ಪೂರ್ವಕ ಅಭಿನಂದನೆ'

(ಇತ್ತೀಚೆಗೆ ನಮ್ಮನ್ನಗಲಿದ ಕಲಾವಿದ ಮೋಹನ ಸೋನಾ ಅವರಿಗೆ ಗೌರವಪೂರ್ವಕ ಸಲಿಸಿದ ನುಡಿ ನಮನವಿದು) ⌘

ದಡವ ನೆಕ್ಕಿದ ಹೊಳೆ

ಹೆಜ್ಜೆ 11

ಅರ್ಥವಿಲ್ಲ, ಸ್ವಾರ್ಥವಿಲ್ಲ, ಬರಿಯ ಭಾವಗೀತ

ನಾನೀಗ ಹೇಳ ಹೊರಟ ಕತೆಯ ಕಾಲ 2003ರ ಆಸುಪಾಸಿನದು. ಆಗ ಉತ್ತರ ಕನ್ನಡದ ಹೊನ್ನಾವರದಲ್ಲಿರುವ ಎಸ್.ಡಿ.ಎಂ. ಕಾಲೇಜು ಸಾಹಿತ್ಯ, ನಾಟಕ, ಸಂಗೀತ ಕಲಿಕೆಗೆ ಹೆಸರುವಾಸಿಯಾಗಿತ್ತು. ಈ ಹಿಂದೆ ಅಲ್ಲಿ ಪ್ರಾಂಶುಪಾಲರಾಗಿದ್ದ ಸಾಹಿತ್ಯ ಲೋಕದ ಹಿರಿಯರಾದ ವಿ.ಸೀತಾರಾಮಯ್ಯನವರು ಅದಕ್ಕೊಂದು ಘನತೆ ತಂದಿತ್ತಿದ್ದರು. ಅವರು ನಡೆದ ಮಾರ್ಗದ ಹೆಜ್ಜೆಗಳನ್ನು ಅನುಸರಿಸಿದ ಅನೇಕ ಅಧ್ಯಾಪಕ, ಪ್ರಾಂಶುಪಾಲರಿದ್ದರಲ್ಲಿ.

ಅವರೆಲ್ಲರಿಂದಾಗಿ ಕಾಲೇಜೊಂದು ಊರಿನ ಸಾಂಸ್ಕೃತಿಕ ಸಂಘಟನೆಯ ಜವಾಬ್ದಾರಿಯನ್ನು ನಿರ್ವಹಿಸತೊಡಗುತ್ತ ನಿಜಾರ್ಥದಲ್ಲಿ ಶೈಕ್ಷಣಿಕವಾಗಿತ್ತು. ಡಾ.ಎನ್.ಆರ್.ನಾಯಕರಂತಹ ಜನಪದ ವಿದ್ವಾಂಸರು ಪ್ರಾಂಶುಪಾಲರಾದ ಹೊತ್ತಂತೂ ಕಾಲೇಜಿನ ಚಟುವಟಿಕೆಗಳು ಊರ ಮಧ್ಯಕ್ಕೂ ಚಂದಕ್ಕೆ ಚಾಚಿತ್ತು. ಜಿ.ಎಸ್. ಅವಧಾನಿಯವರಂತಹ ಅಧ್ಯಾಪಕರು ಅದರ ನೇತೃತ್ವ ವಹಿಸಿದ್ದರು. ಮತ್ತು ಆ ಸಮಯದಲ್ಲಿ ಕೆಲಸ ಮಾಡುತ್ತಿದ್ದ ಅನೇಕ ಅದ್ಯಾಪಕರು ಇಂತಹ ಚಟುವಟಿಕೆಗಳಲ್ಲಿ ನಿರಂತರ ಪಾಲ್ಗೊಳ್ಳುತ್ತಿದ್ದರು. ವಿಚಾರ ಸಂಕಿರಣಗಳು, ಸಂಗೀತ ಗೋಷ್ಠಿಗಳು, ಉಪನ್ಯಾಸಗಳು, ನಾಟಕಗಳು ಇವೆಲ್ಲ ಒಂದರೊಡನೆ ಒಂದು ಸಂಭಾಷಿಸುತ್ತ ಪರಸ್ಪರ ಉಸಿರು ಪಡೆವ ಕ್ರಿಯೆ ತುಂಬ ಸಹಜವಾಗಿತ್ತಲ್ಲಿ. ಅಲ್ಲದೇ ಊರ ಚಟುವಟಿಕೆ ಬೇರೆ, ಕಾಲೇಜು ಚಟುವಟಿಕೆ ಬೇರೆ ಎಂಬ ಭಾವವೇ ಮೂಡದ ಪರಸ್ಪರ ಒಂದನ್ನು ಇನ್ನೊಂದು ಪ್ರಭಾವಿಸುವ ಆ ಪರಿ, ಇಂದಿಗೆ 'ಸೋಜಿಗ' ಅನಿಸಿದರೆ ಅದು ನಮ್ಮ ವರ್ತಮಾನದ ಪಾಪ ಅಷ್ಟೆ. ಅಂತದೇ ಸಂದರ್ಭದಲ್ಲಿ ಶ್ರೀನಿವಾಸ ಪ್ರಭು, ಮುಖ್ಯಮಂತ್ರಿ ಚಂದ್ರು ಇವರೆಲ್ಲ ಹೊನ್ನಾವರದಲ್ಲಿ ಶಿಬಿರ ನಡೆಸಿ ನಾಟಕ ಆಡಿಸಿದ್ದು. ಬೆಂಗಳೂರಿನ ಜೋಕುಮಾರಸ್ವಾಮಿ ಮರು ರೂಪಾಂತರದೊಡನೆ ಹೊನ್ನಾವರದಲ್ಲೂ ಸೆಟ್ಟೇರಿತ್ತು. ಮುಂದೆ ಇಕ್ಬಾಲ್ ಅಹಮದ್, ಸುರೇಶ ಅನಗಳ್ಳಿ ಇವರೆಲ್ಲ ಕಾಲೇಜಿಗೆ ಬಂದು ರಂಗ ತರಬೇತಿ ನಡೆಸಿ ನಾಟಕಗಳನ್ನು ಆಡಿಸಿದರು. ಕಾಲೇಜಿನಲ್ಲೊಂದು ಚಂದದ ಬಯಲು ರಂಗಮಂದಿರ ನಿರ್ಮಾಣವಾಯಿತು. ಇಕ್ಬಾಲರ 'ಮಿಡ್ ಸಮರ್' ನಾಟಕಕ್ಕಾಗಿ ತನ್ನ ಒಂದು ಚಾವಣಿಯನ್ನೇ ಮುರಿದು ಮರು ಕಟ್ಟಿಸಿಕೊಂಡ ಕಾಲೇಜದು. ನಾನು ಆಗಲೇ ಅಲ್ಲಿ ಪದವಿ ಓದುತ್ತಿದ್ದೆ. ಸಂಕ್ರಾಂತಿ, ವಾರ್ಡ್ ನಂ 6, ಹೆಣದ ಬಟ್ಟೆ, ಏಕಲವ್ಯ, ಹೀಗೆ ಸಾಲು ಸಾಲು ನಾಟಕಗಳನ್ನು ನಾವಲ್ಲಿ ಆಡುತ್ತಿದ್ದೆವು. ನಾವು ಎರಡನೆಯ ತಲೆಮಾರಿನವರು. ಹೀಗೆ ತಲೆಮಾರುಗಳ ಕಾಲ ಕಾಲೇಜು ಈ ರಂಗ ನಂಟನ್ನು ಉಳಿಸಿಕೊಂಡಿತ್ತು.

ಇವರು ಮೂರನೇ ತಲೆಮಾರಿನ ಹುಡುಗರವರು; ನಾಟಕದ ಹುಚ್ಚನ್ನು ತುಸು ಹೆಚ್ಚೇ ಹಚ್ಚಿಕೊಂಡವರು. ಕಾಲೇಜಿನಲ್ಲಿ ಓದುತ್ತಿದ್ದ ಆ ಹುಡುಗರು ಸಂಜೆ ಕಾಲೇಜಿನ ಪಾಠಗಳ ಅವಧಿಯ ನಂತರ ಕಾಲೇಜಿನಲ್ಲೇ ರಾತ್ರಿಯೆಲ್ಲ ಉಳಿದು ನಾಟಕದ ತಾಲೀಮು ನಡೆಸುತ್ತಿದ್ದರು. ಸ್ವಾತಂತ್ರ್ಯದೆಡೆಗೆ, ಕಳ್ಳಿಯಲ್ಲಿ ಕೆಂಪು ಹೂ, ಯಾನ ಮುಂತಾದ ನಾಟಕಗಳನ್ನು ಆರ್.ಕೆ.ಶಿವಕುಮಾರ ಅನ್ನುವ ಹುಡುಗನ ನೇತೃತ್ವದಲ್ಲಿ ಕಟ್ಟುತ್ತಿದ್ದರು. ನಮ್ಮೊಂದಿಗೆ ನಿರಂತರವಾಗಿ ನಾಟಕದಲ್ಲಿ ಪಾಲ್ಗೊಳ್ಳುತ್ತಿದ್ದ ಆ ಹುಡುಗ ನೀನಾಸಂ ತರಬೇತಿಗೂ ಹೋಗಿ ಬಂದ ನಂತರ ಹೊನ್ನಾವರ ಕಾಲೇಜಿನಲ್ಲಿ ವಿದ್ಯಾರ್ಥಿಗಳಿಗೆ ರಂಗ ತರಬೇತಿ ಆರಂಭಿಸಿದ್ದ. ಆ

ಸಮಯ ನೌಕರಿ ಕಾರಣಕ್ಕಾಗಿ ಹಾವೇರಿಯ ಹಿರೇಕೆರೂರಿನ ಕಚವಿ ಎಂಬ ಪ್ರೌಢಶಾಲೆಯಲ್ಲಿದ್ದೆ ನಾನು. ಕಾಲೇಜು ಹುಡುಗರ ನಾಟಕ ಪ್ರಯೋಗದ ಮೊದಲ ಕೆಲ ದಿನಗಳು ತಂಡಕ್ಕೆ ಅಗತ್ಯ ನಿರ್ದೇಶನ ಸಹಾಯ ಮಾಡಲು ಹೋಗುತ್ತಿದ್ದೆ. ನನ್ನಲ್ಲಿ ಆಗ ಎಂ.80 ಗಾಡಿ ಇತ್ತು. ಸಂಜೆ ಶಾಲೆ ಮುಗಿದ ಮೇಲೆ ನಾನು ಅದರ ಮೇಲೇರಿ 130 ಕಿ.ಮೀ. ಪಯಣಿಸಿದರೆ ಹೊನ್ನಾವರ ಕಾಲೇಜು ಸಿಗುತ್ತಿತ್ತು. ನಾನು ರಾತ್ರಿ 8 ಗಂಟೆ ಸುಮಾರಿಗೆ ಅಲ್ಲಿ ತಲುಪುತ್ತಿದ್ದೆ. ಅಷ್ಟು ಹೊತ್ತಿಗೆ ಬಯಲಲ್ಲಿ ಒಟ್ಟಿದ್ದ ಕಲ್ಲುಗಳ ಮೇಲೆ ಹತ್ತಾರು ಜನರಿಗೆ ಸಾಕಾಗುವಂತ ಅನ್ನ ಬೇಯುವಷ್ಟು ದೊಡ್ಡದಾದ ಅಲ್ಯುಮಿನಿಯಂ ಬೊಡ್ಡೆಯೊಂದರಲ್ಲಿ ನಮ್ಮ ಅಡುಗೆ ಬೇಯಲಾರಂಭವಾಗುತ್ತಿತ್ತು. ಅಕ್ಕಿಯ ಜತೆಗೇ ತರಕಾರಿ ಮತ್ತು ಮೆಣಸು, ಉಪ್ಪು ಸಹ ಬೇಯುತ್ತಿದ್ದುದರಿಂದ ಮತ್ತೆ ಸಾರಿನ ಉಸಾಬರಿ ಅಗತ್ಯವಿರಲಿಲ್ಲ. ಎಲ್ಲವೂ ಬೆಂದ ಮೇಲೆ ಎಲ್ಲರೂ ನ್ಯೂಸ್ ಪೇಪರ್ ಮೇಲೆ ಅದನ್ನು ಮನಸೋ ಇಚ್ಛೆ ಸುರಿದುಕೊಂಡು ತಿನ್ನುತ್ತಿದ್ದೆವು. ನಂತರ ತಾಲೀಮು ಆರಂಭ. ರಾತ್ರಿ 2 ಅಥವಾ 3ರ ನಂತರ ಅಲ್ಲಿಯ ತರಗತಿ ಕೋಣೆಯೊಳಗೇ ಮಲಗುವುದು. ಮುಂಜಾನೆ 7 ಗಂಟೆಗೆ ನನ್ನ ಗಾಡಿ ನನ್ನನ್ನು ಹೊತ್ತು 130 ಕಿ.ಮೀ. ಪಯಣಿಸುತ್ತಿತ್ತು. ಕಾಲೇಜಿನ

ಕಾವಲುಗಾರನೂ ನಮ್ಮೊಂದಿಗೇ ಉಣ್ಣುತ್ತಿದ್ದ. ಆಗಾಗ ಉಪನ್ಯಾಸಕರು ರಾತ್ರಿ ಬಿಡುವಾದಾಗ ರಿಹರ್ಸಲ್ ನೋಡಲು ಬರುತ್ತಿದ್ದರು. ನಮ್ಮನ್ನೆಲ್ಲ 'ನಾಟಕದ ನಕ್ಸಲರೆಂದು' ಅವರೆಲ್ಲ ಪ್ರೀತಿಯಿಂದ ಕರೆಯುತ್ತಿದ್ದರು.

ಆ ಹುಡುಗರಲ್ಲಿ ಐದು ಮಂದಿಯಂತೂ ಅಸಾಧ್ಯರು. ನಾಟಕದ ಹುಚ್ಚಲ್ಲಿ ನನ್ನ ದೊಡ್ಡಪ್ಪಂದಿರು. ಅವರಿಗೆ ಓದುವಾಗ ನಾಟಕವಾಡಲು ದೊರೆತ ಈ ಅರೆಬರೆ ಸಮಯ ಏನೂ ಸಾಲದಂತೆನಿಸಿತು. ಹೀಗಾಗಿ ಮುಂದಿನ ಒಂದು ವರ್ಷಪೂರ್ಣ ನಾಟಕವಾಡಬೇಕೆಂದು ನಿಶ್ಚಯಿಸಿಬಿಟ್ಟರು. ಆ ಸಮಯವಂತೂ ಉತ್ತರ ಕನ್ನಡದಲ್ಲಿ ಆಧುನಿಕ ರಂಗಭೂಮಿ ಚಟುವಟಿಕೆ ಪೂರ್ಣ ಪ್ರಮಾಣದ ಹವ್ಯಾಸಿಯಾಗಿತ್ತು. ಆಗ ಅಂತೇನು? ಈಗಲೂ ಇಡಿಯ ಉತ್ತರ ಕನ್ನಡ ಜಿಲ್ಲೆಯಲ್ಲಿಯೇ ನಾಟಕವನ್ನಾಡುವ ಒಂದೇ ಒಂದು ಸಿದ್ಧ ರಂಗಮಂದಿರವಿಲ್ಲ. ಆಧುನಿಕ ನಾಟಕದ ಬಹುದೊಡ್ಡ ಬೆಳಸೂ ಅಲ್ಲಿಲ್ಲ. ಹೊನ್ನಾವರ, ಸಿರಸಿ, ಸಿದ್ದಾಪುರ, ಅಂಕೋಲಾ ಈ ಕೆಲವು ಸ್ಥಳಗಳಲ್ಲಷ್ಟೇ ನಾಟಕ ಚಟುವಟಿಕೆ ಅದರಲ್ಲೂ ತಾಲೂಕು ಕೇಂದ್ರವನ್ನು ಆಶ್ರಯಿಸಿ ಬದುಕಿದೆ. ಆಗಲಂತೂ ಕೇಳೋದೇ ಬೇಡ. ಇಂಥ ಸಮಯದಲ್ಲಿ ಈ ಹುಚ್ಚರನ್ನು ರಂಗಭೂಮಿ ಸಲಹೋದೆಂತು? ಅವರಂತೂ ನಾಟಕ ಮಾಡೋದು ತಮ್ಮ ಸಾವು ಬದುಕಿನ ಪ್ರಶ್ನೆ ಎಂಬಂತೆ ನಿಂತೇ ಬಿಟ್ಟಿದ್ದರು. ಆ ದಿನಗಳಲ್ಲಿ ನಮ್ಮ ಜತೆಗೇ ಇದ್ದ ಹಿರಿಯ ರಂಗ ನಿರ್ದೇಶಕ ಕಿರಣಭಟ್ ಅದನ್ನು ನೆನಪಿಸಿಕೊಳ್ಳೋದು ಹೀಗೆ.

"ಇಂಥ ನಾಟಕದ ಹುಚ್ಚರನ್ನ ನಾನು ಕಂಡಿದ್ದೇ ಇಲ್ಲ. ಕಾಲೇಜಿನ ಬಯಲು ರಂಗದಲ್ಲಿ ಸುರೀತಿರೋ ಬೆವರು ಮತ್ತು ಪಕ್ಕದಲ್ಲಿ ಕುದೀತಿರೋ ಅನ್ನದ ಜತೆಗೇ ಕಂಡೆ ನಾನವರನ್ನ. ಕಾಲೇಜು ಮುಗಿಸಿ ರಂಗಭೂಮಿಯನ್ನು ಬದುಕುವ ಅವರ ಇರಾದೆಗೆ ಮಾದರಿಯೊಂದನ್ನು ಹುಡುಕಬೇಕು, ನಾಟಕ ಬರೆಸಬೇಕು, ಆಡಿಸಬೇಕು, ಪರಿಕರ ಹೊಂದಿಸಬೇಕು, ಸಧ್ಯ ಅವರೆಲ್ಲ ಒಂದೆಡೆ ಉಳಿಯುವ ವ್ಯವಸ್ಥೆ ಮಾಡಬೇಕು... ಆದರೆ ಇದಕ್ಕೆಲ್ಲ ಕಾಸು ಕೊಡೋರ್‍ಯಾರು? ಮತ್ಯಾರು? ಶ್ರೀಪಾದ್ ಮತ್ತು ನಾನು. ಜೇಬಿನಿಂದ ಅಷ್ಟು ಹಣಹಾಕಿ ಆರಂಭಿಸೋಕೆ ನಿರ್ಧರಿಸಿದೆವು. ಆಗ ಬಂದ ಯೋಚನೆ ಪಾಠ ನಾಟಕ ರೆಪರ್ಟರಿ.

ಈ ನಟರುಗಳ ನಟನೆಯ ಹಸಿವನ್ನು ತಣಿಸುವ, ಜತೆಗೆ ಅವರ ದೈನಂದಿನ ಬದುಕಿನ ನಿರ್ವಹಣೆಯನ್ನೂ ತುಸುವಾದರೂ ನಿಭಾಯಿಸುವ ಮತ್ತು ನಮ್ಮ ಇದುವರೆಗಿನ ಅನುಭವ ಮತ್ತು ಆಸಕ್ತಿಗನುಗುಣವಾಗಿ ರಂಗಭೂಮಿ ಮತ್ತು ಶಿಕ್ಷಣದ ಸಮಾಸಕ್ಕಾಗಿ ಪ್ರಯತ್ನಿಸುವ ಹಲವು ಚಿಂತನೆಗಳು ಸೇರಿ ರೂಪುಗೊಂಡಿದ್ದದು 'ಪಾಠ ನಾಟಕ ರೆಪರ್ಟರಿ'.

ನಿಜ. ಶಿಕ್ಷಣ ಮತ್ತು ರಂಗಭೂಮಿಗೆ ಸಂಬಂಧಿಸಿ ಹಲವು ಚಟುವಟಿಕೆಗಳನ್ನು ಬಿಡಿ ಬಿಡಿಯಾಗಿ ಮಾಡುತ್ತಲೇ ಇದ್ದೆವು ನಾವು. ನಾನು ಅದಾಗಲೇ ಭಾರತ ಜ್ಞಾನ

ವಿಜ್ಞಾನ ಸಮಿತಿಯ ಸಂತಸ ಕಲಿಕೆಯ ಚಿಣ್ಣರ ಮೇಳಗಳಲ್ಲಿ ಪಾಠ ನಾಟಕದ ಕಾರ್ನರ್ ಆರಂಭಿಸಿ ನೂರಾರು ತರಬೇತಿ ನಡೆಸಿದ್ದೆವು. ಡಾ.ಆರ್.ವಿ.ಭಂಡಾರಿಯವರ ಮಕ್ಕಳ ನಾಟಕಗಳನ್ನು ಶಿರಸಿಯ ಹತ್ತಿರದ ಶಾಲೆಗಳಲ್ಲಿ ದೊಡ್ಡವರಿಂದ ಪ್ರದರ್ಶಿಸಿದ್ದೆವು, ಶಿಕ್ಷಕರ ತರಬೇತಿ ಕೇಂದ್ರದಲ್ಲಿ ಶಿಕ್ಷಕರಿಗೆ ರಂಗ ತರಬೇತಿ ನಡೆಸಿದ್ದೆವು ಅಲ್ಲದೇ ಪ್ರತಿವರ್ಷ ಒಂದು ನಿರ್ದಿಷ್ಟ 'ಥೀಮ್' ಇಟ್ಟುಕೊಂಡು ವಿಶಿಷ್ಟ ಬಗೆಯ ಮಕ್ಕಳ ಕ್ಯಾಂಪ್‌ಗಳನ್ನು ರಾಜ್ಯದ ಬೇರೆ ಬೇರೆಡೆಗೂ ನಡೆಸುತ್ತಿದ್ದೆವು. ಇವೆಲ್ಲ ಅನುಭವ ಇದೀಗ ನೆರವಿಗೆ ಬಂತು.

ಏನು ಗೊತ್ತಾ? 'ನಿಜವಾದ' ಶಾಲೆಯೊಂದರ ಚಟುವಟಿಕೆಯು ರಂಗ ಚಟುವಟಿಕೆಯ ಸ್ವರೂಪವನ್ನೇ ಹೊಂದಿರುತ್ತದೆ. ರಂಗಭೂಮಿಯೂ ಅಷ್ಟೆ. ಸಮಾಜ ಶಿಕ್ಷಣದ ಕೇಂದ್ರಗಳವು. ಅಲ್ಲಿ ನಟರು ಪಠ್ಯವೊಂದನ್ನು ಪ್ರೇಕ್ಷಕರಿಗೆ ಸಂವಹನಗೊಳಿಸುವ, ಮುಟ್ಟಿಸುವ ಕ್ರಿಯೆಯಲ್ಲಿ ತೊಡಗುತ್ತಾರೆ. ಶಾಲೆಗಳಲ್ಲಿ ಶಿಕ್ಷಕರು ಪಠ್ಯವನ್ನು ವಿದ್ಯಾರ್ಥಿಗಳಿಗೆ ಸಂವಹಿಸುವ, ಮುಟ್ಟಿಸುವ ಕ್ರಿಯೆಯಲ್ಲಿ ತೊಡಗಿರುತ್ತಾರೆ. ಸಮಾಜದಂತೆಯೇ ಶಾಲೆಯಲ್ಲಿಯೂ ಕಲಿಸುವ ಕಲಿಯುವ ಪ್ರಕ್ರಿಯೆ ಪರಸ್ಪರ ನಡೆದೇ ಇರುತ್ತದೆ. ರಂಗಕ್ರಿಯೆಯಯ ಮೂಲ ಮಾದರಿಯೇ ಈ ಪ್ರಕ್ರಿಯಾಧಾರಿತವಾದುದು. ಸಂವಹನದ ಅಂತಿಮ ಸಾಧ್ಯತೆಯ ಶೋಧವೇ ರಂಗಭೂಮಿಯದಾದರೆ, ಶಿಕ್ಷಣ ಕ್ಷೇತ್ರ ಸಂವಹನದ ಭಿನ್ನ ಮಾದರಿಗಳನ್ನು ಹುಡುಕಿಕೊಳ್ಳುತ್ತಲೇ ಇರುತ್ತದೆ. ಈ ನಿಟ್ಟಿನಲ್ಲಿ ರಂಗಮುಖೇನ ಶಿಕ್ಷಣವು ಶಿಕ್ಷಣ ಕ್ಷೇತ್ರದ ಅಪಾರ ಸಾಧ್ಯತೆಗಳನ್ನು ಸಾಧ್ಯವಾಗಿಸುವಲ್ಲಿ ನೆರವು ನೀಡುತ್ತದೆ. ಇದು ಸ್ಥೂಲವಾಗಿ ರಂಗಮುಖೇನ ಶಿಕ್ಷಣದ ತಾತ್ವಿಕ ಗ್ರಹಿಕೆ.

ತರಗತಿ ಕೋಣೆಯಲ್ಲಿ ಶಿಕ್ಷಕರು ನಡೆಸಬಹುದಾದ ರಂಗ ಚಟುವಟಿಕೆಗಳಿಗೆ ಹಲವು ಮುಖಗಳಿವೆ. ದೈನಂದಿನ ಬೋಧನೆಯಲ್ಲಿ ಅವರು ರಂಗ ಚಟುವಟಿಕೆಗಳ ಎನರ್ಜಿಯನ್ನು ಬಳಸಿಕೊಳ್ಳುವದು, ಪಾಠ ನಾಟಕಗಳನ್ನು ಸಿದ್ಧಪಡಿಸಲು ವಿದ್ಯಾರ್ಥಿಗಳನ್ನು ಪ್ರೇರೇಪಿಸುವದು, ಕಥಾ ಕಾರ್ನರ್, ಕಾವ್ಯ ಕಾರ್ನರ್ ಮುಂತಾದ ಚಟುವಟಿಕೆಗಳ ಮೂಲಕ ರಂಗಾತ್ಮಕ ಅನುಭವ ಒದಗಿಸುವುದು ಹೀಗೆ ಹಲವು ಮಾದರಿಗಳು ಲಭ್ಯವಿದೆ. ಶಿಕ್ಷಕರ ಪಠ್ಯ ಪ್ರವೇಶ, ತರಗತಿಯೊಳಗಿನ ಚಲನೆ, ಬೋಧನಾ ಪರಿಕರದ ಸೃಜನಶೀಲ ಬಳಕೆ ಇಂಥ ಹಲವು ಕಡೆಗಳಲ್ಲಿ ರಂಗವು ತನ್ನ ಸಾಂಗತ್ಯ ನೀಡಬಲ್ಲದು. ಈ ನಿಟ್ಟಿನಲ್ಲಿ ಪಾಠ ನಾಟಕ ಪ್ರಯೋಗ ಒಂದು ಮಹತ್ವದ ಚಟುವಟಿಕೆ. ಹಾಗೆ ನೋಡಿದರೆ ನಾವು ಬೇರೆ ಸಾಮಾಜಿಕ ಪಠ್ಯಗಳನಿಟ್ಟುಕೊಂಡೇ ನಾಟಕ ಪ್ರಯೋಗ ನಡೆಸಬಹುದಿತ್ತು. ಆದರೆ ಆಗ ನಮಗೆ ತಾಂತ್ರಿಕವಾಗಿ ಪಾಠ ನಾಟಕಗಳೇ ಅಗತ್ಯವಾಗಿತ್ತು.

ನಾಟಕ ರೆಪರ್ಟರಿ ನಡೆಸಲು ನಮಗೆ ಶಾಲೆಗಳು ಆ ಕಾಲಕ್ಕೆ ಅಗತ್ಯವಾದ ಪ್ರೇಕ್ಷಕರನ್ನೂ, ಸ್ಥಳವನ್ನೂ ಒದಗಿಸಬಲ್ಲುದಾಗಿತ್ತು. ಆದರೆ ದಿಢೀರ್ ಅಂತ ನಾಟಕವನ್ನು ಎತ್ತಿಕೊಂಡು ಶಾಲೆಗಳೊಳಗೆ ಪ್ರವೇಶಿಸೋದಾರೂ ಹೇಗೆ? ರುಚಿ ಹತ್ತದೇ ಅಭಿರುಚಿ ಮೂಡೋದಕ್ಕೆ ಸಾಧ್ಯಾನಾ? ಹೀಗಾಗಿ ನಾವು ಪಾಠಗಳನ್ನೇ ನಾಟಕವಾಗಿಸಿಕೊಳ್ಳುವ ಯೋಜನೆ ಸಿದ್ಧಪಡಿಸಿದೆವು. ಪಾಠಗಳೇ ಆಗಿರುವುದರಿಂದ ಶಾಲೆಗಳೊಳಗೆ ನಮ್ಮ ಪ್ರವೇಶ ಸುಲಭವಾಗುತ್ತದೆ. ಶಿಕ್ಷಕರನ್ನು ಬೇಗ ವಿಶ್ವಾಸಕ್ಕೆ ತೆಗೆದುಕೊಳ್ಳಬಹುದು. 'ಇದೂ ಸಹ ಪಠ್ಯವೇ' ಅಂತ ಅವರಿಗನ್ನಿಸದಿದ್ದರೆ 'ಸಹ ಪಠ್ಯ' ಎನ್ನುವ ಪಠ್ಯೇತರ ಗುಂಪಿನಲ್ಲಿ ಇವನ್ನು ಎತ್ತಿಹಾಕಿ ಬಿಡುತ್ತಾರೆ. ಹೀಗಾಗಿ ಶಾಲೆಗಳ ಪ್ರವೇಶಕ್ಕೆ ನಮಗೆ ಪಾಠಗಳ ನೆವವೂ ಬೇಕಿತ್ತು. ಆದರೆ ನಮ್ಮ ಉದ್ದೇಶ ಶಾಲಾ ಪ್ರವೇಶವೊಂದೇ ಅಲ್ಲವಲ್ಲ. ಭಾಗವಹಿಸುವ ನಟರಿಗೂ ಮತ್ತು ವಿದ್ಯಾರ್ಥಿಗಳಿಗೂ ರಂಗಾನುಭವವೂ ದೊರಕಿಸಿಕೊಡೋದೂ ನಮ್ಮ ಅಗತ್ಯವಾಗಿತ್ತು. ಅದೇನೋ ಒಂದು ಚಿಕ್ಕ ಚಟುವಟಿಕೆ ಆಯ್ತು ಅಂತ ಮಾತ್ರ ಆಗದೇ ಅದು ಒಂದು ಅನುಭವವೂ ಆಗಿ ರೂಪುಗೊಳ್ಳುವಂತೆ ಯೋಜಿಸಬೇಕಿತ್ತು.

ಅದಕ್ಕಾಗಿ ಆಯ್ದ ಪಾಠಗಳನ್ನು ಪೂರ್ಣ ಪ್ರಮಾಣದ ನಾಟಕಗಳನ್ನಾಗಿ ಬರೆಸಿದೆವು. ಅದು ಪಾಠವೂ ಆಗಬೇಕು ಮತ್ತು ಅದೇ ಕಾಲಕ್ಕೆ ನಾಟಕವೂ ಆಗಬೇಕು.

ಅಂತಹ 20 ನಿಮಿಷಗಳ ಪೂರ್ಣಾವಧಿ ನಾಟಕಗಳನ್ನು ಪಾಠಗಳನ್ನಾಧರಿಸಿ ಬರೆದು ಕೊಡಲು ಹೂಲಿ ಶೇಖರ, ಆರ್.ವಿ.ಭಂಡಾರಿ, ಐ.ಕೆ.ಬೊಳುವಾರು, ಮೂರ್ತಿ ದೇರಾಜೆಯವರನ್ನು ಕೇಳಿಕೊಂಡೆವು. ಆಶು ವಿಸ್ತರಣೆಗಾಗಿ ಒಂದೆರಡು ಕವನಗಳನ್ನೂ ಇಟ್ಟುಕೊಂಡೆವು. ತುಂಬ ಚಂದದ ನಾಟಕಗಳು ರಚಿತಗೊಂಡವು. ಟಿಪ್ಪುವಿನ ಕನಸು, ಅಜ್ಜಿಯ ಜಂಬ, ತಿರುಕನ ಕನಸು, ಉಪಾಯ ಬಲ್ಲವನಿಗೆ ಅಪಾಯವಿಲ್ಲ ಹಾಗೂ ಬಾವಿಯಲ್ಲಿ ಬಿದ್ದ ಚಂದ್ರ ಕವನ ರೂಪುಗೊಂಡಿತು. ಐ.ಕೆ.ಬೊಳುವಾರು ಅವರು ಪ್ರೀತಿಯಿಂದ ತಾಲೀಮಿನ ದಿನಗಳಿಗೇ ಒದಗಿದರು. ಶಿರಸಿಯ ಸದಾನಂದ ಶ್ಯಾನಭಾಗ (ಪುತ್ತಣ್ಣ) ವಸ್ತ್ರ ವಿನ್ಯಾಸ ಮಾಡಿಕೊಟ್ಟರೆ, ದಾಮೋದರ ನಾಯ್ಕ ಮತ್ತು ಚಂದ್ರು ಉಡುಪಿ ರಂಗಪರಿಕರ ಸಿದ್ಧಮಾಡಿಕೊಟ್ಟರು. ಹಗಲು ಹೊತ್ತಿನಲ್ಲಿ ಹೊನ್ನಾವರ ಕಾಲೇಜು ಗುಡ್ಡದ ಹಿಂಬಾಗದ ಮರಗಳ ನೆರಳಲ್ಲಿಯೂ, ರಾತ್ರಿ ವೇಳೆ ಹೊನ್ನಾವರದ ನಮ್ಮ ಸಂಬಂಧಿಯೊಬ್ಬರ ಮನೆ ಮಾಳಿಗೆಯ ಮೇಲೆಯೂ ತಾಲೀಮು ನಡೆಯಿತು. ಕಾಲೇಜು ಸಮೀಪದ ಒಂದು ಚಿಕ್ಕ ಕೊಠಡಿಯನ್ನು ಕಲಾವಿದರ ನಿವಾಸಕ್ಕಾಗಿ ಬಾಡಿಗೆಗೆ ಪಡೆಯಲಾಯಿತು. ಮನೆಗಳಲ್ಲಿದ್ದ ಹಳೆಯ ಸ್ಟೌ, ಪಾತ್ರೆಗಳು ಆ ಕೊಠಡಿಯ ಪಾಕ ಶಾಲೆಯನ್ನು ಅಲಂಕರಿಸಿದವು.

ನಾಟಕ ಸಿದ್ಧವಾಯಿತು. ಹೊನ್ನಾವರ ತಾಲೂಕಿನ ಒಂದಿಷ್ಟು ಪರಿಚಿತ ಶಾಲೆಗಳ ಶಿಕ್ಷಕರುಗಳನ್ನು ಸಂಪರ್ಕಿಸಿ ಪ್ರದರ್ಶನಕ್ಕೆ ಸ್ಥಳ ಮತ್ತು ದಿನಾಂಕ ಪಡೆಯಲಾಯಿತು. ಈ ಹಿಂದೆ ಸಾಕ್ಷರತಾ ಆಂದೋಲನದಲ್ಲಿ ಪರಿಚಿತರಾದ ಸಂಬಂಧಿಗಳಾಗಿದ್ದ ಶಿಕ್ಷಕರನ್ನು ಭೇಟಿಯಾಗಿ ಸಹಾಯ ಕೇಳಿದೆವು. ಅವರು ಮಾಡಬೇಕಿದ್ದ ಸಹಾಯವೆಂದರೆ ನಾಟಕ ಪ್ರದರ್ಶನಕ್ಕೆ ಮಕ್ಕಳು ಕುಳಿತುಕೊಳ್ಳಬಹುದಾದ ಸ್ಥಳ ತೋರಿಸುವದು, ಆ ದಿನ ಮಕ್ಕಳಿಗೆ ಸಾಧ್ಯವಾದಷ್ಟು ಚಿಲ್ಲರೆ ಕಾಸು ತರಲು ಹೇಳುವದು, ಸಾಧ್ಯವಾದರೆ ನಟರಿಗೆ ಒಂದು ಊಟ ಕೊಡುವದು.

6 ಜನ ನಟರು. ನಾಟಕದಲ್ಲಿ ಅವರು ಹಾಕಿಕೊಳ್ಳುವ ಬಟ್ಟೆ ಮತ್ತು ಪರಿಕರಗಳನ್ನು ಇಟ್ಟುಕೊಳ್ಳಲು ಗುಟಕಾ ಮಾರಾಟಕ್ಕೆಂದು ಬರುತ್ತಿದ್ದ ದೊಡ್ಡ ಸೈಜಿನ 6 ಚೀಲಗಳು. ಅದು ಅವರ ಪಾತ್ರೆಗಳ ಆಸ್ತಿ. ಅದರ ಜತೆ ಪಾಠ ನಾಟಕಗಳ ಪೇಂಟಿಂಗ್ ಮತ್ತು ಕೆಲವು ಮಕ್ಕಳ ಪುಸ್ತಕಗಳು ಇವಿಷ್ಟನ್ನು ಅವರು ತಮ್ಮ ಜತೆಗೆ ಬಸ್ಸಿನಲ್ಲಿ ಒಯ್ಯಬೇಕಿತ್ತು. ಅವರು ಮುಂಜಾನೆಯ ಬಸ್ಸಿನಲ್ಲಿ ನಿಗಧಿತ ಶಾಲೆಗೆ ಹೋಗುತ್ತಿದ್ದರು, ಪೇಂಟಿಂಗ್‌ಗಳನ್ನು ಪ್ರದರ್ಶಿಸುತ್ತಿದ್ದರು, ಶಾಲೆಯ ವರಾಂಡದ ಮೇಲೆಯೋ, ದೊಡ್ಡ ಕೋಣೆಯಲ್ಲಿಯೋ ಅಥವಾ ಬಯಲಿನಲ್ಲಿಯೋ ನಾಟಕ

ಪ್ರದರ್ಶನ ಮಾಡುತ್ತಿದ್ದರು, ನಂತರ ಮಕ್ಕಳಿಗೆ ಮತ್ತು ಶಿಕ್ಷಕರಿಗೆ ಸರಳ ಬೆಲೆಯ ಉತ್ತಮ ಪುಸ್ತಕಗಳನ್ನು ಮಾರುತ್ತಿದ್ದರು, ಅಲ್ಲಿ ಮಕ್ಕಳಿಂದ ಮತ್ತು ಶಿಕ್ಷಕರಿಂದ ಸಂಗ್ರಹವಾದ ಚಿಲ್ಲರೆಗಳನ್ನು ಸಂಗ್ರಹಿಸಿ ವಾಪಾಸು ರೂಮಿಗೆ ಬಂದು ಸಮನಾಗಿ ಅವನ್ನು ಹಂಚಿಕೊಳ್ಳುತ್ತಿದ್ದರು. ಅವರ ಬದುಕು ಸರಳವಾಗಿತ್ತು, ಗುರಿ ನೇರವಾಗಿತ್ತು.

ಬಹುಬೇಗ ಪಾಠ ನಾಟಕಗಳು ಹೆಸರು ಪಡೆದವು. ದಿವಸಕ್ಕೆ 2 ಪ್ರದರ್ಶನ ವಂತೂ ಖಾತ್ರಿ. ಶಿಕ್ಷಕ ತರಬೇತಿ ಕೇಂದ್ರಗಳು ಅವರನ್ನು ಕರೆಸಿ ಶಿಕ್ಷಕರಿಗಾಗಿ ಪ್ರದರ್ಶನಗಳನ್ನೂ, ತರಬೇತಿಗಳನ್ನೂ ಮಾಡಿಸಿದರು. ಉತ್ತರ ಕನ್ನಡ ಜಿಲ್ಲೆಯ ನಂತರ ಹಾವೇರಿ ಮತ್ತು ಶಿವಮೊಗ್ಗಗಳಲ್ಲಿಯೂ ನೂರಾರು ಪ್ರಯೋಗಗಳಾದವು. ನಟರೆಲ್ಲ ಅವರು ನಿರ್ವಹಿಸುತ್ತಿದ್ದ ಪಾತ್ರಗಳಿಂದಲೇ ಫೇಮಸ್ಸು ಆಗಿದ್ದೂ ಇದೆ. ಅಜ್ಜಿಯ ಜಂಬ ನಾಟಕದಲ್ಲಿ ಕೋಳಿಯ ಪಾತ್ರವನ್ನು ಅದ್ಭುತವಾಗಿ ನಿರ್ವಹಿಸುತ್ತಿದ್ದ ಶ್ರೀನಿವಾಸ ನಾಯ್ಕ, ಇಂದಿಗೂ ನಮ್ಮ ನಡುವೆ ಕೋಳಿ ಶೀನ ಎಂದೇ ಖ್ಯಾತಿ. ಟಿಪ್ಪು ಸುಲ್ತಾನನಾಗಿದ್ದ ಸಂತೋಷ ಸಂಕೊಳ್ಳಿ, 'ಸಂಕೊಳ್ಳಿ ಟಿಪ್ಪು' ಎಂದೇ ಪ್ರಸಿದ್ಧನಾಗಿದ್ದ. ನಾಟಕ ಪ್ರಯೋಗದ ಆ ಮಾದರಿಯೇ ಮುಂದೆ ಬೆಳೆಯುತ್ತ ಕಾವ್ಯರಂಗ, ಪಾಪು ಬಾಪು ಮುಂತಾದ ನಾಟಕಗಳಿಗೆ ಬೇಕಾದ ವಿನ್ಯಾಸ ಒದಗಿಸಿತು.

ನಾಲ್ಕು ನಾಟಕ ಮತ್ತೊಂದು ಕವನವನ್ನು ಅಭಿನಯಿಸುತ್ತಿದ್ದೆವಲ್ಲಾ, ಅವುಗಳಲ್ಲಿ ಮಕ್ಕಳಿಗೆ ಯಾವುದು ಇಷ್ಟವಾಗುತ್ತದೆ ಅಂತ ನಾವು ಹುಡುಕೋದಿತ್ತು. ಅನೇಕ ವೇಳೆ ನಮ್ಮ ತೀರ್ಮಾನಗಳು ತಲೆಕೆಳಗಾಗುತ್ತಿದ್ದವು. ಉದಾ. ಬಾವಿಯಲ್ಲಿ ಬಿದ್ದ ಚಂದ್ರ' ಕವನದ ರಂಗಪ್ರಯೋಗ ನಮಗೆಲ್ಲ ಅಂದರೆ ದೊಡ್ಡವರಿಗೆಲ್ಲ ಬಹು ಇಷ್ಟವಾಗಿತ್ತು. ಅದರಲ್ಲಿಯೂ ಶ್ರೀನಿವಾಸನು ಫ್ರಾಕ್, ಸ್ಕರ್ಟ್ ಹಾಕಿ ಹುಡುಗಿಯಾಗಿ ಕುಣಿಯುತ್ತಿದ್ದರೆ ಉಲ್ಲಸಿತವಾದ ಮುಗ್ಧ ಜಗತ್ತು ಕುಣಿದಂತೆ ಭಾಸವಾಗ್ತಿತ್ತು.! ಮಕ್ಕಳಿಗೂ ಅದು ಬಹಳ ಖುಷಿಯಾದ, ಇಷ್ಟವಾದ ಪ್ರದರ್ಶನ ಅಂತ ನಾವಂದುಕೊಂಡಿದ್ರೆ ಅವರಿಗೆ ಅದಕ್ಕಿಂತ ಹೆಚ್ಚಾಗಿ ಟಿಪ್ಪು ಸುಲ್ತಾನ ಫೇವರೇಟ್ ಆಗಿದ್ದ. ದೊಡ್ಡೋರಾಗ್ತಾ ನಾವು ಬಾಲ್ಯ ಜಗತ್ತನ್ನು ಕಟ್ಟಿಕೊಂಡು ಖುಷಿ ಪಟ್ರೆ ಅವರು ದೊಡ್ಡೋರಾಗೋಕೆ ಇಷ್ಟಪಡ್ತಿದ್ರು! "ನಾನು ಮಾತ್ರ ಇಷ್ಟೇ ಸಣ್ಣ ಯಾಕೋ ಗೊತ್ತಿಲ್ಲ" ಎಂಬ ಮಕ್ಕಳ ಕವನ ನೆನಪಾಗಿತ್ತು ನಂಗೆ.

ಮೊನ್ನೆ ಆಗ ರೆಪರ್ಟರಿಯಲಿದ್ದ ಇಬ್ಬರು ನಟರನ್ನು ಕೇಳಿದೆ. ಏನ್ರಯ್ಯಾ? ಈಗ ಏನನಿಸ್ತದೆ ಆ ದಿನಗಳ ಬಗ್ಗೆ ಅಂತ. ಅವರಲ್ಲೊಬ್ಬ ಕೋಳಿ ಶೀನ ಖ್ಯಾತಿಯ ಶ್ರೀನಿವಾಸ ನಾಯ್ಕ. ಅವನೀಗ ಕುಮಟಾದಲ್ಲಿರುವ ಮೊರಾರ್ಜಿ ವಸತಿ ಶಾಲೆಯ ಪ್ರಾಂಶುಪಾಲನಾಗಿ ಕೆಲಸ ಮಾಡ್ತಿದಾನೆ. ನಿರಂತರವಾಗಿ ರಂಗ ಚಟುವಟಿಕೆಗಳನ್ನು ಶಾಲೆಯಲ್ಲಿ ಸಂಘಟಿಸುತ್ತಲೇ ಇರುತ್ತಾನೆ. "ಆಗಂತೂ ಅದೆಷ್ಟೋ ಸಲ ಅರೆಹೊಟ್ಟೆ ಊಟ, ಏನೂ ಉಪಯೋಗಕ್ಕೆ ಬಾರದವ ಎಂಬ ರೀತಿಯಲ್ಲಿ ಮನೆಮಂದಿ

ಬೀರುವ ಉಗ್ರನೋಟ ಇವೆಲ್ಲವೂ ನಮ್ಮನ್ನು ಹೈರಾಣಾಗಿಸುತ್ತದೆ ಎನಿಸಿದಾಗಲೆಲ್ಲ, ಪ್ರದರ್ಶನದಲ್ಲಿ ಸಿಗುವ ಆನಂದ ನಮ್ಮನ್ನು ಕಾಪಾಡುತ್ತಿತ್ತು. ಇಂದು ಶಾಲೆಯೊಂದನ್ನು ಸಮಾಜದ ಜತೆ ಬೆಸೆಯುವ ಕೆಲಸವನ್ನೇನಾದರೂ ನಾನು ಮಾಡಿದ್ದರೆ ಅದಕ್ಕೆ ಕಾರಣ ಆ ಸಮಯದ ಕಲಿಕೆಯೇ ಆಗಿದೆ" ಎಂದ.

ಇನ್ನೊಬ್ಬ, ಸಂತೋಷ ಸಂಕೊಳ್ಳಿ. ಸಂಕೊಳ್ಳಿ ಟಿಪ್ಪು ಸುಲ್ತಾನ. ಈಗ ಕಲೆಯನ್ನೇ ಬದುಕಿನ ಮುಖ್ಯ ಆಧಾರವಾಗಿ ಆಯ್ದುಕೊಂಡವನು. ಅವನಂತಾನೆ "ಪಾಠ ನಾಟಕ ತಿರುಗಾಟ ಮಾಡಿದೆವು ನಿಜ. ಅದರಿಂದ ನಾವು ಕಲಿತ ಪಾಠವೇ ಹೆಚ್ಚು. ಊರಿಂದ ಊರಿಗೆ ಶಾಲೆಯಿಂದ ಶಾಲೆಗೆ ಗೋಣಿ ಚೀಲದಲ್ಲಿ ಪರಿಕರವನ್ನು ಹೊತ್ತೊಯ್ಯುತ್ತಿದ್ದೆವು. ನಮ್ಮ ಕೈಚೀಲದಲ್ಲಿ ಬಾವಿಯಲ್ಲಿ ಬಿದ್ದ ಚಂದ್ರನಿದ್ದ, ಟಿಪ್ಪುವಿನ ಖಡ್ಗವಿತ್ತು, ಬಾಯ್ತೆರೆದ ಮೊಸಳೆಯ ಮುಖವಿತ್ತು. ಹೆಗಲ ಮೇಲೆ ಮುಂದಿನ ಕನಸೂ ಇತ್ತು. ಶಾಲೆಯಲ್ಲಿ ಸಿಕ್ಕ ಚಿಲ್ಲರೆಗಳನ್ನು ಹಂಚಿಕೊಳ್ಳುವಾಗ ದಾರಿ ಸರಿ ಇದೆಯೋ ಇಲ್ಲವೋ ಎಂಬ ಭಯವೂ ಇತ್ತು. ಆದರೆ ಇಂದು ಕಲೆಯನ್ನೇ ನಂಬಿ ಅದನ್ನೇ ವೃತ್ತಿಯಾಗಿಸಿಕೊಂಡು ಎಲ್ಲರಂತೆ ಬದುಕುತ್ತಿದ್ದೇವೆ. ಪಾಠ ನಾಟಕ ರೆಪರ್ಟರಿ ಬದುಕಿಗೆ ಬೇಕಾದದ್ದು ಎಲ್ಲವನ್ನೂ ಕಲಿಸಿತು ಎಂದು ಹೇಳುತ್ತಿಲ್ಲ, ಬದಲಾಗಿ ಅದು ಬದುಕು ಹೇಗೆಲ್ಲ ಇದೆ ಎಂದು ಕಲಿಸಿತು. ಚಂದ್ರ, ಖಡ್ಗ, ಮೊಸಳೆಯಂತೆ; ಕನಸು, ಹೋರಾಟ, ಭಯಗಳ ಸಮ್ಮಿಶ್ರಣವಿದೆ ಇಲ್ಲಿ. ಇವೆಲ್ಲವನ್ನೂ ಜೊತೆಗೆ ಹೊತ್ತುಕೊಂಡು ಸಾಗುವದೇ ಜೀವನ."

ರೆಪರ್ಟರಿ ನಡೆಯುತ್ತಿದ್ದ ಆ ಕಾಲದಲ್ಲಿ ಒಮ್ಮೊಮ್ಮೆ ಹಾವೇರಿಯಿಂದ ರಾತ್ರಿ ಹೊತ್ತಿಗೆ ಒಂದೆರಡು ಟೊಮೆಟೋ, ಆಲೂಗಡ್ಡೆ, ಈರುಳ್ಳಿ, ಮೊಟ್ಟೆ ಹಿಡಿದು ಹೊನ್ನಾವರದ ನಮ್ಮ ನಟರ ಕುಟೀರಕ್ಕೆ ಹೋಗುತ್ತಿದ್ದೆ. ಬಸಿದ ಅನ್ನಕ್ಕೆ ಹಸಿ ಈರುಳ್ಳಿ ಟೊಮೆಟೋ ಕಲಸಿ, ಬೇಯಿಸಿದ ಆಲೂಗಡ್ಡೆ ಮತ್ತು ಮೊಟ್ಟೆಯನ್ನು ನಂಚಿಕೊಳ್ಳುತ್ತ ಅರೆ ಮುಂಜಾವಿನ ತನಕ ಮಾತನಾಡುತ್ತಿದ್ದೆವು. ಮಾತೆಂದರೆ ಮತ್ತೇನು? ರಂಗದ ಮಾತೇ. ರಂಗದ ಮಾಂತ್ರಿಕ, ಮೋಹಕ ಶಕ್ತಿಯ ಪರಿಚಯ ಎಲ್ಲ ಮಕ್ಕಳಿಗೂ ಆಗುವಂತೆ ಮಾಡಬೇಕು; ಮುಂದೆ ಸಾಧ್ಯವಾದರೆ ಸುಸಜ್ಜಿತ ರೆಪರ್ಟರಿ ನಡೆಸಬೇಕು, ಅದರಲ್ಲಿ ಎಂತಹ ನಾಟಕಗಳನ್ನು ಆಡಬೇಕೆಂದರೆ, ಅದನ್ನು ನೋಡಿದ ಈಗಿನ ಮಕ್ಕಳಿಗೆ ಮುಂದೆ ಅವರು ಹರೆಯಕ್ಕೆ ಬಂದಾಗ ಅವರ ಬದುಕಿಗೆ ಪ್ರಸ್ತುತವಾಗಬಲ್ಲ ವಿಷಯವಿರಬೇಕು.. ಅಂತೆಲ್ಲ, ಎಂತೆಲ್ಲ ಕನಸಿನ ಮಾತುಗಳು ಬಂದು ಹೋಗುತ್ತಿದ್ದವಲ್ಲಿ!

ಅರ್ಥವಿಲ್ಲ... ಸ್ವಾರ್ಥವಿಲ್ಲ... ಬರಿಯ ಭಾವಗೀತ...

⌘

ಹೆಜ್ಜೆ
12

‘ಬೀದಿ ರಂಗ’ವೆಂಬ ಭೂಮಿಯ ಹಾಡು

ಅಕ್ಷರ ಆಂದೋಲನದ ಸಮಯದಲ್ಲಿ ನಟನಾಗಿ ಈ ಬೀದಿ ರಂಗಕ್ಕೆ ಅಧಿಕೃತ ಪ್ರವೇಶ ಪಡೆದ ನನಗೆ ಆ ನಂತರ ಅದೊಂದು ಬಗೆಯ ಗೀಳಾಗಿಯೇ ಮಾರ್ಪಟ್ಟಿತು. ನಾನು ಕಟ್ಟಹೊರಟ ಎಷ್ಟೋ ನಾಟಕದಲ್ಲಿ ಅದು ಛದ್ಮವೇಷಧಾರಿಯಾಗಿಯಾದರೂ ಪ್ರವೇಶ ಪಡೆದಿರುತ್ತದೆ. ಬೀದಿ ರಂಗಭೂಮಿ ನನ್ನೊಳಗೆ ಆ ಪರಿಯಾದ ಮೋಹವಾಗಿ ಬೆಳೆದಿದ್ದು ಹೇಗೆ ಅಂತ ತಿಳಿಯದಿದ್ದರೂ ಯಾಕೆ ಅಂತ ಈಗ ಹುಡುಕ ಹೊರಟರೆ ಕೆಲವು ಕಾರಣಗಳನ್ನು ಹೀಗೆ ಪತ್ತೆ ಹಚ್ಚಬಹುದೇನೊ?.

ನಟನಾಗಿ ನನಗೆ ಅದೊಂದು ಮಿತಿಯಿಲ್ಲದ ಅವಕಾಶ ಎಂದೇ ಯಾವತ್ತೂ ತೋರುವದು. ಭೂ ವ್ಯೋಮವನ್ನು ಆವರಿಸಿ ಬೆಳೆಯಬಹುದಾದ ಅದರ 'ಸ್ಪೇಸ್', ದೇಹ ಮತ್ತು ದನಿಯ 'ಎನರ್ಜಿ'ಯನ್ನು ರಂಗಸ್ಥಳದ ಆಚೆಯೂ ಚಾಚಿಕೊಳ್ಳುತ್ತ ಎದುರು ಇರುವ ಪ್ರೇಕ್ಷಕರ ಕಣ್ಣಲ್ಲಿ ಕಣ್ಣಿಟ್ಟು ಮಾತನಾಡುವ, ಅವರನ್ನು ತಲುಪುವ, ಅವರ ಕಣ್ಣ ಹೊಳಪನ್ನು ಅನುಭವಿಸುವ, ಅವರು ಸಹಮತ ಹೊಂದಿದರು ಎಂಬ ಉತ್ತರವನ್ನು ಅಲ್ಲೇ ಪಡೆಯುವ ರೋಚಕತೆ ಅನುಭವಿಸುವ, ನೆಲವನ್ನು ಚಪ್ಪರಿಸುತ್ತ ಚಿಮ್ಮಬಹುದಾದ ಉತ್ಸಾಹದ ಉಲ್ಲಾಸ ಪಡೆಯುವ ಹೀಗೆ ಹಲವು ಅಮೃತ ಗಳಿಗೆಗಳು ಅಲ್ಲಿ ದೊರಕುತ್ತವೆ; ನಾನದರ ರೋಮಾಂಚನವನ್ನು ಎಷ್ಟೋ ಸಾರಿ ಅನುಭವಿಸಿದ್ದೇನೆ. ಅಲ್ಲೇ ಡ್ರಾ ಆಗುವ ಲಾಟರಿಯ ರೋಚಕತೆ ಇದೆ ಅದಕ್ಕೆ.

ಇದರ ವಿನ್ಯಾಸ ನಮ್ಮ ಸ್ಮೃತಿಗಳಲ್ಲಿ ಸಹಜ ಭಾವವಾಗಿ ಉಳಿದುಕೊಂಡಿದೆ. ನಾವು ದಿನನಿತ್ಯ ನೋಡುವ ಅನುಭವಿಸುವ ಪ್ರಕೃತಿ ಸಹಜ ಚಟುವಟಿಕೆಯಲ್ಲೂ

ಅದರ ಆಕಾರವಿದೆ. ಹಗಲು ರಾತ್ರಿಯ ದಿನದ ಚಲನೆಯ ಚಕ್ರದ ಗತಿಯಲ್ಲಿ, ಋತುಮಾನಗಳ ಆವರ್ತನದ ರೀತಿಯಲ್ಲಿ, ಬುಡಕಟ್ಟಿನ ಮನೆಗಳ ವಿನ್ಯಾಸದಲ್ಲಿ, ಹಲವಾರು ಆಚರಣಾ ಮೂಲವಾದ ಮಂಡಲಗಳ ಕುಣಿತಗಳ ನಡೆಯಲ್ಲಿ, 'ಸೆಂಟರ್ ಈಸ್ ದಿ ಗಾಡ್' ಎಂಬ ಪರಿಕಲ್ಪನೆಯ ಹಲವು ವಿಧದ ತಾಂತ್ರಿಕ ರಂಗೋಲಿಗಳಲ್ಲಿ ಹೀಗೆ ಇವೆಲ್ಲ ವೃತ್ತಗಳೂ ನಮ್ಮೊಳಗಿನ ಲೋಕ ಗ್ರಹಿಕೆಯ ಭಾಗವಾಗಿಯೂ ಬೆಳೆದು ಬಂದಿರುವದೂ ಕಾರಣ ಆಗಿರಬಹುದು.

ಬೀದಿಯಲ್ಲಿನ ಹಲವು ಪ್ರದರ್ಶನಗಳು, ಅವು ದೊಂಬರ ಸರ್ಕಸ್ ಆಟವಿರಲಿ, ಸೈಕಲ್ ಸರ್ಕಸ್ ಪ್ರದರ್ಶನವಿರಲಿ, ಬಸ್ ಸ್ಟ್ಯಾಂಡಿನ ಪಕ್ಕದಲ್ಲಿ ಹಾವಾಡಿಗನ ಆಟವಿರಲಿ ಅಥವಾ ನನ್ನನ್ನು ತುಂಬ ಪ್ರಭಾವಿಸಿದ ಯಕ್ಷಗಾನದ ಪ್ರಮುಖ ಚಲನೆಗಳಿರಲಿ ಎಲ್ಲವೂ 'ವೃತ್ತವೇ, ಸರ್ಕಲ್ಲೇ.'

ಇಲ್ಲಿ ಸಂವಹನೆ ನಡೆಯುವದು ನಾಟಕದೊಳಗೆ ಇರುವ ಮನುಷ್ಯ ಮತ್ತು ನಾಟಕದಾಚೆ ಅದನ್ನು ನಿಂತು ನೋಡುತ್ತಿರುವ ಮನುಷ್ಯರ ನಡುವೆ. ಹೀಗಾಗಿ ತಾನೇನೋ ಬಹು ಮುಖ್ಯವಾದ ಸಾಮಾಜಿಕ ಜವಾಬ್ದಾರಿ ನಿರ್ವಹಿಸುತ್ತಿದ್ದೇನೆ ಎಂದು ನಟರಾದ ನಮಗೆ ಅನಿಸಿಬಿಡುತ್ತದೆ. ಹೀಗಾಗಿ ಹಲವು ತ್ಯಾಗಗಳಿಗೂ ನಾವು ಸಿದ್ಧರಾಗುತ್ತೇವೆ. ಅಕ್ಷರ ಆಂದೋಲನದ ಸಮಯದಲ್ಲಿ ಬೀದಿನಾಟಕದ ತಿರುಗಾಟದಲ್ಲಿರುವಾಗ ಜನರ ಪ್ರತಿಕ್ರಿಯೆಗಳಿಂದ ಉತ್ತೇಜಿತರಾಗಿ ಒಂದೆರಡು ಪ್ರದರ್ಶನ ಹೆಚ್ಚಿಗೆ ನೀಡಿ, ಸಮಯಕ್ಕೆ ಸರಿಯಾಗಿ ಹೋಗಬೇಕಿದ್ದ ಸ್ಥಳಕ್ಕೆ ತಲುಪಲಾಗದೇ ಅಲ್ಲೆಲ್ಲೋ ಶಾಲಾ ವರಾಂಡದ ಮೇಲೆ ಮಲಗಿ, ಹಸಿವಾಯ್ತೆಂದು ಅಲ್ಲಿಯೇ ರಸ್ತೆ ಪಕ್ಕದ ತೆಂಗಿನ ಮರದಿಂದ ಕಾಯಿ ಇಳಿಸಿ ಕಲ್ಲಿನಿಂದ ಜಜ್ಜಿಕೊಂಡು ಅದನ್ನು ತಿಂದು ಹಸಿವನ್ನು ನೀಗಿಸಿಕೊಂಡ ಎಷ್ಟೋ ಸಂದರ್ಭಗಳುಂಟು. ಅವ್ಯಾವುದೂ ಕಷ್ಟಕರ ಅಂತ ಆಗ ಅನಿಸದೇ ಇರುವ ಪವಾಡಕ್ಕೆ ಇವೆಲ್ಲವೂ ಕಾರಣ.

ಮತ್ತೆ, ಇದಕ್ಕಿರುವ ಶೈಕ್ಷಣಿಕ ಸಂಬಂದ. ಸಮಾಜ ಶಿಕ್ಷಣದ ಭಾಗವಾಗಿಯೇ ಇವು ಬಳಕೆಯಲ್ಲಿರುವುದು. ರಂಗಭೂಮಿಗಿರುವ ಶೈಕ್ಷಣಿಕ ಮುಖ ಈ ಪ್ರಕಾರದಲ್ಲಿ ಮುನ್ನೆಲೆಯಲ್ಲೇ ಇದೆ. ಆಚರಣಾತ್ಮಕ ರಂಗಭೂಮಿಯಲ್ಲಿ ಪ್ರಕೃತಿಯಲ್ಲಿ ನಾವು ಯಾವ ಬದಲಾವಣೆ ಆಗಬೇಕೆಂದು ಅಂದುಕೊಳ್ಳುತ್ತೀವೋ ಅದರ ಪುನರಭಿನಯ ಮಾಡುತ್ತೇವೆ ತಾನೆ. ಹೋಮಿಯೋ ಪ್ಯಾತಿಕ್ ಮ್ಯಾಜಿಕ್ ಅಂತಲೂ ಇವನ್ನು ಕರೆಯಲಾಗುತ್ತದೆ. ಸಮಾನ ಪ್ರವರ್ತಕ ತಂತ್ರ. ಜಗತ್ತಿನಾದ್ಯಂತ ಇಂತಹ ಆಚರಣಾ ಪ್ರದರ್ಶನಗಳಿವೆ. ಡಬ್ಬಿ, ತಗಡು ಬಾರಿಸಿ, ಎತ್ತರದ ಮರ ಏರಿ ನೀರನ್ನು ಚಿಮುಕಿಸಿ ಮಳೆಯನ್ನು ಆವಾಹಿಸುವದು, ಕೃಷಿ ಆಚರಣೆಗಳ ಪುನರಭಿನಯದ ಮೂಲಕ ಬೆಳೆಯ ಫಲವಂತಿಕೆಗೆ ಪ್ರಾರ್ಥಿಸುವದು ಹೀಗೆ ಹಲವು. ಇವೆಲ್ಲವೂ

ಬದಲಾವಣೆಯನ್ನು ಆಶಿಸಿಯೇ ಪ್ರಯೋಗವಾಗುವ ರಂಗಾಚರಣೆಗಳು. ಬೀದಿರಂಗವೂ ಅಷ್ಟೆ. ಸಮಾಜದಲ್ಲಿ ನಿರ್ದಿಷ್ಟ ಬದಲಾವಣೆಯನ್ನು ಉದ್ದೇಶಿಸಿಯೇ ರೂಪುಗೊಂಡಿರುತ್ತದೆ. ಜಗತ್ತನ್ನು ಬದಲಾಯಿಸುವ ಜನರಿಗಾಗಿ ಪ್ರದರ್ಶಿಸಲ್ಪಡುವ ನಾಟಕ ಪ್ರಕಾರ' ಎಂತಲೇ ಇವು ಪ್ರಸಿದ್ಧ; ಥೇಟ್ ಶಿಕ್ಷಣದ ವ್ಯಾಖ್ಯೆಯಂತೆಯೇ!.

ಈ ಶೈಕ್ಷಣಿಕ ಕಾರಣಗಳಂತೂ ಶಿಕ್ಷಕನಾಗಿ ನನಗೆ ಬಹಳ ಹತ್ತಿರ ಅನಿಸಿದ್ದು ಸಹಜವಿರಬಹುದು. ಜತೆಗೆ ಇದರ ಸರಳ ಮತ್ತು ವೇಗವಾದ ಸ್ವ-ಭಾವ, ಪ್ರೊಸೀನಿಯಂ ರಂಗಭೂಮಿಯಲ್ಲಿ ಮುಖ್ಯ ಅನಿಸಿದ ಎಷ್ಟೋ ಅನುಕೂಲಗಳನ್ನು ಇದು ಬಯಸದೇ ಬಡತನವನ್ನು ಅಪ್ಪುವ ರೀತಿ, ಸಂದುಗೊಂದು, ಹಾದಿ ಬೀದಿ, ತಿಳಿಹಗಲು ಯಾವಾಗ ಬೇಕಿದ್ದರೂ, ಎಲ್ಲಿ ಬೇಕಿದ್ದರೂ ಎಂಬ ಇದರ ಸ್ಥಿತಿಸ್ಥಾಪಕ ಗುಣ ಇತ್ಯಾದಿಗಳ ಕಾರಣದಿಂದಾಗಿಯೂ ಹಲವು ಬೀದಿ ನಾಟಕಗಳನ್ನು ಅಥವಾ ಬೀದಿಯಲ್ಲಿ ನಾಟಕಗಳನ್ನು ನಾನು ಸಮಾಜದಲ್ಲಿ ಎಂತೋ ಅಂತೇ ಶಾಲಾ ಪರಿಸರದಲ್ಲಿಯೂ ಕಟ್ಟಲು ಅನುಕೂಲವಾಯಿತು.

ನಾನು ಈ ಹಿಂದೆ ಕೆಲಸ ಮಾಡುತ್ತಿದ್ದ ಪ್ರೌಢಶಾಲೆ ಕಚವಿಯಲ್ಲಿ ವಿದ್ಯಾರ್ಥಿ ನಟರ ಜತೆ ಸೇರಿ ಹಲವಾರು ಬೀದಿ ನಾಟಕಗಳನ್ನು ಪ್ರಯೋಗಿಸಿದ್ದಿದೆ. ರಾಷ್ಟ್ರೀಯ ಉತ್ಸವಗಳ ಮತ್ತು ರಾಜ್ಯೋತ್ಸವಗಳ ದಿನದಂದು ಶಾಲಾ ಮಕ್ಕಳೆಲ್ಲ ಊರ ಮಧ್ಯದಲ್ಲಿ ನಡೆಯುವ ಧ್ವಜಾರೋಹಣೆಗಾಗಿ ಅಲ್ಲಿಯ ಪಂಚಾಯತಿ ಕಟ್ಟಡದ ಎದುರು ಸೇರುತ್ತಿದ್ದೆವು. ಆ ಸಮಯದಲ್ಲಿ ನಮ್ಮ ಮಕ್ಕಳ ಬೀದಿ ನಾಟಕ ಖಾಯಂ ಆಗಿತ್ತು. ಭಗತ್ ಸಿಂಗ್, ಎಲ್ಲವೂ ಸ್ವಾತಂತ್ರ್ಯಕ್ಕಾಗಿ, ದೇವಿಯ ಬೆಳಕು, ಕಸಾಸುರ, ಉಪ್ಪಿನ ಸತ್ಯಾಗ್ರಹ, ಅಂಧೇರ್ ನಗರಿ ಮುಂತಾದ ನಾಟಕಗಳು ಈ ಸಂದರ್ಭಕ್ಕೆಂದೇ ರೂಪಿತವಾಗಿದ್ದವು. ಕ್ರಮೇಣ ಇವುಗಳ ಪ್ರಸಿದ್ಧಿಯಿಂದಾಗಿ ಸುತ್ತಮುತ್ತಿನ ಶಾಲಾ ಆವರಣ, ಊರ ಸಮಾರಂಭ, ಸ್ಕೌಟ್ ಮೇಳಗಳು ಹೀಗೆ ಹಲವು ಕಡೆ ಆಮಂತ್ರಿತವಾಗಿ ಪ್ರದರ್ಶನಗಳು ನಡೆಯುತ್ತಿದ್ದವು. ನಟರು ತಮ್ಮೆದುರಿನಲ್ಲಿಯೇ ಪಾತ್ರವಾಗುವ ಮಾಯಕವನ್ನು ಬಿಟ್ಟಗಣ್ಣಿನಿಂದ ಪ್ರೀತಿ ಮತ್ತು ಬೆರಗಿನಿಂದ ಪ್ರೇಕ್ಷಕರು ನೋಡುತ್ತಿದ್ದರೆ ನಟರಾಗಿರುವ ಮಕ್ಕಳ ಒಳಗು ಹಿಗ್ಗುವುದನ್ನು, ಅವರು ಅವರನ್ನು ವಿಸ್ತರಿಸಿಕೊಳ್ಳುತ್ತ ನಡೆದುದನ್ನು, ಪ್ರೇಕ್ಷಕರ ಆ ಕ್ಷಣದ ಪ್ರತಿಕ್ರಿಯೆಯ ಮಾತುಗಳನ್ನು ಅರಗಿಸಿಕೊಂಡು ಪ್ರತ್ಯುತ್ಪನ್ನ ಮತಿಗಳಾಗಿದ್ದನ್ನೂ ಸಾಕಷ್ಟು ಸಲ ಕಂಡಿರುವೆ. ಆ ಮಟ್ಟಿಗಿನ ಶಿಕ್ಷಣವನ್ನು ನಾನು ತರಗತಿಯ ಕೋಣೆಯೊಳಗೆ ಕಳೆದ ಮೂವತ್ತು ವರ್ಷಗಳಿಂದಲೂ ನೀಡಲಾಗಿಲ್ಲ. ಬೀದಿ ನಾಟಕ ಶಾಲಾ ಶಿಕ್ಷಣದ ಬಹು ಮುಖ್ಯ ಸಾಧನವಾಗಬಲ್ಲದು; ರಾಜಕೀಯ ಕಾರಣಕ್ಕೂ.

ನಾನು ಉತ್ತರ ಕನ್ನಡ ಜಿಲ್ಲೆಗೆ ವರ್ಗವಾಗಿ ವಾಪಾಸು ಬಂದಾಗ ವಿಜಯಮ್ಮ ಬರೆದಿರುವ 'ಬಂದರೋ ಬಂದರು' ಮುಂತಾದ ಬೀದಿ ನಾಟಕಗಳನ್ನು ಕಾಲೇಜು

ವಿದ್ಯಾರ್ಥಿಗಳ ಜತೆ ಹೊನ್ನಾವರದ ಹಲವು ಊರುಗಳಲ್ಲಿ ಪ್ರಯೋಗಿಸಿದ್ದೆ. ಉತ್ತರ ಕನ್ನಡ ಜಿಲ್ಲೆಯಲ್ಲಿ ಭಾರತ ಜ್ಞಾನ-ವಿಜ್ಞಾನ ಸಮಿತಿಯ ನೇತೃತ್ವದಡಿ ಸಂತಸ ಕಲಿಕೆಯ ಚಿಣ್ಣರ ಮೇಳಗಳನ್ನು ಸುಮಾರು ನೂರರಷ್ಟು ಶಾಲೆಗಳಲ್ಲಿ ಸಂಘಟಿಸುವ ಸಂದರ್ಭದಲ್ಲಿ, ಅದರಲ್ಲಿ ಪಾಲ್ಗೊಂಡ ಶಿಕ್ಷಕರಿಗೆ ನೀಡುತ್ತಿದ್ದ ರಂಗ ತರಬೇತಿಯನ್ನು ಬಯಲುಗಳಲ್ಲಿ ನೀಡುತ್ತ, ನಿಧಾನವಾಗಿ ಬೀದಿ ರಂಗದ ಕೆಲವು ಪಟ್ಟುಗಳನ್ನು ಪರಿಚಯಿಸಿ ಅದನ್ನು ಅವರಿಗೆ ಆತ್ಮೀಯಗೊಳಿಸಲು ಯತ್ನಿಸಿದ್ದೆ. ಇದೇ ಸಂಘಟನೆಯಡಿ, ಜಿಲ್ಲೆಯ ಯುವಕರೊಂದಿಗೆ ನಮ್ಮ ಸಮಾಜ, ನಮ್ಮ ಜೀವನ, ನಮ್ಮ ಆರ್ಥಿಕತೆ, ನಮ್ಮ ಧರ್ಮ ಮುಂತಾದ ಸಂವಾದ ಗೋಷ್ಠಿಗಳನ್ನು ನಡೆಸತೊಡಗಿದ್ದ ಸಮಯಗಳಲ್ಲಿ ಬೀದಿ ನಾಟಕದ ಒಂದು ಪ್ರಯೋಗ ಕಡ್ಡಾಯವಾಗಿ ಪ್ರದರ್ಶನಗೊಳ್ಳುವಂತೆ ನೋಡಿಕೊಂಡೆವು. ಮುಂದೆ ಸಾಕ್ಷರತೆಯ ಸಮಾಲೋಚನಾ ಸಭೆ, ಶಿಕ್ಷಕರ ಸಮಾಲೋಚನಾ ಸಭೆ, ನವ ಸಾಕ್ಷರರ ಸಭೆ ಹೀಗೆ ಎಲ್ಲೆಲ್ಲಿ ಜನರ ಕೂಡುವಿಕೆ ಇರುತ್ತದೋ ಅದರಲ್ಲೂ ಮುಖ್ಯವಾಗಿ ಶೈಕ್ಷಣಿಕ ಸಂಬಂಧದ ಸೇರುವಿಕೆ ಇರುತ್ತದೋ ಅಲ್ಲೆಲ್ಲ ಬೀದಿ ನಾಟಕ ಪ್ರಯೋಗಿಸುತ್ತಿದ್ದೆವು. ಧರ್ಮದ ಸಾಮರಸ್ಯ ಸಾರುವ ಕಲ್ಲು ಬರೇ ಕಲ್ಲು, ನಾವೆಲ್ಲ ಒಂದು ಎಂಬ ನಾಟಕ, ರಾಜಕೀಯ ವಿಡಂಬನೆಯ ಖುರ್ಚಿ ಎಂಬ ನಾಟಕ ಸಾಕಷ್ಟು ಪ್ರಸಿದ್ಧಿಯನ್ನೂ ಗಳಿಸಿತ್ತು. ಆಗೆಲ್ಲ ನಮಗೆ ನಾಟಕದ ವಸ್ತುವನ್ನು ಮುಟ್ಟಿಸುವುದೇ ಮುಖ್ಯ ಧ್ಯೇಯವಾಗಿತ್ತು. ರಂಗಾತ್ಮಕತೆಗೆ ಸಂಬಂಧಿಸಿದಂತೆ ತುಂಬ ಪ್ರಯೋಗಗಳನ್ನೇನೂ ಮಾಡಿದ್ದಿರಲಿಲ್ಲ. ಆ ಬಗೆಯ ಪ್ರಯತ್ನ ಆರಂಭಿಸಿದ್ದು ವಿಜ್ಞಾನ ವರ್ಷಾಚರಣೆಯ 2004ರ ಜಾಥಾದಲ್ಲಿ.

'ಚಿಂತನ' ಉತ್ತರ ಕನ್ನಡ ಸಂಘಟನೆಯಿಂದ ಕರಾವಳಿ ವಿಜ್ಞಾನ ಜಾಥಾ ಎಂಬ ಬೀದಿ ನಾಟಕಗಳ ತಿರುಗಾಟವನ್ನು 2004ರಲ್ಲಿ ಆರಂಭಿಸಿದ್ದಾಗ ಅದರಲ್ಲಿ ಮಕ್ಕಳಿವ ರೇನಮ್ಮ, ಬಲಿ, ಚೆಲ್ಲಿದರು ಮಲ್ಲಿಗೆಯ ಎಂಬ ನಾಟಕಗಳನ್ನು ಪ್ರಯೋಗಿಸಿದ್ದೆವು. ಆ ಪ್ರಯೋಗಗಳಲ್ಲಿ ಬಣ್ಣ ಬಣ್ಣದದ ವೇಲ್‌ಗಳನ್ನು ಮತ್ತು ಕೋಲುಗಳನ್ನು ಬಳಸಿ ಹಲವಾರು ವಿನ್ಯಾಸಗಳನ್ನು ಹುಡುಕಿಕೊಂಡೆವು. ಈ ವಿನ್ಯಾಸಗಳು ಮುಂದೆ ತಿರುಗಾಟದ ಸಮಯದಲ್ಲಿ ಉಂಟುಮಾಡಿದ ಪರಿಣಾಮ ಮಹತ್ವದ್ದಾಗಿತ್ತು. ಅದೊಂದು ಅಧ್ಯಯನದ ಅವಕಾಶವೂ ಆಗಿ ನನಗೊದಗಿ ಬಂದಿತ್ತು.

ಚಿಂತನ ರಂಗ ಅಧ್ಯಯನ ಕೇಂದ್ರದಿಂದ ನಾವು ಮಾಡಿದ ಎರಡು ಮಹತ್ವದ ಬೀದಿ ನಾಟಕದ ತಿರುಗಾಟ ನಮ್ಮ ಕಲಾ ಕಲಿಕೆಯ ಬದುಕಿನಲ್ಲಿ ಮಹತ್ವದ ಪಾತ್ರ ವಹಿಸಿತು. ಒಂದನೆಯ ತಿರುಗಾಟ ಅಸ್ಪೃಶ್ಯತಾ ನಿವಾರಣೆಯ ಆಂದೋಲನದ ಅಂಗವಾಗಿ ಪ್ರೀತಿ ಪದಗಳ ಪಯಣ ಎಂಬ ಹೆಸರಿನಲ್ಲಿ ನಡೆಸಿದ್ದಾದರೆ, ಇನ್ನೊಂದು ತಿರುಗಾಟ ಸಾಹಿತ್ಯ ಸಮ್ಮೇಳನಕ್ಕಾಗಿ ನಡೆಸಿದ್ದು. ಪ್ರೀತಿ ಪದಗಳ ಪಯಣ ಜಾಥಾದ

ಸಂಘಟಕರಾಗಿ ವಿಠ್ಠಲ ಭಂಡಾರಿ ಮತ್ತು ಯಮುನಾ ಗಾಂವ್ಕರ್ ಜಿಲ್ಲೆಯಾದ್ಯಂತ ಉತ್ತಮ ಸಂಘಟನೆ ಮಾಡಿದ್ದರು. ಅಲ್ಲಿಯ ಭಾಷಣಗಳು, ಹಾಡುಗಳು, ನಾವು ಪ್ರದರ್ಶಿಸಿದ್ದ ಪೇಂಟಿಂಗ್‌ಗಳು ಮತ್ತು ನಾಟಕಗಳು ಎಲ್ಲವೂ ಯೋಜನಾಬದ್ಧವಾಗಿತ್ತು. ಕಿರಣಭಟ್ ಜತೆ ಸೇರಿ ಕಟ್ಟಿದ ಇದರ ನಾಟಕದಲ್ಲಿ ಸಿದ್ದಲಿಂಗಯ್ಯನವರ ಉತ್ತರ ದಿಕ್ಕಿನ ರಾಣಿ ಕವನದ ರೂಪಕ, ಹೀಗೊಂದು ಅತ್ಯಾಚಾರ ಎಂಬ ನಾಟಕ, ತುಂಬ ಪ್ರಭಾವಶಾಲಿಯೂ ಆಗಿತ್ತು. ದೇಹ ದನಿಗಳ ಬಳಕೆಯ ನಿಖರತೆ, ತೀವ್ರವಾದ ಚಲನೆಗಳು ನಿರ್ದಿಷ್ಟ ಪರಿಣಾಮ ಉಂಟು ಮಾಡುತ್ತಿದ್ದವು. ನಿಧಾನವಾಗಿ ನಮ್ಮ ತಂಡದ ನಟರ ಚಿಂತನಾ ಕ್ರಮ ಬದಲಾದದ್ದು, ಅನ್ಯರೊಂದಿಗೆ ಅವರು ಬೆರೆಯುವ ಬಗೆಯಲ್ಲಿ ಆದ ಮಾರ್ಪಾಡುಗಳನ್ನು ಸ್ಪಷ್ಟವಾಗಿ ಗುರುತಿಸಬಹುದಾಗಿತ್ತು.

ಉತ್ತರ ಕನ್ನಡದ ಜೋಯ್ಡಾ ಎಂಬ ಗಡಿನಾಡ ತಾಲೂಕು ಅಲ್ಲಿ ವಾಸಿಸುವವರಿಗೆ ಶಾಪಗ್ರಸ್ಥ ಸ್ಥಳವಾಗಿ ಮಾರ್ಪಾಡಾಗಿತ್ತು. ಯಾವ ಸೌಲಭ್ಯವೂ ಇಲ್ಲದ ಆ ತಾಣ, ಬಹುತೇಕ ಬುಡಕಟ್ಟು ಜನಾಂಗದಿಂದಲೂ ತುಂಬಿರುವುದರಿಂದ ಶೋಷಣೆಯ ಕೇಂದ್ರ ಸ್ಥಾನವೂ ಆಗಿತ್ತು. ನಮ್ಮ ಜಿಲ್ಲೆಯ ಜಾಗೃತ ಪ್ರಜ್ಞೆಯಂತಿರುವ ಡಾ.ಆರ್.ವಿ.ಭಂಡಾರಿಯವರು ಆ ವರ್ಷ ಸಾಹಿತ್ಯ ಸಮ್ಮೇಳನದ ಅಧ್ಯಕ್ಷರಾಗಿದ್ದರು. 'ತಾನು ಅಧ್ಯಕ್ಷನಾಗಬೇಕೆಂದರೆ ಜೋಯ್ಡಾದಲ್ಲಿಯೇ ಸಮ್ಮೇಳನ ನಡೆಸಬೇಕೆಂಬ' ಶರತ್ತು ವಿಧಿಸಿಯೇ ಅವರು ಒಪ್ಪಿದ್ದರು. ನಾವೆಲ್ಲ ಅಂದರೆ ನಮ್ಮ ಜಿಲ್ಲೆಯ ಮುಕ್ಕಾಲು ಪಾಲು ಜನರು ಜೋಯ್ಡಾ ಎಂಬ ನಮ್ಮ ಜಿಲ್ಲೆಯ ತಾಲೂಕನ್ನು ಅದುವರೆಗೂ ನೋಡಿಯೇ ಇರಲಿಲ್ಲ. ಈ ಸಮ್ಮೇಳನ ಅಲ್ಲಿಯ ಜನರ ಸಮಸ್ಯೆಗಳ ಕುರಿತು ಮುಖ್ಯ ಚರ್ಚೆಯನ್ನು ಎತ್ತಬೇಕೆಂಬುದು ಎಲ್ಲರ ಆಶಯ. ಹೀಗಾಗಿ ನಾವು ಸಮ್ಮೇಳನದ 10 ದಿನ ಮೊದಲು 'ಉತ್ತರ ಕಾಣದ ಕನ್ನಡ' ಎಂಬ ಬೀದಿ ನಾಟಕ ಸಿದ್ಧಪಡಿಸಿಕೊಂಡು ಜಿಲ್ಲೆಯ ಹಲವೆಡೆ ಮತ್ತು ಮುಖ್ಯವಾಗಿ ಜೋಯ್ಡಾದ ಹಳ್ಳಿಗಳಲ್ಲಿ ನಾಟಕ ಪ್ರದರ್ಶಿಸುತ್ತ ಅವರನ್ನೆಲ್ಲ ಸಾಹಿತ್ಯ ಸಮ್ಮೇಳನಕ್ಕೆ ಆಹ್ವಾನಿಸಿದ್ದೆವು. ಜೋಯ್ಡಾದ ಪರಿಸರ, ಅಲ್ಲಿಯ ಜನರ ಬದುಕನ್ನು ನೇರವಾಗಿ ನೋಡಿದ ಅನುಭವ ನಮ್ಮನ್ನು ಹೆಚ್ಚು ಮನುಷ್ಯರನ್ನಾಗಿಸಿತ್ತು ಎನ್ನಬಹುದೇನೋ. ಪ್ರೇಕ್ಷಕ ಪ್ರಧಾನ ರಂಗನೆಲೆಯ ಸರಿಯಾದ ಅರಿವು ಆಗತೊಡಗಿದ್ದೂ ಆಗಲೇ.

ಜನ ನಾಟ್ಯ ಮಂಚ್ ತಂಡದ ಔರತ್ ನಾಟಕದಲ್ಲಿನ ಆರಂಭದಲ್ಲಿ ಬಳಕೆ ಯಾದ ಮಾರ್ಘಿ ಅಹ್ಮದಿ ಊಸುರೆ ಅವರ ಕವನವನ್ನು ಕಿರಣ ಭಟ್ ನಾನೊಬ್ಬ ಹೆಣ್ಣು ಎಂಬ ಹೆಸರಿನಲ್ಲಿ ಅನುವಾದಿಸಿದ್ದರು. ಆ ಕವನವನ್ನು ತಿಳವಳ್ಳಿಯ ಸ್ತ್ರೀ ಶಕ್ತಿ ಸಂಘದ ಮಹಿಳೆಯರಿಗಾಗಿ ಹಾಗೂ ರಾಜ್ಯ ಮಟ್ಟದ ಮಹಿಳೆ ಮತ್ತು ಸಂಸ್ಕೃತಿ ಶಿಬಿರದ ಮಹಿಳೆಯರಿಗಾಗಿ ನಿರ್ದೇಶಿಸಿದ್ದೆ. ಮುಂದೆ 'ಸಮುದಾಯ'ದ ನಿರ್ದೇಶಕರ ತರಬೇತಿ ಕಮ್ಮಟದಲ್ಲಿ ಅದನ್ನು ಕಲಿಕಾ ಪಠ್ಯವಾಗಿ ಬಳಸಿಕೊಂಡಾಗ,

ಜನ ನಾಟ್ಯ ಮಂಚ್ ತಂಡದ ಸುಧನ್ವ ದೇಶಪಾಂಡೆ ಜತೆಗಿದ್ದು ಬೀದಿನ ೯ಾಟಕದ ಸೂಕ್ಷ್ಮಗಳ ಕುರಿತು ಸಾಕಷ್ಟು ಚರ್ಚೆ ನಡೆಸಿದ್ದರು. ಆ ಕವನ ಮತ್ತೆ ಮತ್ತೆ ಬೇರೆ ಬೇರೆ ಲಯದಲ್ಲಿ ಭಿನ್ನ ಭಿನ್ನ ಸಂಯೋಜನೆಯಲ್ಲಿ ಬೆಳೆಯುತ್ತಲೇ ಇರುವುದನ್ನು ನೋಡುತ್ತ ವಿಸ್ಮಯಪಟ್ಟಿದ್ದೇನೆ. ಆಡುವವರು ಯಾರು ಎಂಬುದರ ಮೇಲೆಯೂ ಪಠ್ಯ ವಿಕಾಸಗೊಳ್ಳುವ ಬಗೆಗೂ ಅದು ನನಗೆ ಅಧ್ಯಯನದ ಮಾದರಿಯೇ ಆಗಿದೆ.

ಬೀದಿ ನಾಟಕದ ಅತ್ಯುತ್ತಮ ಪ್ರದರ್ಶನ ನೋಡಲು ನನಗೆ ದೊರೆತಿದ್ದು ಮೈಸೂರು ರಂಗಾಯಣದ ಬಹುರೂಪಿ ಉತ್ಸವದಲ್ಲಿ. ಜನ ನಾಟ್ಯ ಮಂಚ್ ಸದಸ್ಯರನ್ನು ಪ್ರಸನ್ನ ಆಮಂತ್ರಿಸಿದ್ದರು. ಅವರು ಹೇಳಿ ನೀವ್ಯಾರ ಕಡೆ ನಾಟಕವನ್ನು ಪ್ರಯೋಗಿಸಿದ್ದರು. ಮುಂದೆ, ಹಿಂದಿಯಲ್ಲಿದ್ದ ಆ ನಾಟಕವನ್ನು ಐ.ಕೆ.ಬೊಳುವಾರು ಅವರು ಕನ್ನಡಕ್ಕೆ ರೂಪಾಂತರಿಸಿಕೊಟ್ಟರು. ಆ ಪಠ್ಯವನ್ನು ಬೇರೆಬೇರೆ ಬಗೆಯಲ್ಲಿ ಹಲವು ತಂಡಗಳ ಜತೆ ಪ್ರಯೋಗಿಸಿದೆ. ಕೆಲಸಗಾರ/ಗುಲಾಮ ಮತ್ತು ರಾಜನ ಕತೆ ಇದು. ಮೂರು ಹಂತದಲ್ಲಿ ಈ ಕತೆ ಬೆಳೆಯುತ್ತದೆ. ಪ್ರತಿ ಹಂತದಲ್ಲಿ ಕತೆಯನ್ನು ನಿಲ್ಲಿಸಿ ಪ್ರೇಕ್ಷಕರೊಂದಿಗೆ ಸಂಭಾಷಿಸಬಹುದಾದ ಅವಕಾಶವಿದೆ ಈ ನಾಟಕದಲ್ಲಿ. ಆರಂಭದಲ್ಲಿ ರೂಢಿಗತ ನಂಬಿಕೆಯಂತೆ ರಾಜನ ಪರವಾಗಿಯೇ ವಾದ ಮಾಡುವವರೆಲ್ಲರೂ ಕತೆ ಬೆಳೆದ ಹಾಗೆ ತಾವು ಎಲ್ಲಿ ಎಡವಿದ್ದೇವೆ ಎಂಬುದನ್ನು ವಿಮರ್ಶಿಸಿಕೊಳ್ಳುವಂತೆ ಅವರನ್ನು ಚಿಂತನೆಗೆ ಹಚ್ಚುವ ತುಂಬ ಜಾಣ್ಮೆಯ ಸಂಯೋಜನೆ ಇರುವ ಕಥನವಿದು. ಹಾವೇರಿಯಲ್ಲಿ ಬಂಡಾಯ ಸಾಹಿತ್ಯದ ವಿಚಾರ ಸಂಕಿರಣದ ಸಂದರ್ಭದಲ್ಲಿ ಈ ನಾಟಕವನ್ನು ಸತೀಶ ಕುಲಕರ್ಣಿ ಸಂಘಟಿಸಿದ್ದರು. ಬರಗೂರು ರಾಮಚಂದ್ರಪ್ಪ ಅಂದಿನ ಮುಖ್ಯ ಅತಿಥಿ. ವಿಚಾರ ಸಂಕಿರಣ ಮುಗಿಸಿ ಹೊರಗಿನ ಬಯಲಿನಲ್ಲಿ ನಾಟಕ ನಡೆಸಿದೆವು. ಕಥನದ ಪ್ರತಿ ಹಂತದಲ್ಲಿಯೂ ನಾನು ನಿರೂಪಕನಾಗಿ ಪ್ರೇಕ್ಷಕರೊಂದಿಗೆ ಸಂಭಾಷಿಸುತ್ತಲಿದ್ದೆ. ಬರಗೂರರಿಗೆ ಮಧ್ಯ, ಚರ್ಚೆಯಲ್ಲಿ ಮಾತನಾಡುವ ಮನಸ್ಸಿದ್ದು ಅವರು ಆ ಕುರಿತು ಸೂಚನೆ ನೀಡಿದರೂ ನಾನು ಬೇಕೆಂದೇ ಅವರನ್ನು ಮಾತನಾಡಗೊಡಲಿಲ್ಲ. ನಾಟಕದ ಅಂತಿಮ ಘಟ್ಟದಲ್ಲಿ 'ಒಂದೆಡೆ ರಾಜ, ಇನ್ನೊಂದೆಡೆ ಗುಲಾಮ ಇದ್ದಾನೆ, ಹೇಳಿ ನೀವ್ಯಾರ ಕಡೆ?' ಅನ್ನುವ ಮಾತಿದೆ. ನಾನು ಆ ಮಾತು ಮುಗಿದ ತಕ್ಷಣ ನಾಟಕೀಯವಾಗಿ ಅವರಿಗೆ ಮೈಕ್ ಕೊಟ್ಟೆ, ಅದುವರೆಗೂ ಉತ್ತೇಜಿತರಾಗಿ ತುಡಿಯುತ್ತಿದ್ದ ಅವರು, ವ್ಯವಸ್ಥೆ ಪೋಷಿಸುವ ಚಿಂತನಾ ಕ್ರಮದ ವಿರುದ್ಧ ನೋಡಬೇಕಾದ ನೋಟದ ಬಗ್ಗೆ ವಿವರಿಸುತ್ತಾ, ಕತೆಯ ಉದ್ದಕ್ಕೂ ಅಲ್ಲಿಯ ಗುಲಾಮ ಎದುರಿಸುವ ಹಲವು ಸಂದರ್ಭಗಳು ಬೇರೆ ಬೇರೆ ಸ್ವರೂಪದಲ್ಲಿ ತಮ್ಮ ಜೀವನದಲ್ಲಿಯೂ ಹೇಗೆ ಎದುರಾಗಿತ್ತು ಎಂಬುದನ್ನು ವರ್ಣಿಸುತ್ತಾ "ನಾನು ಗುಲಾಮನ ಕಡೆ" ಎಂದು ಅವರು ಘೋಷಿಸಿದಾಗ ಅರ್ಧ ಘಂಟೆ ಕಳೆದಿತ್ತು. ಅವರ ಮಾತು ಅಂದು

ಸೇರಿದವರಿಗೆ ನಾಟಕದ ಭಾಗವಾಗಿಯೇ ಕಂಡಿತ್ತು. ಅವರು ನಾಟಕದಲ್ಲಿನ ನಿರೂಪಕನ ಕೆಲಸವನ್ನು ಅವರಿಗೆ ತಿಳಿಯದೇ ಮಾಡಿದ್ದರು. ಆಗ ತಾನೆ ಮುಗಿದಿದ್ದ ಸಭಾಂಗಣದ ಒಳಗಿನ ಅವರ ಭಾಷಣಕ್ಕಿಂತ ಇದು ತುಂಬ ಹೃದ್ಯವಾಗಿತ್ತೆಂದು ಹಲವರು ಅಭಿಪ್ರಾಯಪಟ್ಟರು. ನಿಜ. ನೋಡುವವರಿಗೆ ಇದು ನಮ್ಮದೇ ಕತೆ ಅಂತ ಅನಿಸುವ ಹಾಗೆ ಮಾಡಬಹುದಾದ ಬಹು ದೊಡ್ಡ ಅವಕಾಶವಿದು.

ಆಗ ನಾನು ಶಿವಮೊಗ್ಗ ವಿಶ್ವವಿದ್ಯಾಲಯದ ವಿದ್ಯಾರ್ಥಿಗಳ ಜತೆ ನಾಟಕ ಕಟ್ಟುತ್ತಿದ್ದೆ. ನಮ್ಮನ್ನು ಅಗಲಿದ ಸಿ.ಜಿ.ಕೆ. ಅವರಿಗೆ ಬೀದಿ ನಾಟಕಗಳ ಮೂಲಕ ಗೌರವ ನಮನ ಸಲ್ಲಿಸಲು ಸಮುದಾಯ ಬಯಸಿತ್ತು. ಶಶಿಧರ ಬಾರಿಘಾಟರ ಆಮಂತ್ರಣದ ಮೇರೆಗೆ ಶಿವಮೊಗ್ಗ ಸಮುದಾಯದ ಸಂಘಟನೆಯಡಿ ವಿಶ್ವವಿದ್ಯಾಲಯದ ವಿದ್ಯಾರ್ಥಿಗಳನ್ನು ಸಿದ್ಧಮಾಡಿ ಬೆಂಗಳೂರಿಗೆ ಕೊಂಡೊಯ್ದಿದ್ದೆ. ಅಲ್ಲಿಯ ಸಂಸ ಬಯಲು ರಂಗಮಂದಿರದ ನೆಲದ ಮೇಲೆ ನಾಟಕಗಳ ಪ್ರಯೋಗಕ್ಕೆ ಸಿದ್ಧತೆ ಆಗಿತ್ತು. ನಾಡಿನ ಬೇರೆ ಬೇರೆ ತಂಡಗಳು ಆಗಮಿಸಿದ್ದವು. ನಾವಾಗ ಪ್ರಯೋಗಿಸಿದ್ದು ಡುಂಡಿರಾಜರ ಕವನ 'ಇಷ್ಟು ಬೇಗ ಮದುವೆ ಯಾಕವ್ವ' ಆಧರಿಸಿದ ಪ್ರಯೋಗ. 20 ನಿಮಿಷ ಅವಧಿಯದು. ಆ ಕವನದ ಜತೆ ಬಿ.ಎಚ್.ಶ್ರೀಧರರ 'ಪುಟ್ಟದೊಂದು ಪಟ್ಟಣ' ಕವನವನ್ನೂ ಜೋಡಿಸಿದ್ದೆ. ಹಾಡುಗಳ ನಡುವಿನ ತಾಣದಲ್ಲಿ ಸ್ಥಾಪಿತ ಮೌಲ್ಯಗಳ ವಿಡಂಬನೆ. ಲೇವಡಿ. ಹಾಸ್ಯ ಎಲ್ಲವೂ ಇತ್ತು. ಎಂಟರಿಂದ ಹತ್ತು ಭಿನ್ನ ಬಗೆಯ ಕಾವ್ಯಾತ್ಮಕ ದೃಶ್ಯ ಸಂಯೋಜನೆ. 'ಬಲೂನು ಮತ್ತು ಸೂಜಿ' ಬಳಸಿ ಹೆಣ್ಣಿನ ಕನಸು ಭಗ್ನಗೊಳ್ಳುವ ರೂಪಕವನ್ನು ಸೃಷ್ಟಿಸಿದ್ದೆ ಅದು ಎಲ್ಲರ ಗಮನಸೆಳೆದಿತ್ತು. ಆ ಸಮಯದಲ್ಲಿಯೇ ನಮಗೆ ಬೆಲ್ಚಿ, ಪತ್ರೆಸಂಗಪ್ಪನ ಕೊಲೆ ಮುಂತಾದ ನಾಟಕಗಳನ್ನು ನೋಡಲು ಸಿಕ್ಕಿದ್ದು. ನಾಟಕಗಳು ಮುಗಿದ ನಂತರವೂ ಸಿ.ಜಿ.ಕೆ. ನೆನಪಿನ ಮಾತುಗಳು, ರಂಗಗೀತೆಗಳು ಸರಿಸುಮಾರು ಮುಂಜಾನೆಯವರೆಗೂ ನಡೆದಿತ್ತು. ಬಯಲಿನ ಗುಂಗು ಸಂಪೂರ್ಣ ಆವರಿಸಿದ ದಿನವದು.

ಶಿವಮೊಗ್ಗ ವಿಶ್ವವಿದ್ಯಾಲಯದ ವಿದ್ಯಾರ್ಥಿಗಳಿಗಾಗಿ ನಿರ್ದೇಶಿಸಿದ ಮೆಟ್ಟಿಲ ಕತೆಗಳು, ನ್ಯಾಯದ ಬಾಗಿಲು, ಬದುಕು ಬಂಧೀಖಾನೆ, ಮಹಿಳಾ ಭಾರತ ಮುಂತಾದ ನಾಟಕಗಳು ಬೀದಿ ನಾಟಕದ ದಟ್ಟ ಛಾಯೆಯಿಂದಲೇ ರೂಪಿಸಿದ್ದಾದರೆ ಕ್ಲಾಸಿಕಲ್ ಮಾದರಿಯ ನಾಟಕವೊಂದನ್ನು ಬೀದಿ ರಂಗದ ಸಾಧ್ಯತೆ ಬಳಸಿ ಮಾಡಿದ ಪ್ರಯೋಗ 'ಪುರೂರವ'. ಸಾಂಕೇತಿಕ ಆಹಾರ್ಯಗಳನ್ನು ಬಳಸುತ್ತ ನಟರ ದೇಹವನ್ನೇ ಆತ್ಯಂತಿಕ ಸಾಧನವಾಗಿ ರೂಪಿಸಿಕೊಂಡು ನಿರ್ಮಿಸಿದ ಇದರ ಶಿವಮೊಗ್ಗ, ಉತ್ತರ ಕನ್ನಡ, ಮೈಸೂರು ಮೊದಲಾದ ಕಡೆ ಜರುಗಿತು. ಇನ್ನೊಮ್ಮೆ ಹೀಗಾಯ್ತು. ದಿವಂಗತ ಡಿ.ಕೆ.ಚೌಟರ ಮೂರು ಹೆಜ್ಜೆ ಮೂರು ಲೋಕ ನಾಟಕವನ್ನು ಕಟ್ಟುವಾಗ ನನ್ನ ಪ್ರಜ್ಞೆಗೂ ಮೀರಿ ಅದರಲ್ಲಿ ಬೀದಿ ರಂಗದ ಅಂಶಗಳು

ಸೇರಿಕೊಂಡಿದ್ದವು. ಅದರ ಪ್ರಯೋಗವಾಗುವಾಗ ಪ್ರೇಕ್ಷಕರು ಸಮೀಪದಲ್ಲಿರುವ ಆಪ್ತ ರಂಗಭೂಮಿಯ ಸಂದರ್ಭವಾದರೆ ಅದು ಪರಿಣಾಮಕಾರಿಯಾಗಿಯೂ, ಪ್ರೇಕ್ಷಕ ದೂರದ ಅಪ್ಪಟ ಪ್ರೊಸೀನಿಯಂನಲ್ಲಿಯಾದರೆ ನೀರಸವಾಗಿಯೂ ಕಾಣುತ್ತಿದ್ದುದನ್ನು ಕಣ್ಣಾರೆ ಕಂಡಿದ್ದೇನೆ. ಪ್ರತಿಯೊಂದು ರಂಗ ವಿನ್ಯಾಸವೂ ಅದು ನಾಟಕ ರೂಪುಗೊಳ್ಳುವದಕ್ಕೆ ಮಾತ್ರವಲ್ಲದೇ ಪ್ರೇಕ್ಷಕರನ್ನೂ ಸೇರಿಯೇ ರೂಪುಗೊಳ್ಳಬೇಕಾಗುತ್ತದೆ ಎಂಬ ಪಾಠವೂ ನನಗಾಯ್ತು.

ಬೀದಿ ನಾಟಕಗಳ ಕುರಿತು ತುಂಬ ಅಪಕಲ್ಪನೆಗಳಿವೆ. ವ್ಯವಸ್ಥೆಯ ವಿರುದ್ಧ ಎದ್ದು ನಿಂತ ಪ್ರಕಾರಕ್ಕೇ ಒಂದು ವ್ಯವಸ್ಥೆಯ ಬಂಧನ ತೊಡಿಸಿದ ಮಡಿವಂತರೂ ಇದ್ದಾರೆ. ಎಲ್ಲರೂ ವರ್ತುಲವಾಗಿಯೇ ಕುಳಿತುಕೊಳ್ಳಬೇಕು, ಘೋಷಣೆ ಇರಲೇ ಬೇಕು, ತಮಟೆಯನ್ನು ಬಳಸಲೇ ಬೇಕು, ರಂಗ ಪರಿಕರಗಳನ್ನು ಬಳಸಲೇ ಕೂಡದು, ಆ ಕ್ಷಣದ ಸಮಸ್ಯೆಗೆ ಮಾತ್ರ ಸ್ಪಂದಿಸುವ ವಿಷಯ ವಸ್ತು ಹೊಂದಿರಬೇಕು ಇತ್ಯಾದಿ. ಬಂಗಾಳದಲ್ಲಿ ವಿದ್ಯಾರ್ಥಿ ಒಕ್ಕೂಟ ಟ್ಯಾಗೋರರ 'ಕಾಲೇರ್ ಜಾತ್ರಾ' ದಂತಹ ಕ್ಲಾಸಿಕ್ ಅನ್ನು ಬೀದಿಯಲ್ಲಿ ಪ್ರಯೋಗಿಸಿದ್ದು ಒಂದು ಮಾದರಿಯಾದರೆ, ದೆಹಲಿ ಸಾರಿಗೆ ಸಂಸ್ಥೆ ಬಸ್ ದರವನ್ನು ಹೆಚ್ಚಿಸಿದ ಕಾರಣಕ್ಕಾಗಿ ಆ ಹೆಚ್ಚಳ ಜಾರಿಯಾದ 24

ತಾಸಿನ ಒಳಗೆ ಡಿ.ಟಿ.ಡಿ.ಸಿ. ಕಾ ದಾಂಡ್ಲಿ ಎಂಬ 12 ನಿಮಿಷದ ನಾಟಕವನ್ನು ಜನ ನಾಟ್ಯ ಮಂಚ್ ಪ್ರಯೋಗಿಸಿದ್ದೂ ಒಂದು ಮಾದರಿ. 'ಚಿತ್ರಾ' ತಂಡ ಬೀದಿಯಲ್ಲಿ ಮಾಡಿದ ನಾಟಕಗಳೂ ಒಂದು ಮಾದರಿಯಾದರೆ, ಸಮುದಾಯದ್ದೂ ಇನ್ನೊಂದು ಮಾದರಿ. ಅದು ತಕ್ಷಣದ ಪ್ರತಿಕ್ರಿಯೆಯೇ, ಪೋಸ್ಟರ್ ಆಗಿಯೇ ಇರಬೇಕೆಂದಿಲ್ಲ. 'ಜನಂ' ತಂಡವೇ ಹೇಳುವಂತೆ ಕೆಲವು ನಾಟಕ ಸಿದ್ಧತೆಗೆ 3 ತಿಂಗಳು ತೆಗೆದುಕೊಂಡಿದ್ದೂ ಇದೆ. ಸಮುದಾಯ ರೆಪರ್ಟರಿಗಾಗಿ ನಾನು ನಿರ್ದೇಶಿಸಿದ 'ಗೋಡೆಗೆ ಕತೆ ಹೇಳಿ' ಎಂಬ ಬೀದಿ ನಾಟಕವು ಕೆಲವು ಪರಿಕರಗಳನ್ನೂ, ಬೇರೆ ಬೇರೆ 'ಲೆವಲ್'ಗಳನ್ನೂ, ಹಲವು ಬಗೆಯ ಸಂಗೀತ ಮತ್ತು ಚಲನೆಗಳನ್ನೂ ಬಳಸಿಕೊಂಡಿತ್ತು. ತುಂಬ ಜನ ಹಿರಿಯರಿಗೆ ಅದು ಕಸಿವಿಸಿ ಉಂಟುಮಾಡಿತ್ತು. ಬೆಂಗಳೂರಿನಲ್ಲಿ ಪ್ಯಾಲಿಸ್ತೀನ್ ತಂಡ ಮತ್ತು ಜನಂ ಸೇರಿ ಸಿದ್ಧಪಡಿಸಿದ ನಾಟಕದ ಜತೆ ನಮ್ಮ ಈ ನಾಟಕವೂ ಪ್ರಯೋಗ ಆದಾಗ ದೆಹಲಿಯಿಂದ ಆಗಮಿಸಿದ್ದ ಪ್ರಸಿದ್ಧ ನಿರ್ದೇಶಕಿ, ಗೊಂಬೆಯಾಟದ ದಂತ ಕತೆಯಂತಿರುವ ಅನುರೂಪ ರಾಯ್ ನಮ್ಮ ಬೀದಿ ನಾಟಕದ ವಿನ್ಯಾಸ ನೋಡಿ ಹರ್ಷಿಸಿದ್ದರು.

'ಬೀದಿ' ಅನ್ನುವದು ನಮ್ಮ ಪ್ರಜ್ಞೆಗೂ ಸಂಬಂಧಿಸಿದ್ದು. ಈ ಪ್ರಜ್ಞೆ ಮೂಡುತ್ತ ಹೋದ ಹಾಗೆ ಅದು ನಮ್ಮ ಸಂವೇದನೆಯಾಗಿ, ಜೀವನ ದೃಷ್ಟಿಯಾಗಿ ಮಾರ್ಪಾಡಾಗತೊಡಗುತ್ತದೆ. ನಿಜ. ಇದನ್ನು ರಾಜಕೀಯ ರಂಗಭೂಮಿ ಎನ್ನಬಹುದು. ಏಕೆಂದರೆ ಇದು ಪ್ರೇಕ್ಷಕರನ್ನು ಸುರಕ್ಷಿತ ಅಂತರದಿಂದ ನೋಡುವ, ವಿಮರ್ಶಿಸುವ ಸವಲತ್ತಿನಿಂದ ಕೆಳಗಿಳಿಸುತ್ತದೆ ಮತ್ತು ತನ್ನ ನೋಟ, ದೃಷ್ಟಿ ಇದನ್ನು ಪ್ರೇಕ್ಷಕರಿಗೆ ವರ್ಗಾಯಿಸುತ್ತದೆ. ಆ ಮೂಲಕ ಪ್ರೇಕ್ಷಕ ನಾಟಕದ ಭಾಗವಾಗುವಂತೆ, ವೈಯಕ್ತಿಕ ಅಭಿಪ್ರಾಯ, ಸಿದ್ಧಾಂತ, ಸಂಘರ್ಷಗಳನ್ನು ಸಾಮಾಜಿಕ ವೇದಿಕೆಯಲ್ಲಿ ಮೌಲ್ಯಮಾಪಿಸಿಕೊಳ್ಳುವಂತೆ ಒತ್ತಾಯಿಸುತ್ತದೆ.

ಈ ಬೀದಿ ಪ್ರಜ್ಞೆ ಉಂಟು ಮಾಡುವ ರಾಜಕೀಯ ಎಚ್ಚರ ಮತ್ತು ಇದರ ಪ್ರೇಕ್ಷಕ ಸಾಮೀಪ್ಯದ ವಿನ್ಯಾಸ ಎರಡನ್ನೂ ಬೀದಿ ನಾಟಕ ರೂಪದಲ್ಲಿಲ್ಲದ ಪ್ರೊಸೀನಿಯಂ ಮಾದರಿಯ ನಾಟಕಗಳಲ್ಲಿಯೂ ಬಳಸಿದ ಹಲವು ಉದಾಹರಣೆಗಳಿವೆ. ಈ ಬಗೆಯ ಕೆಲವು ಪ್ರಯೋಗಗಳನ್ನು ನಾನು ಪ್ರಯತ್ನಿಸುತ್ತಲೇ ಇರುವೆ. ಕಾವ್ಯರಂಗ, ಗಾಂಧಿ ಪಯಣ ಇತ್ಯಾದಿ ರೂಪಗಳು ಈ ಬಗೆಯ ಪ್ರಯತ್ನವೇ ಆಗಿದೆ.

ಬೀದಿ ರಂಗಭೂಮಿಗೆ ಅಪಾರ ಸಾಧ್ಯತೆ ಇದೆ. ಅದನ್ನು ರಂಗ ಶಾಲೆಗಳು ವೃತ್ತ ರಂಗಭೂಮಿ ಅನ್ನುವ ಪರಿಕಲ್ಪನೆಯಲ್ಲಾದರೂ ಪರಿಚಯಿಸಬೇಕು. ನಟ ತನ್ನನ್ನು ವಿಸ್ತರಿಸಿಕೊಳ್ಳೋದಕ್ಕೆ ಇದಕ್ಕಿಂತ ಉತ್ತಮ ತರಬೇತಿ ಇನ್ನೊಂದಿಲ್ಲ.

ವೈಯಕ್ತಿಕವಾಗಿ ಪಾತ್ರದ ಮನಃಶಾಸ್ತ್ರದೊಳಗೆ ಇಳಿ, ಕತ್ತಲಲ್ಲಿ ಪಿಸುಗುಟ್ಟು, ಮಂದ್ರ ದನಿಯನ್ನು (ಬೇಸ್ ವಾಯ್ಸ್) ಅಭ್ಯಾಸ ಮಾಡು, ಬೆಳಕಿನ ಸೋರ್ಸ್ ಪಡೆಯುವದನ್ನು ಅಭ್ಯಸಿಸು.. ಎಂಬುದನ್ನು ಮಾತ್ರವಲ್ಲ,

ಬೀದಿಗೆಳೆ, ಬೀದಿಯಲ್ಲಿ ನಿಲ್ಲು, ಬೀದಿಗೆ ಬಾ ಇತ್ಯಾದಿ ನುಡಿಗಟ್ಟುಗಳನ್ನೂ ಅಭ್ಯಸಿಸಬೇಕು. ಬೀದಿ ರಂಗಭೂಮಿಗೆ ರಂಗಸ್ಥಳದ ಪ್ರತ್ಯೇಕತೆ ಮಾತ್ರವೇ ಸಾಲದು ಅದರ ಜತೆಗೆ – "ಹೇಳಿ ನೀವ್ಯಾರ ಕಡೆಗೆ" – ಎಂಬ ಮ್ಯಾಕ್ಸಿಂ ಗಾರ್ಕಿಯ ಮಾತು,

"ಅವರು ಕೇಳುತ್ತಾರೆ ನೀನೇಕೆ ಹಾಡುವದಿಲ್ಲ ಹೂಗಳ ಕುರಿತು ಹಕ್ಕಿಗಳ ಕುರಿತು, ನಾನು ಹೇಳುತ್ತೇನೆ ನೋಡಿ ಬೀದಿಯಲಿ ರಕ್ತವಿದೆ" – ಎಂಬ ನೆರೂಡನ ಕವನದ ಸಾಲುಗಳು,

"ನಮಗೆ ಬೇಕಿರುವದು ರಂಗ ವೇದಿಕೆಯಲ್ಲ ಬೀದಿ ತಿರುವು, ಪ್ರೇಕ್ಷಕರಲ್ಲ ಸಮುದಾಯ" – ಎಂಬ ಪಿಸ್ಕೇಟರ್ ಅವರ ನುಡಿ ಅರ್ಥವಾದಲ್ಲಿ ಬೀದಿಯಲ್ಲಿ ನಾಟಕವಾಡುವ ಸ್ಥೈರ್ಯವಾದರೂ ಬಂದೀತು.

ಪದ ಮಾಂತ್ರಿಕ ಬೇಂದ್ರೆಯವರು ಬೀದಿಯಲ್ಲಿ ಸಿಕ್ಕ ಪದಗಳ ತಲೆ ಬಾಚಿ ಮಡಿಲಲಿರಿಸಿಕೊಳ್ಳುತ್ತಿದ್ದರಂತೆ.

⌘

ದಡವ ನೆಕ್ಕಿದ ಹೊಳೆ

ಹೆಜ್ಜೆ 13

ಕಾವ್ಯ ಮತ್ತು ರಂಗಭೂಮಿಯ ಕೂಡುಗೆಯ ಶೋಧದಲ್ಲಿ

ತುಂಬು ಪ್ರೇಮದಂತಿರುವ ಕಾವ್ಯವನ್ನೂ ಮತ್ತು ಸೌಂದರ್ಯ ಜ್ಞಾನದಿಂದ ತುಂಬಿರುವ ರಂಗಭೂಮಿಯನ್ನೂ ಸಮಾಸಗೊಳಿಸುವ ರಸಾಸ್ವಾದನೀಯ ಸಂಗತಿಯ ಕುರಿತು ತಾರ್ಕಿಕವಾಗಿ, ಅದೂ ಶುಷ್ಕ ಗದ್ಯದಲ್ಲಿ, ಅಂದರೆ ಪಕ್ಕಾ ಪುರುಷ ದನಿಯಲ್ಲಿ ಮಾತನಾಡುತ್ತಿರುವದಕ್ಕಾಗಿ ನನ್ನ ಕುರಿತು ನನಗೇ ವಿಷಾದವಿದೆ.

ಆದರೆ ನೀರಸವಾದರೂ ಸರಿಯೇ, ಇದರ ಕುರಿತು ಹೇಳಲೇ ಬೇಕಿದೆ ನನಗೆ. ಏಕೆಂದರೆ ರಂಗಭೂಮಿಯಲ್ಲಿ ನಿರಂತರವಾಗಿ ಕಾವ್ಯ ಮತ್ತು ಚಿತ್ರಗಳನ್ನು ಹುಡುಕುತ್ತಲೇ ಇರುವ ನನಗೆ ಆ ಎಂದಿಗೂ ಬತ್ತದ ತೊರೆಗಳ ಬಗ್ಗೆ, ವಿಪರೀತ ದಾಹವಿದೆ. ಹೀಗಾಗಿ ಕಾವ್ಯವನ್ನು ಅಭ್ಯಾಸಕ್ಕೆ ಎಂತೋ ಅಂತೇ ಪ್ರಯೋಗಕ್ಕಾಗಿಯೂ ಆರಿಸಿಕೊಂಡು ಅದನ್ನು ಶೈಕ್ಷಣಿಕ ಉದ್ದೇಶಕ್ಕಾಗಿ ರೂಪಿಸಿದ ಹಲವು ಪ್ರಯತ್ನಗಳನ್ನು ಅನೇಕ ವರ್ಷಗಳಿಂದ ಮಾಡುತ್ತಲೇ ಬಂದಿದ್ದೇನೆ. ಕಡಿಮೆ ವೇಳೆಯಲ್ಲಿ ಹೆಚ್ಚು ಸಂಗತಿಗಳನ್ನು ಚರ್ಚಿಸುವ, ನಮ್ಮ ನಡುವಿನ ಹಲವು ತಲ್ಲಣಗಳನ್ನು ಮತ್ತು ಅನೂಹ್ಯವಾದ ಹಲವು ಸಂಗತಿಗಳನ್ನು ನಟರ ಮೂಲಕ ಮಾತನಾಡಲು ಸಾಧ್ಯವಾಗುವ ಇಂತಹ ಹಲವು ಪ್ರಯೋಗಗಳು ಜಗತ್ತಿನಾದ್ಯಂತ ನಡೆಯುತ್ತಲೇ ಇದೆ. ನನ್ನ ಅಂತಹ ಕೆಲವು ಪ್ರಯೋಗಗಳು ಆ ಅಂತಹ ಪ್ರಯತ್ನಗಳ ಅಡಿಯ ಹುಡಿಯಾಗುವ ಯತ್ನದ್ದು.

ನಾಟಕವೂ ಒಂದು ಕಾವ್ಯವೇ. ಕಾವ್ಯದ ವಿಶಾಲ ವ್ಯಾಪ್ತಿಯೊಳಗೆ ನಾಟಕವೂ ಇದೆ. ಹಿಂದೆಲ್ಲ ಮಹಾ ಕಾವ್ಯಗಳನ್ನು ನಾಟಕವಾಗಿ ಅಭಿನಯಿಸುತ್ತಿದ್ದುದರಿಂದ 'ಕಾವ್ಯೇಷು ನಾಟಕಂ ರಮ್ಯಂ' ಎಂದೂ ಅನ್ನುತ್ತಿದ್ದರು. ಮಹಾ ಕಾವ್ಯಗಳ ಕತ್ತರಿಸಿದ ಭಾಗಗಳನ್ನು ನಾಟಕವಾಗಿ ಅಭಿನಯಿಸುತ್ತಿದ್ದುದರಿಂದ ಆ ಮಾತು ಪ್ರಚಲಿತದಲ್ಲಿತ್ತು. ಸೂತ್ರದಾರ, ನಟ, ಚೇಟ ಇತ್ಯಾದಿ ಮಹಾ ಕಾವ್ಯದಲ್ಲಿ ಇಲ್ಲದ ಪಾತ್ರಗಳು ನಾಟಕದಲ್ಲಿ ಸೇರಿಕೊಂಡಿದ್ದು ಈ ತುಂಡರಿಸಿದ ಕಾವ್ಯ ಕಥಾಭಾಗದ ಸಂವಹಿಸುವಿಕೆಗಾಗಿ ಆಗಿತ್ತು. ಆದರೆ ಅಲ್ಲಿ ಬಳಕೆಯಾದ 'ಕಾವ್ಯ' ಅನ್ನುವ ಪದ ಇದೆಯಲ್ಲಾ ಅದು ಈಗ ನಾವು ಯಾವ ಅರ್ಥದಲ್ಲಿ ಉಪಯೋಗಿಸುತ್ತಿದ್ದೇವೆಯೋ ಆ ಅರ್ಥದ್ದಲ್ಲ. ಆದರೆ ಈಗ ನಾವು ಬಳಸುತ್ತಿರುವ 'ಕಾವ್ಯ' ಅನ್ನುವ 'ಗುಣ' ಇದೆಯಲ್ಲಾ ಇದು ಅವೆಲ್ಲದರಿಂದಲೂ ಉನ್ನತವಾದುದು. ಕಾವ್ಯಾತ್ಮಕ ಸ್ಥಿತಿ ಅಂದರೆ ಮನುಷ್ಯ ತಲುಪಬಹುದಾದ ಆತ್ಯಂತಿಕ ಸ್ಥಿತಿ ಅನ್ನುವ ಅರ್ಥದಲ್ಲಿ ನಾವದನ್ನು ಪರಿಭಾವಿಸುತ್ತಿದ್ದೇವೆ. ದೃಶ್ಯದ ಮಾತುಗಳ ಮೂಲಕ ಅದೃಶ್ಯವನ್ನು ಕಾಣಿಸುವ, ಮೂರ್ತ ಸಂಗತಿಗಳ ಮೂಲಕ ಸಾಗುತ್ತ ಅಮೂರ್ತವನ್ನೂ ಕಾಣಿಸುವ, ಪರಿಚಿತ ಜಗತ್ತಿನ ಮೂಲಕ ಸಾಗುತ್ತ ಅಪರಿಚಿತ ಜಗತ್ತನ್ನು ಪರಿಚಿತಗೊಳಿಸುವ ಅದರ ಮರ್ಮ ಅರಿಯುವುದು ಎಲ್ಲ ಕಲೆಗಳಿಗೂ ಒಂದು ಸವಾಲು. ಮಾತಿಗೆ ನಿಲುಕದ್ದೊಂದನ್ನು ವರ್ಣಿಸುವಾಗ "ಓಹ್ ಅದು ಕಾವ್ಯದಂತಿದೆ" ಎಂದರೆ ಮತ್ತೆ ವಿವರ ಬೇಕೆನಿಸುವದಿಲ್ಲ. ಅದರ ಅನಿರ್ವರ್ಣನೀಯ ಲಾವಣ್ಯ ಅನುಭವಕ್ಕೆ ಬರತೊಡಗುತ್ತದೆ. ಅಲ್ಲಿಯ ಪ್ರತಿ ಮಾತೂ ಮಂತ್ರವೇ. ಕುಮಾರವ್ಯಾಸ ತನ್ನ ಕಾವ್ಯದಲ್ಲಿ ಹೇಳಿಕೊಳ್ಳುತ್ತಾನಲ್ಲ ತನ್ನ ಕಾವ್ಯವೆಂದರೆ ಅದು "ಬರಿಯ ತುಳಸಿಯ ಉದಕದಂತಿರೆ" ಎಂದು, ಹಾಗೆ ಬರಿಯ ನೀರು ತೀರ್ಥವಾಗುವ ಆ ಮ್ಯಾಜಿಕ್

ದಡವ
ನೆಕ್ಕಿದ
ಹೊಳೆ

ಶ್ರೀಪಾದ ಭಟ್

ಏನಿದೆ, ಅದನ್ನು ತನ್ನ ರಂಗದ ಬದುಕಿನಲ್ಲಿ ಸಾಧಿಸಿಕೊಳ್ಳುವದೇ ನಟರ ಸಾಧನೆ. ಮಾತನ್ನು ಮಂತ್ರವಾಗಿಸಿಕೊಳ್ಳಬೇಕಾದ ಅನಿವಾರ್ಯತೆ ಇದೆ ಅವರಿಗೆ. ಏಕೆಂದರೆ ರಂಗದ ಮೇಲೆ ಅವರು ಆಡುವ ಮಾತು ಎಂದರೆ ಅಲ್ಲಿ ಅದು ಅವರ ಸಾವು ಬದುಕಿನ ಪ್ರಶ್ನೆಯಂತೆ. ಒಮ್ಮೆ ಆಡಿದ ಮಾತನ್ನು ಅವರು, ಅಯ್ಯೋ! ತಪ್ಪಿತು ಎಂದು ಮತ್ತೊಮ್ಮೆ ಆಡಲು ಸಾಧ್ಯವಿಲ್ಲ. ಅದು ಅವರ ಅಥವಾ ಪಾತ್ರದ ಸಾವು. ಮಾತಿನ ಈ ವಿಷಯದಲ್ಲಿಯಂತೂ 'ತೊಟ್ಟಂಬನ್ನು ಮರಳಿ ತೊಡದಿರುವ ಶಪಥ'ವನ್ನೇ ಧರಿಸಬೇಕಾದ ನಟರಿಗಂತೂ ಕಾವ್ಯದ ಜಾಗರೂಕ, ಜಾಗೃತ ಸ್ಥಿತಿ ಬಹು ದೊಡ್ಡ ಪಾಠವಾಗಬಲ್ಲದು. ನಟರ ತರಬೇತಿಯಲ್ಲಿಯಂತೂ ಕಾವ್ಯದ ಅಭ್ಯಾಸ ಅವರ ದೇಹ ಭಾಷೆಯನ್ನೂ ಅಸಾಧಾರಣವಾಗಿ ತಿದ್ದಬಲ್ಲದು.

ಮೀಮಾಂಸಕರ ಪ್ರಕಾರ 'ಶಬ್ದ'ದ ಉಗಮವೇ ಕಾವ್ಯ. ಹಾಗೆ ನೋಡಿದರೆ ಪ್ರತಿ ಶಬ್ದವೂ ಕಾವ್ಯವೇ. ಕಾಲಾಂತರದಲ್ಲಿ ಅದನ್ನು ಬಳಸಿ ಬಳಸಿ ಅದರಲ್ಲಿಯ ಕಾವ್ಯತ್ವವು ಸಾಯತೊಡಗುತ್ತದೆ. ಆಗ ನಾವು ವಿಶೇಷಣಗಳ ಮೊರೆ ಹೋಗುತ್ತೇವೆ. ವಿಶೇಷಣಗಳು ಶಬ್ದಗಳಿಗೆ ಶಕ್ತಿ ತುಂಬುವ ಕೆಲಸ ಮಾಡುತ್ತವೆ. ಮುಂದೆ ಅತಿ ಬಳಕೆಯಿಂದ ವಿಶೇಷಣಗಳೂ ಶಕ್ತಿ ಕಳೆದುಕೊಳ್ಳುತ್ತವೆ. ಆಗ ಒತ್ತು ಕೊಟ್ಟು ಹೇಳಲು ಆರಂಭಿಸುತ್ತೇವೆ. ಅದೂ ಪರಿಣಾಮ ಬೀರದಂತಹ ಸ್ಥಿತಿಯಲ್ಲಿ ಆ ಶಬ್ದಗಳು ಮರೆಯಾಗಿಹೋಗುತ್ತವೆ. ಅದರ ಪುನರ್ಜನ್ಮ ಆಗೋದು ಕಾವ್ಯದಲ್ಲಿ. ಏಕೆಂದರೆ ಕಾವ್ಯದಲ್ಲಿ ಬಳಕೆ ಆದಾಗ ಅದು ಅದರ ಸ್ವಾಭಾವಿಕ ಪರಿಸರದಿಂದ ತಪ್ಪಿಸಿಕೊಂಡು ಬೇರೆಯದೇ ಪರಿಸರದಲ್ಲಿ ಕಾಣುತ್ತದೆ. ಅದು ಹೊಸತಾಗಿ ಗೋಚರಿಸುತ್ತದೆ. ಹಳೆಯ ನೆನಪುಗಳು ನಮಗೆ ಇರುವುದರಿಂದ ಈ ಪದಗಳು ಬೇರೆಯದೇ ಸಂದರ್ಭದಲ್ಲಿ ನಮಗೆ ಕೇಳಲ್ಪಟ್ಟು ಹೊಸ ಅನುಭವವನ್ನು ನಮಗೆ ತಂದುಕೊಡುತ್ತದೆ.

ಭಾಷೆಯು ಭಾವವನ್ನು ಅಭಿನಯಿಸಿದಾಗಲಷ್ಟೇ ಸಾಹಿತ್ಯವು ಸಾಹಿತ್ಯವೆನಿಸಿ ಕೊಳ್ಳುತ್ತದೆಯಷ್ಟೆ. ಇಲ್ಲಿ ಭಾಷೆಯು ರಂಗಭೂಮಿಯ ಒಸಗೆಗಳನ್ನು ಬಳಸಿ ಕೊಳ್ಳುತ್ತದೆ. ರಂಗಭೂಮಿಯಲ್ಲಿಯೂ ಅಷ್ಟೆ, ಹಲವು ರಂಗ ಸಮಯಗಳು, ರಂಗ ಭಾಷೆಗಳು ಮತ್ತೆ ಮತ್ತೆ ಬಳಸಲ್ಪಟ್ಟು ಅದೂ ನಿಶ್ಚಿತ ಪರಿಣಾಮ ಉಂಟು ಮಾಡುವಲ್ಲಿ ಸೋಲ ತೊಡಗಿದಾಗ ಕಾವ್ಯದ ಸಾಂಗತ್ಯ ಅದಕ್ಕೆ ಹೊಸ ಉಸಿರು ತುಂಬಬಲ್ಲದು. ಅಲ್ಲಿಯ ಪ್ರತಿಮೆಗಳು, ಸಂಕೇತಗಳು, ಚಿತ್ರಗಳು ರಂಗಭೂಮಿಯ ಭಾಷಾ ಪ್ರಯೋಗಕ್ಕೆ ಹೊಸ ಶಕ್ತಿಯನ್ನೂ, ಅರ್ಥವನ್ನೂ, ಅನುಭವವನ್ನೂ ತಂದುಕೊಡುತ್ತ ಕಾವ್ಯವು ರಂಗಭೂಮಿಗೆ ಪ್ರಾಣದಾಯಿನಿಯಾಗಿಯೂ ಒದಗಬಲ್ಲದು.

ಇನ್ನು, ಕಾವ್ಯವನ್ನೇ ರಂಗ ಮಾಧ್ಯಮಕ್ಕೆ ತರುವುದು ಭಾಷೆಗೂ ನೆರವು ನೀಡುವ ಸಂಗತಿಯೇ ಆಗಿದೆ. ನಮ್ಮ ಸಹಜ ಓದಿಗೆ ಭಾವವನ್ನು ತುಂಬಿಕೊಳ್ಳುವ

ಶಕ್ತಿ ಕಡಿಮೆ.. ಆದರೆ ಅದರ ಭಾವವನ್ನು ಅಭಿನಯಿಸಿದಾಗ 'ಭಾಷೆಯ ವಿಭಿನ್ನ ಬಳಕೆಯ ದನಿ' ಕಾಣಸಿಗುತ್ತದೆ. ಏಕೆಂದರೆ ಕಾವ್ಯವು ತನ್ನ ಎಲ್ಲ ಬಗೆಯ ಅರ್ಥಗಳನ್ನೂ ದೈನಂದಿನ ವ್ಯವಹಾರದಲ್ಲಿರುವ ಶಾಬ್ದಿಕ ಭಾಷೆಯ ಮೂಲಕವೇ ಕಂಡುಕೊಳ್ಳಬೇಕು. ಆದರೆ ರಂಗಭೂಮಿಯಲ್ಲಿ 'ಭಾಷೆ' ಎಂದರೆ ಅದು ಒಂದು ಸಂಕೀರ್ಣ ಘಟಕ. ಇಲ್ಲಿ ಶಾಬ್ದಿಕ ಭಾಷೆಯ ಜತೆಗೆ ಸಂಗೀತ, ಸನ್ನೆ, ದೃಶ್ಯ, ಸಂಕೇತ ಮುಂತಾದ ಶಬ್ಧೇತರವಾದ ಸಂಕೀರ್ಣ ಭಾಷೆಯೂ ಸೇರಿಕೊಳ್ಳುತ್ತದೆ. ಶಬ್ದ, ದೃಶ್ಯ, ಶ್ರವ್ಯ ಸೇರಿದ ಭಾಷೆ ಅದು. ಹೀಗಾಗಿ ಸಪ್ಪೆ ಎನಿಸಿದ ಹಲವು ಕಾವ್ಯಗಳು ಜೀವ ಪಡೆಯುವುದು ಹೀಗೆ; ಅದರ ಶಬ್ದಗಳ ಚಿತ್ರಗಳು ಕಾಣಸಿಕ್ಕಾಗ.

ಬರವಣಿಗೆಗೆ ಕೆಲ ಮಿತಿಗಳಿರುತ್ತವೆ. ಅದು ಭಾವವನ್ನು ಜತೆಗೆ ಕೊಂಡೊಯ್ಯುವಲ್ಲಿ ಬಹಳ ಕಡಿಮೆ ಶಕ್ತಿಯುತವಾದುದು. ಉದಾ. ಹೂಂಕಾರದ ಹಲವು ಸಾಧ್ಯತೆಗಳನ್ನು ಆಡು ಮಾತಿನಲ್ಲಿಯಂತೆ ಬರವಣಿಗೆಯಲ್ಲಿ ತೋರಿಸೋಕೆ ಕಷ್ಟ. ಕಾವ್ಯವು ಯಾವ ಭಾವವನ್ನು ಪ್ರತಿನಿಧಿಸಲು ಪ್ರಯತ್ನಿಸುತ್ತದೆ ಎಂಬುದನ್ನು ಅದರ ಸಂದರ್ಭ ವಿವರಗಳಿಂದ ತಿಳಿದುಕೊಳ್ಳಬೇಕಾಗುತ್ತದೆ. ಆದರೆ ಹೀಗೆ ಭಾಷೆಯ ಮಿತಿ ಹಾಗೂ ಬರವಣಿಗೆಯ ಮಿತಿಯನ್ನು ದಾಟಲು ಯತ್ನಿಸುವ ಒಂದು ಪ್ರಯತ್ನವೂ ಕಾವ್ಯ ಮತ್ತು ರಂಗಭೂಮಿಯ ಸಮಾಸದ ಹಿಂದಿರುತ್ತದೆ. ಇಲ್ಲಿ ರಂಗಭೂಮಿಯು ಭಾಷೆ ಅಭಿನಯಿಸಿದ ಭಾವವನ್ನು ಮತ್ತೆ ಅತಿ ಕಡಿಮೆ ರಂಗ ಪರಿಕರಗಳ ಸಹಾಯದಿಂದ ರಂಗಕ್ಕೆ ತರುವದು.

ಹೀಗೆ 'ರಂಗ' ಮತ್ತು 'ಭಾಷೆ' ತನ್ನ ಯಾವತ್ತೂ ಪರಿಕರಗಳನ್ನು ಬಳಸಿಕೊಂಡು ಉದ್ದೇಶಿತ ಸಂವಹನ ಸಾಧಿಸುವಂತೆ ಮಾಡುವದು ಈ 'ಕೂಡು ಗೆರೆಯ ಉದ್ದೇಶ. ಇದನ್ನು ರಂಗ ಮತ್ತು ಭಾಷೆಯ ಅಂತರ್ ಸಂಬಂಧವುಳ್ಳ ಪ್ರತ್ಯೇಕ ಪರಿಕಲ್ಪನೆಯೆಂದು ಕರೆಯಬಹುದು. ಅದನ್ನು 'ಕಾವ್ಯರಂಗ' ಎಂದು ಹೆಸರಿಸೋಣ.

ಇಲ್ಲಿ ಇನ್ನೊಂದು ಗ್ರಹಿಕೆಯೂ ಕೆಲಸ ಮಾಡುತ್ತಗೆ. ಸ್ವಭಾವತಃ ಸಾಮಾಜಿಕವಾದ ಸಾಹಿತ್ಯ, ಬಹುತೇಕವಾಗಿ ಸಮಾಜವನ್ನೇ ತನ್ನ ಅನ್ವೇಷಣೆಯ ಗುರಿಯಾಗಿಸಿಕೊಂಡಿದೆ. ಸಾಹಿತ್ಯದ ಸ್ವರೂಪವೇ ಸಾಮಾಜಿಕವಾದದ್ದು. ಸಮಾಜ ಹೇಳಿಕೇಳಿ ಮುಖಹೀನವಾದ ಅಮೂರ್ತ ಪರಿಕಲ್ಪನೆ. ಆದರೆ ವ್ಯಕ್ತಿಯು ವ್ಯಕ್ತಿತ್ವವುಳ್ಳ ಮೂರ್ತ ಸಂಗತಿಯಾಗಿರುತ್ತಾನೆ. ಮೂರ್ತವಾದ ವ್ಯಕ್ತಿಗಳೆಲ್ಲ ಸೇರಿ ಅಮೂರ್ತ ಸಮಾಜವಾಗುತ್ತದೆ. ವಿಪರ್ಯಾಸವೆಂದರೆ ವ್ಯಕ್ತಿಯ ವ್ಯಕ್ತಿತ್ವ ಸಮಾಜದಲ್ಲಿ ನಿರಸನವಾಗುತ್ತದೆ. ಅಲ್ಲಿ ಕರಗತೊಡಗಿದ್ದ ವ್ಯಕ್ತಿಯ ಹುಡುಕಾಟ ಮತ್ತು ವ್ಯಕ್ತಿ ಮತ್ತು ಸಮಾಜದ ಸಂಬಂಧದ ಸ್ವರೂಪದ ಅನ್ವೇಷಣೆಯೇ ಸಾಹಿತ್ಯದ ಜೀವಾಳ. 'ಕಾವ್ಯರಂಗ'ದ ಉದ್ದೇಶವೂ ಈ ತಾತ್ವಿಕ ಸಂಗತಿಗಳನ್ನಾಧರಿಸಿದ್ದು.

ನಿಜ. ಆಂತರ್ಯ ಶೋಧದ ಆಧ್ಯಾತ್ಮಿಕ ಅನುಭೂತಿಯ ಕಾವ್ಯವನ್ನು ತನ್ನ ಗಟ್ಟಿಯಾದ ಉಚ್ಚಾರಗಳ ಮೂಲಕ, 'ವಾಚ್ಯಗೊಳ್ಳುವ ಅಭಿನಯದ ಮೂಲಕ, ಅದರ ಒಳಬಂಧವನ್ನು ತನ್ನ ವಿವರಣೆಯ ಮೂಲಕ ರಂಗಭೂಮಿ ಕೆಡಿಸಲೂಬಲ್ಲದು. ಕಾವ್ಯವು ಅಭಿನೀತಗೊಳ್ಳಲು ಬಳಕೆಯಾಗುವ ರಂಗದ ಹಲವು ಪರಿಕರಗಳು, ಪರಿಸರಗಳು ಎಲ್ಲಿಯಾದರೂ ಅಲಂಕರಣಗಳಾಗಿ ಮುನ್ನೆಲೆಗೆ ಬಂದುಬಿಟ್ಟರೆ ಆಗ ಕಾವ್ಯದದನಿ ಉಡುಗಿ ಹೋಗುತ್ತದೆ. ಅಲ್ಲದೇ ರಂಗದ ಓದಿನಲ್ಲಿ ಕಾವ್ಯದ 'ಒಂದು' ಬಗೆಯ ಅರ್ಥ ಮಾತ್ರ ಗೋಚರವಾಗಿ ಅದರ ಹಲವು, ನಾನಾರ್ಥಗಳು ಮರೆಯಾಗಿ ಹೋಗಲೂಬಹುದು. ತುಂಬ ಜಾಗರೂಕತೆಯಿಂದ, ಪ್ರೀತಿಯನ್ನು ಸಂಬಾಳಿಸುವಷ್ಟು ಸೂಕ್ಷ್ಮತೆಯಿಂದ ವ್ಯವಹರಿಸದಿದ್ದರೆ ರಂಗದ ಸೋಕಿನಿಂದ ಕಾವ್ಯ ಮಲಿನಗೊಳ್ಳಲೂಬಲ್ಲದು.

ಎಲ್ಲ ಕಾವ್ಯವನ್ನೂ ರಂಗಕ್ಕೆ ತರಬೇಕಿಲ್ಲ, ರಂಗದ ಓದೂ ಸಹ ಕಾವ್ಯದ ಒಂದು ಬಗೆಯ ಓದು ಮಾತ್ರ, ನಾಟಕ ಎಂಬ ಸಾಹಿತ್ಯ ಪ್ರಕಾರವನ್ನೇ ಇದು ಪಲ್ಲಟಗೊಳಿಸ ಬಂದಿಲ್ಲ, ಇದಕ್ಕೊಂದು ಸ್ಪಷ್ಟವಾದ ಶೈಕ್ಷಣಿಕ ಉದ್ದೇಶವಿದೆ – ಎಂಬಿತ್ಯಾದಿ ಸಂಗತಿಗಳನ್ನು ಗಮನದಲ್ಲಿಟ್ಟೇ ಈ ಪ್ರಕಾರದ ಪ್ರಯೋಗಗಳಲ್ಲಿ ಮುಂದರಿಯಬೇಕಾಗುವುವುದು.

ನಾನದರ ಬೆನ್ನು ಬಿದ್ದಿದ್ದು ಹೀಗೆ. ಕವಿಗೋಷ್ಠಿಗಳಲ್ಲಿ 'ನಟರು' ಓದುವ ಕವನ ಸಹಜವಾಗಿಯೇ ಕೇಳುಗರಿಗೆ ಪರಿಣಾಮಕಾರಿಯಾಗಿ ತಲುಪುವುದನ್ನು ಗಮನಿಸಿ, ಕತೆ, ಆತ್ಮಕತೆ, ವಿಚಾರ ಪ್ರಬಂಧಗಳನ್ನೂ ನಟರಿಂದ ಓದಿಸಿ ಅದನ್ನು ಆಗಾಗ ಸಾಹಿತ್ಯ ಗೋಷ್ಠಿಗಳಲ್ಲಿ ಮಂಡಿಸುತ್ತಿದ್ದೆ. ಮೈಸೂರು ರಂಗಾಯಣದಲ್ಲಿ ಪ್ರಸನ್ನರು ರಾಷ್ಟ್ರಮಟ್ಟದ ನಿರ್ದೇಶಕರ ತರಬೇತಿಯನ್ನು ಎನ್.ಎಸ್.ಡಿ. ಸಹಯೋಗದಲ್ಲಿ ನಡೆಸಿದಾಗ ನಾನು ಅಭ್ಯರ್ಥಿಯಾಗಿ ಪಾಲ್ಗೊಂಡ ಸಮಯದಲ್ಲಿ ಅವರು ರಂಗಾಯಣದ ನಟರ ಮೂಲಕ 'ಕಾವ್ಯ ಸಂಚಯ' ಎಂಬ ಪ್ರಯೋಗವನ್ನು ಮಾಡಿದಾಗ ಅದುವರೆಗಿನ ಬಹುತೇಕ ಚಿಕ್ಕಚಿಕ್ಕ ಪ್ರಯತ್ನಗಳಿಗೆಲ್ಲ ಒಂದು ಸ್ಪಷ್ಟ ರೂಪ ಸಿಕ್ಕಂತಾಯಿತು. ನಿಜಕ್ಕೂ ನನ್ನ ಮುಖ್ಯವಾದ ಅಭಿವ್ಯಕ್ತಿಯ ಮಾರ್ಗವಿದು ಅನಿಸಿಬಿಟ್ಟಿತು. ಮುಂದೆ ಸಾಹಿತ್ಯ ಸಮ್ಮೇಳನ, ವಿಚಾರ ಸಂಕಿರಣಗಳಲ್ಲಿ ನಿರ್ಧಿಷ್ಟ ಆಶಯಗಳನ್ನು ಆಧರಿಸಿದ ಕವನಗಳನ್ನು, ಕತೆಗಳನ್ನೂ, ಪ್ರಬಂಧದ ಸಾಲುಗಳನ್ನೂ ಒಂದೆಡೆ ಸೇರಿಸಿ ನಟರ ಮೂಲಕ ಅದನ್ನು ಪ್ರಸ್ತುತ ಪಡಿಸತೊಡಗಿದೆ. ಅದು ಹಲವು ಭಾಷಣಗಳಿಗಿಂತ ಹೆಚ್ಚು ಪರಿಣಾಮ ಉಂಟು ಮಾಡುವುದೆಂಬ ಸತ್ಯವನ್ನು ಅನೇಕರು ಮನಗಾಣುತ್ತ ಹೋದಂತೆ ಈ ಬಗೆಯ ಪ್ರಸ್ತುತಿಗೆ ಮಾನ್ಯತೆ ಒದಗತೊಡಗಿತು.

ಕವನಗಳ ವಾಚಿಕವನ್ನು ನಟರ ತಯಾರಿಯಲ್ಲಿ ಹಲವು ಕಾಲದಿಂದ ಬಳಸುತ್ತ ಬಂದ ನಾನು ಮುಂದೊಮ್ಮೆ ಬೆಂಗಳೂರಿನಲ್ಲಿ ಸಮುದಾಯ ಸಂಘಟಿಸಿದ ನಿರ್ದೇಶಕರ ತರಬೇತಿ ಕಮ್ಮಟದಲ್ಲಿ ಮೊದಲ ಬಾರಿಗೆ 'ಕಾವ್ಯ ರಂಗ' ಎಂಬ ಹೆಸರಿನ ಪ್ರಯೋಗವನ್ನು ಅಭ್ಯಾಸ ಮಾಲಿಕೆಗಾಗಿ ರೂಢಿಸಿದ್ದೆ. ಮುಂದೆ ಕಾವ್ಯ ರಂಗದ ಬೇರೆ ಬೇರೆ ಬಗೆಯ ಪ್ರಯೋಗಗಳು ನಡೆಯತೊಡಗಿದವು. ಚಿಂತನ ಉತ್ತರ ಕನ್ನಡದ ನಮ್ಮ ಬಳಗದಲ್ಲಿ ಸಾಹಿತ್ಯ ಮತ್ತು ರಂಗಭೂಮಿಯ ಸಮಾನ ಆಸಕ್ತರಿದ್ದುದರಿಂದ ಅಲ್ಲಿ ರೂಪುಗೊಂಡ 'ಕಾವ್ಯರಂಗ'ದಲ್ಲಿ ಉತ್ತರ ಕನ್ನಡ ಸಾಹಿತ್ಯದ ಹಲವು ಪ್ರಕಾರಗಳು ಮತ್ತು ಸಾಹಿತ್ಯಗಳೂ ಸೇರಿಕೊಂಡವು. ಅಂಕೋಲಾದ ಹಿರಿಯ ಸಾಹಿತಿ, ಸಂಘಟಕ ವಿಷ್ಣು ನಾಯ್ಕರು ಯುವ ಬರಹಗಾರರಿಗಾಗಿ ಏರ್ಪಡಿಸಿದ್ದ ಕಾರ್ಯಾಗಾರದಲ್ಲಿ ಈ 'ಕಾವ್ಯರಂಗ'ವನ್ನು ಸಂಘಟಿಸಿ ಅದರ ಚರ್ಚೆಯನ್ನು ಮಾಡಿಸಿದ್ದರು. ಉತ್ತರ ಕನ್ನಡದ ಜಿಲ್ಲಾ ಸಾಹಿತ್ಯ ಸಮ್ಮೇಳನವು ಜಯಂತ

ಕಾಯ್ಕಿಣಿಯವರ ಅಧ್ಯಕ್ಷತೆಯಲ್ಲಿ ನಡೆದಾಗ ಆ ಸಮ್ಮೇಳನದಲ್ಲಿ 'ಕಾವ್ಯರಂಗ'ದ ಪ್ರಸ್ತುತಿಯನ್ನೇ ಒಂದು ಗೋಷ್ಠಿಯನ್ನಾಗಿ ಪರಿಗಣಿಸಲಾಗಿತ್ತು. ಬೈಂದೂರಿನಲ್ಲಿ ಶಿಕ್ಷಕರೇ ಹೆಚ್ಚಿಗೆ ಇರುವ ಅಲ್ಲಿಯ ಸುರಭಿ ತಂಡಕ್ಕಾಗಿಯೂ ಶೈಕ್ಷಣಿಕ ಉದ್ದೇಶದ 'ಕಾವ್ಯರಂಗ'ವನ್ನು ನಿರ್ದೇಶಿಸಿದ್ದೆ. ಸಾಹಿತ್ಯ ಅಕಾಡೆಮಿಯ ಕೋರಿಕೆಯಂತೆ ಮಂಡ್ಯ ರಮೇಶರ ನೇತೃತ್ವದ ನಟನ ಮೈಸೂರಿನ ತಂಡಕ್ಕೆ ಕುವೆಂಪು ಬರಹಗಳನ್ನು ಆಧರಿಸಿದ್ದ 'ಕಾವ್ಯರಂಗ'ವನ್ನು ಆಂಗಿಕ ಅಭಿನಯವನ್ನೂ ವಾಚಿಕದೊಡನೆ ಸರಿ ಬೆರಸಿ ಕಟ್ಟಿದ್ದೆ. ಶಿವಮೊಗ್ಗ ವಿಶ್ವವಿದ್ಯಾಲಯದ ವಿದ್ಯಾರ್ಥಿಗಳಿಗಾಗಿ ಮಹಿಳಾ ಭಾರತ ಎಂಬ ಕಾವ್ಯರಂಗ ನಿರ್ದೇಶಿಸಿದಾಗ ಅದರಲ್ಲಿ ಪಂಪ, ರನ್ನ, ಕುಮಾರವ್ಯಾಸರಿಂದ ಹಿಡಿದು ಕುವೆಂಪುವರೆಗಿನ ಕವಿಗಳ ಕಾವ್ಯದಲ್ಲಿಯ 'ಯುದ್ಧ ಮತ್ತು ಹೆಣ್ಣು' ಎಂಬ ವಸ್ತು ವಿಷಯದ ಸ್ತ್ರೀ ಭಾರತ ನಿರೂಪಿತವಾಗಿತ್ತು. ಇಲ್ಲೆಲ್ಲ ಕೇವಲ ವಾಚಿಕಾಭಿನಯ ಮಾತ್ರವಲ್ಲದೇ ಅಗತ್ಯ ರಂಗ ಪರಿಕರ ಮತ್ತು ರಂಗ ಪರಿಸರಗಳು ಸೇರುತ್ತ ಸೇರುತ್ತ ಪೂರ್ಣ ಪ್ರಮಾಣದ ರಂಗ ನಾಟಕವಾಗಿಯೂ ಅದು ಬೆಳೆಯುತ್ತಿತ್ತು.

ಕಾವ್ಯರಂಗವನ್ನು ಪ್ರಮುಖ ಪ್ರದರ್ಶನಾ ನಾಟಕವಾಗಿ ರಾಜ್ಯದ ನೂರಾರು ಕಾಲೇಜುಗಳಲ್ಲಿ ಪ್ರಯೋಗಿಸಿದ್ದು ಸಮುದಾಯದ ರೆಪರ್ಟರಿ ಸಂದರ್ಭದಲ್ಲಿ. ಆಗ ಪಠ್ಯ ಸಂಗ್ರಹದಲ್ಲಿ ನನ್ನೊಂದಿಗೆ ಕೈಜೋಡಿಸಿದ್ದು ಕುಮಟಾ ಕಾಲೇಜಿನ ಇಂಗ್ಲೀಷ್ ಉಪನ್ಯಾಸಕರೂ, ನನ್ನ ಸಂಶೋಧನೆಯ ಮಾರ್ಗದರ್ಶಕರೂ ಆಗಿದ್ದ ಡಾ.ಎಂ.ಜಿ.ಹೆಗಡೆ. ರಂಗದಲ್ಲಿ ಮಂಡಿತವಾಗುವ ವಸ್ತು ಮತ್ತು ಆಶಯದ ಆಯ್ಕೆಯ ಹಿಂದಿನ ಗ್ರಹಿಕೆಗಳ ಗುರುತ್ವವೂ ಅರಿವಿಗೆ ಬಂದ ಗಳಿಗೆಗಳವು. ನೂರಾರು ಪ್ರದರ್ಶನ ಕಂಡ ಈ ಕಾವ್ಯ ಪ್ರಯೋಗದ ವಸ್ತು ಮತ್ತು ಪಠ್ಯಗಳ ಆಯ್ಕೆಯ ಹಿಂದಿನ ಉದ್ದೇಶಗಳನ್ನು ತುಸು ವಿವರವಾಗಿ ಇಲ್ಲಿ ಮಂಡಿಸುತ್ತಲಿರುವೆ. ಕಾವ್ಯರಂಗ ರೂಪಿಸಬಯಸುವ ರಂಗಾಭ್ಯಾಸಿಗಳಿಗೆ ಈ ವಿವರಗಳು ತುಸು ನೆರವು ನೀಡೀತು ಎಂಬ ಅನಿಸಿಕೆ ನನ್ನದು.

ನುಡಿಯೊಳಗೆ ಸಲುವುದು ನಾಡಿನಾ ರೂಪಕ. ಕನ್ನಡವು ರೂಪಿಸಿಕೊಂಡು ಬಂದ ಲೋಕ ಗ್ರಹಿಕೆಯನ್ನು ನಾಡುನುಡಿಯ ರೂಪಕಗಳ ಮೂಲಕ ಮಂಡಿಸುವ ಪ್ರಯತ್ನವಿದಾಗಿತ್ತು. ಅಪಾರ ಕಾವ್ಯ ಸಂಸಾರದ ನಡುವೆ ಹಚ್ಚಿದ ಕಿರು ಹಣತೆಯಾಗಿತ್ತದು. ಈ ಬೆಳಕಿನಲ್ಲಿ ನಾಡು ರೂಢಿಸಿಕೊಂಡು ಬಂದ ಸಂಬಂಧಗಳ ಜಾಲವನ್ನು ಹೆಣೆಯಲು ಇಲ್ಲಿ ಪ್ರಯತ್ನಿಸಲಾಯಿತು. ಇದನ್ನ 'ಕಾವ್ಯ ಪ್ರಯೋಗ'ದ ಮೂಲಕ ಮನಗಾಣಿಸಲು ಯತ್ನಿಸಿದೆವು. 'ಕಾವ್ಯ ಪ್ರಯೋಗದ ಈ ಪರಿಕಲ್ಪನೆಯನ್ನು ನಾವು ದೊರಕಿಸಿಕೊಂಡಿರುವದು ಕನ್ನಡದ ಆದ್ಯ ಗ್ರಂಥ ಮತ್ತು ಆದ್ಯ ಲಕ್ಷಣ ಗ್ರಂಥ ಕವಿರಾಜ ಮಾರ್ಗದಿಂದ. 'ಕಾವ್ಯ ಪ್ರಯೋಗ' ಎಂದರೆ – ನಾಟ್ಯ ಪ್ರಯೋಗ, ಶಾಸ್ತ್ರ ಪ್ರಯೋಗ, ಪದ ಪ್ರಯೋಗಗಳಂತೆ ಕಾವ್ಯದ ವಿಶಿಷ್ಟ ವಿನಿಯೋಗ, ಅನುಸಂಧಾನ,

ಪ್ರಸ್ತುತಿ ಎಂತಲೂ ಅರ್ಥೈಸಲಾಗುತ್ತದೆ. ಹೀಗಾಗಿ ನಾವು ಮಂಡಿಸಿದ ಕಾವ್ಯ ಪ್ರಸ್ತುತಿ, ಪಾರಿಭಾಷಿಕವಾಗಿ 'ಕಾವ್ಯ ಪ್ರಯೋಗ'.

ಕನ್ನಡವು ಭಾವಿಸಿಕೊಂಡ ಜನಪದರು ಹೇಗಿದ್ದರೆಂದು ಕೀರ್ತಿಸುವ ಬಾದಾಮಿ ಶಾಸನದಿಂದ ಮೊದಲುಗೊಂಡು ದೇವನೂರರ ಸಾಹಿತ್ಯದವರೆಗಿನ ಸಾವಿರ ವರ್ಷದ ಪದಗತಿಯನ್ನು ಅನುಸರಿಸುತ್ತ, ಅಲ್ಲಿಂದ ಅಗತ್ಯ ಮಾತುಗಳನ್ನು ಹೆಕ್ಕಿಕೊಳ್ಳುತ್ತ ಸಾಗುತ್ತದೆ ಈ ಪ್ರಯೋಗ. ಮನುಷ್ಯನ ವಿವೇಕ ಪಡೆಯಬೇಕಾದ ಲೋಕದೃಷ್ಟಿಯನ್ನು ಕಂಡುಕೊಳ್ಳುವ ಒಂದು ಶೈಕ್ಷಣಿಕ ಉದ್ದೇಶವೂ ಇದಕ್ಕೆ ಇತ್ತು. ಉದಾಹರಣೆಗೆ. ನಾವು ಎತ್ತಿಕೊಂಡ ಪಂಚತಂತ್ರದ ಕತೆಯನ್ನೇ ನೋಡಿ. ಇದರಲ್ಲಿ ಬರುವ ಬ್ರಾಹ್ಮಣ ಒಬ್ಬ ವ್ಯಕ್ತಿ. ಅವನಿಗೆ ಹೆಸರು ವಿಳಾಸ ಇದೆ. ಇದು ಅವನ ವ್ಯಕ್ತಿತ್ವದ ಒಂದು ಮುಖ. ಸಾವಿರ ಗದ್ಯಾಣ ನೀಡಿಯಾದರೂ ಅವನು 'ಕತೆ ಕೇಳಲೇ ಬೇಕು'. 'ಕತೆ' ಎಂದರೆ ಸಾಮಾಜಿಕ ಕ್ರಿಯೆ. ಈ ಎರಡನೇ ಮುಖ ಇಲ್ಲದಿದ್ದರೆ ಬ್ರಾಹ್ಮಣನಿಗೂ ಬ್ರಹ್ಮರಾಕ್ಷಸನಿಗೂ ವ್ಯತ್ಯಾಸವೇ ಇರುವದಿಲ್ಲ. ಇನ್ನು, ಕಥೆಯ ಹಂಗಿನಿಂದ ಬ್ರಹ್ಮರಾಕ್ಷಸನೂ ಸಾಮಾಜಿಕನಾಗುತ್ತಾನೆ; ಮತ್ತು ಆ ಕಾರಣದಿಂದಲೇ ಬ್ರಾಹ್ಮಣನಿಗೂ ನಂಟನಾಗುತ್ತಾನೆ. 'ಒಮ್ಮೆ ಭೇಟಿಯಾದವನು ಮತ್ತೊಮ್ಮೆ ಭೇಟಿಯಾದರೆ ಅವನೇನಿನ್ನ ನೆಂಟ' ಎಂಬ ತಾತ್ಪರ್ಯ ಉಳ್ಳ ಕತೆ ಇದು. ಇನ್ನು ಪಂಪನ 'ನೆನೆವುದೆನ್ನ ಮನಂ' ಎಂಬ ಕವನ. ಸಮಗ್ರ ಸೃಷ್ಟಿಯೊಂದಿಗೆ ನಾಡಿನ ಬಣ್ಣ, ರುಚಿ, ವಾಸನೆ ಮುಂತಾದ ಪಂಚೇಂದ್ರಿಯವನ್ನೂ ಆವರಿಸಿಕೊಂಡಿರುವದನ್ನು ಅದು ಅಭಿನಯಿಸಿ ತೋರಿಸುತ್ತದೆ. ಆತ ಅನುಭವಿಸಿದ ನಿಸರ್ಗವೇ ಅವನ ವ್ಯಕ್ತಿತ್ವವನ್ನೂ ರೂಪಿಸಿರುವುದರಿಂದ ದೈಹಿಕವಾಗಿ ಬನವಾಸಿಯಲ್ಲಿಲ್ಲದಿದ್ದರೂ ಮಾನಸಿಕವಾಗಿ ಆತ ಬನವಾಸಿಯಲಿದ್ದಾನೆ. ಹೀಗಾಗಿ ಅದರಲ್ಲಿ ಬಿರುಕಿಲ್ಲ. ಈ ಐಕ್ಯತೆ ಸಾಧ್ಯವಾಗಿರುವದರಿಂದ ಅವನಲ್ಲಿ 'ಮಧು ಮಹೋತ್ಸವ ಜರುಗುತ್ತದೆ.

ಇಂತಹ ಈ ಐಕ್ಯತೆಗೆ ಭಂಗ ಬಂದಾಗಲೆಲ್ಲ ದುರಂತ ಎದುರಾಗುತ್ತದೆ. ಉದಾಹರಣೆಗೆ ಕರ್ಣ. ಆತ ಕುಟುಂಬದ ವಿಘಟನೆಯ ದುರ್ವಿಪಾಕವನ್ನು ಅನುಭವಿಸುತ್ತಿರುವವನು. ಕುಟುಂಬದ ದುರ್ವಿಪಾಕ ಸಮಾಜದ್ದೂ, ರಾಷ್ಟ್ರದ್ದೂ ಹೌದು. ಅನಾಮಿಕ ಮತ್ತು ಅಮಾಯಕ ವ್ಯಕ್ತಿಗಳೇ ಹೆಚ್ಚಾಗಿ ಈ ದುರ್ವಿಪಾಕವನ್ನು ಅನುಭವಿಸಬೇಕಾಗುತ್ತದೆ; ರಾಜನ ಕಾಯಿಲೆ ರಾಷ್ಟ್ರದ ಕಾಯಿಲೆಯೂ ಆಗುವ ಹಾಗೆ. ಅದಕ್ಕೆಂದೇ ಪಂಪ ಚಿತ್ರಿಸುವ ಕರ್ಣ ಹೀಗೆ ಹುಟ್ಟಿನ ಸೂತಕವನ್ನು ಕಿತ್ತೊಗೆದು ಹೊಸ ಸಂಬಂಧವನ್ನು ಸೃಷ್ಟಿಸಲು ಯತ್ನಿಸುತ್ತಾನೆ. ಕುಲಮನೇ ಮುನ್ನ ಉಗ್ಗಡಿಸುವವರನ್ನು, ಕುಲಕ್ರಮವನ್ನು ಧಿಕ್ಕರಿಸಿ ಕುಲಕ್ಕೇ ಹೊಸ ಭಾಷ್ಯ ಬರೆಯುತ್ತಾನೆ. 'ಕುಲಂ ಕುಲಮಲ್ತು' ಪಠ್ಯವನ್ನು ಕಾವ್ಯರಂಗ ಒಳಗೊಂಡಿದ್ದು ಈ ಕಾರಣಕ್ಕೆ.

ಶಬ್ದ ಶಬ್ದಗಳ ಸಂಬಂಧದಲ್ಲಿ ವಾಕ್ಯದ ಅರ್ಥ ಹುಟ್ಟುವಂತೆ ವ್ಯಕ್ತಿ ವ್ಯಕ್ತಿಗಳ ಸಂಬಂಧದಲ್ಲಿ ಬಾಳಿನ ಅರ್ಥ ಪ್ರತೀತಿ ಆಗುತ್ತದೆ. ಬಿಜ್ಜಳನ ರಾಜ್ಯದಲ್ಲಿ ಕಲ್ಯಾಣ ಸೃಷ್ಟಿಸಲು ಹೊರಟ ಶರಣರು ಮನುಷ್ಯರ ನಡುವಿನ ಜಾತಿ ಸೂತಕವನ್ನು, ಕರ್ಮ ಸೂತಕವನ್ನೂ ಕಿತ್ತು ಅವರೆಲ್ಲರನ್ನೂ ಒಂದು ಮಾಡುವ ಕಾಯಕವನ್ನು ಹೊಸ ಸಂಬಂಧದ ಪರಿಭಾಷೆಯನ್ನಾಗಿಸಿದರು. ಕರ್ಮದ ವಿರುದ್ದ ಕಾಯಕವನ್ನೂ, ಮಹಿಳೆಯರ ಅನುಚರ ಬಾವದ ವಿರುಧ್ಧ ಸಹಚರ ಭಾವವನ್ನೂ, ಸಂಬಂಧಗಳನ್ನು ಹಾಳುಗೆಡಹುವ ದೇಗುಲವನ್ನು ಬಿಟ್ಟು ದೇಹವನ್ನೂ ಪರಿಕಲ್ಪಿಸಿದರು. ಈ ಸಂಗತಿಗಳನ್ನು ಪ್ರತಿಬಿಂಬಿಸುವ ಹಲವು ವಚನಗಳು ರಂಗಕ್ಕೆ ಸೇರಿದವು.

ಮನವನ್ನಾಳಲು ಬರದವ ಮನೆಯನ್ನೂ ಆಳ. ಮನೆ ಒಡೆದಾಗ ಮನವೂ ಒಡೆಯುತ್ತದೆ. ಕೋಮು ಕೋಮುಗಳ ನಡುವೆ, ಹೆಣ್ಣು ಗಂಡುಗಳ ನಡುವೆ ಉಂಟಾಗುವ ಇಂಥ ವಿಘಟನೆಯ ಸಮಸ್ಯೆಯಿಂದಾಗಿ ಹಿಂಸೆ ಇನ್ನೂ ಹೆಚ್ಚು ಸೂಕ್ಷ್ಮವಾಗುತ್ತ ಹೋಗುತ್ತದೆ. ಮತ್ತು ಅದು ಅನಾಮಿಕ ಅಮಾಯಕರನ್ನೇ ತನ್ನ ಗುರಿಯಾಗಿಸಿಕೊಳ್ಳುತ್ತದೆ. ಹೀಗಾಗಿ ವಚನಕಾರರು ಈ ಸಾಂಸ್ಥಿಕ ಚೌಕಟ್ಟನ್ನೇ ವಿರೋಧಿಸಿತೊಡಗಿದ್ದು. ವಚನಕಾರರ ಸಾಂಸ್ಥಿಕ ಚೌಕಟ್ಟುಗಳ ನಿರಾಕರಣೆ ಮಾರ್ಗದ ಮಾರ್ಗದಲ್ಲೂ ಅನುರಣಿಸಿತೆಂಬುದಕ್ಕೆ ಲಕ್ಷ್ಮೀಶ, ಕುಮಾರವ್ಯಾಸರಲ್ಲೂ ನಿದರ್ಶನಗಳಿವೆ. ಹುಟ್ಟಿಗೆ ಕಾರಣವಾಗುವ ಹೆಣ್ಣನ್ನೂ, ಮಣ್ಣನ್ನೂ ಅವಮಾನಿಸುವ, ಮೇದಿನಿ ಮತ್ತು ಮಾನಿನಿಯರ ಮೇಲಿನ ಆಕ್ರಮಣವನ್ನು ಪ್ರಶ್ನಿಸಿದ ಕುಮಾರವ್ಯಾಸನ ದ್ರೌಪದಿ ಮತ್ತು ಲಕ್ಷ್ಮೀಶನ ಸೀತೆಯರೂ ನಮ್ಮ ರಂಗಕ್ಕೆ ಬಂದುದು ಈ ಕಾರಣದಿಂದ.

ಸಮಾಜದ ಸಾಂಸ್ಥಿಕ ಸಂಬಂಧವನ್ನು ಒಡೆದ ವರ್ಗ ಅಸಮಾನತೆಯನ್ನು ವಿರೋಧಿಸಿದ ಜನಪದ ತ್ರಿಪದಿಗಳನ್ನು ಮತ್ತು ಕತೆಗಳನ್ನೂ ಧರ್ಮದ ಹೆಸರಿನಲ್ಲಿ ನಡೆವ ಡೋಂಗಿತನಕ್ಕೆ ಬಲಿಯಾದವರ ಕುರಿತ ಜಗದ ಕತೆ ಹೇಳುವ ಕತೆಯನ್ನು ಎ.ಕೆ.ರಾಮಾನುಜನ್ ಅವರ ಸಂಗ್ರಹದಿಂದ ಆಯ್ದುಕೊಂಡೆವು.

ಅಸಮಾನತೆಯಲ್ಲಿಯೇ ಸಂಬಂಧಗಳು ಕಹಿಯಾಗತೊಡಗುವುವು. ಗಂಡು ಹೆಣ್ಣುಗಳ ಈ ಅಸಮಾನ ಸಂಬಂಧದಲ್ಲಿ ಗಂಡಿನ ಅಸಹನೆಗೆ ಆಕೆ ತುತ್ತಾಗಿರುವ ಬಗೆಯನ್ನು ಪ್ರಶ್ನಿಸುವ, ಆಕೆಗೆ ನಿಯಮಿಸಿರುವ ವಿಧಿ ನಿಷೇಧಗಳ ಸರಮಾಲೆಯನ್ನು ವಿಮರ್ಶಿಸುವ, ಇಂತ ಅಸಮಾನ ಸಂಬಂಧವನ್ನು ಗಟ್ಟಿಗೊಳಿಸಿದ ವಿವಾಹದಂತಹ ಸಾಂಸ್ಥಿಕ ಕ್ರಿಯಾಚರಣೆಗಳ ಪೊಳ್ಳುತನವನ್ನು ವಿಡಂಬಿಸುವ ಪ್ರತಿಭಾ ನಂದಕುಮಾರ್, ವೈದೇಹಿ, ಮಾಲತಿ ಪಟ್ಟಣಶೆಟ್ಟಿ ಅವರ ಕವನಗಳು ಇಲ್ಲಿ ನಮಗೆ ಒದಗಿದವು.

ಗಂಡು ಹೆಣ್ಣಿನ ಸಂಬಂಧಕ್ಕೆ ಇನ್ನೂ ಹಲವು ನೆಲೆಗಳಿವೆ. ಅದು ವಿಶ್ವಾತ್ಮಕವಾದುದೂ ಹೌದು. ಸೀತೆಯನ್ನು ಮೋಹಿಸುವ ಮತ್ತು ಅದಕ್ಕಾಗಿ ಯುದ್ಧಗಂಟಿಕ್ಕುವ ರಾವಣನ ಕಣ್ಣನ್ನು ತೆರೆಯಿಸುವ ಕುವೆಂಪು, ಸೀತೆಯನ್ನು 'ತಾಯಾಗಿ' ಮೋಹಿಸಲೂ ಸಾಧ್ಯ ಅನ್ನುತ್ತಾರೆ. 'ಕ್ಷಾತ್ರ' ಮೌಲ್ಯಗಳನ್ನು ಬುಡಮೇಲು ಮಾಡಿ ಜೀವ ಪೋಷಕವಾದ ಮೌಲ್ಯಗಳನ್ನು ಪುನಃಸ್ಥಾಪಿಸುತ್ತಾರೆ. ಅದಕ್ಕಾಗಿ ಪುರಾಣ ಕತೆಯನ್ನು ಪುನರ್ಲೇಖಿಸುತ್ತಾರೆ. 'ರಾಮಾಯಣ ದರ್ಶನಂ' ಅಂತಹ ಹಲವು ದರ್ಶನಗಳನ್ನು ಕಾಣಿಸುತ್ತದೆ. ಈ ದರ್ಶನದ ಉಚ್ಛ್ರಾಂಕವಾದ 'ದಶಾನನನ ಸ್ವಪ್ನಸಿದ್ಧಿ' ಪ್ರಕರಣವನ್ನು ಒಳಗೊಂಡೆವು.

ದಶಾನನನ ಸ್ವಪ್ನಸಿದ್ಧಿಯ ಒಂದು ಮಾತು ವೇಧಕವಾದದ್ದು. ಅದೆಂದರೆ 'ಕಣ್ಣಂತೆ ಕಾಣ್ಕೆಯ್ಯೆ'. ಕಣ್ಣು ಕಡೆಗೂ ಕಾಣುವುದು ತಾನೇನನ್ನು ನೋಡಬೇಕೆಂದು ಬಯಸುತ್ತದೆಯೋ ಅದನ್ನೇ! ಅಂದರೆ ಕಣ್ಣಿಗೂ ಒಂದು ರುಚಿ, ಅಭಿರುಚಿ ಇದೆ ಕನ್ನಡದ ಕಣ್ಣಿನ ಅಭಿರುಚಿಯಲ್ಲಿ ಸಮಗ್ರ ಪಲ್ಲಟ ಉಂಟಾದದ್ದು ಶತಮಾನದ ಆದಿಯಲ್ಲಿ. ವಸಂತದ ಆ ಬೆಳಗಿನಲ್ಲಿ ಹಾಡಿದ ಹಕ್ಕಿಗಳಿಗೆ ಲೆಕ್ಕವೇ ಇಲ್ಲ; ಅದು ಏರ ಬಯಸಿದ ಎತ್ತರಕ್ಕೂ ಅಳತೆ ಇಲ್ಲ. ಹಾಗಾಗಿಯೇ ಅದು 'ಬರಿ ಬೆಳಗಾಗಿರಲಿಲ್ಲ'. ಹಕ್ಕಿಗಳು ಬರೀ ಹಕ್ಕಿಗಳಾಗಿಯೂ ಇರಲಿಲ್ಲ. ನಿದರ್ಶನಕ್ಕೆ ಬೇಂದ್ರೆಯವರ ಭೃಂಗ. ಅದು ಬೆನ್ನ ಮೇಲೆ ಕಲ್ಪನಾ ವಿಲಾಸವನ್ನೇ ಹೊತ್ತು ತರುತ್ತದೆ. ಇಲ್ಲಿ ಮನುಷ್ಯ ದೇವರ ಸಂಬಂಧ, ಪ್ರಕೃತಿಯೊಂದಿಗಿನ ಮನುಷ್ಯ ಸಂಬಂಧ, ಭಾಷೆಯ ಮೂಲಕ ಬೆಳೆಯುತ್ತ ಬಂದ ಕಲ್ಪನಾ ಸಂಬಂಧ ಎಲ್ಲವೂ ಒಣಗಿದ್ದ ನೆಲಕ್ಕೆ ಹೊಸ ಸೃಷ್ಟಿ ಹೊಸ ಆಯಾಮ ಸಿಗುವಂತೆ ಮಾಡಿದೆ. ಈ ಪದ್ಯಗಳನ್ನು ಆಯ್ದುಕೊಂಡಿದ್ದು ಇದಕ್ಕಾಗಿ.

ವಸಂತ ಕಾಲದ ನವ ಪಲ್ಲವದೊಂದಿಗೆ ಭೃಂಗದ ಬೆನ್ನೇರಿ ಬಂದ ಕಲ್ಪನಾ ವಿಲಾಸ ಕನ್ನಡ ಕಾವ್ಯವನ್ನು ಇನ್ನಿಲ್ಲದ ಎತ್ತರಕ್ಕೆ ಕೊಂಡೊಯ್ದದ್ದು ಸರಿಯೇ. ಆದರೆ ನೆಲದ ಸಂಬಂಧ ಮರೆತು ಎತ್ತರಕ್ಕೇರಿದ ಕಾವ್ಯವನ್ನು ನಿಸಾರರ 'ಕುರಿಗಳು', ಮತ್ತು ಕೆ.ವಿ.ತಿರುಮಲೇಶರ 'ಪೆಂಟಯ್ಯನ ಅಂಗಿ' ಕವನಗಳು ಈ ನೆಲದ ಕಠೋರ ವಾಸ್ತವಕ್ಕೆ ಎಳೆಯುವ ಒತ್ತಾಸೆಯಲ್ಲಿ ಮೂಡಿತ್ತು. ಉಳ್ಳವರ ಲೋಲುಪತೆಗೆ ಶರಣಾಗಿ, ಅರಿವು ಮರೆಯಾದವರಿಗಾಗಿ ರಚನೆಯಾದಂತಿರುವ ಇವುಗಳನ್ನು ಮರೆಯಲುಂಟೆ.

ಮನುಷ್ಯ ಕುಲದ ಸಂಬಂಧಗಳ ಬೇನೆ, ಸಂಕಟಗಳಿಗೆ ಕಾರಣ ಹುಡುಕುವದು ಸುಲಭವೇನಲ್ಲ. ಈ ಸಂಬಂಧದ ಬಹು ದೊಡ್ಡ ಪ್ರಶ್ನೆ 'ನೋಡುವುದು ಅರಿಯುವುದು'. ಒಂದು, ನಮ್ಮನ್ನು ಸಾಕ್ಷಿಯಾಗಿಸಿದರೆ ಇನ್ನೊಂದು ಅನುಭಾವಿಯಾಗಿಸುತ್ತದೆ.

ಇವುಗಳ ನಡುವಿನ ಭಿನ್ನಾಭಿಪ್ರಾಯವೂ ಬಗೆಹರಿಯಲಾರದ್ದು. ಹಾಗೆಂದೇ ಅದನ್ನೇ ರಗಳೆಯಾಗಿಸಿಕೊಂಡು ಕಹಿಯಾಗುವುದರಲ್ಲಿ ಅರ್ಥವಿಲ್ಲೆಂಬುದನ್ನು ಸೂಚಿಸುವ ಅನಂತಮೂರ್ತಿಯವರ ಕವನವೂ ನಮ್ಮ ಜತೆಯಾಯ್ತು.

ಮನುಷ್ಯನಿಗೆ ಸಹಜವಾಗಿಯೇ ಇರುವ ಭೂಮಿಯ ಸಂಬಂಧವನ್ನೂ ಕೆಲವರಿಗೆ ನಿರಾಕರಿಸುವ ಈ ವ್ಯವಸ್ಥೆಯ ವಿರುದ್ಧ ತುಂಬ ಹಿಂದೆಯೇ ಕಾರಂತರ 'ಚೋಮ' ಪ್ರತಿಭಟಿಸಿದ್ದ.- ಖಾಸಗಿಯಾಗಿ, ವೈಯಕ್ತಿಕ ನೆಲೆಯಲ್ಲಿ. ಅವನ ದುರಂತ ಮನ ಕಲಕುವಂತದ್ದು. ಅದರ ಕೆಲ ಭಾಗವನ್ನೂ ನಾವು ಇಲ್ಲಿ ಕಥಿಸಿದೆವು. ಇಂತಹ ವ್ಯವಸ್ಥೆಯ ಬದಲಾವಣೆಗೆ ಪ್ರಯತ್ನಿಸುತ್ತಿರುವವರ ಚರಿತ್ರೆಯೂ ನಮ್ಮ ಮುಂದಿದೆ. ಇಂತಹ ಚರಿತ್ರೆಯ ಸಂಗತಿಯನ್ನು ಮಂಡಿಸುವ 'ಅದಲ್ ಬದಲ್' ಸಾಧ್ಯವಾಗಿಸಿದ ಒಂದು ತಾತ್ತ್ವಿಕತೆಯ ನೋಟ ನಮಗೆ ಕನ್ನಡಕ್ಕೆ ಅನುವಾದವಾಗಿ ಬಂದ ಅಯ್ಯಪ್ಪ ಫಣಿಕ್ಕರರ 'ಲೆನಿನ್ ಕಲಿಸಿದ ಪಾಠ' ಕವನದ ಮೂಲಕ ಸಿಕ್ಕಿತು. ಇದರ ಇನ್ನೊಂದು ತಾತ್ತ್ವಿಕ ನೆಲೆಯನ್ನು, ದಲಿತರ ಬದುಕಿನ ಲೋಕ ದೃಷ್ಟಿಯಿಂದ ಪಡೆಯಬೇಕಿದ್ದರಿಂದ ಮಹದೇವರ 'ಒಡಲಾಳ' ಕಥಾ ಭಾಗ ಮತ್ತು ಸಿದ್ದಲಿಂಗಯ್ಯನವರ 'ನಿನ್ನೆ ದಿನ' ಕವನ ನಮ್ಮ ಜತೆಯಾಯಿತು.

ಇಂಥ ನೋವಿನ ಕಥನಗಳು ತಾಳಿಕೆ-ಬಾಳಿಕೆಯ ಕಥನವೂ ಆಗುವುದು ಈ ಲೋಕದೃಷ್ಟಿಗಳ ಒಳಗೊಳ್ಳುವಿಕೆಯ ಮೂಲಕವೇ ಅಲ್ಲವೇ. ಹೀಗಾಗಿ ಸರಿ ಸುಮಾರು 32 ಪಠ್ಯಗಳ ಕೌದಿ ಇಲ್ಲಿ ನೇಯಲ್ಪಟ್ಟಿತ್ತು. ಸಮುದಾಯದ ಈ ಕಾವ್ಯರಂಗದ ತಿರುಗಾಟಕ್ಕೆ ನನಗೆ ಸಹಯೋಗಿಯಾದ ಯತೀಶ ಕೊಳ್ಳೇಗಾಲ ಮತ್ತು ಲಕ್ಷ್ಮಣ ಕೆ.ಪಿ.ಯಂತಹ ಯುವಕರೂ ತುಂಬ ಉಲ್ಲಾಸ ಒದಗಿಸಿದ್ದರು. ಪದಗಳ ಬಂಧಗಳಿಗೆ ಆಂಗಿಕವನ್ನು ಪೋಣಿಸುವಲ್ಲಿ ಅವರು ಹುಡುಕಾಟ ನಡೆಸುತ್ತಿದ್ದುದು, ಅಮೂರ್ತದ ಚಿತ್ರಗಳನ್ನು ಕಾಣಲು ಯತ್ನಿಸುತ್ತ ಶೇಷಗಿರಿ ರಂಗಮಂದಿರದ ತುಂಬೆಲ್ಲ ತಾಲೀಮಿನ ಸಂದರ್ಭದಲ್ಲಿ ಓಡಾಡುತ್ತಿರುವುದು ನನಗೆ ಯಾವತ್ತೂ ನೆನಪುಳಿಯುವ ಪ್ರಿಯವಾದ ನೋಟವಾಗಿದೆ.

ಕೊಂಡೊಯ್ಯಬಹುದಾದ ಚಿಕ್ಕ ಖುರ್ಚಿಗಳು, ಸರಳ ಪರಿಕರಗಳ ಮೂಲಕ ನಟರ ದೇಹ ಮತ್ತು ದನಿಯನ್ನೇ ಆಧರಿಸಿ ಕಟ್ಟಿದ ಈ ಪ್ರಯೋಗ ನಾಡಿನ ಹಲವು ಕಾಲೇಜು ವಿದ್ಯಾರ್ಥಿಗಳ ಶಿಕ್ಷಕರ ಗಮನ ಸೆಳೆಯಿತು. ಸಾಹಿತ್ಯ ಅಕಾಡೆಮಿ ಇದರ ಕೆಲ ಪ್ರದರ್ಶನಗಳನ್ನು ಸಂಘಟಿಸಿತು. ಶಾಲಾ ವರಾಂಡಗಳ ಮೇಲೆಯೂ, ಚಿಕ್ಕ ಕೋಣೆಗಳ ನಡುವೆಯೂ ನಡೆಯುವ ಸಾವಿರದೈನೂರು ವರ್ಷ ಕಾಲದ ಕಥನವನ್ನು ಒಂದೂವರೆ ಗಂಟೆಗಳ ಕಾಲ ನೋಡಬಹುದು ಇಷ್ಟು ಸರಳವಾಗಿ ಅಂತನಿಸಿದ್ದರಿಂದ ಅನೇಕ ಕಡೆ ಕಾಲೇಜು ಹುಡುಗರು, ಕಲಾವಿದರು, ರಂಗ

ಸಂಘಟನೆಗಳು ಇಂತದೇ ರೂಪವನ್ನಾಧರಿಸಿ ತಮ್ಮ ತಮ್ಮ ಸ್ಥಳಗಳಲ್ಲಿ ಪ್ರಯೋಗ ಕಟ್ಟಿಕೊಂಡವು; ಇದು ನಮಗೆ ಒದಗಿದ ಸಾರ್ಥಕ್ಯವಾಗಿತ್ತು. ಆಡುಗರನ್ನೂ ಮತ್ತು ನೋಡುಗರನ್ನು ಮಾಗಿಸುವ ಪ್ರಯತ್ನದ ಅಂಗವಾಗಿ ಕಾವ್ಯರಂಗ ನಿರೂಪಿಸಲ್ಪಟ್ಟಿತು.

ಕಾವ್ಯರಂಗದ ಪ್ರಯೋಗಗಳನ್ನು ವಿಮರ್ಶಿಸುತ್ತ ಭಾಷಾಶಾಸ್ತ್ರಜ್ಞರಾದ ಮೇಟಿ ಮಲ್ಲಿಕಾರ್ಜುನ ಅವರು ಕಾವ್ಯರಂಗ ಪ್ರಯೋಗವು ನಮ್ಮನ್ನು ನಿಯಂತ್ರಿಸುತ್ತ ಬಂದ ಪ್ರಭುತ್ವ ಮತ್ತು ಪ್ರಬಲ ಶಕ್ತಿಗಳ ರಾಜಕೀಯ ಹುನ್ನಾರವನ್ನು ವಿರೋಧಿಸಲು ಬೇಕಾದ ಕಸುವನ್ನು ಸಾಹಿತ್ಯ-ನಾಟಕ-ರಂಗಭೂಮಿಗಳ ನಡುವಿನ ಒಪ್ಪಂದದಿಂದ ಪಡೆದುಕೊಂಡಿದೆ. ಮತ್ತು ಇಲ್ಲಿ ಅದಕ್ಕಾಗಿ ನಾಟಕ ಪ್ರದರ್ಶನದ ವ್ಯಾಕರಣವನ್ನೂ, ವಿಳಾಸವನ್ನೂ ಬದಲಾಯಿಸ ಹೊರಟಿದೆ" ಎಂದರೆ ಸಾಹಿತ್ಯ ಚಿಂತಕರಾದ ಸಬಿತಾ ಬನ್ನಾಡಿಯವರು "ಲೋಕದಿಂದ ಕನ್ನಡ ಪಡೆದುಕೊಂಡದ್ದಕ್ಕಿಂತ ಹೆಚ್ಚಾಗಿ ಕನ್ನಡವೇ ಲೋಕಕ್ಕೆ ನೀಡಬಲ್ಲದು ಎಂಬ ಚಂದದ ಆತ್ಮ ವಿಶ್ವಾಸ ಈ ಪ್ರಯೋಗದಲ್ಲಿ ಕಾಣುವುದು" ಎಂದಿದ್ದರು.

ಕಾವ್ಯ ಮತ್ತು ರಂಗಭೂಮಿಯ ಈ ಕೂಡುಗೆರೆಯ ಶೋಧದಲ್ಲಿ ಅನೇಕ ಪ್ರಯೋಗಗಳನ್ನು ನಡೆಸುತ್ತಲಿರುವೆ. ಮೇ ಸಾಹಿತ್ಯ ಮೇಳಕ್ಕಾಗಿ ಸಂಯೋಜಿಸಿದ್ದ ಸ್ವಾತಂತ್ರ್ಯ ಗೀತಗಳು ಅಂತಹ ಇನ್ನೊಂದು ಪ್ರಯತ್ನವಾದರೆ, ಇತ್ತೀಚೆಗೆ ಏಕವ್ಯಕ್ತಿ ಅಭಿನಯಕ್ಕಾಗಿ ರೂಪಿಸಿದ ಹಕ್ಕಿ ಮತ್ತು ಅವಳು ಇನ್ನೊಂದು ಬಗೆಯ ಯತ್ನ. ಈ ಹುಡುಕಾಟವನ್ನು ಬಹುಶಃ ನನ್ನ ಜೀವಮಾನದುದ್ದಕ್ಕೂ ನಡೆಸುವ ಹಂಬಲವಿದೆ ನನಗೆ.

⌘

ದಡವ ನೆಕ್ಕಿದ ಹೊಳೆ

ಹೆಜ್ಜೆ 14

ನೃತ್ಯವೆನ್ನುವ ಭುವನದ ಭಾಗ್ಯದೊಂದಿಗೆ

ಅವರು 'ಅಲ್ತಾ' ಹಚ್ಚಿದ ಪಾದಗಳಿಂದ ರಂಗೋಲಿ ಬಿಡಿಸುವರೇನೋ ಅನಿಸುವಂತೆ ರಂಗದ ಮೇಲೆಲ್ಲ ಚಲಿಸುತ್ತಾರೆ. ಬೇರಿನ ಹಾಗೆ ಆಳವಾಗಿ ನೆಲಕ್ಕಿಳಿಯುತ್ತಿದ್ದಾರೇನೋ ಅನಿಸುತ್ತಿದ್ದಂತೆ ಚಿಗರೆಯಂತೆ ಜಿಗಿಯುತ್ತಾರೆ. ನೋಡನೋಡುತ್ತಿದ್ದಂತೆ ಅವರ ದೇಹವೇ ರೆಕ್ಕೆಯಾಗಿ ಆಕಾಶದ ಅವಕಾಶಕ್ಕೆ ಚಾಚುವದೋ ಎಂಬಂತೆ ತೋರತೊಡಗುತ್ತದೆ. ಅವರ ದೇಹದಲ್ಲಡಗಿದ ಗರೀಮಾ ಲಘೀಮಾ ಕೌಶಲವೆರಡೂ ಗುರುತ್ವಾಕರ್ಷಣ ಶಕ್ತಿಯೊಂದಿಗೆ ಆಡುತ್ತಿರುತ್ತದೆ.

ಅವರ ಚಲನೆಯಲ್ಲಿ ನದಿಯ ಹರಿವಿದೆ, ಸಮುದ್ರದಲೆಗಳ ಏರಿಳಿತವಿದೆ. ಗಾಳಿಯಲ್ಲಿ ಹಸ್ತಗಳನ್ನು ಚಾಚುತ್ತ ಸಂಕೀರ್ಣ ಗತಿಯಲ್ಲಿ ಅವುಗಳಲ್ಲೇನನ್ನೋ ಅರಸುತ್ತ ಯಾವುದೋ ಅವ್ಯಕ್ತವಾದುದೊಂದನ್ನು ಥಟ್ಟನೆ ಹಿಡಿದು ದೇಹಭಂಗಿಯಲ್ಲಿ ನಿಂತಾಗ, ಅವರು ಧರಿಸಿದ ಅಮೂರ್ತಕ್ಕೆ ಅಸ್ಪಷ್ಟವಾಗಿ ನಮ್ಮೆದೆಗಳಲ್ಲಿ ಯಾವುದೋ ಆಕಾರ ಹೊಳೆದಂತಾಗಿ ಆ ಒಂದು ಬಗೆಯ ಅರಿವಿನಂತಹ ಮಂಪರಿನಲ್ಲಿ ಆನಂದ ಒದಗುತ್ತದೆ! ಅದು ಕತ್ತಲಲ್ಲಿ ಹಚ್ಚಿಟ್ಟ ಮೊಂಬತ್ತಿಯೊಂದು ಮಂದ ಗಾಳಿಗೆ ತೊನೆಯುತ್ತ ಆಚೀಚೆ ಓಲಾಡುವಾಗ ತನ್ನ ಸುತ್ತಣ ಜಗವನ್ನು ಚೂರೇಚೂರು ಕಾಣಿಸುತ್ತ ಅದು ನಮ್ಮ ಕಲ್ಪನೆಯನ್ನು ಸೇರಿಸಿಕೊಂಡು ಏನೋ ಕಂಡಂತೆ ಅನಿಸುತ್ತದಲ್ಲ! ಅಂಥ ಕುತೂಹಲದ ಆನಂದ. ಅಂತಹ ಆನಂದ ನೀಡುವ

ದಡವ ನೆಕ್ಕಿದ ಹೊಳೆ

ಶ್ರೀಪಾದ ಭಟ್

ಭುವನ ಯಕ್ಷರು ಈ ನೃತ್ಯಗಾರರು. ಅವರೊಂದು ವಿಸ್ಮಯ!. ಒಡೆದು ಹೇಳದ, ವಾಚ್ಯವಾಗದ ಎಷ್ಟೊಂದು ಅರ್ಥಗಳನ್ನು ಗರ್ಭದಲ್ಲಿಟ್ಟುಕೊಂಡವರು. ಅವರಿಂದ ಹೊಮ್ಮುವ ನೃತ್ಯಗಳು ಎಂದರೆ ಅವು ಆಕಾರಗೊಳ್ಳುವ ಕಾವ್ಯಗಳು!

ದೇಹವನ್ನು ದೇಗುಲವಾಗಿಸುವ ಬಹುದೊಡ್ಡ ಶಕ್ತಿ ನೃತ್ಯಕ್ಕಿದೆ. ದಶಕಗಳ ಪರಿಶ್ರಮದಿಂದ ಯಾವ ಭಿನ್ನ ಪರಿಕರದ ಹಂಗಿಲ್ಲದೇ ತಮ್ಮ ಅಂಗಾಗಗಳಿಂದ ವಿಶ್ವ ಚಲನೆಯನ್ನೂ ಅವರು ಧರಿಸುತ್ತಾರೆ. ಮಾತಿಗಾಗಿ ಒಂದೇ ಅಂಗ ಅಂತಿಲ್ಲ ಅವರಲ್ಲಿ, ಸರ್ವ ವಾಙ್ಮಯಗಳನ್ನೂ ಅವರ ಇಡಿಯ ದೇಹವೇ ಮಾತನಾಡುವುದು. ಅವರ ದೇಹದ ಕಂಪನಗಳಲ್ಲಿ ಅದೆಷ್ಟು ಶಬ್ದತರಂಗಗಳಿವೆ! ತಮ್ಮೊಳಗನ್ನು ಬೆಳಗಬಲ್ಲಂತಹ ಚಂದ್ರ ತಾರೆಗಳ ಆಹ್ಲಾದ ಆಹಾರ್ಯಗಳಿವೆ ಅವರಲ್ಲಿ. ಸನಾತನವನ್ನೂ ನೂತನವನ್ನೂ ಬೆಸೆಯಬಲ್ಲ ಅಪಾರ ಸಾಧ್ಯತೆಯ ಸತ್ವ ಅವರ ಪ್ರಯೋಗಗಳಲ್ಲಿದೆ. ಶಿವದಷ್ಟು ಸುಂದರ ಅದು.

ರಂಗದ ಕ್ಯಾನವಾಸಿನ ಮೇಲೆ ದೇಹವನ್ನು ವಿವಿಧ ಬಗೆಗಳಲ್ಲಿ ವಿನ್ಯಾಸ ಗೊಳಿಸಿಕೊಳ್ಳುತ್ತ ಪ್ರೇಕ್ಷಕರ ಕಣ್ಣಿನಲ್ಲಿ ಚಿತ್ರವನ್ನು ಕಾಣಿಸುವ ನೃತ್ಯರಂಗದ ಸಾಂಗತ್ಯ ಅದು ನನ್ನ ಎಂದಿನದೋ ಹಂಬಲ. ಅದಕ್ಕೆ ಒದಗಿದ ಅವಕಾಶಗಳೆಲ್ಲವೂ ಸುಂದರವಾದ ಆಕಸ್ಮಿಕಗಳೇ. ಅಂತಹ ಮೂರು ಪ್ರಮುಖ ಪ್ರಯೋಗಗಳನ್ನು ಇಲ್ಲಿ ವಿವರಿಸಲು ಯತ್ನಿಸಿದ್ದೇನೆ.

1

'ಭ್ರಾಮಕ ಚೆಲುವನು ಮೀರಿ ಮೇಲೇಳಲಿ ನಿಜ ನಾರಿ' ಎಂದರು ಟ್ಯಾಗೋರರು, ತಮ್ಮ 'ಚಿತ್ರಾ' ಎನ್ನುವ ಗೀತ ನಾಟಕದಲ್ಲಿ. ಕತೆ ಅದು ಜನಜನಿತವೇ ಆದದ್ದು; ಮಹಾಭಾರತ ಬಲ್ಲವರಿಗೆ. ಚಿತ್ರಾಂಗದೆ ಅರ್ಜುನನ ವರಿಸಿದ ಕತೆ. ಪರಿಚಿತವಾಗಿರುವ ಈ ಕತೆಯನ್ನು ಅಪರಿಚಿತಗೊಳಿಸುತ್ತ ಕತೆಯ ಮೆಯ್ಗೆಡಲೀಯದಂತೆ' ಅದನ್ನು ಆಧುನಿಕ ಜಗತ್ತಿನ ಸ್ತ್ರೀ ಅಸ್ಮಿತೆಯ ರೂಪಕವನ್ನಾಗಿಸಿದವರು ಅವರು. ಪುರಾಣವನ್ನು ವರ್ತಮಾನದ ಅಗತ್ಯಕ್ಕಾಗಿ ಪುನರ್ಲೇಖಿಸಲು ಕಲಿಸಿಕೊಟ್ಟ ಆಧ್ಯರವರು. ಕನ್ನಡದ ಕುವೆಂಪು, ಬೇಂದ್ರೆಯಾದಿಯಾಗಿ ಹಲವರು ಟ್ಯಾಗೋರರ ಹಾಡನ್ನು ತಮ್ಮದೇ ಧಾಟಿಯಲ್ಲಿ ಮುಂದುವರಿಸಿದರು.

ಅರ್ಜುನನ ವೀರತ್ವವನ್ನು ಮನಸಾರೆ ಮೆಚ್ಚಿದ ಚಿತ್ರಾಳ ಗಂಡು ಮೈ, ಆತ ಅವಳನ್ನು ತಿರಸ್ಕರಿಸುವಂತೆ ಮಾಡಿತ್ತು. ಹೆಣ್ಣು ಎಂದರೆ ಹೀಗಿರಬೇಕು ಎಂದು ಬಯಸುವ ಗಂಡು ಸಮೂಹದ ಪ್ರತಿನಿಧಿಯಾಗಿ ಅರ್ಜುನ ನಿಂತಿದ್ದ ಅಲ್ಲಿ. ಮನ್ಮಥನಿಂದ 'ಗಂಡು ಬಯಸುವ ಸೌಂದರ್ಯದ ವರ ಪಡೆದ ಚಿತ್ರೆ, ತನ್ನನ್ನು

ಕಂಡು ಮೋಹಕ್ಕೆ ಒಳಗಾದ ಅರ್ಜುನನ ಕೈಸೇರಿದಾಗ ಬೆಚ್ಚಿದಳು. ಅವಳೊಳಗಿನ ಅರಿವು ಅವಳನ್ನು ಚುಚ್ಚಿತ್ತು; ಅವಳೊಳಗು ಅವಳನ್ನು ಸುಡತೊಡಗಿತ್ತು. ವರವನ್ನು ಮರಳಿ ಹಿಂತಿರುಗಿಸಿ ನಡೆದವಳ'ಸತ್ಯ' ಅವಳನ್ನು ಹಿಂಬಾಲಿಸಿತ್ತು. ಪಾರ್ಥ ಅವಳ ನಿಜರೂಪದೊಡನೆಯೇ ಅವಳನ್ನು ಪ್ರೀತಿಸತೊಡಗಿದ್ದ.

ಹೆಣ್ಣಿನ ಅಸ್ತಿತ್ವವನ್ನು ಸಾರುವ ಪಠ್ಯವಾಗಿ ಮಾತ್ರ ನಿಲ್ಲದ ಈ ನಾಟಕವು ಇಂದಿನ ಮಾರುಕಟ್ಟೆಯ 'ಗಂಡು ಸ್ವರೂಪ'ವನ್ನೂ ಕಾಣಿಸುತ್ತದೆ. ಹೆಣ್ಣನ್ನು ತನಗೆ ಬೇಕಾದಂತೆ ಕಟೆಯುತ್ತಿರುವುದನ್ನೂ ಅದಕ್ಕಾಗಿ ಜಾಹೀರಾತುಗಳೇ ಮೊದಲಾದ ದೃಶ್ಯ ಮಾಧ್ಯಮವನ್ನು ಬಳಸಿಕೊಳ್ಳುತ್ತಿರುವುದನ್ನು ಇದು ಮನಗಾಣಿಸುತ್ತದೆ. ಪ್ರೀತಿಯ ಕುರಿತು, ನಮ್ಮೊಳಗಿನ ಯುದ್ಧದಲ್ಲಿ ನಾವು ಗೆಲ್ಲಬೇಕಾದ ಅನಿವಾರ್ಯತೆಯ ಕುರಿತು, ಪ್ರತಿ ನಿತ್ಯ ಇನ್ನೊಬ್ಬರನ್ನು ಒಪ್ಪಿಸಲೆಂದೇ ಬದುಕುತ್ತ ಬದುಕನ್ನು ಹೈರಾಣಾಗಿಸಿಕೊಳ್ಳುತ್ತಿರುವುದರ ಕುರಿತು ಹೀಗೆ ಹಲವು ಮುಖಗಳು ಮೈದಾಳಿವೆ ಈ ನಾಟಕದಲ್ಲಿ.

ಇಂಥದೊಂದು ಆಧುನಿಕ ಪುರಾಣವನ್ನು ಆಡಿಸಲು ಕಳೆದ 25 ವರ್ಷಗಳಿಂದ ಭರತನಾಟ್ಯ ಅಭ್ಯಸಿಸುತ್ತಿದ್ದ 'ನೃತ್ಯ ನಿಕೇತನ' ಅನ್ನುವ ಸಮರ್ಥ ತಂಡವೊಂದು ದೊರಕಿತ್ತು. ಉಡುಪಿಯ ಆ ತಂಡದ ಮುಖ್ಯಸ್ಥರು ಶಿವರಾಮ ಕಾರಂತರೊಡನೆ ಯಕ್ಷಬ್ಯಾಲೆಯಲ್ಲಿ ಭಾಗವಹಿಸಿದವರೂ, ಸಿನೆಮಾ ಮುಂತಾದ ಆಧುನಿಕ ಕಲೆಯಲ್ಲಿ ಅಭಿರುಚಿ ಉಳ್ಳವರೂ ಆಗಿದ್ದ ಸುಧೀರ ಕೊಡವೂರು ಮತ್ತು ಮಾನಸಿಯವರು. ಸಾಂಪ್ರದಾಯಿಕ ಕಲಿಕೆಯ ನೃತ್ಯ ತಂಡ ಮತ್ತು ಸಂಪ್ರದಾಯವನ್ನು ಮುರಿದು ಕಟ್ಟುವುದರಲ್ಲಿ ಅತ್ಯುತ್ಸಾಹ ತೋರುವ ರಂಗಭೂಮಿ ಎರಡೂ ಪರಸ್ಪರ ಗೌರವದಿಂದ ಬಾಳುವೆ ನಡೆಸಿ ಕಟ್ಟಿದ ಪ್ರಯೋಗವಾಗಿ ಚಿತ್ರಾ' ನೃತ್ಯ ನಾಟಕ ರೂಪುಗೊಂಡಿತು.

ನಾಟಕ ರೂಪುಗೊಂಡ ಬಗೆಯೂ ರೂಢಿಗತ ಚಟುವಟಿಕೆಗಳಿಂದ ಭಿನ್ನವೇ ಆಗಿತ್ತು. ನಮ್ಮೊಳಗನ್ನು ಹುಡುಕಿಕೊಳ್ಳುವ, ನಮ್ಮ ರೂಢಿಗತ ಬದುಕಿನ ಕ್ರಮವನ್ನು ಪ್ರಶ್ನಿಸುವ ಕವನಗಳ ವಾಚನ ಮತ್ತು ವ್ಯಾಖ್ಯಾನಗಳೇ ಪ್ರಮುಖ ರಂಗಾಟಗಳಾದವು. ಭರತನಾಟ್ಯದ ಪಾದಗತಿ, ಕರಣ ಸಾಮರ್ಥ್ಯ, ಭಾವಗಳನ್ನು ಶಿಲ್ಪವಾಗಿಸುವ ಭಂಗಿ, ರಸಾವೇಶದ ತುಡಿತ ಎಲ್ಲ ಗುಣಗಳನ್ನೂ ಇಟ್ಟುಕೊಂಡೇ ರಂಗಭೂಮಿಯ ಅಗತ್ಯಕ್ಕೆ ಅವನ್ನು ಹಿಗ್ಗಿಸಲಾಯ್ತು. ಉದಾಹರಣೆಗೆ ಭರತನಾಟ್ಯದ ಪ್ರದರ್ಶನದಲ್ಲಿ ಆರಂಭಕ್ಕೆ ಅವರು 'ಅಲರಿಪು' ಅನ್ನುವ ಪ್ರಸ್ತುತಿ ಮಾಡುತ್ತಾರೆ. ನಟರು ಅಲ್ಲಿ ತಮ್ಮ ಶರೀರವನ್ನು ಹೂವನ್ನಾಗಿಸಿ ಅರಳಿಸಿಕೊಳ್ಳುತ್ತ ಪ್ರೇಕ್ಷಕ ಪ್ರಭುವಿಗೆ ಅರ್ಪಿಸುವ ಹೂವನ್ನಾಗಿಯೂ ಅದನ್ನು ಭಾವಿಸಿಕೊಳ್ಳುತ್ತಾರೆ. ನಾವು ಈ ಅಲರಿಪು ಎಂಬ ಪ್ರದರ್ಶನದ ಭಾಗವನ್ನು ನಾಟಕದ ನಾಂದಿಯನ್ನಾಗಿಸಿಕೊಂಡೆವು. ಅಲ್ಲಿ ಹೆಣ್ಣು

ಗಂಡಿನ ಸಹ ಬಾಳುವೆಯ ಸಾಮರಸ್ಯ ಸಾರುವ 'ಕಾಳಿದಾಸನ ವಾಗರ್ಥ' ಕವನವನ್ನು ಬಳಸಿಕೊಂಡೆವು. ಶಬ್ಧ ಮತ್ತು ಅರ್ಥದಂತೆ ಹೊಂದಿರಬೇಕಾದ ಗಂಡು ಮತ್ತು ಹೆಣ್ಣಿನ ಆದರ್ಶ ಕೂಡುವಿಕೆಯನ್ನು ಸೂಚಿಸುವ ಈ ಕವನವನ್ನು ನಾವು 'ಅಲರಿಪು' ಮಾದರಿಯಲ್ಲಿ ಸಂಯೋಜಿಸಿದ್ದೆವು. ಅಲ್ಲಿ ಇಡೀ ನಾಟಕದ ಕಥಾ ವಸ್ತುವಿನ ಸ್ವರೂಪ ಸಂಯೋಜನೆಗೊಂಡಿತ್ತು. ಇನ್ನು, ಹಿಂದುಸ್ತಾನಿ ಮಾದರಿಯ ಆಧುನಿಕ ರಂಗ ಸಂಗೀತಕ್ಕೆ ಸದಾ ಕರ್ನಾಟಕ ಸಂಗೀತದ ನಡೆಯೊಂದಿಗೆ ಚಲಿಸಿ ಅಭ್ಯಾಸವಾಗಿರುವ ತಂಡವು ಪ್ರೀತಿಯಿಂದಲೇ ತನ್ನ ಪಾದಗತಿಯನ್ನು ಹೊಂದಿಸಿತ್ತು. ನಾಟಕದಲ್ಲಿ ಇರುವ ಚಿತ್ರಾ ಪಾತ್ರಕ್ಕೆ ಇಬ್ಬರು ನಟಿಯರನ್ನು ಏಕಕಾಲಕ್ಕೆ ಬಳಸಿದ್ದರಿಂದ ರಂಗದ ಮೇಲೆ ಹಲವು ನಾಟಕೀಯ ಚಲನೆಗಳು ಸಾಧ್ಯವಾಯಿತು; ಅವರ ಅಂತರಂಗದ ಮಾತುಗಳನ್ನು ಕೇಳಿಸಿಕೊಳ್ಳಲು ನೆರವಾಯಿತು; ಪಾತ್ರದ ಸಂಘರ್ಷದ ತೀವ್ರತೆ ಕಾಣಿಸಲು ಅನುಕೂಲವಾಯಿತು. ಮನ್ಮಥನ ಪಾತ್ರ ನಿರ್ವಹಿಸುತ್ತಿರುವ ನಟಿಗೆ ಧ್ವನಿಪೆಟ್ಟಿಗೆಯಲ್ಲಿಯ ಸಮಸ್ಯೆಯಿಂದಾಗಿ ಮಾತನಾಡುವುದು ಕಷ್ಟವಾಗಿತ್ತು. ಹೀಗಾಗಿ ನಾವು ಅವಳಾಡುವ ಮಾತಿನೊಂದಿಗೆ ಮನ್ಮಥನ ಜತೆಗಿರುವ ಗುಂಪು ಒಟ್ಟಿಗೇ ಮಾತನಾಡುವಂತೆ, ಕೋರಸ್ ಮಾತುಗಳನ್ನಾಗಿ ಅದನ್ನು ಬದಲಾಯಿಸಿದ್ದರಿಂದ ಮನ್ಮಥನ ಪಾತ್ರಕ್ಕೊಂದು ಅಸಾಧಾರಣ ಪ್ರಭಾವಳಿಯೂ ದೊರಕಿದಂತಾಗಿತ್ತು. ಹಿಂಬಾಗದ ಪರದೆಯ ಮೇಲೆ ಬಿಲ್ಲು ಮತ್ತು ಹೂವನ್ನು ಚಿತ್ರವಾಗಿಸಿದ್ದರಿಂದ ಪರದೆಯೇ ನಾಟಕದ ವಾತಾವರಣ ನಿರ್ಮಾಣದ 'ಸೆಟ್' ಅಂತೆಯೂ ಕಾಣತೊಡಗಿತ್ತು. ಭಿತ್ತಿಯಲ್ಲಿನ ಬಿಲ್ಲು ಮತ್ತು ಹೂವಿನ ಆಕಾರ, ರಂಗನಡೆಯ ಚಲನೆಯನ್ನೂ ಪ್ರತಿಫಲಿಸಿ ನೋಡುಗರಲ್ಲಿ ಬಿಂಬ ಪ್ರತಿಬಿಂಬದ ಆಕಾರ ಸಾದೃಶ್ಯದ ಸುಖದ ಭಾವ ಮೂಡಿಸಿತ್ತು. ರಂಗದ ಮೇಲೆ ಯಾವತ್ತೂ, ಪ್ರದರ್ಶನದ ಸಂದರ್ಭದಲ್ಲಿ ಮಾತನ್ನೇ ಆಡದ ಆ ಭರತನಾಟ್ಯ ಕಲಾವಿದರು ಸತತಾಭ್ಯಾಸದಿಂದ ಗೀತದಂತಹ ಮಾತುಗಳನ್ನು ಶ್ರುತಿಬದ್ಧವಾಗಿ ಹಿತವಾಗುವಂತೆ ಉಲಿಯತೊಡಗಿದರು.

ಕತೆಯ ದೃಷ್ಟಿಯಿಂದ ನಾಟಕದಲ್ಲಿ ಅರ್ಜುನ ಮತ್ತು ಚಿತ್ರ ಒಂದಾದರೂ, ರಂಗದಲ್ಲಿ ನಟಿಸಿದ ಆ ಚಿತ್ರಾ ಪಾತ್ರಧಾರಿಗಳಿಗೆ ಅರ್ಜುನನ ಮೇಲೆ ಕೋಪವಿನ್ನೂ ಇಳಿದಿಲ್ಲ. ನಾಟಕದ ಪ್ರಕ್ರಿಯೆ ಮತ್ತು ಪ್ರದರ್ಶನದ ಪ್ರಭಾವ ತಮ್ಮ ತಂಡದ ನಟಿಯರಲ್ಲಿ ಉಂಟು ಮಾಡಿದ ಅಪಾರ ಆತ್ಮವಿಶ್ವಾಸದ ಕುರಿತೂ, ನಾಟಕವಲ್ಲದೇ ಅವರ ಉಳಿದ ನೃತ್ಯ ಪ್ರದರ್ಶನದಲ್ಲಿ ಆದ ಗುಣಾತ್ಮಕ ಬದಲಾವಣೆಗಳ ಕುರಿತೂ, ಪ್ರದರ್ಶನಗಳ ಹೊರತಾಗಿಯೂ ಆ ನಟಿಯರ ದೈನಂದಿನ ಬದುಕಿನ ಚಿಂತನೆಯಲ್ಲಿ ಉಂಟಾದ ಮಾರ್ಪಾಡುಗಳ ಕುರಿತೂ ತಂಡದ ಹಿರಿಯರು ತುಂಬು ಪ್ರೀತಿಯಿಂದ ಮಾತನಾಡುತ್ತಾರೆ.

2

ಹೆಣ್ಣು ಒಂಟಿಯಾಗಿ ಬದುಕುವ ಆಯ್ಕೆ ಮಾಡಿಕೊಂಡರೆ ಅದು ಆಕೆಯ ಘನತೆಯ ಬದುಕಿನ ಆಯ್ಕೆಯೂ ಆಗಿರಬಹುದು. ಅದನ್ನು ಕರುಣೆಯಿಂದಲೋ ಶಂಕೆಯಿಂದಲೋ ನೋಡಬೇಕಿಲ್ಲ. ಕೃಷ್ಣನ ಗೋಕುಲ ನಿರ್ಗಮನದ ನಂತರ ರಾಧೆಯೂ ಅಂತಹ ಬದುಕನ್ನು ಆಯ್ಕೆ ಮಾಡಿಕೊಂಡರೆ? ಅಂತದೊಂದು ಕಲ್ಪನೆಯನ್ನು ಕಟ್ಟಿಕೊಂಡ ಕಥಾನಕ 'ರಾಧಾ' ಎಂಬ ಏಕವ್ಯಕ್ತಿ ಪ್ರಯೋಗದಲ್ಲಿದೆ. ಇದನ್ನು ಅಭಿನಯಕ್ಕೆ ಎತ್ತಿಕೊಂಡ ನಟಿ ಅದಾಗಲೇ ಭರತನಾಟ್ಯ ಶಾಲೆಯನ್ನು ನಡೆಸುತ್ತಿರುವ ನೃತ್ಯ ಶಿಕ್ಷಕಿಯೂ ಮತ್ತು ರಂಗಭೂಮಿಯ ಸಾಹಚರ್ಯ ಮೊದಲೇ ಇರುವ ನಟಿಯೂ ಆದ ಮಂಜುಳಾ ಸುಬ್ರಹ್ಮಣ್ಯ. ನೃತ್ಯ ಮತ್ತು ನಾಟಕದ ಹೊಸ ಪ್ರಯೋಗ ಕಟ್ಟಲು ತುಂಬು ಉತ್ಸಾಹದಿಂದ ಅವರು ಮುಂದಾದರು.

ಈ ಪ್ರಯೋಗದಲ್ಲಿ ನೃತ್ಯದ ಶಕ್ತಿಯನ್ನು ಮಾತ್ರ ಅಭಿನಯಕ್ಕಾಗಿ ಹುಡುಕಿಕೊಳ್ಳಬೇಕು ಹೊರತೂ ನಟಿಗೆ ಈಗಾಗಲೇ ತಿಳಿದಿರುವ ಭರತನಾಟ್ಯದ ಮುದ್ರೆಗಳ ಬಳಕೆಯನ್ನು ಮುನ್ನೆಲೆಯಲ್ಲಿ ತರಬಾರದು ಎಂದು ನಿಶ್ಚಯಿಸಿದ್ದೆ. ಇದರಿಂದ ನೃತ್ಯದ ಹಲವು ಸಾಧ್ಯತೆಗಳ ಹುಡುಕಾಟ ನನಗೂ ಒದಗಲಿ ಮತ್ತು ಭರತನಾಟ್ಯವನ್ನೇ ರೂಢಿಸಿಕೊಂಡು ಬಂದ ನಟಿ ಹೊಸ ನೃತ್ಯ ಅಭಿವ್ಯಕ್ತಿಗೆ ತನ್ನನ್ನು ತಾನು ಒಡ್ಡಿಕೊಳ್ಳಲಿ ಎಂಬುದು ನನ್ನ ಉದ್ದೇಶವಾಗಿತ್ತು. ಹೀಗೆ, ನೃತ್ಯದ ಭಾಷೆಯು ಕಥೆಯ ಹರಿವಿನೊಳಗೆ ಮಿಳಿತಗೊಳಿಸುವ ಯತ್ನ ಆರಂಭಗೊಂಡಿತು.

ಯತ್ನವು ಫಲಿಸತೊಡಗಿತು! ನೋಡನೋಡುತ್ತ ಹೊಸಹೊಸ 'ಗೆಶ್ಚರ್'ಗಳು, ದೇಹಭಂಗಿಗಳು ಅರ್ಥಾನುಸಾರ ರೂಪುಗೊಳ್ಳತೊಡಗಿತ್ತು!. ರಂಗಭೂಮಿ ಮತ್ತು ನೃತ್ಯ ಕ್ಷೇತ್ರದ ಈ ಅಸೀಮ ವಿಸ್ತಾರವನ್ನು ಅನುಭವಕ್ಕೆ ತಂದುಕೊಳ್ಳಲು ನಡೆಸಿದ ಈ ಪ್ರಯತ್ನವು ಮುಂದೆ ಹಲವು ಸಾಧ್ಯತೆಗಳನ್ನು ನಮಗೆ ಕಾಣಿಸತೊಡಗಿತು. ಆ ಪ್ರಕ್ರಿಯೆಯ ಒಟ್ಟಾರೆ ಅನುಭವವನ್ನು ನಟಿ ಹೇಳಿಕೊಂಡ ಬಗೆ ಹೀಗಿದೆ.-

"ಇದು ನೃತ್ಯವೂ ಹೌದು ನಾಟಕವೂ ಹೌದು. ಎರಡರ ಸಂತಸವೂ ಒಂದಾಗಿ ದೊರಕಿದೆ ನನಗೆ. ನನ್ನ ನೃತ್ಯರಂಗ ಕಲಿಕೆಗೆ ಇನ್ನೊಂದು ಹೊಸ ಆಯಾಮವನ್ನು ಈ ಪ್ರಯೋಗ ಕಲಿಸಿತು. ನೃತ್ಯವೆಂದರೆ ಬರಿಯ ಹೆಜ್ಜೆಗಳು ಕೈ ಕಾಲಿನ ಚಲನೆಗಳಷ್ಟೇ ಅಲ್ಲ ಅದು ದೇಹದ ಭಾಷೆಯೇ ಆಗಬೇಕು ಎನ್ನುತ್ತಿದ್ದ ನಿರ್ದೇಶಕರು ಹಸ್ತಾಭಿನಯವನ್ನು ಪ್ರತ್ಯೇಕವಾಗಿಸಗೊಡದೇ ನನ್ನ ದೈಹಿಕ ಭಂಗಿಯಾಗಿಸಿದರು. ಉಧಾಹರಣೆಗೆ ನಾಟಕದಲ್ಲಿ ಬರುವ ಹಾಡನ್ನು ಹಚ್ಚಿ ತೋರಿಸಿ "ನೀನು ಭರತನಾಟ್ಯದಲ್ಲಿಯಾದರೆ ಏನು ಮಾಡುತ್ತೀ ಈ ಹಾಡಿಗೆ ತೋರಿಸು" ಎನ್ನುತ್ತಿದ್ದರು. ನಾನು ನನ್ನ ಸಂಪ್ರದಾಯದ ಕ್ರಮವನ್ನು

ಅಭಿನಯಿಸುತ್ತಿದ್ದಂತೆ ಅದನ್ನು ಭಿನ್ನ ಬಗೆಯಲ್ಲಿ ಅಭಿವ್ಯಕ್ತಿಸಲು ಅಗತ್ಯವಾದ ಹಲವು ಯೋಚನೆಗಳನ್ನು ನೀಡುತ್ತಿದ್ದರು. ನಾನು ಮನಸೋ ಇಚ್ಛೆ ದೇಹದ ಚಲನೆಯನ್ನು ಅನಿಯಂತ್ರಿತವಾಗಿ ಚೆಲ್ಲಾಡುತ್ತಿದ್ದಂತೆ ಅವರು ನಿಧಾನವಾಗಿ ಅವುಗಳೊಳಗಿಂದ ಅರ್ಥವತ್ತಾದುದನ್ನು ಹುಡುಕಿ ಪೋಣಿಸುತ್ತಿದ್ದರು. ಹಲವು ತಾಲೀಮಿನ ಮೂಲಕ ಒಂದೊಂದೇ ಸಾಲಿನ ಅರ್ಥವನ್ನು ದೇಹ ಅಭಿವ್ಯಕ್ತಿಸಲು ಸಾಧ್ಯವಾಯಿತು. ಭರತನಾಟ್ಯದಲ್ಲಿ ಬರುವ ಅರೆಮಂಡಿಯಾಗಲೀ, ಅಡವುಗಳಾಗಲೀ ನೇರವಾಗಿ ಇಲ್ಲಿ ನಿಮಗೆ ಕಾಣಿಸಿಕೊಳ್ಳುವದಿಲ್ಲ; ಆದರೆ ಆ ಭಂಗಿಗಳಿವೆ, ಅಡವುಗಳಿವೆ ಅವೆಲ್ಲ ಭಿನ್ನರೂಪಿಂದ ಕಾಣುತ್ತಿದೆ. ಭರತನಾಟ್ಯದಲ್ಲಿ ಸಿದ್ಧ ಮಾದರಿಯ ಅಭಿನಯದ ಹೊರತಾಗಿ ಹೊಸತನ್ನು ಹುಡುಕುವ ಮುಂದಿನ ನನ್ನ ರಂಗಪಯಣಕ್ಕೆ ಇದು ಹಾದಿ ತೋರಿತು."

ನಾಟಕದ ಈ ಅನುಭವವು ಮಂಜುಳಾರಿಗೆ ಮುಂದಿನ ದಿನಗಳಲ್ಲಿ ಭರತನಾಟ್ಯದಲ್ಲಿಯೂ ಹೊಸ ಹೊಸ ಪ್ರಯೋಗಗಳನ್ನು ನಡೆಸಲು ನೆರವಾದುದು ಕಣ್ಣೆದುರಿನ ಸಾಕ್ಷಿಯಾಗಿದೆ.

3

ಆಕೆಯ ಹೆಸರು ಅನಘಶ್ರೀ. ಚಿಕ್ಕಂದಿನಿಂದ ನೃತ್ಯ ಮತ್ತು ಯಕ್ಷಗಾನದ ಸಹವಾಸದಲ್ಲಿದ್ದವಳು. ಇಂಜನಿಯರ್ ಪದವಿ ಓದಿ ಮುಗಿಸಿದ ಮುಂದಿನ ಒಂದು ವರ್ಷವನ್ನು ಪೂರ್ಣವಾಗಿ ನೃತ್ಯ ಮತ್ತು ನಾಟಕಕ್ಕಾಗಿ ವಿನಿಯೋಗಿಸಲು ನಿರ್ಧರಿಸಿ ನೃತ್ಯಾಧಾರಿತ ನಾಟಕವೊಂದನ್ನು ಏಕವ್ಯಕ್ತಿ ಪ್ರಯೋಗ ಮಾಡಲು ನಿರ್ಧರಿಸಿದ್ದಳು. ಅವಳಿಗಾಗಿ ಬರೆಯಲ್ಪಟ್ಟ ಪಠ್ಯ 'ನೃತ್ಯ ಗಾಥಾ'.

ಈ ನೃತ್ಯ ಕಲಿಯುತ್ತಿರುವ ಎಷ್ಟೊಂದು ಹುಡುಗಿಯರಿದ್ದಾರೆ. ಅವರಲ್ಲಿ ಅನೇಕರು ಹತ್ತನೇ ತರಗತಿ ಮತ್ತು ಎರಡನೇ ವರ್ಷದ ಪಿ.ಯು.ಸಿ. ಓದಿನ ಸಂದರ್ಭದಲ್ಲಿ ನೃತ್ಯ ಕಲಿಕೆಯನ್ನು ಬಿಡುತ್ತಾರೆ. ಇದು ಇಂದು ಸಹಜ ಎನಿಸಿ ಹೋಗಿರುವ ವಿಷಯವಾಗಿ ಹೋಗಿದೆ. ಆದರೆ ಅಸಹಜ ಅನಿಸುವ ಸಂಗತಿಯೇನೆಂದರೆ ಈ ಎರಡು ಕಂಟಕಗಳನ್ನು ದಾಟಿದ ನಂತರವೂ ಬಹು ಜನರಿಗೆ ವಾಪಾಸು ಈ ಕ್ಷೇತ್ರದ ಕಲಿಕೆಗೆ ಬರಬೇಕೆಂದೆನಿಸದಿರುವದು ಮತ್ತು ಬದುಕಿನಲ್ಲಿ ಮುಂದೆಲ್ಲೋ ಸಿಗುವ ನೃತ್ಯ ಪ್ರದರ್ಶನವನ್ನು ನೋಡುವ ಕುತೂಹಲವೂ ಅವರಲ್ಲಿ ಉಳಿದಿರದಿರುವುದು. ಯಾಕೆ ಹೀಗಾಗಿರಬಹುದು? ನೃತ್ಯ ಕಲಿಕೆಯ ಸಂದರ್ಭದಲ್ಲಿ ಅವರು ಪ್ರಸ್ತುತ ಪಡಿಸುವ ಪಠ್ಯಗಳು ಅವರ ಜೀವನವನ್ನು ಎಲ್ಲಿಯೂ ಸಂಧಿಸದೇ ಇರುವದೂ ಒಂದು ಕಾರಣವೇನೋ. ನಾವು ಅಭ್ಯಸಿಸುವ ಪಠ್ಯಕ್ಕೂ ನಮ್ಮ ಬದುಕಿಗೂ ಸಂಬಂಧ

ಕಾಣದಿರುವ ಸಂದರ್ಭದಲ್ಲೆಲ್ಲ ನಾವು ಅಭ್ಯಾಸದಲ್ಲಿ ಉದಾಸೀನ ಹೊಂದುವ ಸ್ವಾಭಾವಿಕ ಸಂದರ್ಭಗಳನ್ನು ಶೈಕ್ಷಣಿಕ ಬದುಕಿನಲ್ಲಿ ಸಾಕಷ್ಟು ಗಮನಿಸುತ್ತೇವೆ. 'ಇಲ್ಲಿಯೂ ಹೀಗಾಗುತ್ತಿರಬಹುದೇ? ಇಂತಹ ಚಿಂತನೆಗಳನ್ನು ನಡೆಸುತ್ತ 'ನೃತ್ಯಗಾಥ' ಹುಟ್ಟಿತು.

ನೃತ್ಯಗಾಥದಲ್ಲಿ, ನೃತ್ಯವನ್ನು ತನ್ನ ಮೈ ಮನಸ್ಸಿಗೆ ಹಚ್ಚಿಕೊಂಡ ಹುಡುಗಿಯೊಬ್ಬಳು ನೃತ್ಯವನ್ನು ಓದುವ, ನೃತ್ಯದ ಸಾಧ್ಯತೆಗಳನ್ನು ಹುಡುಕುವ, ಅದನ್ನು ವಿಸ್ತರಿಸಿಕೊಳ್ಳಲು ಮಾಡುತ್ತಿರುವ ಪ್ರಯತ್ನದ ಒಂದು ಮಾದರಿಯಿದೆ. ಕಾವ್ಯ, ಕಾದಂಬರಿ, ಇತಿಹಾಸದ ಪುಟಗಳಿಂದ ಆಯ್ದು ಕಟ್ಟಿದ ನೃತ್ಯಗಾತಿಯರ ಕಥನವನ್ನು ಮರು ರೂಪಿಸುತ್ತ, ಅದರಿಂದ ದೊರೆತ ವಿವೇಕವನ್ನು ವರ್ತಮಾನದ ನೃತ್ಯ ಬದುಕಿಗಾಗಿ ಆವಿಷ್ಕರಿಸಿಕೊಳ್ಳುವ ಸಾಧ್ಯತೆಯನ್ನು ಕಾಣಿಸುವ ಪ್ರಯತ್ನವಿದೆ

ದಡವ ನೆಕ್ಕಿದ ಹೊಳೆ

ಶ್ರೀಪಾದ ಭಟ್

ಇಲ್ಲಿ. ಪಂಪನ ಆದಿಪುರಾಣದ ಕಾವ್ಯ ಕನ್ನಿಕೆ ನೀಲಾಂಜನೆ, ಇತಿಹಾಸ ಕಾಲದ ನೃತ್ಯದ ದಂತಕತೆಯಾಗಿರುವ ಶಾಂತಲೆ, ಕಾದಂಬರಿಯೊಂದರಿಂದ ಕಾಣಿಸಿಕೊಂಡ ಉಮ್ರಾವ್ ಜಾನ್ ಇವರೆಲ್ಲ ಇಲ್ಲಿ ಆಧುನಿಕ ಕಾಲದ ನರ್ತಕಿಯ ದೇಹ ಧರಿಸಿ ಮಾತನಾಡುತ್ತಾರೆ. ಆಖ್ಯಾನಗಳನ್ನು ವ್ಯಾಖ್ಯಾನಗೊಳಿಸುವ, ನೃತ್ಯ ಮೀಮಾಂಸೆಯನ್ನು ರಂಗದ ಮೇಲೆ ಮಂಡಿಸುವ ನಮ್ರ ಪ್ರಯತ್ನವಿದು. ಕಲಾಮಾರ್ಗದ ಸಾಧ್ಯತೆಯ ಅನ್ವೇಷಣೆಯೊಂದರ ಈ ಪ್ರಯೋಗ ತನ್ನ ಸ್ವರೂಪದಲ್ಲಿ ಪ್ರಬಂಧ ರೂಪವನ್ನೂ ಸಹ ಪಡೆದಿದೆ.

ಮುಟ್ಟಿದರೆ ಮುನಿಯಂತಿರುವ ಆ ನಟಿ ತನ್ನ ಮೈ ಚಳಿಯನ್ನು ಬಿಟ್ಟು ಬೇರೊಂದು ಪಾತ್ರವಾಗಲು ತುಂಬ ಕಠಿಣ ಶ್ರಮಪಟ್ಟಳು. ಮುದ್ರೆಗಳಿಗೆ ಭಾವಗಳನ್ನು ದಾಟಿಸಿ ನಿಸ್ಸೂರಾಗಿ ಬಿಡುವ, ಪುರಾಣ ಪಾತ್ರಗಳನ್ನು ತೊಗಲಿಂದ ಒಂದು ಸಮಾನ ದೂರದಲ್ಲಿಟ್ಟು ಕತೆಯ ಪರಿವೇಶದಲ್ಲಿ ಗುಂಪಿನೊಂದಿಗೆ ತನ್ಮಯವಾಗುವ ಅಭಿನಯದ ಮಾದರಿಗಳು ರೂಢಿಯಾಗಿರುವ ಆಕೆಗೆ ಪಾತ್ರಗಳ ಮನೋಧರ್ಮವನ್ನು ತನ್ನ ಮಜ್ಜೆಗಳೊಳಗೆ ಬೆಸೆಯುವಂತೆ ಮಾಡಿಕೊಳ್ಳಲು ತುಸು ಸಮಯವೇ ಹಿಡಿಯಿತು. ಆ ಪಾತ್ರಗಳ ಇಷ್ಟದ ದಿರಿಸು, ಬಣ್ಣ, ಜಡೆ ಹೆಣಿಗೆಯ ರೀತಿ, ತೊಡುಗೆಯ ಬಗೆ ಇಂತಹ ಕ್ರಿಯೆಗಳನ್ನು ಕಲ್ಪಿಸಿ ರಂಗದಲ್ಲಿ ಅವುಗಳ ಜತೆಗಿನ ಬದುಕುವಿಕೆ ಎಂದರೇನೆಂಬುದನ್ನು ಹುಡುಕುತ್ತ ಕಲಿಕೆ ಸಾಗಿತು. ಅನ್ಯವನ್ನು ಸ್ವೀಕರಿಸುವದು ಅಷ್ಟು ಸುಭವಲ್ಲ. ಹೀಗಾಗಿ ಮಾತುಗಳು ಕಂಠದಿಂದ ಹೊಕ್ಕುಳಿಗಿಳಿಯಲು ಕೆಲ ಕಾಲ ತಗಲಿತು. ಹಲವು ರೀತಿಯ ಅಭ್ಯಾಸಗಳ ನಂತರ ಅವಳು ನಿರಾಳವಾಗತೊಡಗಿದಳು. ಅಭಿನಯಕ್ಕೊದಗುವ ದೇಹ ವಿನ್ಯಾಸಗಳನ್ನು ಹುಡುಕುವ ಆಟದ ಭಾಗವಾಗಿ ಡಿ.ವಿ.ಜಿ.ಯವರ ಅಂತಃಪುರ ಗೀತೆಗಳನ್ನು ಅಭ್ಯಸಿಸಿದ್ದೆವು. ಅದರಲ್ಲಿಯ ಕಾವ್ಯಗಳ ಸಾಲುಗಳನ್ನು ದೇಹಕ್ಕಿಳಿಸಲು ಹಲವು ಸುಂದರ ಪ್ರಯತ್ನಗಳು ನಡೆದವು. ವ್ಯಕ್ತಿಯ ವಿಕಾಸದಲ್ಲಿ ಒದಗುವ ಭಾವೋತ್ಕರ್ಷ ಸ್ಥಿತಿಯ ರಸಾಭಿಜ್ಞತೆಯನ್ನು ಕುರಿತು ಮಾತನಾಡುವ ಡಿ.ವಿ.ಜಿ.ಯವರ ಚಿಂತನೆಗಳೂ ಇಲ್ಲಿ ನೆರವಾದವು. ನೃತ್ಯಗಾಥ ನಾಟಕದ ಕೊನೆಯಲ್ಲಿ ಆ ನರ್ತಕಿ 'ಹಸ್ತಾಭಿನಯದಿ ಏನನ್ನೋ ಹಿಡಿಯಲೆತ್ನಿಸುತ್ತ' ರಂಗದಿಂದ ಮರೆಗೆ ಚಲಿಸುತ್ತಾಳೆ. ಈ ಏನನ್ನೋ ಹುಡುಕುವ ಚಲನೆ ಇನ್ನೂ ಜಾರಿಯಲ್ಲಿದೆ.

4

ನೃತ್ಯ ಮತ್ತು ನಾಟಕದ ಸಂಬಂಧ ಪರಿಣಾಮವು ಕೇವಲ ಪದಚಿತ್ರಗಳ ಸಂಯೋಜನೆಯಲ್ಲಿ, ಸಂಗೀತವನ್ನು ವಿನಿಯೋಗಿಸುವ ಉಪಕ್ರಮದಲ್ಲಿ, ಪಾತ್ರಸ್ವಭಾವ ಚಿತ್ರಣದ ವೈವಿಧ್ಯತೆಯಲ್ಲಿ, ಆವರಣ ನಿರ್ಮಾಣದ ಸಂದರ್ಭ

ಸೃಷ್ಟಿಯಲ್ಲಿ ಮಾತ್ರವಲ್ಲ, ಅಂದರೆ ಆಕೃತಿಯಲ್ಲಿ ಮಾತ್ರವಲ್ಲ ಆಶಯದಲ್ಲಿಯೂ ತಲೆತೋರಿರುವ ಎಷ್ಟೋ ಸಂದರ್ಭಗಳಿವೆ. 'ನಾರಸಿಂಹ' ಎಂಬ ನೃತ್ಯ ರೂಪಕವನ್ನು ನಿರ್ದೇಶಿಸುತಿರುವ ಸಂದರ್ಭವದು. ಈ ರೂಪಕವನ್ನು 'ಸಂಪ್ರದಾಯದ ಮಾದರಿಯಲ್ಲಿಯೇ' ಕಟ್ಟಬೇಕೆಂದು ಹೊರಟಿದ್ದೆ. ಆ ಬಗೆಯ ಸಂಗೀತವೂ ಸಿದ್ಧವಾಗಿತ್ತು. ಆದರೆ ರೂಪಕ ಸಿದ್ಧವಾಗುತ್ತ ನಡೆದಂತೆ ಅದರ ರೂಪಗಳಲ್ಲಿ ಬಹುರೂಪಿತನ ಸೇರ್ಪಡೆ ಆಗತೊಡಗಿತು. ಆಧುನಿಕ ರಂಗಭೂಮಿಗೇ ಇರುವ ಪ್ರತಿರೋಧದ ಗುಣವಿದೆಯಲ್ಲಾ ಅದು ಯಾವುದನ್ನೂ ಅದು ಇದ್ದ ಹಾಗೇ ಇರಲು ಬಿಡದು. ಸಂಪ್ರದಾಯದ ಎರಕದೊಳಗೇ ಮಂಡಿಸಬೇಕೆಂದುಕೊಂಡು ಹೊರಟ ಕಥಾನಕವೂ ಸಂಪ್ರದಾಯದ ಒಜ್ಜೆ ಕಳಚಿ ಹೊಸ ಬೆಡಗ ತೋರತೊಡಗಿತು. ಹಿರಣ್ಯಕಶಿಪು ಮತ್ತು ಪ್ರಹ್ಲಾದನ ಕತೆಯೊಳಗೆ ಮಾನಿನಿ ಮತ್ತು ಮೇಧಿನಿಯ ಆಕ್ರಮಣವನ್ನು ವಿರೋಧಿಸುವ ನೆಲೆಯ ಗುಣವೂ ರೂಪಕವಾಗಿ ಸೇರಿ ಹೊಸ ವಿನ್ಯಾಸ ಪಡೆದು ಸನಾತನ ಕತೆಗೆ ಸಾಮಾಜಿಕ ಪ್ರಸ್ತುತತೆಯ ಮೌಲ್ಯವೂ ಸೇರಿ ನೂತನತೆ ತನ್ನಿಂದತಾನೆ ಒದಗಿದ ಕೌತುಕವೂ ನಡೆದು ಹೋಯ್ತು! 'ಪೊಲಿಟಿಕಲಿ ಕರೆಕ್ಟ್' ಆಗಬೇಕೆಂದು ಮಾಡಿರುವ ಪ್ರಯತ್ನವಾಗಿರಲಿಲ್ಲ ಅದು. ಕಲಾಪ್ರಕಾರಗಳ ಆಳದ ಪ್ರೀತಿಯು ಅಂತಹ ಹುಟ್ಟನ್ನು ಹುಟ್ಟಿಸುತ್ತದೆ. ಕಲಾವಿದ ನೈತಿಕವಾಗಿರುವುದೆಂದರೆ ನನ್ನ ದೃಷ್ಟಿಯಲ್ಲಿ ಆತನಿಗಿರುವ ಕಲೆಯ ಕುರಿತು ಅವನಿಗಿರುವ ಕಲಾ ನಿಷ್ಠೆಯೇ ಆಗಿದೆ.

ನೃತ್ಯದ ಅರೆದೆರೆಯುವ ನೋಟದ ಕೌತುಕದ ಪಯಣ ಅದು ವಾಚ್ಯವಲ್ಲದ ನಿಗೂಢ ಜಗದ ಪಯಣ. ದೇಹವನ್ನು ಸೃಜನಶೀಲಗೊಳಿಸುವ ಆಟದ ಪಯಣ. ಒಮ್ಮೆ ಹೀಗಾಯ್ತು. ಹಾಡಿನ ಸಾಲಿನಲ್ಲೆಲ್ಲಿಯೋ ಒಂದೆಡೆ ಬಳ್ಳಿಯೊಂದರ ಹಬ್ಬುವಿಕೆಯ ಕುರಿತ ಎರಡು 'ಪದ'ಗಳಿದ್ದವು ಎರಡು ಶಬ್ದಗಳು. ನಾವೆಲ್ಲರೂ ಆ ಎರಡು 'ಪದ'ಗಳಲ್ಲಿಯ ಚಿತ್ರಗಳನ್ನು ದೇಹ ಚಲನೆಯಲ್ಲಿ ಹಿಡಿಯುವ ಆಟ ಆರಂಭಿಸಿದೆವು. ದಿನವೆಲ್ಲ ನಡೆಯಿತು ಆ ಆಟ. ಏನೋ ಒಂದು ಕಂಡಿತು!. ಎಲ್ಲರೂ ಅದೆಷ್ಟು ಸಂಭ್ರಮಿಸಿದೆವು! ತಮಾಶೆ ಏನೆಂದರೆ ಅದರ ಪ್ರಸ್ತುತಿಯ ಅವಧಿ ಕೆಲವೇ ಕ್ಷಣದ್ದಾಗಿತ್ತು. ಪ್ರದರ್ಶನ ನಡೆದಾಗ ಪ್ರೇಕ್ಷಕರು ಎಲ್ಲೋ ಒಂದೆಡೆ ಕಣ್ಣು ಮುಚ್ಚಿ ತೆರೆಯುವದರೊಳಗೆ, ಅಥವಾ ಪಕ್ಕದಲ್ಲೆಲ್ಲೋ ಒಮ್ಮೆ ತಿರುಗಿ ನೋಡುವದರೊಳಗೆ ಮುಗಿದೇ ಹೋಗುವಷ್ಟು ಕಡಿಮೆ ಹೊತ್ತಿನ ಕ್ಷಣದ ಚಿತ್ರವದು. ಆದರೂ ಆ ಕ್ಷಣದ ಸೃಷ್ಟಿಯ ಸಂದರ್ಭದಲ್ಲಿ ನಡೆದ ಹುಡುಕಾಟ, ಶ್ರಮ, ಅದೇನೋ ದೊರಕಿತು ಅಂತ ಅನಿಸಿದಾಗ ಆದ ಸಂಭ್ರಮ ಇದು ನಮ್ಮೊಳಗೆ ಸರ್ವಕಾಲವೂ ಉಳಿಯಬಹುದಾದದ್ದು. ನೃತ್ಯದೊಡನೆಯ ಪಯಣ ಅಂತಹ ಅಮಿತ ಅವಿರತಗಳಿಗೆಗಳ ಅನ್ವೇಷಣೆಯ ಪಯಣ.

ರಂಗಭೂಮಿಯು ಲೋಕಾನುಕೀರ್ತನೆಗಾಗಿ ತನ್ನಲ್ಲಿ ಬಹುರೂಪಗಳನ್ನು ಧರಿಸಿಕೊಳ್ಳಬೇಕಾಗುತ್ತದೆ. ಈ ಬಹುರೂಪತೆಗೆ ಅಗತ್ಯ ಶಕ್ತಿಯನ್ನೆರೆಯಬಲ್ಲಂತಹ, ಭೂವ್ಯೋಮವನ್ನು ಚಲನೆಯಲ್ಲಿ ಧರಿಸಿಕೊಂಡಂತಹ ನೃತ್ಯವೆಂಬ ಕಲೆಯನ್ನು ಒಳಗೊಳ್ಳುವ ಬಗೆಯನ್ನು ಹುಡುಕ ಹೊರಟ ಪಯಣವಿದು. ಈ ಪಯಣಗಳಿಗೆ ಅಗತ್ಯ ಪಠ್ಯವನ್ನು ಒದಗಿಸಿಕೊಟ್ಟ ಸುಧಾ ಆಡುಳರನ್ನು ಗೌರವದಿಂದ ನೆನೆಯುವೆ.

⌘

ದಡವ ನೆಕ್ಕಿದ ಹೊಳೆ

ಹೆಜ್ಜೆ 15

ಗಾಂಧಿ ರಂಗ ಪಯಣವೆಂಬ ಬಾಳ್ವೆಯ ಬೆಳಕು

"ನಾನು ಸರಕಾರವು ವಿಧಿಸಿದ ಕಾನೂನನ್ನು ಬಹಿರಂಗವಾಗಿ ಭಂಗಮಾಡಿದ್ದೇನೆ. ಈ ದೇಶದ ಪ್ರಜೆಗಳಾದ ನಾವು ಬ್ರಿಟಿಷರ ಆಡಳಿತದಲ್ಲಿರುವ ಗುಲಾಮಗಿರಿಯನ್ನು ಸಹಿಸಲಾರೆವು ಎಂಬುದರ ಸಂಕೇತ ಈ ಉಪ್ಪಿನ ಸತ್ಯಾಗ್ರಹ"

ಸ್ವಾತಂತ್ರ್ಯ ಸಂಗ್ರಾಮ ಕಾಲದ ಉಪ್ಪಿನ ಸತ್ಯಾಗ್ರಹದ ಸಂದರ್ಭವನ್ನೊಮ್ಮೆ ಮರೆತು, ಸುಮ್ಮನೆ ಈ ಮಾತು ಓದಿ ನೋಡಿ.

ಪಕ್ಕಾ ನಾಟಕವೊಂದರ ಡೈಲಾಗ್ ಅಂತಿದೆ ಅಲ್ಲವೆ? ನಿಜ ಇದು ನಾಟಕದ ಡೈಲಾಗಿನದೇ ರೀತಿ. ಚಿಟಿಕೆ ಉಪ್ಪನ್ನು ಕೈಯಲ್ಲಿ ಹಿಡಿದು ಜಾಗತಿಕ ಶಕ್ತಿಯಾಗಿ ಮೆರೆಯುತ್ತಿರುವ ಇಂಗ್ಲೆಂಡಿಗೆ ಮತ್ತು ಅದರ ವಸಾಹತುಶಕ್ತಿಗೆ ಈ ಬಗೆಯ ಸವಾಲು ಹಾಕುವದು ಪಕ್ಕಾ ಸಾಂಕೇತಿಕ – ಪ್ರತೀಕ – ಅಂತೆಯೇ ಅಸಾಧಾರಣ ನಾಟಕೀಯ ಶಕ್ತಿಯುಳ್ಳದ್ದು. ಗಾಂಧೀಜಿ ಇಂಥ ನಾಟಕೀಯ ಶಕ್ತಿಯ ಗುಣಗಳುಳ್ಳ ಹಲವು ಸಂಗತಿಗಳನ್ನು, ಪರಿಕರಗಳನ್ನು ಸ್ವಾತಂತ್ರ್ಯ ರಂಗದಲ್ಲಿ ತಂದಿದ್ದಾರೆ. ಮ್ಯಾಂಚೆಸ್ಟರ್ ವಿರುದ್ಧದ ಹೋರಾಟದಲ್ಲಿ ಚರಕ, ಭಾರತಕ್ಕೆ ವಿದೇಶದಿಂದ ಮರಳಿ ಬರುವಾಗ 'ಯೋಗಿಕ್ ಪವರ್' ಕಾಣಿಸುವ ಪಂಚೆ ರುಮಾಲಿನ ಜತೆ 'ದಂಡ' ಇವನ್ನೆಲ್ಲ ಮತ್ತೊಮ್ಮೆ ಗಮನಿಸಿ. ಈಗ, ಮತ್ತೆ ಉಪ್ಪಿನ ಸತ್ಯಾಗ್ರಹದ ಸಂದರ್ಭಕ್ಕೆ ಮರಳೋಣ. ಸಬರಮತಿ ಆಶ್ರಮದಿಂದ 240 ಮೈಲಿ ದೂರದ ದಂಡಿ ಎಂಬ ಊರಿಗೆ 24 ದಿನಗಳ ಪಾದಯಾತ್ರೆಯ ಪ್ರದರ್ಶನವದು. 79 ಮಂದಿ ಸತ್ಯಾಗ್ರಹಿಗಳಿಗೆ ಸಬರಮತಿಯಲ್ಲಿ 21 ದಿನಗಳ 'ರಂಗತರಬೇತಿ'. ಅವರು ಹೊರಡುವ, ಉಳಿಯುವ ದಾರಿಯುದ್ದಕ್ಕೂ ಸಿಗುವ ಊರಿನ ಜನರನ್ನು ಅವರ ಊರಿನ ಗಡಿ ದಾಟುವ ತನಕ ಸೇರಿಸಿಕೊಳ್ಳುವ, ಅವರ ಗಡಿ ಮುಗಿದ ಕೂಡಲೇ ಮುಂದಿನ ಊರಿನ ಗಡಿಯ ಜನ ಅಲ್ಲಿ ಕಾದಿದ್ದು ಅವರ ಜತೆ ಸೇರುವ, ಸಂಗೀತ, ವಾದ್ಯಗಳ ನಿರಂತರ ಸಾತ್ ಜತೆಯಲ್ಲಿ ಸಾಗುವ ದೃಶ್ಯಾತ್ಮಕವಾಗಿಯೂ ಶಕ್ತಿಶಾಲಿ ಘಟನೆ ಇದು. ಗಾಂಧೀಜಿಯ ವೇಗದ ನಡಿಗೆಯನ್ನೇ ಗಮನಿಸಿ ನೋಡಿ. ಚಲನೆಯ ವೇಗ ಮತ್ತು ಆಗಾಗ ಆಚರಿಸುವದು ಮೌನ ಎರಡೂ ಅ–ಸಾಧಾರಣವೇ! ಪಕ್ಕಾ ಡ್ರೆಮಾಟಿಕ್; ಹಿಂದ್ ಸ್ವರಾಜ್‌ನಂತಹ ಬರವಣಿಗೆಯನ್ನೂ ಸೇರಿಸಿ.

ಬಹುಕಾಲ ನನ್ನ ತಲೆಮಾರಿನವರು ಗಾಂಧಿ ವಿರುದ್ಧ ಗಾಂಧಿ, ಅಂಬೇಡ್ಕರ್ ಹೀಗೆ 'ವಿರುದ್ಧ' ಅಥವಾ 'ವರ್ಸಸ್' ನಾಟಕಗಳನ್ನೇ ಮಾಡಿಕೊಂಡು ಬರುತ್ತಿರುವಾಗಲೂ ಅದರಲ್ಲಿ ಗಾಂಧಿಯ ಕುರಿತ ಒಂದು ತಿಳುವಳಿಕೆಯನ್ನು ಹೊಂದಿಯೇ ಅದರಾಚೆ ಮತ್ತೊಂದರ ಹುಡುಕಾಟವಿರುತ್ತಿದ್ದುದನ್ನೂ ಮತ್ತು ವಿಗ್ರಹ ಭಂಜನೆಯೊಂದೇ ಉದ್ದೇಶವಲ್ಲದ ಪ್ರಯೋಗಗಳನ್ನೂ ಗಮನಿಸಬಹುದಿತ್ತು. ಆದರೆ ಇದ್ದಕ್ಕಿದ್ದಂತೆ ನಮ್ಮ ಮುಂದಿನ ಮಕ್ಕಳು, ಕಾಲೇಜು ಯುವಕರು ಗಾಂಧೀಜಿಯನ್ನು ಕುರಿತು ಅಸಹನೆಯಿಂದ, ಕೋಪದಿಂದ, ಅಸಡ್ಡೆಯಿಂದ ಮಾತನಾಡುತ್ತಿರುವುದನ್ನು ಕಂಡಾಗಲೇ ತಿಳಿದಿದ್ದು, ಗಾಂಧೀಜಿಯವರನ್ನು ಭಾರತದ ಆತ್ಮದಿಂದ ಹೊರ ತಳ್ಳುವ ಕೆಲಸ ಅನೇಕ ವರ್ಷದಿಂದ ಗುಪ್ತಗಾಮಿನಿಯಾಗಿ, ಬಹುತ್ವ ಒಲ್ಲದವರ ಷಡ್ಯಂತ್ರದ ಭಾಗವಾಗಿ ನಡೆಯುತ್ತಲೇ ಬಂದಿದೆ ಎಂದು. ಆ ಹುಡುಗರನ್ನು ನಿಲ್ಲಿಸಿ ಕೇಳಿದರೆ

ನಿಜಕ್ಕೂ ಗಾಂಧೀಜಿಯ ಕುರಿತ ಪ್ರಾಥಮಿಕ ತಿಳುವಳಿಕೆಯೂ ಅವರಿಗಿರದಿರುವುದು ಮತ್ತು ವಾಟ್ಸಪ್ ಯೂನಿವರ್ಸಿಟಿಯ ನೋಟ್ಸ್‌ಗಳನ್ನು ಅವರು ಕಂಠಪಾಠ ಮಾಡಿ ಬಳಸುತ್ತಿದ್ದುದು ಕಂಡಿತು. ಗಾಂಧೀಜಿಯವರ ಕುರಿತು ಅವರಿಗೆ ಏನೂ ತಿಳಿದಿಲ್ಲ ಎಂಬ ಬೇಸರಕ್ಕಿಂತ ಗಾಬರಿಯಾದ ಸಂಗತಿ ಎಂದರೆ ಅವರು ತಪ್ಪು ಕಲ್ಪನೆಗಳನ್ನು ತುಂಬಿಕೊಂಡಿದ್ದಾರೆ ಎಂಬುದು. ಇದಕ್ಕೆ ಪಾಲಕರಿಗಿಂತ ಹೆಚ್ಚಾಗಿ ಶಿಕ್ಷಕ ಸಮೂಹದ ಪಾತ್ರವೇ ಹಿರಿದೂ ಆಗಿತ್ತು. ಗಾಂಧೀಜಿಯವರು ಹುಟ್ಟಿ 150 ವರ್ಷಗಳಾಗಿರುವ ಸುಸಂದರ್ಭದಲ್ಲಿ 'ಗಾಂಧೀಜಿಯವರ ಕುರಿತು ನಾಟಕ ಮಾಡ್ತೀರಾ' ಅಂತ ಕನ್ನಡ ಮತ್ತು ಸಂಸ್ಕೃತಿ ಇಲಾಖೆಯ ನಿರ್ದೇಶಕರಾದ ಎನ್.ಆರ್.ವಿಶುಕುಮಾರ್ ಕೇಳಿದಾಗ "ಖಂಡಿತವಾಗಿಯೂ ಮಾಡ್ತೇನೆ ಸರ್, ಆದರೆ ಮುಖ್ಯವಾಗಿ ಶಾಲಾ ಕಾಲೇಜಿನ ವಿದ್ಯಾರ್ಥಿಗಳನ್ನೇ ಪ್ರೇಕ್ಷಕರನ್ನಾಗಿ ಕೇಂದ್ರೀಕರಿಸಿ ಮಾಡ್ತೇನೆ" ಎಂದು ನಾನೆಂದುದಕ್ಕೆ ಬಲವಾದ ಕಾರಣಗಳು ಇದಾಗಿತ್ತು. ಗಾಂಧಿ ನಾಟಕವನ್ನು ಮಕ್ಕಳ ಮಧ್ಯದಲ್ಲಿ, ಮಕ್ಕಳಿರುವಲ್ಲಿ, ವಿದ್ಯಾರ್ಥಿ ಯುವಜನರಿಗಾಗಿ ಅವರಿರುವಲ್ಲಿಯೇ ಹೋಗಿ ಮಾಡಬೇಕು ಎಂದುಕೊಂಡೆ.

ನಾಟಕ ಸರಳವಾಗಿರಬೇಕು ಗಾಂಧಿಯಂತೆ; ಆಡಂಬರ, ಅಲಂಕರಣಗಳ ತೊಡೆದುಕೊಳ್ಳಬೇಕು ಅವರ ಮಾರ್ಗದಂತೆ ಎಂಬುದನ್ನು ನಿರ್ಧರಿಸಿದ್ದೆ. ಅದಾಗಲೇ ನಮ್ಮ 'ಕಾವ್ಯರಂಗ' ರಂಗಪ್ರಯೋಗವನ್ನು ನೋಡಿದ್ದ ವಿಶುಕುಮಾರರು ಈ 'ಬಗೆಯ ಪ್ರಸ್ತುತಿಗೆ ಸಂತಸದ ಸಮ್ಮತಿ ಇತ್ತರು. 'ಯಾರಿಂದ ನಾಟಕ ಬರೆಸುತ್ತೀರಿ' ಅಂತ ಅವರು ಕೇಳಿದಾಗ ನಾನು ಹುಡುಕುವುದೇನೂ ಇರಲಿಲ್ಲ. ಪಠ್ಯ ನನ್ನ ಮುಂದೆ ಸಿದ್ಧವಾಗಿಯೇ ನಿಂತಿತ್ತು; ಅದು ಸಂವೇದನಾಶೀಲ ಬರಹಗಾರ ಬೊಳುವಾರು ಮಹಮದ್ ಕುಂಞಿ ಅವರು ಹತ್ತು ವರ್ಷ ಹಿಂದೆ ಬರೆದಿದ್ದ, ಕೇಂದ್ರ ಸಾಹಿತ್ಯ ಅಕಾಡೆಮಿ ಪ್ರಶಸ್ತಿ ಪುರಸ್ಕಾರ ಪಡೆದ 'ಪಾಪು ಗಾಂಧಿ ಗಾಂಧಿ ಬಾಪು ಆದ ಕತೆ' ಎಂಬ ಕಾದಂಬರಿ ರೂಪದ ಬರಹದಲ್ಲಿ.

ಹತ್ತು ವರ್ಷ ಹಿಂದಿನ ಮಾತು. ಒಮ್ಮೆ ಧಾರವಾಡದಲ್ಲಿ 'ಆರ್ಯ'ರ ಮನೆಗೆ ಹೋಗಿ ಅವರನ್ನು ಭೇಟಿಯಾಗುವ ಯೋಗ ಒದಗಿತು. ಸಮಾಜ, ಸಂಸ್ಕೃತಿ ಹಾಗೂ ಕಲಾ ಪ್ರಕಾರಗಳ ಕುರಿತು ವಿವಿಧ ಚಿಂತನಾಕ್ರಮದ ಆಳ ತಿಳುವಳಿಕೆಯಿಂದ ಬರೆಯುವ 'ಆರ್ಯ'ರು ಪ್ರಜಾವಾಣಿಯಲ್ಲಿ ಬರೆಯುತ್ತಿದ್ದ 'ಸಾಂಗತ್ಯ' ಎಂಬ ಹೆಸರಿನ ಅಂಕಣ ಬರಹಗಳನ್ನು ಚಿಂತನ ಉತ್ತರ ಕನ್ನಡದ ಪರವಾಗಿ ಪುಸ್ತಕವಾಗಿಸಲು ಆಗಲೇ ಚಿಂತನೆ ನಡೆದಿತ್ತು. ಆರ್ಯ'ರ ಜತೆ ಈ ಕುರಿತು ಮಾತನಾಡಲು ನಮ್ಮ ಸಲಗೆಗಾರರಾಗಿರುವ, ಖ್ಯಾತ ವಿಮರ್ಶಕ ಡಾ.ಎಂ.ಜಿ. ಅವರೊಡನೆ ಧಾರವಾಡಕ್ಕೆ ಬಂದಿದ್ದೆ. ಆ ದಿನ ಜತೆಯಲ್ಲಿ ಗಿರಡ್ಡಿಯವರೂ ಇದ್ದರು. ಆರ್ಯ'ರ ಮನೆಯಲ್ಲಿ ಅವರು ಆ ದಿನ 'ಬುದ್ಧಬಾರ್' ಎಂಬ ಫ್ಯೂಜನ್ ಸಂಗೀತವನ್ನು ಹಚ್ಚಿಕೊಂಡು ನಮಗಾಗಿ ಚಹ ತಯಾರಿಸುತ್ತಿದ್ದ ಸಮಯವದು. ಅವರ ಮನೆಯ ಚಿಟ್ಟೆಯ ಮೇಲೆ ಈ 'ಪಾಪು ಗಾಂಧಿ ಬಾಪು ಗಾಂಧಿ ಆದ ಕತೆ' ಪುಸ್ತಕ ಕಂಡಿತು. ಕುತೂಹಲದಿಂದ ಮೊದಲ ಪುಟ ತೆಗೆದರೆ ಅದರಲ್ಲಿ ಆರ್ಯ'ರು 'ಈ ಪುಸ್ತಕಕ್ಕಾಗಿ ನಿನಗೆ ನೊಬೆಲ್ ಬರಲಿದೆ' ಎಂದು ಬರೆದಿದ್ದರು.! ಅಂದು ಅವರ ಮನೆಯಿಂದ ಹೊರ ಬಂದೊಡನೆ ಧಾರವಾಡದಲ್ಲಿಯೇ ಪುಸ್ತಕ ಖರೀದಿಸಿ ತಂದಿದ್ದೆ. ಚಿಂತನ ರಂಗ ಅಧ್ಯಯನ ಕೇಂದ್ರದ ಎಲ್ಲ ಕಲಾವಿದರೂ ಕಾದಂಬರಿಯಿಂದ ತುಂಬ ಖುಷಿಯಾಗಿದ್ದರು. ಆಯ್ದ ಕೆಲವು ಶಾಲೆಗಳಲ್ಲಿ ಅದರ ಪ್ರಯೋಗ ನಡೆಸಲು ಸಿದ್ಧತೆ ನಡೆಯಿತು. ತಯಾರಿಯ ಆ ಒಂದು ದಿನ ಕಾದಂಬರಿಯ ಆಯ್ದ ಪುಟಗಳನ್ನು ಓದಿ ನಂತರ ಕಲಾವಿದರಿಗೆ 'ಪರ್ಜಾನಿಯಾ' ಸಿನೆಮಾ ತೋರಿಸಿದ್ದೆವು. ಗಾಂಧಿ ಕಾದಂಬರಿಯ ಕೊನೆಯ ಪುಟದ ಬರಹ ಇನ್ನೂ ನಮ್ಮ ಕಿವಿಗಳಲ್ಲಿ ಅನುರಣಿಸುತ್ತಿದ್ದಂತೆ ಕೋಮು ಗಲಭೆಯ ಕಥಾನಕದ ಈ ಸಿನೆಮಾದ ದೃಶ್ಯಗಳು ಅದರೊಡನೆ ಮಿಳಿತಗೊಂಡು ಎಲ್ಲ ನಟರೂ ಆ ದಿನವೆಲ್ಲ ಮೌನವಾಗಿದ್ದುದು ಇನ್ನೂ ನೆನಪಿದೆ.

ಬೊಳುವಾರರು ಬರೆದ ಗಾಂಧಿ ಕತೆಯನ್ನು ಓದಿಯೇ ಅನುಭವಿಸಬೇಕು ಅದರಾನಂದ ಮತ್ತು ಅರಿವನ್ನು. ಅದರಲ್ಲಿಯ ಪದಗಳೆಲ್ಲ ಚಿತ್ರಗಳೇ; ವಾಕ್ಯಗಳೆಲ್ಲ ರಸಾತ್ಮಕವೇ. ಗಾಂಧಿಯನ್ನು ಹಾಗೆಯೇ ಎತ್ತಿ ಓದುಗರ ಹೃದಯದಲ್ಲಿ ಬೆಚ್ಚಗಿಟ್ಟುಬಿಡುವ ಅಂತಹ ಆಪ್ತತೆ! ಅದೂ ರಾಷ್ಟ್ರ ಪುರುಷರ ಕುರಿತು! ಊಹೂಂ ಮಾದರಿಯೇ ಮತ್ತಿಲ್ಲ. ಸೀಮಿತ ಅವಧಿಯ ಆ ತಿರುಗಾಟದ ಒಳಗೇ ನಾವು ನೂರಾರು ಪುಸ್ತಕಗಳನ್ನು ಶಿಕ್ಷಕರೂ, ಮಕ್ಕಳೂ, ಸಾರ್ವಜನಿಕರು ಖರೀದಿಸುವಂತೆ ಮಾಡಿದ್ದೆವು. ಆ ಬರಹದಲ್ಲಿ ಗಾಂಧಿ ಕತೆಯೂ ಇತ್ತು ಮತ್ತು ಬೊಳುವಾರರು ತಮಾಷೆ ಮಾಡುವ ಹಾಗೆ ಗಾಂಧಿಗೇ ತಿಳಿಯದ ಆತನ ಕತೆಯೂ ಇತ್ತು! ಜತೆಗೆ ಭಾರತದ ಆತ್ಮಕತೆಯೂ ಇತ್ತು. ಚರಿತ್ರೆ ಇತ್ತು, ಕಾಲ್ಪನಿಕ ದರ್ಶನವೂ ಇತ್ತು. ಅಲ್ಲಿಯ ದೃಶ್ಯಗಳ ನಾಟಕೀಯ ಶಕ್ತಿ ಎಷ್ಟಿದೆಯೆಂದರೆ ಅದನ್ನು ಕೆಲವೇ ಕೆಲವು ಚಿಕ್ಕಪುಟ್ಟ ಸಂಯೋಜನೆ ಮತ್ತು ಸಂಕಲನದಲ್ಲಿಯೇ ರಂಗಪಠ್ಯವನ್ನಾಗಿಸಿಸಬಹುದಾಯ್ತು. ಬರಹದ ಚಿತ್ರಕ ಶಕ್ತಿ, ನಟರ ಸಂಯೋಜನೆಯ ಚಿತ್ರಶಕ್ತಿ, ಅಗತ್ಯ ಪರಿಸರ ಸೃಷ್ಟಿಸುವ ಸಂಗೀತದ ಅಮೂರ್ತ ಶಕ್ತಿಗಳನ್ನು ಮಿಳಿತಗೊಳಿಸಿ ನಾಟಕವನ್ನು ಅಭಿನೀತಗೊಳಿಸಲಾಯ್ತು. ಆದರೆ ಸಂಘಟನೆಯ ಕಾರಣದಿಂದ ಕೆಲವೇ ಕೆಲವು ಪ್ರದರ್ಶನಗಳು ಮಾತ್ರ ಸಾಧ್ಯವಾಗಿತ್ತು. ಮುಂದೊಮ್ಮೆ ಮಕ್ಕಳಿಗಾಗಿ ಮಣಿಪಾಲದಲ್ಲಿ ನಡೆಸಿದ ರಂಗ ತರಬೇತಿಯಲ್ಲಿಯೂ 'ಪಾಪು ಬಾಪು'ವಿನ ಕೆಲವು ಪುಟಗಳನ್ನು ಅಭ್ಯಾಸ ಪಠ್ಯವನ್ನಾಗಿಸಿದ್ದೆ. ಆಗ ಅದನ್ನು ಮಕ್ಕಳು ಆನಂದಿಸಿದ್ದನ್ನು ನೋಡಿ ಇದು ಬರಹದ ಶಕ್ತಿಯೋ, ಗಾಂಧಿ ಬದುಕಿನ ಶಕ್ತಿಯೋ ಎಂದು ವಿಸ್ಮಯ ಪಟ್ಟಿದ್ದೆ. ಎರಡೂ ಅವಿನಾಭಾವವಾಗಿ ಮಿಳಿತಗೊಂಡಿತ್ತಲ್ಲಿ. ಶಿಬಿರದ ಪ್ರಯೋಗವನ್ನು ನೋಡಿ ಸಂತಸಗೊಂಡಿದ್ದ ಹಿರಿಯ ಚಿಂತಕ ಜಿ. ರಾಜಶೇಖರ ಅವರು 'ಗಾಂಧಿ ವರ್ಸಸ್ ಗಾಂಧಿ' ಪ್ರಯೋಗವನ್ನೂ ಮತ್ತು 'ಪಾಪು ಬಾಪು' ರಂಗ ಪ್ರಯೋಗವನ್ನೂ ತುಲನಾತ್ಮಕವಾಗಿಟ್ಟು ತುಂಬ ಉತ್ತಮ ಚರ್ಚೆ ನಡೆಸಿದ್ದರು. ಇವೆಲ್ಲವುಗಳಿಂದಾಗಿ ಈ ಬರಹವನ್ನು ಮಕ್ಕಳಿಗೆ ಮುಟ್ಟಿಸುವ ಬಗೆಯ ಕುರಿತ ಆತ್ಮವಿಶ್ವಾಸ ಹೆಚ್ಚಿತ್ತು.

ಪ್ರಾಥಮಿಕ ಮತ್ತು ಪ್ರೌಢಶಾಲಾ ವಿದ್ಯಾರ್ಥಿಗಳ ಜತೆ ಕಾಲೇಜು ವಿದ್ಯಾರ್ಥಿಗಳನ್ನೂ ಗಮನದಲ್ಲಿಟ್ಟು ಕಾದಂಬರಿಯ ಇನ್ನಷ್ಟು ಪುಟಗಳ ಜತೆ ರಂಗಾನುಸಂಧಾನ ನಡೆಸಬಹುದು ಎಂಬ ಆತ್ಮವಿಶ್ವಾಸದಿಂದ ಈ ಪಠ್ಯದ ಕುರಿತು ವಿಶುಕುಮಾರರ ಗಮನ ಸೆಳೆದೆ. ಅವರು ತುಂಬ ಖುಷಿಯಾದರು. ಮುಂದೆ ಅವರ ಕಛೇರಿಯಲ್ಲಿ ಜಿ.ಎನ್.ಮೋಹನ್, ಬೊಳುವಾರರ ಜತೆ ರಂಗ ಪಯಣದ ಕುರಿತ ನೀಲನಕ್ಷೆ ತಯಾರಾಯಿತು. ಕನ್ನಡ ಮತ್ತು ಸಂಸ್ಕೃತಿ ಇಲಾಖೆಯ ಸಹಯೋಗದಲ್ಲಿ ಧಾರವಾಡ ರಂಗಾಯಣದ ನೇತೃತ್ವದಲ್ಲಿ ಮೊದಲ ಹಂತದ ಎರಡು ತಂಡಗಳನ್ನು ಸಿದ್ಧಪಡಿಸಿ ಉತ್ತರ ಮತ್ತು ದಕ್ಷಿಣ ಕರ್ನಾಟಕದೆಡೆಗೆ ತಿರುಗಾಟ ಆರಂಭಿಸಿದೆವು.

ನಂತರ ವಾರ್ತಾ ಇಲಾಖೆಯ ಸಹಯೋಗದಲ್ಲಿ ರಾಜ್ಯದ ನಾಲ್ಕು ವಿಭಾಗಗಳಿಗೆ ನಾಲ್ಕು ತಂಡಗಳನ್ನು ಸಿದ್ಧಪಡಿಸಿ ಕಳಿಸಲಾಯಿತು. ಮೂರನೇ ಹಂತದಲ್ಲಿ ರಾಜ್ಯದ ನಾಲ್ಕು ರಂಗಾಯಣಗಳ ನೇತೃತ್ವದಲ್ಲಿ ಆಯಾ ರಂಗಾಯಣಗಳ ವ್ಯಾಪ್ತಿಯ ಪ್ರದೇಶಗಳಲ್ಲಿ ರಂಗ ಪಯಣ ಮಾಡಿದೆವು. ಅಧಿಕೃತವಾಗಿ 1524 ಸ್ಥಳಗಳಲ್ಲಿ ರಂಗ ಪ್ರಯೋಗ ನಡೆಯಿತು. ಲೆಕ್ಕ ಇಡದ ಇನ್ನೂ ಹಲವು ಪ್ರಯೋಗಗಳೂ ನಡೆದಿವೆ. ನಾಲ್ಕು ತಂಡಕ್ಕೂ ಅಗತ್ಯವಾದ ರಂಗ ಪರಿಕರಗಳನ್ನು, ಧ್ವನಿ ವ್ಯವಸ್ಥೆ ಬೆಳಕೂ ಸೇರಿದಂತೆ ಎಲ್ಲ ಬಗೆಯ ಸ್ವಯಂಪೂರ್ಣ ವ್ಯವಸ್ಥೆ ಮಾಡಲಾಗಿತ್ತು. ಎಲ್ಲಿಯೂ ಯಾವ ಸ್ಥಳದಲ್ಲಿಯೂ ಹಗಲೂ ರಾತ್ರಿ ಸೇರಿದಂತೆ ಯಾವ ವೇಳೆಯಲ್ಲಿಯೂ ಪ್ರದರ್ಶನ ನೀಡುವಂತೆ ತಾಂತ್ರಿಕ ಮತ್ತು ತಾತ್ವಿಕ ಸಿದ್ಧತೆ ಮಾಡಿಕೊಂಡೆವು. ಆಯಾ ಜಿಲ್ಲೆಯಲ್ಲಿ ಇರುವ ರಂಗ ಸಂಘಟಕರನ್ನೂ, ಸಾಮಾಜಿಕ ಸಂಘಟನೆಯ ಆಸಕ್ತರನ್ನೂ, ರಂಗಕರ್ಮಿಗಳನ್ನು ಒಳಗೊಳ್ಳುತ್ತ ತಿರುಗಾಟದ ಸಾಂದ್ರತೆ ಕಡಿಮೆಯಾಗದಂತೆ ತುಂಬ ಮುತುವರ್ಜಿ ವಹಿಸಿ ರಂಗ ಪಯಣ ನಡೆಸಲಾಯಿತು. ಪಯಣದಲ್ಲಿ ಪ್ರತಿ ತಂಡವೂ ಗಾಂಧೀಜಿಯವರ ಕುರಿತು ಜಗತ್ತಿನಾದ್ಯಂತ ಬಂದ ಅಂಚೆ ಚೀಟಿಗಳ ಪ್ರದರ್ಶನ ಫಲಕಗಳನ್ನೂ, ಗಾಂಧಿ ಕುರಿತ ಕಿರು ಹೊತ್ತಿಗೆಗಳನ್ನೂ ಕೊಂಡೊಯ್ದಿತು. ಇಲಾಖೆ ಪ್ರಕಟಿಸಿದ ಪಾಪು ಬಾಪುವಿನ ಕಿರು ಹೊತ್ತಿಗೆಗಳನ್ನು ಪ್ರತಿ ಶಾಲೆಗೂ ತಲುಪಿಸಿತು. ಸುಮಾರು ಹತ್ತು ಲಕ್ಷ ಮಕ್ಕಳಿಗೆ ಗಾಂಧಿಯನ್ನು ಪರಿಚಯಿಸಲಾಯಿತು.

ನಾಟಕ ನಿರ್ಮಾಣಕ್ಕಾಗಿ ಮೊದಲ ಹಂತದ ತಿರುಗಾಟದ ಮೊದಲು 20 ದಿನಗಳ ತರಬೇತಿ, ಎರಡನೇ ಹಂತದಲ್ಲಿ 15 ದಿನಗಳು ಮತ್ತು ಮೂರನೇ ಹಂತದಲ್ಲಿ 10 ದಿನಗಳ ತರಬೇತಿ ನಡೆಸಿದೆವು. ಕೊನೆಯ ತಿರುಗಾಟದ ಒಂದು ತರಬೇತಿಯನ್ನು ಮೈಸೂರು ರಂಗಾಯಣದ ಆವರಣದಲ್ಲಿ ನಡೆಸಿದ್ದರ ಹೊರತಾಗಿ ಉಳಿದೆಲ್ಲ ತರಬೇತಿಯನ್ನು ನಾವು ನಡೆಸಿದ್ದು ಶೇಷಗಿರಿ ಎಂಬ ಹಳ್ಳಿಯಲ್ಲಿ. ಅಲ್ಲೊಂದು ರಂಗಮಂದಿರವಿದ್ದುದು, ಅದು ನಗರದಿಂದ ದೂರವೇ ಇರುವ ನಿಜಾರ್ಥದ ಹಳ್ಳಿಯಾಗಿದ್ದುದು, ಗ್ರಾಮ ಬದುಕಿನ ಸಾತ್ವಿಕತೆ ನಟರ ಅನುಭವವಾಗಿಸಲು ಅಗತ್ಯವಾದ ಎಲ್ಲ ಬಗೆಯ ಪರಿಸರವೂ ಅಲ್ಲಿ ಒದಗಲಿದ್ದುದು ಇವೆಲ್ಲ ಕಾರಣಗಳಿಂದಾಗಿ ತರಬೇತಿಯನ್ನು ಅಲ್ಲಿಯೇ ನಡೆಸಲಾಯಿತು. ರಾಜ್ಯದ ನಾನಾ ಕಡೆಯಿಂದ ಆಗಮಿಸಿದ್ದರು ನಟರು. ಆ ರಂಗಮಂದಿರಕ್ಕೇ ಒಂದು ಹಬ್ಬದ ದಿನಗಳವು. ಸುಮಾರು 40 ಜನರ ಊಟೋಪಚಾರಕ್ಕಾಗಿ ಹಾವೇರಿಯ ರಟ್ಟಿಹಳ್ಳಿ ಎಂಬ ಊರಿನ ಸ್ವಾಮಿ ಎಂಬವರನ್ನು ಕರೆತಂದುಕೊಂಡಿದ್ದೆವು. ಅವರು ಅವರ ತಾಯಿಯೊಂದಿಗೆ ಕುಟುಂಬ ಸಮೇತ ಅಲ್ಲಿ ಉಳಿದುಕೊಂಡರು. ದಿನದಿನವೂ ಅಡಿಗೆ ಕೆಲಸಗಳನ್ನು ಬೇಗಬೇಗನೆ ಮುಗಿಸಿ ತಾಲೀಮು ನೋಡಲು ಬಂದು

ಕೂರುವ ಆ ಕುಟುಂಬ ನಟರಿಗೆಲ್ಲ ತುಂಬ ಆತ್ಮೀಯವಾಗಿಬಿಟ್ಟಿತ್ತು. ಪ್ರತಿ ನಟರ ಆರೋಗ್ಯದ ಕಾಳಜಿ ಮಾಡುತ್ತಿದ್ದ ಸ್ವಾಮಿಯವರ ತಾಯಿ, ಊಟ ನೀಡುವಾಗ ಯಾರು ಯಾರು ಕಡಿಮೆ ಊಟ ಮಾಡಿದರು ಎಂಬುದನ್ನು ಗಮನಿಸಿ, ಗದರಿಸಿ ಉಣ್ಣಿಸುತ್ತಿದ್ದಳು. ನಾಟಕ ತಿರುಗಾಟ ಆರಂಭವಾದ ಮೇಲೆ ಸ್ವಾಮಿಯವರು ರಟ್ಟಿಹಳ್ಳಿಯ ಅವರೂರಿನ ಶಾಲೆಯಲ್ಲಿ ಪ್ರದರ್ಶನ ಏರ್ಪಡಿಸಿ ನಟರಿಗೆ ತಮ್ಮ ಸ್ವಂತ ಖರ್ಚಿನಲ್ಲಿ ಸಿಹಿ ಊಟ ನೀಡಿ ಸಂತಸ ಪಟ್ಟಿದ್ದರು.

ನಟರಿಗೆ ನಾಟಕದ ಜತೆ ವಿಶೇಷವಾಗಿ ವಿವಿಧ ರಂಗತಜ್ಞರಿಂದ ಅಭಿನಯದ ತರಬೇತಿ, ಆಮಂತ್ರಿತ ಉಪನ್ಯಾಸಕರಿಂದ ಗಾಂಧಿ ಚಿಂತನೆ, ಗಾಂಧಿ ಚಿಂತನೆಯ ಸಿನೆಮಾ ಪ್ರದರ್ಶನ, ಅಗತ್ಯ ಪುಸ್ತಕಗಳ ಓದು, ಕವನ ವಾಚನಗಳು ಹೀಗೆ ಅಲ್ಲಿಯ ತರಬೇತಿ ನಟರಲ್ಲಿ ಅವಶ್ಯಕವಾದ ಒಂದು ಮನೋಭಾವದ ರೂಪಣೆಗೆ ನೆರವಾಗುವಂತೆ ರೂಪಿಸಲ್ಪಟ್ಟಿತ್ತು. ಪ್ರಸನ್ನ, ಡಾ.ಎಂ.ಜಿ., ಸವಿತಾ ಮತ್ತು ನಾಗಭೂಷಣ, ಸತೀಶ ಕುಲಕರ್ಣಿ, ಕೆ.ವೈ.ನಾರಾಯಣ ಸ್ವಾಮಿ, ಎಚ್. ಆರ್.ಸುಜಾತಾ, ನೇತಾಜಿ ಗಾಂಧಿ, ಮುಂತಾದ ಹಲವು ಚಿಂತಕರು, ಪ್ರಮೋದ್ ಶಿಗ್ಗಾಂವ್, ಲಕ್ಷ್ಮಣ ಕೆ.ಪಿ., ಶ್ವೇತಾ ಹಾಸನ, ರಾಜು ಮಣಿಪಾಲ, ಪ್ರಶಾಂತ ಉದ್ಯಾವರ, ಶೋಧನ ಬಸ್ರೂರು ಮುಂತಾದ ರಂಗತಜ್ಞರು ಈ ತರಬೇತಿಯಲ್ಲಿ ಅಗತ್ಯ ಪಾತ್ರವಹಿಸಿದರು.

ನಾಟಕ ತರಬೇತಿ ಒಮ್ಮೆ ವರಾಂಡದಲ್ಲಿ ನಡೆದರೆ ಇನ್ನೊಮ್ಮೆ ರೂಮಿನಲ್ಲಿ, ಮಗದೊಮ್ಮೆ ಮಂದಿರದಲ್ಲಿ, ಮತ್ತೊಮ್ಮೆ ಬಯಲಿನಲ್ಲಿ ಹೀಗೇ ಪ್ರತಿ ದಿನವೂ ಅವರ ತರಬೇತಿಯ ತಾಣ ಬದಲಾಗುವಂತೆ ನೋಡಿಕೊಂಡೆವು. ಇದರಿಂದ ಮುಂದೆ ನಟರು ಯಾವ ಸ್ಥಳದಲ್ಲಿ ಬೇಕಾದರೂ ಪ್ರಯೋಗ ನಡೆಸಲು ಸಿದ್ಧರಾಗುವಂತಾಯ್ತು. ನಾಟಕದ ಸೆಟ್ ಹಾಕಿಕೊಳ್ಳಲು ಮತ್ತು ಅದನ್ನು ವಾಪಾಸು ಗಾಡಿಯಲ್ಲಿ ತುಂಬಿಕೊಳ್ಳಲು 20 ನಿಮಿಷ ಮಾತ್ರ ತಗಲುವಂತೆ ಸಹ ತರಬೇತಿ ನಡೆಯಿತು. ದಿನಕ್ಕೆ ಕೆಲವೊಮ್ಮೆ 3 ಪ್ರದರ್ಶನಗಳನ್ನೂ ಕೊಡುವ ಅನಿವಾರ್ಯ ಸಂದರ್ಭದಲ್ಲಿ ಈ ಬಗೆಯ ತಯಾರಿ ಅವರಿಗೆ ನೆರವು ನೀಡಿತು. ಅವರು ವೃತ್ತಿನಿರತ ನಟರಾಗಿ ಮುಂದಿನ ದಿನಗಳ ಅವರ ರಂಗಜೀವನ ನಡೆಸಲು ಅನುಕೂಲವಾಗುವಂತೆ ಈ ತರಬೇತಿಯನ್ನು ತುಂಬ ಪ್ರಾಮಾಣಿಕವಾಗಿ ರೂಪಿಸಿದೆವು. ಒಮ್ಮೆ ಆಕಸ್ಮಿಕವಾಗಿ ದೊಡ್ಡಬಳ್ಳಾಪುರದಲ್ಲಿ ಒಂದು ಪ್ರದರ್ಶನ ನೋಡಲು ಬಂದ ರಂಗತಜ್ಞ ಶಶಿಧರ ಅಡಪರು ಆ ದಿನದ ಪ್ರಯೋಗವನ್ನು ಮರವೊಂದರ ಕೆಳಗೆ ಮಕ್ಕಳ ಜತೆ ಕುಳಿತು ನೋಡಿದರು. ಅದರ ಸ್ಥಿತಿಸ್ಥಾಪಕ ಗುಣಕ್ಕೆ ಮಾರುಹೋದ ಅವರು "ಈ ನಟರು ಕೇವಲ ಕಲಾವಿದರಾಗಿ ಉಳಿಯದೇ ಆ ಹಂತವನ್ನೂ ಮೀರಿದ್ದಾರೆ. ಸರಕಾರ ನಿರ್ವಹಿಸುತ್ತಿರುವ ಕಾರ್ಯಕ್ರಮಗಳಲ್ಲಿ ಇದು ಜಾಗತಿಕ ಮಟ್ಟದ ವಿದ್ಯಮಾನ"

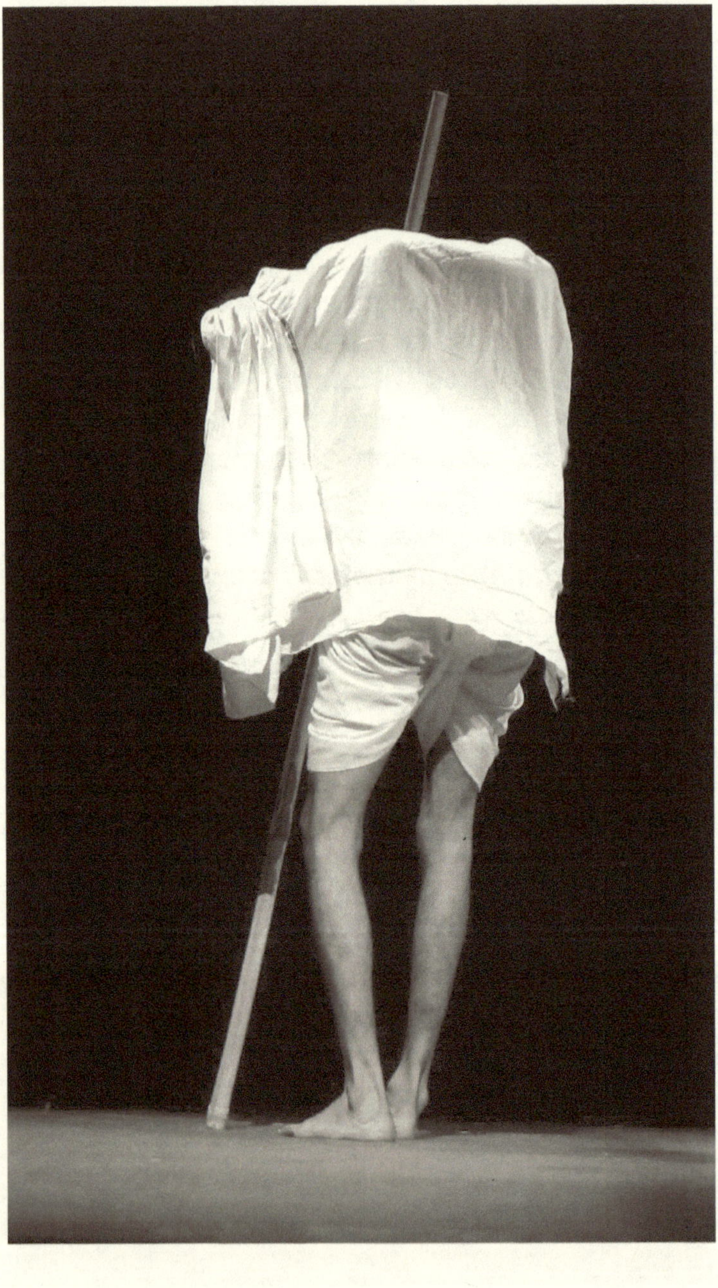

ಎಂದು ಹರ್ಷಿಸಿದ್ದರು. ಈ ರಂಗಪಯಣ ಸರ್ಕಾರಿ ಕಾರ್ಯಕ್ರಮ ಎಂಬ ಉಪೇಕ್ಷೆಗೆ ಒಳಗಾಗದಂತೆ ಅದರೆಲ್ಲ ಪಾವಿತ್ರ್ಯದೊಡನೆ ಕಾಪಿಡಲು ನಟರೆಲ್ಲ ತುಂಬ ಶ್ರಮಿಸಿದರು. ಅವರ ಪ್ರಾಮಾಣಿಕತೆ, ಶ್ರಮ ಮತ್ತು ಪ್ರೀತಿ, ರಂಗವನ್ನೂ, ಗಾಂಧಿ ಕತೆಯನ್ನೂ ಕಾಯ್ದಿತ್ತು.

ತಿರುಗಾಟದ ಸಂದರ್ಭದ ಅನುಭವಗಳನ್ನು ಲೆಕ್ಕ ಹಾಕಿ ಮುಗಿಯುವದಿಲ್ಲ. ಪ್ರತಿ ಕಲಾವಿದನಲ್ಲೂ ನೂರು ಕತೆಗಳಿವೆ. 60 ಕಲಾವಿದರು, ಹತ್ತಾರು ತಂತ್ರಜ್ಞರು, ರಾಜ್ಯಾದ್ಯಂತ ಜತೆಗಿದ್ದ ಸಂಘಟಕರು ಪ್ರತಿಯೊಬ್ಬರಲ್ಲೂ ಕತೆಗಳಿವೆ. ಪುಣ್ಯದ ಭತ್ತವದು ಅಳೆದು ತೀರುವದುಂಟೆ? ನಾಟಕ ನೋಡಿದ ಚಿಕ್ಕ ಹುಡುಗಿಯೊಬ್ಬಳು ವೇದಿಕೆಗೆ ಬಂದು ಮೈಕ್ ಹಿಡಿದು “ನಂಗೆ ಗಾಂಧಿ ತುಂಬ ಇಷ್ಟ ಆದರು. ಆದರೆ ಕೊನೆಯಲ್ಲಿ ಅವರನ್ನು..” ಎಂದು ಮುಂದೆ ಹೇಳಲಾಗದೇ ಬಿಕ್ಕಿ ಬಿಕ್ಕಿ ಅತ್ತ ಘಟನೆ ನೆನೆದಾಗಲೆಲ್ಲ ನಮ್ಮಲ್ಲಿ ದುಃಖ ಉಮ್ಮಳಿಸುವುದು. ಎಷ್ಟೋ ಶಿಕ್ಷಕರು ಕಣ್ಣೊರೆಸಿಕೊಳ್ಳುತ್ತ ನಾಟಕ ನೋಡುತ್ತಿದ್ದುದನ್ನು ನೋಡಿ ‘ಅಬ್ಬಾ ಎಷ್ಟೊಂದು ಆರ್ದ್ರ ಹೃದಯಿ ಶಿಕ್ಷಕರಿದಾರಲ್ಲಾ! ಎಂದು ಅಲ್ಲಿಯ ಮಕ್ಕಳ ಭವಿಷ್ಯದ ಕುರಿತು ಸಮಾಧಾನ ಪಟ್ಟಿದ್ದಿದೆ. ಇನ್ನೊಂದೆಡೆ ಹುಡುಗಿಯೊಬ್ಬಳು ಬಾಲಕ ಗಾಂಧಿ ಪಾತ್ರಧಾರಿಯನ್ನು ಒಮ್ಮೆ ಮುಟ್ಟುತ್ತೇನೆ ಪ್ಲೀಸ್ ಅಂತ ಕೇಳಿ ಸ್ಪರ್ಶಿಸಿ ಸಂತಸ ಪಟ್ಟಿದ್ದಳು. ಹುಡುಗನೊಬ್ಬ ತನ್ನ ಬೆವೆತ ಅಂಗೈ ಮುಷ್ಟಿಯಲ್ಲಿ ಕೆಲವು ಚಾಕಲೇಟುಗಳನ್ನು ಹಿಡಿದು ತಂದು ಗುಟ್ಟಾಗಿ ಗಾಂಧಿ ತಾತನ ಕೈಯಲ್ಲಿಟ್ಟು ಓಡಿಹೋಗಿದ್ದ. ಭಾಷಣ, ಚರ್ಚಾ ಸ್ಪರ್ಧೆಗಳಲ್ಲಿ ನಿರಂತರವಾಗಿ ಗಾಂಧೀಜಿಯನ್ನು ಅವಹೇಳನ ಮಾಡಿ ಚಪ್ಪಾಳೆಯನ್ನೂ, ಬಹುಮಾನವನ್ನೂ ಗಳಿಸುತ್ತಿದ್ದ ಯುವ ವಿದ್ಯಾರ್ಥಿಯೊಬ್ಬ ವೇದಿಕೆಗೆ ಬಂದು ಇನ್ನು ಮುಂದೆ ನಾನು ಗಾಂಧೀಜಿಯ ಅವಹೇಳನ ಮಾಡಲಾರೆ ಮತ್ತು ಇದುವರೆಗಿನ ಅಪರಾಧಕ್ಕೆ ಕ್ಷಮೆ ಬೇಡುವೆ” ಎಂದಿದ್ದಿದೆ. ಕಾಲೇಜು ವಿದ್ಯಾರ್ಥಿನಿಯೊಬ್ಬಳು ‘ನಮಗ್ಯಾಕೆ ತರಗತಿಗಳಲ್ಲಿ ಗಾಂಧೀಜಿಯ ಕುರಿತು ಸುಳ್ಳು ಹೇಳಲಾಗುತ್ತದೆ?” ಎಂದು ಅವಳ ಅಧ್ಯಾಪಕರೆದುರೇ ಪ್ರಶ್ನಿಸಿ ಅವರನ್ನು ಮುಜುಗರಪಡಿಸಿದ್ದಿದೆ.

ನಾಟಕ ಪ್ರದರ್ಶನವು ರಾಜ್ಯದ ಹಲವು ಜೈಲುಗಳಲ್ಲಿ ನಡೆದಿದೆ. ನಾಟಕ ನೋಡುತ್ತ ನೋಡುತ್ತ ಹನಿಗಣ್ಣಾಗುವ ಆಪಾದಿತರಲ್ಲಿ ಕೆಲವರು “ನಾವು ಮೊದಲೇ ಗಾಂಧೀಜಿಯನ್ನು ಭೇಟಿಯಾಗಿದ್ದಿದ್ದರೆ ಅಪರಾಧಗಳಿಗೆ ಮನಸು ಮಾಡುತ್ತಿರಲಿಲ್ಲ” ಎಂದಿದ್ದೂ ಉಂಟು. ಒಂದೊಂದು ಹೂವಿಗೂ ಒಂದೊಂದು ಬಣ್ಣ. ಆಡಿದ ಪ್ರತಿ ಪ್ರಯೋಗದಲ್ಲಿ ಭಾಗಿಯಾದ ವಿದ್ಯಾರ್ಥಿಗಳಿಗೆ, ಆಯಾ ದಿನದ ಪ್ರಯೋಗದಲ್ಲಿ ಸಿಕ್ಕ ವಿಭಿನ್ನ ಕಂಪನಗಳಿಗೆ ತುತ್ತಾದ ನಟರುಗಳಿಗೆ, ಆಯಾ ಪರಿಸರ ಪರಿವಾರಕ್ಕೆ ಪ್ರತಿ

ಪ್ರದರ್ಶನವೂ ಹೊಸತೇನನ್ನೋ ನೀಡಿದೆ. ಇದು ಬರಿಯ ನಾಟಕ ಪ್ರದರ್ಶನ ಆಗಿ ಉಳಿಯಲಿಲ್ಲ ಎಂದಷ್ಟೇ ಹೇಳಬಹುದೇನೊ.

ಇಂದಿಗೂ ಕೊರೋನಾ ಸಂದರ್ಭದ ಖಿನ್ನತೆಯ ಕಾಲದಲ್ಲಿ ಕೆಲವು ಕಲಾವಿದರು ಮೌನವಾಗಿ ಶೇಷಗಿರಿ ರಂಗಮಂದಿರದ ತಾಲೀಮಿನ ಜಾಗಕ್ಕೆ ಬಂದು ಸುಮ್ಮನೆ ಉಳಿದು ಹೋಗುತ್ತಾರೆ. ನಟನೊಬ್ಬ ಕಾಫಿ ಮಾರುವ ಅಂಗಡಿಯನ್ನು ನಡೆಸುತ್ತ ' 'ಇದನ್ನು ಸರಳವಾಗಿ ಮತ್ತು ಸುಂದರವಾಗಿ ನಡೆಸುವುದು ಹೇಗೆ ಎಂಬುದು ನನ್ನ ಅರಿವಿಗೆ ಬಂದಿದೆ. ನಾವು ಮಾಡುವ ಚಿಕ್ಕ ಚಿಕ್ಕ ಕೆಲಸಗಳಲ್ಲಿಯೂ ಘನತೆಯಿದೆ ಎಂಬುದನ್ನು ತಾತ ಕಲಿಸಿಕೊಟ್ಟಿದ್ದಾನೆ' ಎನ್ನುತ್ತಾನೆ. ಕಲಬುರ್ಗಿಯ ಕೆಲ ಗೆಳೆಯರು 'ಸರ್ಕಾರದ ಹಣ ಬೇಡ ಸರ್, ನಾವೇ ಸಾರ್ವಜನಿಕ ವಂತಿಕೆಯಿಂದ ಬದುಕಲು ಬೇಕಾಗುವಷ್ಟು ಹಣ ಸಂಗ್ರಹಿಸಿ ತಿರುಗಾಟ ಮಾಡುತ್ತೇವೆ. ನಮಗೆ ಅಂಬೇಡ್ಕರರನ್ನೂ ಈ ರೀತಿ ಮಕ್ಕಳ ಮಧ್ಯದಲ್ಲಿ ಪರಿಚಯಿಸಬೇಕಿದೆ. ಸಹಾಯ ಮಾಡಿ' ಎಂದಿದ್ದಾರೆ. ಸಾರ್ಥಕದ ಗಳಿಗೆಗಳು ಇವು.

ಕಲಾವಿದರನ್ನು ನಮ್ಮ 'ಗಾಂಧಿ ಯೋಧರು' ಎಂದು ಪ್ರೀತಿ ಮತ್ತು ಅಭಿಮಾನದಿಂದ ಕರೆಯುತ್ತ ಅವರ ಕುರಿತ ಚಿಕ್ಕ ಚಿಕ್ಕ ಯಶಸ್ಸಿನ ಕತೆ ಕೇಳಿದಾಗಲೂ ಕಣ್ಣಲ್ಲಿ ಅಭಿಮಾನ ತುಳುಕಿಸುವ ವಿಶುಕುಮಾರರರಲ್ಲಿ, "ನನ್ನ ಪಥ್ಯಕ್ಕೆ ಸಾರ್ಥಕತೆ ತಂದಿರಿ, ಇನ್ನು ಮುಂದೆ ನಾನು 'ಬೊಳುವಾರ ಭಟ್ಟ' ಮತ್ತು ನೀವು 'ಶ್ರೀಪಾದ ಕುಂಞ" ಎಂದು ಅಪ್ಪಿದ ಬೊಳುವಾರರಲ್ಲಿ, "ಚೆನ್ನಾಗಿ ಉಣ್ಣಬೇಕು, ಇಲ್ಲವಾದರೆ ನಾಟಕ ಸೊರಗುತ್ತದೆ" ಎಂದು ಪ್ರೀತಿಯಿಂದ ಗದರಿಸಿ ಊಟನೀಡುತ್ತಿದ್ದ ಆ ಅಡುಗೆ ಅಜ್ಜಿಯಲ್ಲಿ, ಈ ಕಾರ್ಯಕ್ರಮದಿಂದ ನಮ್ಮ ಇಲಾಖೆಗಳ ಮಾನ ಹೆಚ್ಚಿತು ಎಂದು ಸಂಭ್ರಮಿಸಿದ ಸರ್ಕಾರಿ ಇಲಾಖೆಗಳ ಕೆಲವು ಮಾನವಂತ ಮನಸುಗಳಲ್ಲಿ, ಆತಂಕದಿಂದ ಪದೇ ಪದೇ ಒದ್ದಾಡುತ್ತ ಆರೋಗ್ಯದ ಕುಸಿತ ಅನುಭವಿಸಿದಾಗಲೆಲ್ಲ ನನ್ನ ಸಂತೈಸಿದ ವೈದ್ಯರುಗಳಲ್ಲಿ, ಕೊನೆತನಕವೂ ಬೆನ್ನಿಗಿದ್ದು ನನ್ನ ದೈಹಿಕ, ನೈತಿಕ ಬಲಕ್ಕೆ ನೆರವಾದ ಮಧ್ವರಾಜ, ಹರಿಕೃಷ್ಣ, ಗಣೇಶ, ರಂಜಿತಾ, ಸ್ವರೂಪ ಮೊದಲಾದ ರಂಗತಂಡದ ನಾಯಕರುಗಳ ಸಹವಾಸದಲ್ಲಿ ಮತ್ತೆ ಮತ್ತೆ ಗಾಂಧಿಯನ್ನು ಕಂಡಿರುವೆ. ಸಬರಮತಿ ಕಾವ್ಯ ಕಥನದಲ್ಲಿ ಡಾ.ಎಚ್.ಎಸ್.ಅನುಪಮಾ ಬರೆದಂತೆ–

ಅಲ್ಲಲ್ಲಿ ಎಲ್ಲೆಲ್ಲು ನೆನೆದ ಮನಗಳಲ್ಲಿ ಬಾಪು

ನೂರು ಬಣ್ಣದ ಬಾಪು ನೂರಾರು ಚೌಕಗಳಲ್ಲಿ

ತಮ್ಮ ಕಣ್ಣ ತಕ್ಕಡಿಯಲಿ ನಮ್ಮ ತೂಗುತಿರುವರು.

- ಕಲೆ ಕೇವಲ ಕೆಲವೇ ಕೆಲವು ಭಾಗ್ಯವಂತರ ಸೊತ್ತಲ್ಲ, ಅದು ಸರ್ವ ಭೋಗ್ಯವಾದ ಹಾದಿ ಹಿಡಿಯಬೇಕು.

- ಜನರ ಬೇಡಿಕೆಯಿಂದ ಪುಷ್ಟಿಗೊಳ್ಳದೇ ಕಲೆ ಉದ್ಧಾರವಾಗದು,

- ಕಲೆಯು ಸಿರಿವಂತರಾಟದ ಗೊಂಬೆಯಲ್ಲ. ಜೀವನಾಧಾರವಾದ ಪೃಥ್ವಿ ರಸವನ್ನು ಬೇರಿಗೆರೆಯದೇ ಕಲೆಯ ಸಸಿಯನ್ನು ಉಳಿಸಲಾಗದು, ಜನಸ್ತೋಮಕ್ಕೆ ಪ್ರಯೋಜನವಿಲ್ಲದ ಯಾವ ಬಗೆಯ ಕಲಾ ವಿಶೇಷಜ್ಞತೆಯೂ ನನಗೆ ಅರ್ಥವಾಗದು.

- ಕಲೆ ನಿಸರ್ಗದ ಭಾಷೆಯಂತೆ ಸರಳವಾಗಿರಬೇಕು. ಕಲೆಯೆಂದರೆ ಸರಳತೆ ಯಲ್ಲಿಯ ಚೆಲುವು. ಆಕಾಶದಲ್ಲಿ ಕಾಮನಬಿಲ್ಲು ಮಾತ್ರವಲ್ಲ ಆಕಾಶವೂ ಸುಂದರವಾದುದೇ, ಸರಿಯಾಗಿ ನೋಡಲು ಕಲಿಯಬೇಕು. ಕಲೆಗಾಗಿ ಕಲೆಯಲ್ಲ. ಅದು ಗುರಿ ಸಾಧಿಸುವ ದಾರಿ. ದಾರಿಯೇ ಗುರಿಯಾಗಿ ಬಿಟ್ಟರೆ ಅದು ದಾಸ್ಯದತ್ತ ತಳ್ಳುತ್ತದೆ. ಹಸಿದ ಜನಕೋಟಿಗೆ ಯಾವುದು ಉಪಯುಕ್ತವೋ ಅದೇ ನನ್ನ ಪಾಲಿಗೆ ಸುಂದರವಾದುದು ಹೀಗಾಗಿ ಜನಕೋಟಿಗೆ ಮಾತನಾಡುವ ಕಲೆ, ಸಾಹಿತ್ಯ ಬೇಕು.

ಕಲೆಯ ಕುರಿತು ಬಾಪು ಆಡಿದ ನುಡಿಗಳಿವು. ಅವರಾಡಿದ ಅಲ್ಲಲ್ಲಿಯ ಇಂಥ ಮಾತುಗಳನ್ನು ಹೆಕ್ಕಿ ಪೋಣಿಸಿಕೊಂಡು ಕಲೆಯ ನಿರೂಪವನ್ನು ಜನರ ಮುಂದೆ ಒಯ್ದಿದ್ದೇವೆ. ಕಲಾಕ್ಷೇತ್ರದಂತಹ ಕಡೆ ಪ್ರಯೋಗವಾದಾಗ ಸೊರಗಿದಂತೆ ಕಾಣುತ್ತಿದ್ದ ನಾಟಕ, ಮಕ್ಕಳ, ಯುವಕರ ಸಮೀಪದಲ್ಲಿ ನಿಂತು ಆಪ್ತರಂಗದಲ್ಲಿ ಆಡಿದಾಗ ಝಗ್ಗನೆ ಉದ್ದೀಪ್ತವಾಗುವ ಪರಿಯೇನೆಂಬ, ಯಾಕೆಂಬ ಪ್ರಶ್ನೆಗಳಿಗೆ ಉತ್ತರ ಇಲ್ಲಿಯೇ ಇದೆ. ನಿಜ. ಕಲಾವಿದರು ಈ ಮಾತುಗಳ ಜತೆ ಜೀವಮಾನವಿಡೀ ಬದುಕಬಹುದು. ಸಾಹಿತಿಗಳನ್ನು ಕುರಿತು "ನೀವು ಬಿಳಿಯ ಸುಳ್ಳುಗಳನ್ನು ಹೇಳುತ್ತೀರಿ" ಎಂದು ಛೇಡಿಸುತ್ತಿದ್ದ ಗಾಂಧೀಜಿ ನಾಟಕವನ್ನು ಕುರಿತು "ರಂಗದ ಮೇಲಿನ ವ್ಯಕ್ತಿಗಳು ಇತಿಹಾಸದ ವ್ಯಕ್ತಿಗಳೇ ಆಗಿರಲಿಕ್ಕಿಲ್ಲ ಆದರೆ ಅವರು ಜೀವಂತ ವ್ಯಕ್ತಿಗಳು; ಸ್ಫೂರ್ತಿ ತುಂಬುವ ಆದರ್ಶಗಳು" ಎಂದಿದ್ದಾರೆ. ಈ ನಿಟ್ಟಿನಲ್ಲಿ ಪ್ರಾಮಾಣಿಕವಾಗಿ ಒಂದಷ್ಟು ಕೆಲಸ ಮಾಡಲು ಅವಕಾಶ ಒದಗಿದ್ದು ನಮ್ಮ ರಂಗ ಬದುಕಿನ ಭಾಗ್ಯ. ಕುವೆಂಪು ಹೇಳಿದಂತೆ "ನಾನು ನಿಮ್ಮವ ಎಂಬ ಹೆಮ್ಮೆಯ ಋಣವು ಮಾತ್ರವೇ ನನ್ನದು" ಎನ್ನಬಹುದೇನೊ.

ನಾಟಕ ಹೇಗಿತ್ತು, ಏನಿತ್ತು ಅನ್ನುವದರ ಕುರಿತು ಹಿರಿಯ ರಂಗ ನಿರ್ದೇಶಕರಾದ ಪ್ರಸನ್ನ ನುಡಿದ ಮಾತುಗಳಿವೆ ಇಲ್ಲಿ. ಈ ಮಾತುಗಳು ನನ್ನಂತವನಿಗೆ ಪಾರಿತೋಷಕಕ್ಕಿಂತ ಮಿಗಿಲಾದುದು ಎಂದುಬೇರೆ ಹೇಳಬೇಕಿಲ್ಲ.

"...ಕರ್ನಾಟಕದಲ್ಲಿ ಕಳೆದ ವರ್ಷದಿಂದ ಗಾಂಧೀಜಿಯವ 150 ವರ್ಷದ ಆಚರಣೆಯ ಸಂದರ್ಭದಲ್ಲಿ ಗಾಂಧೀಜಿಯವರ ಬಗ್ಗೆ ಆಡಿದ ಈ ನಾಟಕದ ಹಲವು

ಪ್ರದರ್ಶನಗಳನ್ನು ನಾನು ನೋಡಿದ್ದೇನೆ. ಆ ನಾಟಕ ತಯಾರಿ ಆಗುತ್ತಿದ್ದಾಗ ಅದರ ನಟರ ಜತೆಯಲ್ಲಿಯೂ ಸಮಯ ಕಳೆದಿದ್ದೇನೆ. ನಿರ್ದೇಶಕರಾದ ಶ್ರೀಪಾದ ಭಟ್ಟರಲ್ಲಿ ಇದರ ರೂಪದ ಕುರಿತು ಚರ್ಚಿಸಿದ್ದೇನೆ, ವಿಶುಕುಮಾರರಲ್ಲಿ ಇದರ ನಿರ್ವಹಣೆಯ ಸ್ವರೂಪದ ಕುರಿತು ಮಾತನಾಡಿದ್ದೇನೆ. ನನ್ನ ಮಟ್ಟಿಗೆ ರಂಗಭೂಮಿಯಲ್ಲಿ ಇದು ಒಂದು ಮಹತ್ವದ ಪ್ರಯೋಗ. ಈ ನಾಟಕ ಯಾಕೆ ನನಗೆ ಮಹತ್ತರ ಅನಿಸಿತು ಅಂದರೆ ಮೊದಲನೆಯದಾಗಿ 'ಎಲ್ಲ ನಾಟಕದ ಹಾಗೆ ಇದೂ ಒಂದು ನಾಟಕ' ಅಂತಾಗಿರಲಿಲ್ಲ. ವಸ್ತು ಹೇಳಿಕೊಡುವ ಸರಳ ಜೀವನ ಮತ್ತು ಶ್ರಮದ ಜೀವನವನ್ನು ಅಂತರ್ಗತಗೊಳಿಸಿಕೊಂಡ ಪ್ರದರ್ಶನವಾಗಿತ್ತು ಅದು. ಹೀಗಾಗಿ ನಾಟಕ ತನ್ನ ಆಶಯದಿಂದ ಮಾತ್ರವಲ್ಲ ಅದನ್ನು ಮಾಡುವವರನ್ನು ನೋಡುವುದರಿಂದಾಗಿಯೂ ಹುಡುಗರಲ್ಲಿ ಬದಲಾವಣೆ ಕಾಣಿಸುವಂತಿತ್ತು. ಗಾಂಧೀಜಿಯವರನ್ನು ಕುರಿತು ನಾಟಕ ಮಾಡುವುದಿದ್ದರೂ ನಾವು ಹಲವು ಸಾರಿ ಭರ್ಜರಿ ಸೆಟ್ ಹಾಕಿ, ಭರ್ಜರಿ ಭಾಷಣ ಮಾಡಿಸಿ ಬಿಡ್ತೇವೆ. ಈ ನಾಟಕದಲ್ಲಿ ಹಾಗೆ ಮಾಡಿರಲಿಲ್ಲ.

ಈ ನಾಟಕದಲ್ಲಿ ಮುಖ್ಯ ಅನಿಸಿದ ಇನ್ನೊಂದು ಸಂಗತಿ ಏನೆಂದರೆ, ಸಾಮಾನ್ಯವಾಗಿ ಸಂತರು, ಮಹಾಪುರುಷರು ರೂಪುಗೊಂಡ ನಂತರದಲ್ಲಿ 'ರೌಂಡೆಡ್ ಪರ್ಸನಾಲಿಟಿ' ಅಂತೀವಲ್ಲ ಒಂದು ಸ್ಪಷ್ಟ ಆಕಾರವನ್ನು ಪಡೆದಿರುತ್ತಾರೆ. ಆದರೆ ಆ ಸ್ಪಷ್ಟ ಆಕಾರ ಅವರ ಆರಂಭದ ದಿನಗಳಲ್ಲಿ ಇರುವುದಿಲ್ಲ. ಮಹಾ ವ್ಯಕ್ತಿಗಳ ಬದುಕು ನಮಗೆ ಯಾಕೆ ಮುಖ್ಯವಾಗುತ್ತದೆ ಅಂದರೆ ಅವರು ಹೇಗೆ ಮತ್ತು ಯಾಕೆ ಮಹಾನ್ ಆದರು? ಅವರನ್ನು ಮಹಾನ್ ಆಗಿಸಿದ ಕಾರಣಗಳು ಯಾವುದು? ಅದನ್ನು ನಾವು ತಿಳಿದುಕೊಳ್ಳುವದು ಮುಖ್ಯ. ಮಹಾನ್ ವ್ಯಕ್ತಿಗಳಿರಲಿ ಸಾಧಾರಣ ವ್ಯಕ್ತಿಗಳಿರಲಿ ಇವರಿಬ್ಬರನ್ನೂ ರೂಪಿಸಿದ ಕಾರಣಗಳು ಒಂದೇ ಇರುತ್ತವೆ. ಆ ಕಾರಣಗಳನ್ನು ಹೇಗೆ ಅಸಾಧಾರಣ ವ್ಯಕ್ತಿಗಳು ದುಡಿಸಿಕೊಂಡು ಮಹತ್ ಆಗುತ್ತಾರೆ ಅನ್ನುವುದು ಮುಖ್ಯ. ಅದು ಈ ನಾಟಕದಲ್ಲಿ ಕಾಣ ಸಿಕ್ಕಿತು.

ಮೂರನೆಯ ಬಹು ಮುಖ್ಯವಾದ ಸಂಗತಿ ನನಗೆ ಇಷ್ಟವಾದುದು ಈ ನಾಟಕದಲ್ಲಿ ಏನೆಂದರೆ ಇದರಲ್ಲಿದ್ದ ಹಾಸ್ಯ. ಈ ಮಹತ್ತು ಅನ್ನುವದೇನಿದೆ ಅದು ಒಮ್ಮೊಮ್ಮೆ ವಿಪರೀತ ಗಾಂಭೀರ್ಯದ ಸಂಗತಿಯನ್ನಾಗಿಸಿ ಬಿಡುತ್ತದೆ. ಹಾಸ್ಯ ಅಂತ ಏನಿದೆ ಅದು ಈ ಹುಸಿ ಗಾಂಭೀರ್ಯವನ್ನು ಒಡೆಯುತ್ತದೆ, ಒಡೆಯಬೇಕು. ಈ ನಾಟಕದಲ್ಲಿ ಬಳಕೆಯಾದ ಹಾಸ್ಯ ಈ ಬಗೆಯದು. ಗಾಂಧೀಜಿ ಅಂದ ತಕ್ಷಣ ದೇವಸ್ಥಾನದಲ್ಲಿಟ್ಟು ಪೂಜೆ ಮಾಡಿ ಆಚೆ ಹೋಗುವುದಲ್ಲ. ಅವರನ್ನು ನಾವು ಪ್ರೀತಿಯಿಂದ ಆತ್ಮೀಯತೆಯಿಂದ ಕಾಣಲು ಸಾಧ್ಯವಾಗುವಂತೆ ಮಾಡಬೇಕು.;ಈ ನಾಟಕ ಹಾಗೆ ಮಾಡಿದೆ. ಇದರಲ್ಲಿಯ ತುಂಬ ದೃಶ್ಯಗಳು ನಮಗೆ ನಗು ತರಿಸ್ತಾವೆ, ಕಚಗುಳಿ ಇಡ್ತಾವೆ, ಮತ್ತೆ ಅಷ್ಟೇ ಶಕ್ತವಾಗಿ ಇದರ ಅನೇಕ ದೃಶ್ಯಗಳು ನಮ್ಮಲ್ಲಿ

ಕಣ್ಣೀರನ್ನು ಮಿಡಿಸುತ್ತಾವೆ. ಹೀಗೆ ಒಬ್ಬ ಮಹಾನ್ ವ್ಯಕ್ತಿ ರೂಪುಗೊಳ್ಳುವ ಪ್ರಕ್ರಿಯೆ, ಕಣ್ಣೀರುಕ್ಕಿಸುವ ಪ್ರಕ್ರಿಯೆಯೂ ಹೌದು ನಗಿಸುವ ಪ್ರಕ್ರಿಯೆಯೂ ಹೌದು, ಕಚಗುಳಿ ಇಡುವ ಪ್ರಕ್ರಿಯೆಯೂ ಹೌದು. ಈ ಎಲ್ಲ ಪ್ರಕ್ರಿಯೆಯ ಕಡೆಯಲ್ಲಿ ಒಬ್ಬ ಮಹಾತ್ಮ ರೂಪುಗೊಂಡ ಅನ್ನುವುದು, ಮಕ್ಕಳಿಗೆ ನಾವೂ ಹೀಗಾಗಬಹುದು ಎಂಬ ಆಶಯ ಹುಟ್ಟಿಸುವಲ್ಲಿ ನೆರವಾಗುತ್ತದೆ. ಅಂಥ ಸಾಧ್ಯತೆಯನ್ನು ಈ ನಾಟಕ ನೀಡಿದೆ. ಮತ್ತು ರಾಜ್ಯದ ಬೇರೆ ಬೇರೆ ಊರುಗಳಿಂದ ಬಂದ ಇದರಲ್ಲಿಯ ನಟರು ಕಷ್ಟ ಬಲ್ಲವರು, ಅದನ್ನು ಸಂತೋಷವಾಗಿ ಎದುರಿಸಬಲ್ಲವರು ಅವರ ಪ್ರೀತಿ ಕೊಡುಗೆಯೂ ಇದರಲ್ಲಿದೆ. ಈ ನಾಟಕದ ಯಶಸ್ಸಿಗೆ ಇವೆಲ್ಲವೂ ಕಾರಣವಾಗಿದೆ ಅಂತ ನನಗನಿಸುತ್ತದೆ..."

ಮೌನ, ಅಸಹಕಾರ, ಹಠ ಮುಂತಾದ ಮಹಿಳೆಯರ ಹೋರಾಟದ ಹಾದಿಯನ್ನು ಗಟ್ಟಿಯಾಗಿ ಆತುಕೊಂಡ, ದೇಶವನ್ನು ಹೆಣ್ಣು ಎಂದೇ ಪರಿಭಾವಿಸಿದ ಗಾಂಧಿಯ ತಾಯ್ತನದ ಜತೆ ಒಡನಾಡಿದ ರಂಗ ಗಳಿಗೆಗಳ ನೆನಪುಗಳಿವು. ಯಾಕೆ ಈ ತಾಯ್ತನದ ನೆನಪು ಎಂದರೆ ಅದು ನಮ್ಮನ್ನು ಹೊಸ ಹುಟ್ಟಿನತ್ತಲೇ ಕರೆದೊಯ್ಯುತ್ತದೆ. ನರನು ಕೆರಳುವ ಹುಂಬನಾದಾಗಲೆಲ್ಲ ಬಾಳು ಯೂಪ ಸ್ತಂಭವಾಗುತ್ತದೆ. ಆದರೆ ತಿಳಿವು ತುಂಬಿದ ಕಣ್ಣು, ಒಲವು ತುಂಬಿದ ಎದೆಯು, ಛಲವನರಿಯದ ಬದುಕು ಇಷ್ಟು ಸಾಕು' (ಗಂಗಾಧರ ಚಿತ್ತಾಲರ ಕವನದ ಸಾಲುಗಳಿವು) ಎನಿಸುವ ಬಾಳ್ವೆಯನ್ನು ಬಾಪು ನೀ ನಮಗೆ ಕರುಣಿಸಿದ್ದೀಯಾ. ಕಲೆಯ ಕೆಲಸವೂ ಇದೇ ತಾನೆ; ಬಾಳ್ವೆಯ ಬೆಳಕನ್ನು ಕಂಡರಿಸುವದು.

⌘

ದಡವ ನೆಕ್ಕಿದ ಹೊಳೆ

ಹೆಜ್ಜೆ 16

ಬಸಿರ ಹೂ ನಕ್ಹಾಂಗ; ಮೈಗೆ ಮೈ ನುಡಿದ್ಹಾಂಗ

ರಂಗಭೂಮಿಯೊಳಗಣ ಪ್ರತಿ ಕ್ಷಣವೂ ಅದು ಹೊಕ್ಕುಳ ಹೂವನ್ನು ಅರಳಿಸುವ ಕ್ಷಣ. ಅಲ್ಲಿ ಮೈಯ ಪ್ರತಿಕಣವೂ ಮಿಡಿಯುತ್ತದೆ. ಬೇಂದ್ರೆಯವರ ನುಡಿಯಲ್ಲಿ ಹೇಳುವದಾದಲ್ಲಿ ಮೈಯಿಗೆ ಮೈಯ್ಯೇ ನುಡಿಯುತ್ತದೆ. ಸುಮಾರು 40 ವರ್ಷಗಳಾದವು ರಂಗಭೂಮಿಯನ್ನೇ ಆದ್ಯತೆಯ ಕ್ಷೇತ್ರವೆಂದೆಣಿಸಿ. ಇಲ್ಲಿಯ ಪ್ರತಿ ದಿನವೂ ವಿಶೇಷವೇ. ಯಾವುದರ ಬಗ್ಗೆ ಹೇಳ ಹೊರಟರೂ ಅದು ಹೇಳದೇ ಉಳಿದಿರುವ ಮಾತುಗಳನ್ನೇ ನೆನಪಿಸುವುದು.

ಸುಮಾರು 150ರಷ್ಟು ನಾಟಕಗಳು, ನೂರಾರು ತರಬೇತಿಗಳು, ನೂರಾರು ವಿಚಾರ ಸಂಕಿರಣಗಳು ಅದಕ್ಕಿಂತ ಹೆಚ್ಚಾಗಿ ಹಗಲು ರಾತ್ರಿಯೆನ್ನದೇ ಆಡಿದಷ್ಟೂ ಉಳಿದ ರಂಗಭೂಮಿಯ ಹರಟೆಗಳು, ಮಾತುಕತೆಗಳು, ಅವು ಮೊಗೆದಷ್ಟೂ ಉಳಿವ ಕಡಲಿನಂತೆ, ಅಳೆದಷ್ಟೂ ಉಳಿವ ಮುಗಿಲಿನಂತೆ.

ಆ ಹುಡುಗ ಹಾವೇರಿ ಹಳ್ಳಿಯಲ್ಲಿ ಸಿಕ್ಕಿದವ. ಹಳ್ಳಿಯ ಶಾಲೆಯೊಂದರಲ್ಲಿ 'ನಕ್ಕಳಾ ರಾಜಕುಮಾರಿ' ನಾಟಕ ಆಡಿಸಲು ತಯಾರಿ ನಡೆಸಿದ್ದ, ರಂಗಭೂಮಿಯ ಆಸಕ್ತಿ ಉಳ್ಳ ಅಲ್ಲಿಯ ಹೆಡ್ ಮಾಸ್ಟರ್ 'ಏಳುಕೋಟಿ' ಅನ್ನುವವರು ಆ ಹುಡುಗನ ಪರಿಚಯ ಮಾಡಿಕೊಟ್ಟರು. "ಈತ ಶಾಲೆಗೆ ಯಾವತ್ತೂ ಸರಿಯಾಗಿ ಬಂದುದೇ ಇಲ್ಲ. ಆದರೆ ನಾಟಕ ಅಂದಕೂಡಲೇ ಓಡಿ ಬರುತ್ತಾನೆ. ಶಾಲೆಯಲ್ಲಿ ನಾಟಕ ಆರಂಭಿಸುತ್ತಿದ್ದಾರೆ ಅಂತ ಸುದ್ದಿ ಹರಡಿದ ಕೂಡಲೇ ಓಡಿ ಬಂದಿದ್ದಾನೆ ನೋಡಿ. ಶಾಲೆಗೆ ಸರಿಯಾಗಿ ಬರುತ್ತೇನೆಂದು ಒಪ್ಪಿಕೊಂಡರೆ ಪಾತ್ರ ಕೊಡಿ" ಅಂದರು. ಆತ ಮೈ ತುಂಬ ನಗುತ್ತಿದ್ದ. ಅವನ ದೇಹದ ತುಂಬೆಲ್ಲ ಲಯ ಲಾಸ್ಯ ಆಡುತ್ತಿತ್ತು. "ಸರ್ ನನಗೆ ಓದೋಕೆ, ಬರೆಯೋಕೆ ಬರಲ್ಲ. ನಾನು ಬೇರೆ ಎಲ್ಲ ಕೆಲಸ ಮಾಡಿಕೊಡ್ತೇನೆ. ನಂಗೆ ಮಾತು ಇಲ್ಲದ ಅಥವಾ ಒಂದೋ ಎರಡೋ

ಮಾತಿರುವ ಪಾತ್ರ ಕೊಡಿ. ಆಗಲ್ಲ ಅಂತ ಮಾತ್ರ ಹೇಳಬೇಡಿ ದಮ್ಮಯ್ಯ" ಅಂದ. ನಿಜ. ಅವನಿಗೆ ಅಕ್ಷರಗಳನ್ನು ಗುರುತಿಸಿ ಓದೋಕೆ ಬರುತ್ತಿರಲಿಲ್ಲ. ಸರಿಯಾಗಿ ಶಾಲೆಗೆ ಬಂದಿದ್ದರೆ 6 ನೇ ತರಗತಿಯಲ್ಲಿ ಆತ ಇರಬೇಕಿತ್ತು. 'ಆತನಿಗೆ ಓದೋಕೇ ಬರಲ್ಲ' ಅಂತ ಶಾಲೆಯೇ ತೀರ್ಮಾನಿಸಿದ್ದರಿಂದ ಆತ ಶಾಲೆಯನ್ನೇ ಬಿಟ್ಟಿದ್ದ. ಅಪರೂಪಕ್ಕೆ ಕಾರ್ಯಕ್ರಮಗಳಾಗೋವಾಗ ಬರ್ತಿದ್ದನಂತೆ. ನಾನು ನಾಟಕ ಆರಂಭಿಸಿದೆ. ಅದರ ಓದನ್ನು ನಾನು ಮಾಡುತ್ತಿದ್ದಂತೆ ಆತ ಕರಾರುವಾಕ್ಕಾಗಿ ಪ್ರತಿ ನುಡಿಯುತ್ತಿದ್ದ! ಅವನ ಮಾತು ಸ್ಫುಟವಿತ್ತು. ಭಾವಾಭಿವ್ಯಕ್ತಿ ನಿಖರವಿತ್ತು! ನಾಟಕದ ಮುಖ್ಯ ಪಾತ್ರಧಾರಿ ಸಹಜವಾಗಿ ಆತನೇ ಆಗಿ ಹೋದ. ಆ ವಾರದಲ್ಲಿಯೇ ಇಡೀ ನಾಟಕ ಆತನಿಗೆ ಕಂಠಪಾಠವಾಗಿ ಹೋಗಿತ್ತು. ನಾಟಕದ ಬಲದಿಂದ ಆತನನು ಒಂಬತ್ತನೇ ತರಗತಿಯವರೆಗೆ ಕರೆತಂದೆ. 10ನೇ ವರ್ಗದಲ್ಲಿ, ಅದರ ಪರೀಕ್ಷೆಯ ಭಯಕ್ಕೆ ಬಿದ್ದೋಡಿದ ಆತನನ್ನು ಮತ್ತೆ ಕರೆತರಲಾಗಲಿಲ್ಲ. ಕೇರಳದ ಯಾವುದೋ ಕಡೆ ವಾಹನ ಚಾಲಕನಾಗಿದ್ದಾನಂತೆ; 10ನೇ ತರಗತಿ ಸರ್ಟಿಫಿಕೇಟಿಗಾಗಿ ಓಡಾಡುತ್ತಿದ್ದನಂತೆ.

ಶಿಕ್ಷಣದಲ್ಲಿ ರಂಗಭೂಮಿಯ ಕುರಿತು ಎಷ್ಟೆಲ್ಲ ದಿನಗಳಿಂದ ಮಾತನಾಡುತ್ತಿದ್ದೇವೆ. ಇದುವರೆಗೂ ನಮ್ಮಿಂದ ಆಗಿರುವುದು ಇಷ್ಟು ಮಾತ್ರ. ಬೇಸಿಗೆ ಶಿಬಿರಗಳಲ್ಲಿ, ಪ್ರತಿಭಾ ಕಾರಂಜಿ ಮತ್ತು ವಿಜ್ಞಾನ ನಾಟಕ ಸ್ಪರ್ಧೆಗಾಗಿ ವರ್ಷಕ್ಕೊಂದು ನಾಟಕ ಮಾಡಿಸುವದು, ಅಪರೂಪಕ್ಕೆ ಶಾಲಾ ವಾರ್ಷಿಕೋತ್ಸವಗಳಲ್ಲಿ ಅವಕಾಶ

ಸಿಕ್ಕರೆ ಒಂದು ನಾಟಕ ಮಾಡಿಸುವುದು. ಅಷ್ಟೆ. ಕೆಲವು ಸಂಸ್ಥೆಯವರ ವಿಶೇಷ ಆಸ್ಥೆಯಿಂದಾಗಿ ವರ್ಷಕ್ಕೆ ಒಂದು ವಾರವೋ, ಹತ್ತು ದಿನವೋ 'ರಂಗ ತರಬೇತಿ'. ಅದೂ ಇಡಿಯ ರಾಜ್ಯದಲ್ಲಿ ಬೆರಳೆಣಿಕೆಯಷ್ಟು ಕಡೆ. ನಾವು ಆಗಾಗ ಶಿಕ್ಷಣ ಮತ್ತು ರಂಗಭೂಮಿಯನ್ನು ಸಂಧಿಸುವಂತೆ ಮಾಡಲು ಯತ್ನಿಸುತ್ತಿದ್ದೇವೆ; ಆದರೆ ಅದು ಸಮಾಸಗೊಳ್ಳಲು ನಮ್ಮ ಯತ್ನ ಏನೂ ಸಾಲದಿದೆ. ಶಿಕ್ಷಕರಿಗೆ ರಂಗ ತರಬೇತಿ ಹೆಸರಿನಲ್ಲಿ ಒಂದೆರಡು ಪಾಠಗಳಂತಹ ಸಂಗತಿಗಳನ್ನು ನಾಟಕ ರೂಪ ಮಾಡುವುದು ಹೇಗೆ ಅನ್ನೋ 'ತಂತ್ರ' ಹೇಳಿಕೊಡಲು ಯತ್ನಿಸಿದ್ದೇವೆ ಹೊರತೂ ಪಂಚೇಂದ್ರಿಯಗಳನ್ನು ಮುಟ್ಟಬೇಕಾದ ರಂಗ ಭಾಷೆಯನ್ನು ಇನ್ನೂ ದರ್ಶಿಸಲೇ ಇಲ್ಲ. ಚಿತ್ರ, ಘಮ, ಸ್ಪರ್ಶ, ರುಚಿ ಮತ್ತು ಶ್ರಾವ್ಯದ ಎಷ್ಟೆಲ್ಲ ಅನುಭವಗಳಿಗೆ ರಂಗ ಭಾಷೆ ತೆರೆದುಕೊಳ್ಳಬೇಕಿದೆ! ಮಕ್ಕಳ ಸಾಹಿತ್ಯ ಕ್ಷೇತ್ರದಲ್ಲಿ ಅನುಪಮ ಕೊಡುಗೆ ನೀಡಿದ ಜಿ.ಪಿ.ರಾಜರತ್ನಂ ಅವರನ್ನು 'ಮಕ್ಕಳ ಸಾಹಿತ್ಯದ ಬೆಳೆ ಹೇಗಿದೆ?' ಎಂದು ಕೇಳಿದಾಗ ಅವರೆಂದರು "ಸಾಲದು ಸ್ವಾಮಿ ಏನೇನೂ ಸಾಲದು..." ರಂಗಭೂಮಿ ಮಕ್ಕಳನ್ನುಳಿಸಬೇಕೊ, ಮಕ್ಕಳೇ ರಂಗಭೂಮಿಯನ್ನುಳಿಸಬೇಕೊ ತಿಳಿಯದು. ಮಕ್ಕಳ ಜತೆಗಿನ ರಂಗ ಬದುಕಿಗೆ ಏನಾದರೂ ಮಾಡಬೇಕಿದೆ.

ದೆಹಲಿಯ ರಾಷ್ಟ್ರೀಯ ನಾಟಕ ಶಾಲೆಯು ಏರ್ಪಡಿಸಿದ್ದ ರಂಗೋತ್ಸವಕ್ಕೆ ಹೋದಾಗ ಅಲ್ಲಿ ನಾಟಕದ ನಂತರ ನಡೆಯುವ ಸಂವಾದದಲ್ಲಿ ಒಬ್ಬ ವಿದ್ಯಾರ್ಥಿನಿ ಕೇಳಿದಳು "ನೀವು ನಿರ್ದೇಶನ ಏಕೆ ಆಯ್ಕೆ ಮಾಡಿಕೊಂಡಿರಿ, ನಟನೆ ಯಾಕಲ್ಲ?" ಅಂತ. ನಮಗೆ ಆಯ್ಕೆ ಅನ್ನೋದೇ ಇರಲಿಲ್ಲ ಆ ಮಾತು ಬೇರೆ. ನನ್ನ ಅಭಿಪ್ರಾಯವೆಂದರೆ ನಾಟಕ ಮಾಡೋದು ಅಂದರೆ 'ಅಭಿನಯಿಸೋದು' ಅಂತಾನೇ. ನಟನೆಯನ್ನು ಅಪಾರವಾಗಿ ಪ್ರೀತಿಸುತ್ತಿದ್ದ ನನಗೆ ನಮ್ಮ ಊರಿನಲ್ಲಿ ಯುವಕರಿಗೆ ನಾಟಕ ನಿರ್ದೇಶನ ಮಾಡುವವರು ಯಾರೂ ಸಿಗದಿರುವುದರಿಂದ ಅನಿವಾರ್ಯವಾಗಿ ನಿರ್ದೇಶಕನಾಗಿ ಹೋದೆ ಅಷ್ಟೆ. ಯಾವ ತರಬೇತಿಯಿಂದಲ್ಲ. ನಾನೇ ಅಭಿನಯಿಸಿಕೊಳ್ಳುತ್ತ ನಿರ್ದೇಶಕನೂ ಆಗಿದ್ದೆ. ಹವ್ಯಾಸಿ ರಂಗಭೂಮಿಯಲ್ಲಿ ನಾಟಕ ನಿರ್ದೇಶಕನೇ ಸಂಘಟಕನೂ ಆಗಬೇಕಿದ್ದ ಕರ್ಮ ಒದಗಿದ್ದರಿಂದ ರಂಗದ ಮೇಲೆ ನಟನಾಗಿ ಕಾಣಿಸಿಕೊಳ್ಳುವದು ತಪ್ಪತೊಡಗಿತು. ಆದರೆ ನನಗೆ ಈಗಲೂ ಅನಿಸುವುದು, ನಿರ್ದೇಶಕನೆಂದರೆ ಪ್ರಧಾನ ನಟ, ನಟನೆಯನ್ನು ಸಂಘಟಿಸುವವನು. ನಾನು ಆ ಹುಡುಗಿಗೆ ಹೇಳಿದೆ "ನೋಡು ನಟರು ಅಂತಾದ್ರೆ ನಾಟಕದಲ್ಲಿ ಒಂದೇ ಪಾತ್ರ ಸಿಗೋದು. ನಿರ್ದೇಶಕನಾದ್ದರಿಂದ ಆ ನಾಟಕದ ಎಲ್ಲ ಪಾತ್ರಗಳನ್ನೂ ನಾನು ಮಾಡೋಕಾಗತ್ತೆ" ಅಂತ. ತಮಾಷೆಯಾಗಿ ನಾನದನ್ನು ಹೇಳಿದರೂ ಆಳದಲ್ಲಿ ಅದು ನಿಜವೂ ಆಗಿತ್ತು. ನನ್ನ ನಟನೆಯ ಹಂಬಲದ ಈಡೇರಿಕೆಯೂ ಅದಾಗಿತ್ತು. ಸರಿಯೋ ತಪ್ಪೋ ತಿಳಿದಿಲ್ಲ. ನನಗೊದಗಿದ ಬದುಕು ಅದು.

ನಾಟಕವೆಂದರೆ ಅಂತಿಮವಾಗಿ ಅಭಿನಯವೇ. ನಟನೇ ಅಂತಿಮ ಸತ್ಯ. ನಟನೆ ಮನುಷ್ಯನ ಒಂದು ಅದ್ಭುತ ಸಾಧ್ಯತೆ. ನಿರಂತರ ಶ್ರಮದಿಂದ ಆತ ನಟನೆಯ ತಂತ್ರಗಳನ್ನು ಸಾಧಿಸಿಕೊಳ್ಳಬೇಕು. ತಂತ್ರ ಎಂದೆ ನಾನು, ನಿಜ. ಅದು ತಂತ್ರವೇ ಸರಿ. ಅದು ದೇವರ ಕೊಡುಗೆ, ಆನುವಂಶೀಯತೆ, ಹುಟ್ಟು ಪ್ರತಿಭೆ ಇತ್ಯಾದಿಗಳಿಂದ ಒದಗುವುದಲ್ಲ. ತುಂಬು ಪ್ರೀತಿಯಿಂದ, ಕಠಿಣ ಶ್ರಮದಿಂದ, ಹುಚ್ಚಿನಿಂದ ಒಲಿಸಿಕೊಳ್ಳಬೇಕಾದ ಪ್ರೇಮವದು. ನನ್ನ ನಟರು ಹೇಗೆಲ್ಲ ಸಿದ್ಧರಾಗಬೇಕು ಎಂಬ ಕನಸನ್ನು ಆಗಾಗ ಕಟ್ಟುವುದಿದೆ ನಾನು. ಅದನ್ನು ಅಲ್ಲಲ್ಲಿ ಟಿಪ್ಪಣಿ ಮಾಡಿಕೊಳ್ಳುತ್ತಿದ್ದೆ. ಅವುಗಳಲ್ಲಿ ಕೆಲವು ದೊರಕಿದೆ. ಅದನ್ನೇ ನಿಮ್ಮೊಡನೆ ಹಂಚಿಕೊಳ್ಳುವೆ. ಅದನ್ನು ಬೇಕಾದ ಹಾಗೆ ಮುಂದುವರಿಸಿಕೊಳ್ಳಬಹುದು.

ನನ್ನ ಕನಸಿನ ನಟರು ಹೀಗಿರುತ್ತಾರೆ; ಅವರ ಸಾಧನೆಯ ತಂತ್ರಗಳು ಹೀಗಿರುತ್ತವೆ. ನನ್ನ ನಟರು –

1. ಬದುಕಿನ ಕುರಿತ ಅಸೀಮ ಪ್ರೀತಿ; ಅದರ ಸಾಧ್ಯತೆಗಳ ವಿಸ್ತರಣೆಯ ಅಭೀಪ್ಸೆಯ ಜತೆಗೆ ಕಲೆಯಲ್ಲಿ ಕರಗುವರು; ಅದ್ವೈತವಾಗುವರು.
2. ಕಾಲ ದೇಶಗಳನ್ನಾಧರಿಸಿ ಜನಿಸುವ ಕಲೆ ತಾನು ಸಾರ್ಥಕ್ಯ ಹೊಂದುವುದು ಕಾಲದೇಶಗಳನ್ನು ಮೀರುವುದರಲ್ಲಿ. ಕಲೆಯ ಈ ಸ್ವರೂಪ ಧಾರಣೆಯನ್ನು ಅವರು ಹೊಂದುವರು.
3. ಕಾವ್ಯ, ಜಾನಪದ, ಪುರಾಣ, ತತ್ವಶಾಸ್ತ್ರ, ಧರ್ಮ, ಸಮಾಜ ಸಿದ್ಧಾಂತ ಮುಂತಾದವುಗಳಿಂದ ಕಲೆಯನ್ನು ಹೇಗೆ ಗ್ರಹಿಸಬೇಕು ಮತ್ತು ಕಲೆಯ ಮೂಲಕ ಇವುಗಳನ್ನು ಹೇಗೆ ನಿರ್ವಚಿಸಬೇಕು ಎಂಬ ಅರಿವನ್ನು ಹೊಂದಿರುವರು.
4. ವಿಶ್ವ ಸಂವಾದದಲ್ಲಿ ಸ್ಥಳೀಯ ಉಲುಹುಗಳನ್ನು ಕೇಳ ಬಯಸುವ; ಸ್ಥಳೀಯ ಉಲುಹಿನ ಮೂಲಕ ವಿಶ್ವಾತ್ಮಕ ಸಂವಾದ ನಡೆಸಬಲ್ಲ ಶಕ್ತಿ ಪಡೆಯುವರು.
5. ಇಡಿಯ ನಾಟಕವನ್ನೇ ಒಂದು ಪಾತ್ರ ಅಂತ ತಿಳಿದು, ಅದರ ಒಳ ವಿನ್ಯಾಸಗಳ ಮಾತಿಗೆ ಮೈ ಕೊಡುವರು.
6. ನಮ್ಮೊಳಗಿನ ಸಂಚಲನೆಯು ಸಮಾಜದ ಸಂಚಲನೆಗೂ ಕಾರಣವಾಗಬಲ್ಲದು ಎಂಬ ಜಗದೆಚ್ಚರದ ಸ್ಥಿತಿಯಲ್ಲಿ ಬದುಕುವುದನ್ನು ಅಭ್ಯಸಿಸುವರು.
7. ಸಾಂಕೇತಿಕವಾಗಿರುವುದಾದರೂ ಅದು ಸಂಭಾವ್ಯವಾಗಿದೆ ಎಂಬುದನ್ನು ಒಪ್ಪಿಸಲು ಜೀವವನ್ನು ಪಣಕ್ಕಿಡುವ ಜೂಜನ್ನು ಅಭ್ಯಸಿಸುವರು.
8. ಅಚೇತನಕ್ಕೆ ತಿಳಿದಿರುವ ಚಿತ್ರ ಭಾಷೆಯನ್ನು ಜಾಗೃತಾವಸ್ಥೆಯಲ್ಲಿಯೂ ಅರಿಯ ಬಲ್ಲಂತಹ ಸಂವೇದನೆಯನ್ನು ಹೊಂದಲು ನಡೆಸುವ ಸತತಾ ಭ್ಯಾಸ ನಡೆಸುವರು.

9. ಸೌಂದರ್ಯ ಎಂಬುದೊಂದು ಗುಣವಂತಿಕೆ; ಜೀವನದೆಡೆಗೆ ನೋಡುವ ಕಲಾತ್ಮಕ ನೋಟದಲ್ಲಿ ಅದು ದೊರಕಬಲ್ಲದು. ಬದುಕಿನ ಎಲ್ಲ ಬಗೆಯ ಸಂಬಂಧಗಳಲ್ಲಿಯೂ ಆ ಕಲಾತ್ಮಕತೆ ದಕ್ಕುವ ಹಾಗೆ ನಡೆಸುವ ಆದರ್ಶ ಸಾಧನೆಯ ಹಾದಿಯನ್ನರಿಯುವರು.
10. ಕಾಡಿನೊಳಗೆ ಕೊಡಲಿ ಹಿಡಿದವನು ಪ್ರವೇಶಿಸಿದರೆ ಅಲ್ಲಿಯ ಗಿಡಮರಗಳಲ್ಲೆಲ್ಲ, ಪಶುಪಕ್ಷಿಗಳಲ್ಲೆಲ್ಲ ಕಂಪನ ಉಂಟಾಗುವುದಂತೆ. ಅಷ್ಟು ಸೂಕ್ಷ್ಮ ಸಂವೇದಿಗಳು ಅವು. ಆ ಬಗೆಯ ಸಂವೇದನೆ ಜಾಗೃತವಾಗುವ ತೆರದಿ ಸಾಧನಾಭ್ಯಾಸ ನಡೆಸುವರು.

ನಾನೂ ಸಹ ಕನಸಿನ ರಂಗಶಾಲೆಯಲ್ಲಿ ಇಂತದೊಂದು ತರಬೇತಿಯನ್ನು ಪಡೆಯಬೇಕಿದೆ. ಚಿಕ್ಕಂದಿನಿಂದ ಕಲೆಯಲ್ಲಿ ಹಂಬಲವಿದ್ದರೂ ಅದನ್ನು ಕಲಿಯಲೂ ಸಹ 'ಶಾಲೆಗಳಿವೆ' ಎಂಬುದು ತಿಳಿಯುವ ಹೊತ್ತಿಗೆ ಸಂಸಾರದಲ್ಲಿಳಿದಾಗಿತ್ತು. ನೋಡಿ ಕಲಿಯಲೇನು ತೊಂದರೆ? ಎಲ್ಲೆಲ್ಲಿ ತಿಳಿಯುತ್ತೋ ಅಲ್ಲಲ್ಲಿ ನಾಟಕ ನೋಡಲು ಹೋಗ್ತಿದ್ದೆ, ಹಲವು ನಿರ್ದೇಶಕರು ನಾಟಕ ನಿರ್ದೇಶನ ಮಾಡುವದನ್ನು ಕದ್ದಾದರೂ ನೋಡ ಹೋಗುತ್ತಿದ್ದೆ, ನೀನಾಸಂನಲ್ಲಿ ಕಲಿತ ಹುಡುಗರಿಂದ ಅಲ್ಲಿ ನಡೆಯುವ ತರಗತಿಗಳ ಬಗ್ಗೆ ನಿರಂತರ ಕೇಳುತ್ತಿದ್ದೆ. ಹೀಗೆ. ಕಲಾ ಪರಂಪರೆಯೇ ಒಂದಿಷ್ಟನ್ನು ಕಲಿಸಿತ್ತಲ್ಲ. ಅವೆಲ್ಲವನ್ನೂ ನನ್ನೊಳಗೆ ಕರಗಿಸಿಕೊಳ್ಳತೊಡಗಿದೆ.

ಕನ್ನಡದಲ್ಲಿ ರಂಗ ಕಲಿಕೆಗೆ ಸಂಬಂಧಿಸಿದಂತೆ ಬಂದಿರುವ ಪಠ್ಯಗಳು ತುಂಬ ಕಡಿಮೆ. ನನಗೆ ಕನ್ನಡದ ಹೊರತೂ ಬೇರೆ ಯಾವ ಭಾಷೆಯೂ ಬರುವುದಿಲ್ಲ. ಹೀಗಾಗಿ ಕನ್ನಡದಲ್ಲಿಯೇ ಇಹಪರ ಸಾಧಿಸಿಕೊಳ್ಳಬೇಕಾದ ಅನಿವಾರ್ಯವಿರುವ ನನಗೆ ನಿರಂತರ ನಾಟಕ ನೋಡುವುದು, ಸಂಗೀತ ಕೇಳುವುದು, ನೃತ್ಯದೊಡನೆ ಸಂಭಾಷಿಸುವುದು, ಓದುವುದು ಇವೇ ಕಲಿಕೆಯ ಮಾರ್ಗಗಳಾಗಬೇಕಾದುದು ಅನಿವಾರ್ಯವಾಗಿತ್ತು. ಹಾಗೆ ಕಲಿತದ್ದನ್ನು ಪ್ರಯೋಗಿಸುತ್ತಲೇ ನಡೆದೆ. ಸಂಜೆ ಶಾಲೆ ಮುಗಿದ ನಂತರ ಮರುದಿನ ಶಾಲೆ ಆರಂಭವಾಗುವವರೆಗಿನ ಅವಧಿ ಅದು ನನ್ನದೇ ಆಗಿತ್ತು. ಎಲ್ಲ ರಜಾ ದಿನಗಳೂ, ಎಲ್ಲ ಹಬ್ಬಗಳ ದಿನಗಳೂ, ಸಂಚಿತ ರಜೆಗಳೂ, ಕೆಲವೊಮ್ಮೆ ಸಂಬಳ ರಹಿತ ರಜೆಗಳೂ ನನ್ನ ಪಾಲಿಗೆ ರಂಗ ಅವಧಿಗಳೇ ಆಗಿದ್ದವು.

ಬಿ.ವಿ.ಕಾರಂತರ ಜತೆಗಿನ ಒಂದು ಸಂದರ್ಭವನ್ನು ಗಿರೀಶ ಕಾಸರವಳ್ಳಿಯವರು ಹೀಗೆ ನೆನಪಿಸಿಕೊಳ್ಳುತ್ತಾರೆ. 'ಚೋಮನದುಡಿ' ಸಿನೆಮಾ ಶೂಟಿಂಗ್ ಸಮಯವದು. ಎಲ್ಲಿಯೋ ಶೂಟಿಂಗ್ ತಾಣಕ್ಕೆ ತಲುಪಬೇಕಿದ್ದ ಕಾರಂತರ ಕಾರು, ಅವರ ಸೂಚನೆಯಂತೆ ಸಮುದ್ರ ದಡ ಸೇರಿತ್ತಂತೆ. ಕಾರಂತರು ತುಸು ಹೊತ್ತು ಸಮುದ್ರದ ಅಲೆಗಳನ್ನು ನೋಡುತ್ತ ಸುಮ್ಮನೆ ನಿಂತಿದ್ದು ನಂತರ ಕಾಸರವಳ್ಳಿಯವರೊಡನೆ "ನೋಡಿ ದೊಡ್ಡ ಅಲೆಯಂತೆಯೇ ಸಣ್ಣ ಅಲೆಯೂ ದಡ ಮುಟ್ಟುತ್ತದೆ ಅಲ್ವಾ" ಅಂದರಂತೆ. ಅರೆ! ಹೌದಲ್ವಾ! ಸಣ್ಣ ಸಣ್ಣ ಅಲೆಯಾಗಿಯಾದರೂ ಇಲ್ಲಿದೇವೆ ನಾವು ಅಂತ ನೆಮ್ಮದಿ ತಂದ ಘಟನೆಯಿದು. ಕರ್ನಾಟಕದ ಅಂಚುಗಳಲ್ಲಿ ಆಧುನಿಕ ರಂಗಭೂಮಿಯ ಪರಿಚಯ ಮಾಡುವ ಕೆಲಸವನ್ನಾದರೂ ಮಾಡಿದ್ದೇನೆ ಎಂಬ ಭ್ರಮೆಯಂತೂ ನನಗೆ ಇದೆ.

ಗೌರೀಶ ಕಾಯ್ಕಿಣಿಯವರು ತಮ್ಮ ಬರಹದಲ್ಲಿ ಒಂದೆಡೆ 'ಕಾಲದ ಕರೆ' ಮತ್ತು 'ಕಂಪಿನ ಕರೆ' ಎಂಬೆರಡು ಪದಗಳನ್ನು ಬಳಸುತ್ತಾರೆ. ಅದು ಮತ್ತೆ ಮತ್ತೆ ನನ್ನ ಕೆಣಕುತ್ತದೆ; ಒಳಗೆ ಇಣುಕುತ್ತದೆ. ಇದುವರೆಗಿನ ನನ್ನ ಬದುಕಿನಲ್ಲಿ ಕಾಲದ ಕರೆಯ ಅಗತ್ಯಕ್ಕೆ ತಕ್ಕಂತೆಯೇ ನಡೆದಿರುವೆ. ನನ್ನೆದೆಯ ಒಳಗಣ ಕಂಪಿನ ಕರೆಯನ್ನು ಎಷ್ಟು ಕೇಳಿಸಿಕೊಂಡೆನೋ ಅನುಮಾನವಿದೆ. ಆದರೆ ಕಾಲದ ಕರೆಯ ಕೆಲಸಕ್ಕೆ ಸಾಧ್ಯವಾದಷ್ಟು ಕಂಪಿನ ಕರೆಯನ್ನು ಜೋಡಿಸಲೆತ್ನಿಸಿದ್ದೇನೆ. ನಾನು ಇದುವರೆಗೆ ನಿರ್ದೇಶಿಸಿದ ಬಹುತೇಕ ನಾಟಕಗಳೆಲ್ಲವೂ ಆಯಾ ತಂಡದ ಅಗತ್ಯ, ಆಸಕ್ತಿ, ಮಿತಿಗನುಗುಣವಾಗಿಯೇ ರೂಪಿಸಿದ್ದು. ಅದರಲ್ಲಿಯೇ ನನ್ನ ಸಂತಸ ಕಂಡುಕೊಂಡಿರುವೆ. ಈಗಲೂ ನನ್ನೊಳಗಿನ 'ಕಂಪಿನ ಕರೆ' ಯಾವುದದು? ಎಂಬ ಹುಡುಕಾಟದಲ್ಲಿರುವೆ. ⌘

www.ingramcontent.com/pod-product-compliance
Lightning Source LLC
LaVergne TN
LVHW090354051026
849518LV00006B/2136
* 9 7 8 8 1 9 6 0 7 1 8 4 4 *